சுகந்தி என்கிற
ஆண்டாள் தேவநாயகி

மலையாளம்:

ட்டி.டி. இராமகிருஷ்ணன்

தமிழில்:

குறிஞ்சிவேலன்

பாரதி புத்தகாலயம்

Suganthi Engira Aandal Devanayaki (in Tamil)

T.D. Ramakrishnan

In Tamil: **Kurinjivelan**

First Published: December, 2018

Published by

BHARATHI PUTHAKALAYAM

7, Elango Salai, Teynampet, Chennai - 600 018

Email: thamizhbooks@gmail.com / www.thamizhbooks.com

சுகந்தி என்கிற ஆண்டாள் தேவநாயகி

ட்டி.டி. இராமகிருஷ்ணன்

தமிழில்: குறிஞ்சிவேலன்

முதல் பதிப்பு: டிசம்பர், 2018

வெளியீடு:

பாரதி புத்தகாலயம்

7, இளங்கோ சாலை, தேனாம்பேட்டை, சென்னை - 600 018

தொலைபேசி : 044-24332424, 24332924, 24356935

விற்பனை நிலையங்கள்

மதுரை: 37A, பெரியார் பேருந்து நில'யம் 045 22324674
ஈரோடு: 39: 39 ஸ்டேட் பாங்க் சால' 9245448353
திண்டுக்கல்: பேருந்து நில'யம் 9942331105, 9976053719
பழனி: பேருந்து நில'யம் அருகில் 9442883696
திருப்பூர்: 447, அவினாசி சால' 9486105018
சே'ம்: பா'ம் 35, அத்ல'த ஆஸ்ரமம் சால' 0427 2335952
திரு'ல்லிக்கேணி: 48, தேரடி தெரு 9444428358
'டபழனி: பேருந்து நில'யம் எதிரில் அடையார் ஆனந்தப'ன் மாடியில் 9444476967
பெரம்பூர்: 52, கூக்ஸ் ரோடு 9444373716
திரு'ாரூர்: 35, நேதாஜி சால' 9442540543
சே'ம்: 15, வித்யா'யா சால' சால'
திருநெல்'ே'லி: 25A, ராஜேந்திரநகர் 9442149981
அருப்புக்கோட்டை: 31, அகமுடையார் மஹால் 9994173551
மதுரை: சர்'ோதயா மெயின்ரோடு
குன்னூர்: N.K.N 'ணிக 'ளாகம் பெட்போர்ட்
செங்கல்பட்டு: 1 D ஜி.எஸ்.டி சால' 044 27426964
விருதுநகர்: 131, கச்சேரி சால' 0456 2245300
கும்பகோணம்: 352, ரயில் நில'யம் எதிரில் 9443995061
'ே'லூர்: பேஸ் III, சத்து'ாச்சாரி 9442553893
நெய்'ே'லி: பேருந்து நில'யம் அருகில், 9443659147
தஞ்சாவூர்: காந்திஜி 'ணிக 'ளாகம் காந்திஜி சால' 9655542400
கோல': 77, மசக்காளிபாளையம் ரோடு, பீளமேடு 8903707294
திருச்சி: 'ெண்மணி இல்'ம், கரூர் புற'ழிச்சால' 9994289492
திரு'ண்ணாமல': முத்தம்மாள் நகர்
நாகர்கோவில்: 699 கே.பி.ரோடு R.V. புரம் 9443450111
சிதம்பரம்: 22A / 18B தேரடி கடைத் தெரு,
கீழவீதி அருகில் 9994399347
கரூர்: நாரத கானசபா அருகில் (TNGEA OFFICE) 9442706676

நினைத்த நூல்கள்... நினைத்த நேரத்தில்...

thamizhbooks.com 9444960935

ரூ.300/-

அச்சு : கணபதி எண்டர்பிரைசஸ், சென்னை - 600 002.

இலங்கை கேரளத்தவர்களுக்கு, அதுவும் இந்தியாவிலுள்ள முக்கியமான பல இடங்களைவிட மிகவும் அருகில் உள்ள நாடு. தில்லி, மும்பை, சென்னை என்னும் இந்த நகரங்களெல்லாம் நமக்கு இலங்கையைவிட வெகுதூரம். ஏன், திருவனந்தபுரத்திலிருந்து காசர்கோட்டுக்கான பாதி தூரம்தான் யாழப்பாணத்திற்கான தூரம். மொழி, கலாச்சாரம், கல்வி, உணவுப் பழக்கம் என்பவையெல்லாம் தமிழர்களைவிட நமக்கு நெருக்கம் இலங்கையில் உள்ளவர்களிடம்தான். கல்ஃப் என்னும் கனவு உலகம் திறக்கப்படுவதற்கு முன்பு மலையாளிகளின் அபயக் கேந்திரமாக இந்தச் சிறிய நாடுதான் இருந்தது. இலங்கையில் கால் நூற்றாண்டு வரை நீண்டிருந்த உள்நாட்டுப் போரும் கூட்டுக் கொலையும் மலையாளிகளை சிறிதும் பாதிக்கவே இல்லை. காரணம் நமக்கிடையில் ஒரு கடல் உண்டு. இலங்கை வேறொரு நாடு. அங்கே என்ன நடந்தாலும் நமக்கு ஒன்றுமில்லை. இந்த இயலாமை என்னை மிகவும் வேதனைப் படுத்தியதுண்டு. அந்த வேதனைதான் இந்த நாவலை எழுதுவதற்கான தூண்டுதலாகும். இந்த நாவல் இலங்கையில் நடக்கும் தமிழர் விடுதலைப் போராட்ட வரலாறா என்றால் இல்லை. அப்படியென்றால்... எனக்குப் பிரியமான ஆண்டாள் தேவநாயகியின் கதை இது. இலங்கையிலுள்ள தமிழீழ விடுதலைப் போராட்டமும் அதனுடைய அடிப்படையும் மட்டுமே இந்த நாவலுக்கான பங்களிப்பாகும்.

உள்ளே...

1
டிவைன் பேர்ள்

கொழும்புவிலிருந்து *45* கிலோ மீட்டர் தூரத்தில் இலங்கை ராணுவத்தின் *DP* என்னும் ரகசிய இடத்தை அடையும்போது நேரம் அந்தி முடிந்து விட்டிருந்தது. *DP* என்றால் டிவைன் பேர்ள். பிரிட்டிஷாரின் ஆட்சிக்காலத்தில் கொடும் குற்றவாளிகளை அடைத்து வைப்பதற்காகக் கட்டி முடிக்கப்பட்ட ரகசிய பங்களா இது. வெளியிலிருந்து பார்க்கும்போது ஒரு நிலப்பிரபுவின் அரண்மனைபோல்தான் தோன்றும். ஆனால் உள்ளுக்குள் தீவிர பாதுகாப்புடன் கைதிகளை தங்க வைக்கவும் கொடூர சித்ரவதைகளுக்கு உட்படுத்துவதற்குமான வசதிகளையுடைய சிறை அது. மூன்று தளங்களிலும், தரைமட்ட அறைகளிலுமாக இருபத்திரண்டு செல்களும் பூஜை அறைகள் என்னும் பெயரையுடைய மிகவும் வித்தியாசமான மூன்று இன்ட்ராக்கேஷன் சேம்பர்களும் சேர்ந்ததுதான் *DP*யின் முக்கிய கட்டிடம். அதனுடன் சேர்ந்த மற்றொரு சிறிய கட்டிடத்தில்தான் அலுவலகமும் பணியாளர்களின் அறைகளும். ஒரு சரிவான குன்றின் உச்சியில் சுமார் நூறு ஏக்கர் பரப்பளவிலுள்ள தேயிலைத் தோட்டத்திற்கு நடுவிலிருக்கும் டிவைன் பேர்ளுக்குள் *DP* பிரஸிடெண்டின் தனிப்பட்ட அனுமதி கிடைத்தும் கூட கடுமையான பாதுகாப்பு பரிசோதனைகளுக்குப் பின்தான் எங்களை நுழைய விட்டார்கள்.

இலங்கை அரசின் உதவியுடன் டிரான்ஸ் நேஷனல் பிக்சர்ஸ் தயாரிக்கும் *Human behind the fall of Tigers* என்னும் திரைப்படத்தின் ஆரம்பக்கட்ட பணிகளுக்காகத்தான் நாங்கள் சென்றிருந்தோம். இந்த சினிமாவுக்காக திரைக்கதை தயாரிக்கும் பீட்டர் ஜீவானந்தம் என்கிற நான், ஸ்காட்லாண்ட்காரனான இயக்குநர் கிறிஸ்டி ஆல்பர்ட்டோ, ஒளிப்பதிவாளரும் கிறிஸ்டியின் காதலியுமான மேரி ஆன், தயாரிப்பாளர்களில் ஒருவரான டோரி பெர்னாட், இலங்கை கலாச்சாரத்துறையிலுள்ள உயர்மட்ட அதிகாரியும் ஜனாதிபதியின் நம்பிக்கைக்குரியவனு மான சார்லஸ் சமரவீரா ஆகியோர் அடங்கிய எங்கள் குழுவினருடன் முகாம் பொறுப்பாளர் கர்னல் டிசில்வாவும் மற்ற ராணுவ அதிகாரிகளும் மிகவும் ஆர்வத்துடன் நடந்து

கொண்டார்கள். மேற்கத்திய சினிமாக்காரர்களின்மேல் மூன்றாம் உலக நாடுகளிலுள்ள மக்களின் பாராட்டும், எங்கள்மேல் அரசாங்கம் வைத்திருந்த தனிப்பட்ட உற்சாகமும்தான் அதற்கான காரணமாக இருக்கும். இலங்கையின் உள்நாட்டுப் போரின்போது நடந்த மனித உரிமை மீறல்களை வெள்ளையடித்து மறைப்பதற்கான அரசின் செயல்பாடுகளிலுள்ள ஒரு பகுதியாகத்தான் இந்த திரைப்படத் தயாரிப்பு. ஆனால், இந்த வாய்ப்பைப் பயன்படுத்தி புரட்சிஇயக்கத்திலுள்ள மக்கள் விரோதச் செயல்பாடுகள் எவ்வாறு அந்த இயக்கங்களை சிதைத்து விடுகின்றன என்றும் பெண் எப்படி அதற்குக்காரணமாகிறாள்என்றுமானஉண்மையை வெளிப்படுத்ததான் நாங்கள் திட்டம் போட்டிருக்கிறோம். அதனால்தான், பிரபாகரன் செல்வாக்குடன் இருந்த காலத்தில் ஒரு சினிமா தயாரிக்கும் திட்டத்துடன் புலிகளுடன் கொஞ்சகாலம் திரிந்து இறுதியில் அங்கிருந்து உயிருடன் தப்பித்து ஓடிவந்த என்னிடம் கிறிஸ்டி இந்தத் திரைப்படத்தின் ஸ்கிரிப்டு தயாரிப்பதற்கான பொறுப்பை ஒப்படைத்தான்.

லெப்.கர்னல் டிசில்வா எங்களுக்கு அந்த முகாமிலுள்ள விஷயங்களையெல்லாம் மிகவும் விவரமாகவே சொல்லிக் கொடுத்தான்.

'புலிகளிலேயே மிகவும் பயங்கரமானவர்களைத்தான் இங்கே தங்கவைத்துள்ளோம். எந்தவொரு வகையிலும் அவர்களுக்கு மறுவாழ்வு கொடுப்பதற்கோ பொது சமூகத்திற்குள் மீண்டும் கொண்டுவருவதற்கோ முடியாதவர்கள்தான் இவர்கள். அதிகப்படியான ஆசை காட்டியும் சித்ரவதை செய்தும்கூட இவர்களை மாற்ற முடியவில்லை. இவர்களில் பலரும் இப்போதும் தமிழ் ஈழம் என்னும் தங்களுடைய கனவு உண்மையாகும் என்றுதான் நம்புகிறார்கள். பலரின் மனநிலையும் தடுமாற்றத்தில்தான் இருக்கின்றன. பிரபாகரன் உயிருடன் இருக்கிறார் என்றும் திரும்பிவந்து தங்களை விடுவிப்பார் என்றுமெல்லாம் கனவு காண்பவர்களும் உண்டு. சிலசமயம் அவர்கள் திடீரென எல்லைகடந்து ஆவேசம் கொள்வார்கள். இல்லையென்றால் தற்கொலைக்கு முயல்வார்கள். இவர்கள் ஒவ்வொருவருக்கும் எதிராக ராஜத்துரோகம், இனக்கொலை, பயங்கரவாதச் செயல்கள் உள்பட நூற்றுக்கணக்கான வழக்குகள் உண்டு. அந்த வழக்குகளின் தேடல்களும் விசாரணைகளுமெல்லாம்கூட வெகுவாக நீண்டு போகின்றன.'

'அதுவரைக்கும்?' கிறிஸ்டி ஆவலுடன் கேட்டான்.

'அதுவரைக்கும் அவர்கள் பிரச்சினைகள் ஒன்றையும் உண்டாக்காமல் பார்த்துக்கொள்வோம் என்பதுதான் எங்களுடைய உத்திரவாதத் தன்மை. ஆனால் அது அவ்வளவு சுலபமில்லை.'

'டார்ச்சர்?'

'ஆமாம். பல சமயங்களிலும் அது தேவைப்படும். கைதிகள் சாதாரணமானவர்கள் இல்லாததால் கொஞ்சம் வித்தியாசமான சித்ரவதைகளைத்தான் இங்கே பயன்படுத்துகிறோம். ஆயுதங்கள் எதையும் பயன்படுத்தாமல் உடல் ரீதியாக, அதுவும் உடலில் அதிகம் புண்படுத்தாத டார்ச்சர்.'

'அது என்ன வகையிலான டார்ச்சராக இருக்கும்?'

'சொல்றேன். ஃபிஸிக்கல் டார்ச்சரும் மென்டல் டார்ச்சரும் உண்டு. பயோ வெப்பன்ஸைத்தான் ஃபிஸிக்கல் டார்ச்சருக்கு முக்கியமாகப் பயன்படுத்தறோம். சவப்பெட்டியைப் போல பெரியதொரு ஸ்டீல் பெட்டியில் கைதியை அம்மணமாகப் படுக்க வைப்போம். பின்பு சில எட்டுக்கால் சிலந்திகளை அதனுள் திறந்து விடுவோம். சிலந்திகள் அம்மணமான உடலில் அரித்து திரியும்போது கைதி பொறுக்க முடியாமல் துடிப்பான். அடுத்த பெட்டியில் இரத்தம் உறிஞ்சும் அட்டைகளை விடுவோம். அதுபோல் எறும்பு, தேள், நண்டு, பாம்புமெல்லாம் உள்ள பெட்டிகளும் உண்டு. கைதிகள் இறக்கக் கூடாது என்னும் நிர்ப்பந்தம் உள்ளதால் விஷமில்லாத பாம்புகளை மட்டும்தான் பயன்படுத்துவோம். தினமும் இவற்றில் ஏதாவது ஒரு பெட்டியில்தான் ஒவ்வொரு கைதியும் படுத்திருக்க வேண்டும். அந்தப் படுக்கை சில மணி நேரங்கள்வரை நீண்டிருக்கும். இதோடு சேர்த்துதான் கேள்விகள் கேட்பதும். இவர்களையெல்லாம் நூற்றுக்கணக்கான கேள்விகள் கேட்டு முடித்துவிட்டோம். என்றாலும், புதிய வேறு ஏதாவது விவரம் கிடைக்குமோ என்னும் எதிர்பார்ப்பில் தினந்தோறும் கேள்வி கேட்போம். இவர்கள் புலிகளாச்சே, எளிதாக எதையும் வெளியே சொல்ல மாட்டார்கள். இரண்டாவது மாடியிலுள்ள பிரார்த்தனை அறையில்தான் இப்படிப்பட்ட சித்ரவதைகளெல்லாம் நடக்கும்.

'உடல்ரீதியான சித்ரவதைகள் முடிந்ததும் பின்பு மனரீதியான சித்ரவதைதான். அது முதல் மாடியிலுள்ள பிரார்த்தனை அறையில்தான் நடக்கும். இலங்கை ராணுவம் புலிகளைத் தோற்கடிக்கும் ஏராளமான போராட்டங்களுடையதும் வெற்றிக் கொண்டாட்டங்களுடையதுமான வீடியோ படங்களை வெளியிடும் ஒரு மினி தியேட்டர்தான் அது.

அதோடு கூட கைதிகளை குற்றவுணர்வால் மானசீகமாக தகர்ப்பதற்கு புலிகளின் காலத்தில் தமிழர்கள் அனுபவிக்க வேண்டியதாக இருந்த வேதனைகளையும் இடைஞ்சல்களையும் வெளிப்படுத்தும் வீடியோக்களைக் காண்பிப்போம். கைதிகளின் உறவினர்கள் அவர்களைச்சபிப்பதையும் சரண்டரான தயா மாஸ்டரைப் போன்றுள்ள தலைவர்கள் நடத்தும் குற்ற வாக்குமூலங்களும் கருணாவைப்போல் நன்றி மறந்தவர்களின் உபதேசங்களும் எல்லாம் வீடியோ காட்சிகளில் உண்டு. சர்வதேச அரங்கில் புலிகளின் கொடூரத்தை கண்டித்து வெளியே வந்த ஏராளமான வீடியோ கிளிப்பிங்குகளையும் அத்துடன் காண்பிப்போம். காட்சிகள் இல்லாத சமயத்தில் பிரபாகரனையும் அவன் இயக்கத்தையும் கிண்டலடிக்கும் பொங்கு தமிழ் ஈழ தேசிய கானங்களின் வரிகளை உரக்க வைப்போம்.

'கீழ்த்தளத்திலுள்ள பிரார்த்தனை அறை ஒரு அதி நவீன சித்ரவதை நிலையமாகும். சர்வதேசத்தில் தற்போது பயன்பாட்டிலுள்ள சித்ரவதை உபகரணங்களின் காட்சி சாலைதான் இது. நகத்தைப் பிடுங்குவதற்கும் எலும்புகளை அடித்து உடைப்பதற்குமான இயந்திரக் கருவிகள், படுக்க வைத்து ஷாக் கொடுப்பதற்கான கட்டில், தண்ணீரில் மூழ்கடிக்கும் இம்சையை துல்லியமாக சிருஷ்டிப்பதற்கான கருவி, ஆசனவாயிலும் உயிர்நிலையிலும் செலுத்தி இம்சிப்பதற்கான பிரத்யேக குச்சிகளும் மின்சார உபகரணங்கள், நிறுத்தாமல் சிரிக்க வைக்கவும் அழவைக்கவும் சோர்வடையச் செய்யவும் எல்லாம் இயக்கக்கூடிய பலவித விஷ வாயுக்கள் நிறைந்த க்யாஸ் சேம்பர்கள், முள் கம்பியுடனான சாட்டைகள், முள் நாற்காலி, உடலின் மறைவு பாகங்களில் ஷாக்கடிப்பதற்கான சூட்சும கருவிகள் என இவ்வாறு எண்ணிக்கையற்ற சித்ரவதை கருவிகள் காட்சிகளாக இங்கே வைக்கப்பட்டுள்ளன. இவை எதையும் சாதாரணமாகப் பயன்படுத்துவதில்லை. ஆனால், எப்போது வேண்டுமானாலும் அவற்றை தங்கள்மேல் பயன்படுத்தலாம் என்னும் பயத்தை மட்டும் கைதிகளிடம் தோற்றுவிக்கும்.

'எல்லா நாட்களிலும் காலையில் எட்டு மணிக்கான ரோல்காலுக்குப் பின் ஒவ்வொரு கைதிக்கும் இந்த சித்ரவதை கருவிகளைக் காட்டி, அவை எப்படியெல்லாம் செயல்படுகின்றன என்பதை விளக்கிய பின்தான் இரண்டாம் மாடிக்கு கொண்டு செல்லப்படுகிறார்கள். புலிகளாச்சே, இவை எவற்றையும் கேட்டு அவர்களுக்கு எந்தவொரு பயமும் இருக்காது. இவை எவற்றையும் பயன்படுத்துவதற்கு எங்களுக்கு இன்னும் அதிபரின் அனுமதி கிடைக்கவில்லை. இப்போது சர்வதேச மனித உரிமை கூட்டமைப்புகளின் கணக்கெடுப்பு காலமாக இருப்பதால் அனுமதி கிடைப்பதில் தாமதப்படலாம்.'

கர்னல் இவ்வளவையும் விவரிப்பதற்குள் கிறிஸ்டி பொறுமையிழந்தவனானான். 'நாங்கள் எல்லாவற்றையும் விவரமாக காணவேண்டும்போல் தோன்றுகிறது' என்று சொன்னான். அவர் எங்களை மகிழ்ச்சியுடன் பிரதான கட்டிடத்திற்கு அனுப்பினார். கர்னலுடன் நான்கைந்து ராணுவ அதிகாரிகளும் எங்களைப் பின்தொடர்ந்தார்கள். 'ஷூட்டிங் இங்கே நடக்குமா?' என இப்படிப்பட்ட ஏராளமான கேள்விகளை அவர்கள் கேட்டுக் கொண்டிருந்தார்கள். அதற்கொன்றும் தெளிவான பதில் அளிக்காமல் ஒவ்வொரு பிரார்த்தனை அறையையும் கூர்மையாகப் பரிசோதித்துக் கொண்டிருந்தார்கள் கிறிஸ்டியும் மேரியும். ஆனால், தமிழொலியை வெகுவிரைவில் பார்க்க வேண்டுமென்ற எண்ணம் மட்டுமே என் மனதிற்குள் தோன்றியிருந்தது. துரதிர்ஷ்டவசமாக அந்த எண்ணம் ஈடேறவில்லை. தமிழொலியை மட்டுமல்ல எந்தவொரு கைதியையும் நாங்கள் பார்க்கவில்லை. 'பாதுகாப்பு காரணங்களால் நாளைக்குதான் நாம் கைதிகளைப் பார்க்கவும் பேசவும் முடியும்' என்று சொல்லிவிட்டு கர்னல் எங்களை அனுப்பி வைத்தான். சுமார் ஒன்றரை மணிநேரம் நீண்டிருந்த அந்த சிறை பார்வையிடல் முடிந்து திரும்பும்போது என் மனம் முழுமையும் குழம்பிய நிலையில் இருந்தது. கிறிஸ்டிக்கும் மேரிக்குமிருந்த திரில் எதுவும் எனக்கு இல்லை. அவர்கள் இப்படிப்பட்ட இடங்களை இப்போதுதான் முதன்முதலாகப் பார்க்கிறார்கள். ஆனால், கிளி நொச்சியிலும் வன்னியிலும் இருந்த புலிகளின் சித்ரவதை கேந்திரங்களுடன் ஒத்திட்டுப் பார்க்கும் போது இது ஒன்றுமே இல்லை என்று எனக்குத் தோன்றியது.

கொழும்பிலுள்ள ஹோட்டல் தாஜ் சமுத்திரத்தில்தான் எங்களுக்கு தங்குமிடம் ஏற்பாடு செய்திருந்தார்கள். கிறிஸ்டிக்கும் மேரிக்கும்கூட ஒரு எக்ஸிக்யூட்டிவ் ஸூட். ஸ்கிரிப்ட் எழுதும் எனக்கு தனியாக ஓர் அறை. தயாரிப்பாளர் பெர்ணாடிற்கு சில பிஸினஸ் டீலிங்ஸ்கூட உள்ளதால் மற்றோர் அறை.

'இப்போது உங்களுக்கு என்ன தோணுது?'

ஸ்காட்சின் மெல்லிய போதையில் ஒரு விவாதத்துக்கு தொடக்கம் என்பதுபோல் சமரவீரா கேட்டான்.

'ஃபுல் ஆஃப் கான்பிடென்ஸ். பீட்டர்ஸ் ஸ்டோரி ஈஸ் ஸோ ஷாக்கிங். நாங்கள் அதனால் அற்புதம் படைப்போம். தேவையான வசதிகளைச் செய்து தந்தால் போதும்.'

'நீங்கள் எதையும் விரும்பலாம். இது பிரஸிடென்டின் புராஜெக்டாக்கும். புலிகளின் உண்மையான நிறத்தை உலகத்துக்கு

இதன் மூலம் புரிய வைக்க வேண்டும். கூட்டுக் கொலை என்றும் மனித உரிமை மீறல் என்றும் சொல்லி அரசாங்கத்திற்கு எதிராக கூச்சலிடுபவர்களின் வாயை அடைக்க வேண்டும்.'

'ஆனால், மிஸ்டர் சமரவீரா. இது சினிமாவல்லவா?'

'எனக்குத் தெரியும். சினிமாவுடன் சம்பந்தப்பட்ட எந்த ஒரு விஷயத்திலும் நாங்கள் ஈடுபடுவதில்லை. உங்களுக்கு முழுச்சுதந்திரம் உண்டு. பீட்டரின் கதையை நாங்கள் எல்லாரும் வாசித்து இருக்கிறோம். ஆமாம், பிரசிடெண்ட் வரையிலும் படித்திருக்கிறோம். அதை சினிமாவாக்கினால் உலகம் உண்மையை உணரும் என்பதில் எந்தவொரு சந்தேகமுமில்லை.'

'தாங்க் யூ சமரவீரா. உங்க பிரசிடெண்ட் இவ்வளவு பரந்த மனப்பான்மை உள்ளவரென்று நான் கருதவில்லை.'

'அதனால்தானே அவர் உங்களுக்கான சன்மானம் உள்பட இந்த சினிமாவின் செலவுகள் முழுவதையும் ஏற்பதற்கு கலாச்சாரப் பண்பாட்டுத்துறையிலும் சொல்லி இருக்கிறார்.'

'He is great... ஆனால் நாங்கள் சினிமாவில் இதைச் சொல்ல முடியாது. சொன்னால் கிரெடிபிலிட்டி போய்விடும்.'

'அறிவாளி கலைஞர்களால் அதையெல்லாம் சொல்லாமல் சொல்லத் தெரியும்.'

'நீங்கள் அதி புத்திசாலிதான்.'

இரவில் திருப்தியான ஒரு டின்னரை கலாச்சாரப் பண்பாட்டுத்துறை எங்களுக்காக தயார் செய்தது. 2005ல் கான் ஃபிலிம் ஃபெஸ்டிவலில் காமரா டீஆர் பெற்ற விமுக்தி ஜெயசுந்தர், 'The Road from Elephant Pass' இயக்குநரும் ஹாலிவுட்டில் உயிரோடிருக்கும் ஸ்ரீலங்கன் சாந்நித்தியமுமான சந்திரன் ரத்தினம், ஆகாசகுஸுமத்தின் நாயகி மாலினி ஃபொன்சேகா முதல் சிங்கள சினிமாவிலுள்ள பல பிரமுகர்களும் அதில் பங்கெடுத்தார்கள். ஸ்ரீலங்கன் கவர்ச்சி நட்சத்திரமான அனுஷா ராஜபட்சதான் எங்களின் நாயகி என்னும் கிசுகிசுப்புக்கு பலன் அளித்துக்கொண்டு மிகவும் எக்ஸ்போஸான ஆடை ஆபரணங்களுடன் அவர் கிறிஸ்டியுடன்தான் நின்றார். உபசாரமான அறிமுகத்துக்குப் பின் கிறிஸ்டி எல்லாரிடமும் தன் திட்டத்தைப் பற்றி விளக்கினான்.

'முற்றிலும் எதிர்பாராமல்தான் சென்ற வருஷம் பெர்லினில் வைத்து நான் பீட்டர் ஜீவானந்தத்துடன் அறிமுகமானேன். பிரபாகரனின்

காலத்தில் விடுதலைப் போராட்டத்தைப் பற்றி சினிமா எடுக்கப் போன பீட்டர் இன்று உயிரோடிருப்பது கடவுளின் கருணையால் மட்டுமே. பீட்டரின் கதைதான் இந்த சினிமா. பீட்டர் எழுதிய கதையும் பீட்டர் வாழ்ந்த வாழ்க்கையும் சேர்ந்தது. பீட்டர் இந்தக் கதையைச் சொன்னபோது என் மனதில் தோன்றிய முதல் சவாலாக *The Road from Elephant Pass*தான் இருந்தது. ஆனால், நாங்கள் மற்றொரு கோணத்திலிருந்துதான் இந்த விஷயத்தை நெருங்குகிறோம். ஓர் இயக்கத்தினுள்ளே ஜனநாயக எதிர்ப்புத் தன்மையும் சுயத்துரோகத் தன்மையும் எப்படி அந்த இயக்கத்தை பிரதிநிதித்துவம் செய்கின்றன என்பதையும், அதன்மேல் உரிமை கொண்டாடும் மக்களை எவ்வாறு அழிவுக்கு நகர்த்திச் செல்கின்றன என்பதையும்தான் நாங்கள் இதில் பார்க்கிறோம். நான் வெளியிலிருந்து இந்த விஷயத்தைப் பார்க்கிறேன். பீட்டர் உள்ளேயிருந்து நோக்குகிறான்.

'எங்களின் பார்வைகளுக்கிடையிலான சேர்க்கையிலிருந்துதான் இந்த சினிமா உருவாகிறது. ஏராளமான ஹாலிவுட் படங்களில் நடித்த மேரியின் அறிமுகம் இந்த சினிமாவுக்கு ஒரு பெரும்முதலீடாகும் என்பதுதான் எங்களுடைய எதிர்பார்ப்பு. மீதி விஷயங்களெல்லாம் பீட்டரின் ஸ்கிரிப்ட் முழுமை பெறும்போது முடிவாகும். இந்த ஆரம்பத்திற்கு ஸ்ரீலங்காவிலுள்ள உங்கள் எல்லா நண்பர்களுடைய உதவியும் ஒத்துழைப்பும் வேண்டும்.'

எல்லாரும் எங்களுக்கு நல்வாழ்த்துகள் கூறினார்கள். என்ன தேவைப்பட்டாலும் என்னை அழையுங்கள் என்று சந்திரன் ரத்தினம் தனிப்படச் சொன்னார். *I am eagerly waiting for your call* என்று கிறிஸ்டியிடம் சொல்லிவிட்டுதான் அனுஷாவும் திரும்பினாள்.

ஆடம்பரமான அந்த டின்னருக்குப் பின், 'நாளை மதியத்துக்கு யாராவது ஒரு கைதியைக் காண்பதற்கான வாய்ப்பை வழங்கலாம்' என்று கூறி சமரவீரா பிரியும்போது நான் ஒரு விஷயத்தை நினைவூட்டினேன்.

'யாராவது ஒரு கைதியை அல்ல. தமிழொலியை. நான் அவரைத்தான் பார்க்க வேண்டும்.'

'அப்படின்னா அவரையே பார்க்கலாம்.'

'திடீரென்று வயலண்டாயிடுவாள், ஜாக்கிரதை. அதிகக் கேள்விகள் எதையும் கேட்டுவிடாதீர்கள். சொல்வதை மட்டும் கேட்டால் போதும்.' என்னும் நிர்ப்பந்தத்தோடுதான் கர்னல் டிசில்வா என்னை தமிழொலியின் செல்லுக்கு முன்னே கொண்டு போனார். தமிழொலி

விடுதலை புலிகளின் வனிதா பிரிவில் கமாண்டராக இருந்தவள். முல்லைத் தீவில் நடந்த இறுதிக் கட்டப் போரில் ஸ்ரீலங்கன் ராணுவத்தால் உயிருடன் பிடிக்கப்பட்ட புலி தலைவர்களில் ஒருத்தி. ஆயுதத்தை ஒப்படைத்து விட்டு சரண்டர் ஆனாள் என்பதுதான் அரசின் விளக்கம். இயக்கத்தையும் தமிழொலியையும் பற்றி அறிந்துள்ள யாரும் அதை நம்ப மாட்டார்கள். தமிழொலிக்கு எதிரான தேடல்களும் விசாரணையும் முடிவில்லாமல் நீண்டு செல்கின்றன. இலங்கை ராணுவத்தின் இந்த ரகசிய இடத்திலுள்ள சித்ரவதைக் காலம் தமிழொலியை உடல் ரீதியாகவும் மன ரீதியாகவும் ஒட்டு மொத்தமாக தகர்த்திருந்தது. ஒரு ராணுவ பெண்ணின் உதவியுடன்தான் அவள் செல்லில் எழுந்து நின்றாள். என்றாலும், முகத்தில் நிலவிய உறுதிக்கும் தீப்பரவும் பார்வைக்கும் எவ்வித மாற்றமுமில்லை. உயிரியல் பூங்காவில் இரும்பு கம்பிகளுக்குள்ளே அடைக்கப்பட்ட பெண்புலியைப் போல் கடுமையான அவநம்பிக்கையுடனும் வெறுப்புடனும் அவள் என்னைப் பார்த்தாள். உண்மையைச் சொல்ல வேண்டுமானால் அந்த பார்வையின் கூர்மையில் நான் கொஞ்சம் நிலைகுலைந்து போனேன்.

அவளுக்கு என்னைப் புரியவில்லை. புரிந்து கொள்வதற்கான வாய்ப்பும் இல்லை. ஒன்பதாண்டுகளுக்கு முன்பு ஒருமுறை மட்டுமே நாங்கள் சந்தித்துள்ளோம். துப்பாக்கிச் சண்டையை நிறுத்திய காலத்தில் கிளிநொச்சியில் இயக்கத்தின் மீடியா பொறுப்பிலிருந்த தயா மாஸ்டரின் அறையில் வைத்துதான் அந்தச் சந்திப்பு நேர்ந்தது. விடுதலைப் போரைப் பற்றிய ஒரு கலாபூர்வமான சினிமா என்னும் எண்ணத்துடன் அண்ணனைப் பார்ப்பதற்காகச் சென்றிருந்தேன் நான். 1983ல் வர்க்கப் போராட்டத்தின் அடிப்படையில் Battle of Algiers போன்றதொரு சினிமாவாக மனதில் இருந்தது. ஆனால், சினிமாவைப் பற்றிய என்னுடைய பார்வைகளை அவர்களுக்குச் சொல்லிப் புரிய வைக்க மிகவும் கஷ்டமாக இருந்தது. மற்ற எல்லா வகையான கலைச் செயல்களையும்போல் சினிமாவையும் புரோபகாண்டாவாக மட்டுமே இயக்கம் பார்த்திருக்கிறது. மணிரத்தினத்தின் ‘கன்னத்தில் முத்தமிட்டால்’ போன்றுள்ள சினிமாக்கள் விடுதலைப் போரைப் பற்றி படைத்த பொய்யான உணர்விலிருந்து ஒரு புதுப்பித்த படைப்பைத்தான் நான் உத்தேசித்திருந்தேன். ஆனால், அதற்குத்தக்கதான ஒரு சினிமா உணர்வு தயா மாஸ்டருக்கோ அவருடன் இருந்தவர்களுக்கோ ஏற்பட்டிருக்கவில்லை. அவர்கள் எனக்கு அண்ணனைப் பார்ப்பதற்கான வாய்ப்பைக் கூடத் தரவில்லை.

ஆக மொத்தத்தில் ஒரு நிம்மதி, தமிழொலியுடனிருந்த சுகந்தி என்னும் பெண்போராளிதான். அவளால்தான் என்னைக் கொஞ்சமாவது புரிந்து கொள்ள முடிந்தது.

'நான்தான் பீட்டர் ஜீவானந்தம், ஒரு இந்தியன் ஃபிலிம் மேக்கர். ஒன்பதாண்டுகளுக்கு முன்னே கிளிநொச்சியில் தயா மாஸ்டரின் ஆபீஸில் நாம் ஒருமுறை சந்தித்திருக்கிறோம்.'

அவள் என்னைக் கூர்ந்து நோக்கினாள்...

'தயா மாஸ்டரா. அவனையெல்லாம் மாஸ்டர்ன்னு கூப்பிட்டதே தப்பு. சிங்களப் பீயைத் திங்கற பொறுக்கி ராஸ்கல் அவன்... சரி, என்னை எதுக்காகப் பார்க்க வந்திருக்கே... அந்தப் பொறுக்கி சொல்லி அனுப்பினானா?'

'தவறாக நினைக்க வேண்டாம். எனக்கும் தயா மாஸ்டருக்கும் எவ்வித உறவும் இல்லை. அன்று எடுக்க முடியாமல் போன சினிமாவை எடுப்பதற்கு இப்போது ஹாலிவுட் புரொடக்ஷன் கம்பெனி தயாராக இருக்கிறது. இலங்கை அரசும் அனுமதி கொடுத்திருக்கிறது. அதற்கு எனக்கு உங்களுடைய உதவி வேணும்.'

'என் உதவியா?'

'ஆமாம். சுகந்தி எங்கே இருக்கிறாள் என்று எனக்குத் தெரிய வேண்டும்.'

'சுகந்தியா...?'

'ஆமாம்.'

'தெரியல. எனக்கு எப்படி அவளைத் தெரியும். இயக்கத்தை விட்டு வெளியே போன பெண் போராளி அவள். இப்போது உயிரோடு இருக்கிறாளா இல்லையா என்று யாருக்குத் தெரியும்?

'அது உங்களுக்குத் தெரியலேன்னா வேறு யாரால்தான் தெரிந்து கொள்ள முடியும்?'

'இயக்கத்தில் யாரும் தன்னை எதிர்த்துப் பேசுவது அண்ணனுக்குப் பிடிக்காது. அண்ணனிடம் எதிர்த்துப் பேசிய யாரும் பின்பு உயிரோடு இருந்ததுமில்லை. ஆனால், சுகந்தியை மட்டும் ஏன் வெறுமனே விட்டார். எதனால் அப்படிச் செய்தார் என்று யாருக்கும் தெரியாது. பின்பு அவளுக்கு என்ன நேர்ந்தது என்பதும் எனக்குத் தெரியாது.'

'தெரிந்துகொள்ள என்னதான் வழி?'

தமிழொலி சிறிதுநேரம் பேசாமல் நின்றாள். பின்பு என்னவோ நினைவுக்கு வந்துவிட்டதுபோல் தனக்குத்தானே குரலைத் தாழ்த்திச் சொன்னாள்.

‘நீங்கள் ஒரு காரியம் செய்யுங்கள். பாரீஸிலுள்ள இலங்கைத் தமிழ் அகதிகளுக்கிடையே ‘கருப்பு’ என்றொரு ரகசிய சங்கம் உண்டு. அவர்கள் அதே பெயரில் ஒரு மாத இதழும் நடத்தினார்கள். போர்க்காலத்தில் இயக்கத்தையும் அரசையும் ஒரே மாதிரி விமர்சித்துக் கொண்டிருந்தவர்கள். கருப்பில் ஈழச்சி என்னும் புனைபெயரில் சுகந்தி எழுதிக் கொண்டிருந்தாள். கொலை செய்யப்பட்ட சண்டே லீடரின் எடிட்டர் லஸாந்தே விக்ரமசிங்கெயெல்லாம் அவர்களுக்குப் பின்னால் இருந்தார்கள் என்றுதான் தோன்றுகிறது. அவரோடு சம்பந்தப்பட்ட யாரையாவது பார்த்தால் உங்களால் சுகந்தியைப் பற்றி மேலும் அறிந்துகொள்ள முடியும்.’

2
கருப்பு

தமிழொலி சொன்ன 'கருப்பு' என்னும் மாத இதழைப் பற்றி நான் முன்பே கேள்விப்பட்டிருந்தேன். ஒன்றிரண்டு பிரதிகளைப் பார்த்தும் இருக்கிறேன். பாரீஸிலுள்ள புனித தெனியிலிருந்து இலங்கை அகதிகளின் தலைவரான நல்லூர் சிவசிதம்பரம்தான் அந்த இணையதள மாத இதழை வெளியிட்டு வந்தார். புனித தெனியிலுள்ள இலங்கை தமிழ் வம்சாவழியினர் தங்கி வசிக்கும் லிட்டில் யாழ்ப்பாணத்தில்தான் சிவாவும் தங்கி இருந்தான். என் நண்பரும் நாவலாசிரியருமான ஆண்டனி (ஷோபா சக்தி) யின் நண்பராக இருந்தான் சிவா. ஓட்டலுக்குத் திரும்பி வந்தவுடனே ஆண்டனியை அழைத்து சிவசிதம்பரத்தைப் பற்றி விசாரித்தான். 'பீட்டர், தயவு செஞ்சு நீ அவனைப் பற்றி கேக்காதே... அவன் விடியறதுக்கு முன்பே பறந்து போனவன்தான்' என்பதுதான் ஆண்டனியின் முதல் எதிர்வினை. பின்பு விஷயங்களை விவரமாகச் சொன்னபோது ஆண்டனி தனக்குத் தெரிந்த விஷயங்களை உடனே மெயில் செய்தான்.

'முல்லைத் தீவில் 2009 மே 18ந் தேதி பிரபாகரன் கொல்லப்பட்ட அதே நாளில் பாரீஸில் புலிகள் உருவாக்கியுள்ள மாணிக்க விநாயகர் கோயிலுக்கு அருகில் அடையாளம் தெரியாத சிலர் சிவசிதம்பரத்தை சுட்டுக் கொன்றார்கள். அதோடு 'கருப்பு' மாத இதழும் நின்றுவிட்டது. கருப்பின் கடைசி இதழில் லஸாந்தே விக்கிரம சின்ஹாவின் மனைவியும் பிரபல பத்திரிகை ஆசிரியையுமான சோனாலி விக்கிரம சின்ஹேயின் நேர்காணல் இருந்தது என்பதுதான் அதற்குக் காரணம் என்று எல்லாரும் நம்புகிறார்கள்.

ஆனால், உண்மையான காரணம் அதுவல்ல. ஈழச்சி என்னும் பெயரில் சிலகாலத்திற்கு முன்பு கருப்பில் கதைகளும் கவிதைகளும் எழுதக்கூடிய சுகந்தியின் தன் வரலாறு, 'ஒரு பெண் போராளியின் வாழ்க்கைக் குறிப்புகள்' என்னும் பெயரில் விரைவில் வெளிவருகிறது என்னும் விளம்பரம் அந்த இதழில் இருந்தது. அது ஒருபோதும் வெளியே வரக்கூடாது என்பதற்காகத்தான் சிவசிதம்பரத்தைக் கொன்றார்கள்.

இந்த சுகந்தி இயக்கத்தில் உன்னுடைய சிநேகிதிதான். அவள் இப்போது எங்கே இருக்கிறாள் என்று யாருக்கும் தெரியாது. தன் வரலாற்றின் முதல் அத்தியாயத்தை மட்டும்தான் அனுப்பி இருந்தாள். அதை உனக்குதான் காணிக்கையாக்கி இருந்தாள்.

ஒரு பெண் போராளியின் வாழ்க்கைக் குறிப்புகள் -ஈழச்சி அவன் பெயர் ஆனந்த். பீட்டர் ஜீவானந்த். என் காதலன்... அவனைப் பார்க்கும் வரையில் நான் என் வாழ்க்கையில் காதலைப் பற்றி நினைத்ததே இல்லை. ஆனால் அவனைப் பார்த்த நிமிடமே காதல் கடலில் தூக்கி வீசப்பட்டேன். (இனி நாவலாசிரியரின் மொழிபெயர்ப்பு) அன்று அவனைப் பார்த்திருக்கவில்லை யென்றால் என் வாழ்க்கை இப்படி ஆகியிருக்க வாய்ப்பில்லை. இயக்கத்தின் பெண் போராளியாக ஈழப்போரில் வீரமரணம் கிடைத்திருக்கும். அவனை வணங்கிவிட்டுதான் என்னால் பெண் போராளியின் வாழ்க்கைக் குறிப்புகளைத் தொடங்க முடியும்...

நான் சுகந்தி. இது எனக்கு இயக்கத்திலுள்ள என்பேரு. அப்பா அம்மா வைத்த பேரு ஆண்டாள் தேவநாயகி. பிறந்ததும் மூன்று வயதுவரை வளர்ந்ததுமெல்லாம் கொழும்பில்தான். அப்பா ரத்தினசபாபதி கொழும்பு பல்கலைக் கழகத்தில் தமிழ்ப் பேராசிரியர். அம்மா கனகவல்லி காஸில் தெரு மருத்துவமனையில் மகப்பேறு மருத்துவர். இருவரும் யாழ்ப்பாணத்திலுள்ள நல்லூரில் பிறந்து வளர்ந்தவர்கள். அண்ணன் சூரியஜோதி. அவர்களில் யாருடைய முகமும் இன்று எனக்கு நினைவிலில்லை. என் வாழ்க்கையின் நினைவுகள் அவர்கள் ஒட்டு மொத்தமாகக் கொலை செய்யப்பட்டதிலிருந்துதான்.

1983 ஜூலை 24 ஞாயிற்றுக்கிழமை இரவு. அன்று எனக்கு மிஞ்சிப் போனால் மூன்று வயதுதான் இருக்கும். அப்பாவோடு சேர்ந்து நாங்கள் எல்லாரும் காரில் எங்கிருந்தோ வந்து கொண்டிருக்கிறோம். கார் நகருக்குள் நுழைந்து கொண்டிருக்கும் போதுதான் நடக்கும் காரியங்கள் எவையும் சரியில்லை என்று தோன்றின. எல்லா இடங்களிலும் தீயும் புகையும்தான். கடைகளெல்லாம் பற்றி எரிந்து கொண்டிருந்தன. நாங்கள் பொறல்லே பஸ்ஸ்டாண்டுக்கு அருகே சென்று சேருவதற்குள் பெரும் மக்கள் கூட்டம் ஒன்று கைகளில் கத்திகளுடன் காரை நோக்கி பாய்ந்து வந்தது. அக்கூட்டத்தினர் காரை நோக்கிப் பாய்ந்தார்கள். அவர்கள் காரை தடுத்து நிறுத்தி அப்பாவை காரிலிருந்து பலவந்தமாக வெளியே இறக்கினார்கள். அவர் சொல்வதை எதையும் கேட்கும் வகையில் அவர்கள் யாரும் தயாராக இல்லை. 'கொடிய... கொடிய...' என்று ஆக்ரோஷமாகக் கூச்சலிட்டுக் கொண்டு அவர்கள் அப்பாவின்

தலையிலும் உடலிலும் வேகமாக வெட்டினார்கள். உரக்கக் கத்திக் கொண்டே தடுப்பதற்காக ஓடிச் சென்ற அம்மாவையும் அண்ணனையும் அவர்கள் வெட்டிச் சாய்த்தார்கள். இரத்தம் பீறிட்டு வழிந்தது. உள்ளே மூன்று வயதான நான் அமர்ந்திருப்பதை தெரிந்தோ தெரியாமலோ காரின்மேல் பெட்ரோலை ஊற்றி தீ வைத்தார்கள்.

கண்களுக்கு எதிரே இரத்த ஆற்றில் கிடந்து துடிக்கும் அப்பாவும் அம்மாவும் அண்ணனும். எங்கும் ஒரே கூச்சலும் குழப்பமும். சுற்றிலும் தீயும் புகையும். பயந்து நடுங்கி உரத்து அலறி அழுத என்னை, கொலை காரர்களில் கொஞ்சம் மனிதத்தன்மையுள்ள யாரோ ஒருவன் காரின் கதவைத் திறந்து தூக்கி வெளியில் எறிந்தான். பிணங்களுக்கும் உயிருக்காகப் போராடித் துடித்த சில மனிதர்களுக்கும் இடையே போய் விழுந்த நான் பயந்து உணர்விழந்து அந்த இரவு முழுவதும் அங்கேயே கிடந்தேன். மறுநாள் ஏதோ ஒரு பள்ளிக் கூடத்தில் இருந்த அகதி முகாமில்தான் எனக்கு உணர்வு வந்தது. பின்பு சில காலம் கொழும்பிலும் சுற்றுப்புறங்களிலுமுள்ள துன்பமயமான அந்த வாழ்க்கைக் காலத்தில்தான் நான் மிக அதிகமாக அழுதிருக்கிறேன். தினமும் இரண்டு வேளை அலுமினிய பாத்திரத்தில் ஊற்றிக் கொடுக்கும் கஞ்சிதான் உணவு. ஒன்றும் விரிக்கப்படாத வெறும் சிமெண்ட் தரையில் படுத்து உறங்க வேண்டும். எப்போதும் அதிகாரிகளின் அடியும் ஏச்சும் கெட்ட வார்த்தைகளும்தான் அந்த சிங்கள முகாமில் கேட்கும். சிறிது தூக்கம் வந்தாலும் அப்பாவும் அம்மாவும் அண்ணனும் இரத்த வெள்ளத்தில் கிடந்து துடிப்பதை கனவில் கண்டு திடுக்கிட்டு விழித்துக் கொள்வேன். இங்கிலாந்திலுள்ள லண்டன் ஸ்கூல் ஆஃப் எக்கனாமிக்ஸில் ரிசர்ச் செய்துகொண்டிருந்த அம்மாவின் இளைய சகோதரன் குமரவேல் மாமா வெகுநாளைய தேடல்களுக்குப் பின் என்னைக் கண்டு பிடித்து கூட்டிக் கொண்டு போகும்போது எனக்கு ஆறு வயது முடிந்திருந்தது.

துரதிருஷ்டமான அந்தக் குழந்தைப் பருவம்தான் பெரியவளானதும் என்னையொரு விடுதலைப் போராளியாக்கியது. வேறு சில பெண் போராளிகளைப்போல் வீட்டுக்காரர்களைப் பயமுறுத்தியோ கடத்திக் கொண்டு வந்தோ என்னை நிர்ப்பந்தப்படுத்தி இயக்கத்தில் சேர்க்கவில்லை. இந்த வாழ்க்கையை நானேதான் தேர்ந்தெடுத்தேன். ஆனால், நான் தவறியது இந்த இயக்கத்தைப் பற்றிய என்னுடைய எண்ணங்களில்தான். இருபதாவது வயதில் ஆண்டன் பாலசிங்கத்தின் லண்டன் வீட்டில் குமரவேல் மாமாவின் அரை மனது சம்மதத்துடன் இயக்கத்தில் சேரும்போது இதுவொரு புரட்சி இயக்கம் என்றுதான்

கருதினேன். ஆயுத போராட்டத்தின் மூலம் தமிழ் ஈழம் என்னும் கனவை பெற முயற்சிக்கும் இடதுசாரி புரட்சி இயக்கம். ஆன்டன் பாலசிங்கத்தின் மனைவி அடலை என்னை அவ்வாறுதான் சொல்லி நம்ப வைத்தார். லண்டன் ஃபிலிம் ஸ்கூலில் மேல் படிப்புக்காகச் சேர்ந்திருந்த நான் அதை உதறிவிட்டு இயக்கத்துக்கு வந்ததே அந்த நம்பிக்கையில்தான்.

மேற்கத்திய லண்டனிலுள்ள ஹாலந்து பார்க்கில்தான் மாமாவின் 'வில்லா' இருந்தது. சமூகத்திலுள்ள மேல்தட்டு வர்க்கம் வசிக்கும் பகுதி. அவருடைய பங்களாதேஷ்காரி மனைவி நீலாம்பரி சாட்டர்ஜி பி.பி.சியில் செய்தி வாசிப்பாளராக இருந்தார். சொந்தமாக பிள்ளைகள் இல்லாததாலோ என்னவோ அவர் என்னை சொந்த மகளைப்போல் வளர்த்தார். குழந்தைப் பருவத்தில் மனதிற்கும் உடலிற்கும் ஏற்பட்ட காயங்கள் அவருடைய அன்பிலும் கருணையிலும் கொஞ்சம் கொஞ்சமாக உலர்ந்தன. ஏறக்குறைய பத்து வயதாவதற்குள் நானும் மற்ற பிள்ளைகளைப் போல் விளையாடவும் சிரிக்கவும் பாட்டு பாடவுமெல்லாம் தொடங்கினேன். ஆன்டியின் பழைய கொடாக் கேமராவால் போட்டோ எடுக்கக் கற்றுக் கொண்டது அக்காலத்தில்தான். பின்னாளில் அதுவே என்னுடைய முக்கிய பொழுது போக்காயிற்று.

மாமாவும் அத்தையும் வாழ்க்கையைப் பற்றி மிகவும் விசாலமான பார்வையுள்ளவர்களாக இருந்தார்கள். படிப்பிலும் வாழ்க்கையிலும் அவர்கள் எனக்கு முழுமையான சுதந்திரம் அளித்தார்கள். சினிமாவைப் பற்றி என்னுடைய ஆர்வத்தைப் புரிந்து கொண்டபோது அதற்குத் தேவையான எல்லா உற்சாகத்தையும் அளித்தார்கள். அந்த வகையில்தான் நான் ஃபிலிம் ஸ்கூலில் சேர்ந்தேன். மிகவும் யதார்த்தமான உணர்வோடுதான் அவர்கள் என்னிடம் நடந்து கொண்டார்கள். வயதாகி விவரம் தெரிய ஆரம்பித்ததும் நான் யார் என்னவென்ற உண்மை எவற்றையும் மறைத்து வைக்காமல் என்னிடம் சொன்னார்கள். என்றாலும், விடுதலைப் போராட்டத்தைப் பற்றி மாமாவுக்குச் சில அபிப்பிராய வேறுபாடுகள் ஏற்பட்டிருந்தன.

நான் அதில் நேரிடையாகப் பங்கேற்க வேண்டாம் என்பதுதான் அவருடைய தனிப்பட்ட எண்ணமாக இருந்தது. ஆனால், அடலை பாலசிங்கத்தால் மூளைச் சலவை செய்யப்பட்ட நான் இயக்கத்தில் சேருவதற்கான தீர்மானத்தை யடைந்தபோது அதற்குத் தடையாக நிற்கவில்லை. உன்னுடைய கைகள் துப்பாக்கி பிடிக்க வேண்டிய கைகளில்லை என்று அமைதியாக நினைவூட்டல் மட்டுமே செய்தார். கடைசியில் நான் இயக்கத்தில் சேர்ந்த அன்று, 'என்றாவது ஒருநாள் நீ

இவர்களோடு சேர்வாய் என்று எனக்குத் தெரியும். அதனால், நான் தடுக்கவில்லை' என்று கூறி விடைகொடுத்தார். அப்போது மாமாவின் கண்கள் நிறைந்தன. மாமா அழுவதை நான் அன்றுதான் முதன்முதலாகக் கண்டேன். 'எங்கே இருந்தாலும் என்ன தேவைப்பட்டாலும் என்னை அழைக்க வேண்டும். மனச்சாட்சிக்கு சரியென்று தோன்றாதது எது ஒன்றையும் செய்யாதே' என்பதுதான் மாமா என்னிடம் கடைசியாகச் சொன்ன வார்த்தைகள். இயக்கத்தில் சேர்ந்த பின் ஒருமுறைகூட நான் மாமாவை அழைக்கவே இல்லை. என் வாழ்க்கையில் நேர்ந்தவை அனைத்தும் அவரை அழைக்கக்கூடிய விஷயங்களாக இருக்கவில்லை. அதன்பின் ஒருபோதும் நான் மாமாவை பார்த்ததுமில்லை.

சிட்டகாங்கில் கம்யூனிஸ்ட் பாரம்பரியமுள்ள குடும்பத்தில் பிறந்த நீலாம்பரி ஆன்டிக்கு பிரிட்டீஷ் கம்யூனிஸ்ட் பார்ட்டியுடன் நெருங்கிய உறவு ஏற்பட்டிருந்தது. பார்ட்டியுடன் தொடர்புள்ள பலரும் வீட்டுக்கு வருவதும் ஆன்டியுடன் நீண்ட நேரம் பேசவும் செய்வார்கள். ஆனால், என்ன காரணத்தாலோ அப்படிப்பட்ட விவாதங்களிலிருந்து மாமா கொஞ்சம் விலகியே இருந்தார். தன்னுடைய பொருளாதாரத் தத்துவம் சம்பந்தமான ஆராய்ச்சிகளில்தான் அவருக்கு ஆர்வம் அதிகம்.

என்றாலும் அவர்கள் இருவரும் உலகத்தின் பல்வேறு பகுதிகளில் நடக்கும் சுதந்திரப்போராட்டங்களை துல்லியமாக பின்தொடர்ந்து கொண்டிருந்தார்கள். அத்தகைய இயக்கங்களோடு தொடர்புடைய அநேக பிரசுரங்கள் வீட்டுக்கு வந்து கொண்டிருந்தன. அவற்றையெல்லாம் வாசித்து ஆவேசம் கொண்டுதான் நான் வளர்ந்தேன். அந்த இளம் வயதில் என்னுடைய ரோல் மாடல் ரோஸா லக்ஸம்பர்க்தான். அவருடைய தைரியமும் சுதந்திர உணர்வும் ஐடியாலாஜிக்கல் கிளாரிட்டியும் என்னை மிகவும் தூண்டியது. ஆனால், தேசீயத்துடன் தொடர்பிலிருந்த ரோஸா லக்ஸம்பர்கின் நிலைப்பாடுகளைப்பற்றி அன்று எனக்கு தெளிவானதொரு எண்ணம் ஏற்பட்டிருக்கவில்லை. ஈழப் போராட்டம் பூர்ஷ்வாக்களுக்கு எதிரான தொழிலாளர் வர்க்கப் போராட்டம் அல்ல என்னும் புரிதலும் பின்னாட்களில்தானே ஏற்படுகிறது. தமிழ் விடுதலை இயக்கத்தோடு சேர்ந்து இயங்கி, என் குடும்பத்தைக் கூட்டுக் கொலை செய்த சிங்களவம்சத்தின்மேலுள்ள பழிவாங்கலை நிறைவேற்றிக் கொள்ளவேண்டும் என்னும் லட்சியம் மட்டும்தான் அன்று என்னை நகர்த்திக் கொண்டிருந்தது.

லண்டனிலுள்ள மற்ற இடதுசாரி இலங்கை தமிழ் அறிவுஜீவிகளைப்போல் குமரவேல் மாமாவுக்கு பாலகுமாரனும்

அருள் பிரகாசமுமெல்லாம் சேர்ந்து தொடங்கிய **Ealum Revolutionary Organisation of Students (EROS)** ஸுடன் நெருக்கம் ஏற்பட்டிருக்கிறது. ஆனால், அதில் உறுப்பினராக இருக்கவில்லை. ஈழப் போராட்டத்தில் இலங்கை முஸ்லீம்களையும்கூட சேர்க்க வேண்டுமென்று அறிவுறுத்தியது அவர்தான். பாலஸ்தீன லிபரேஷன் ஆர்கனைஸேஷனில் பொருளாதார பிரிவுடனான தன்னுடைய உறவை ஈராசுக்காக பயன்படுத்துவதற்கும் அவர் தயாரானார். ஈழப் போராட்டத்திற்கு ஒரு சர்வதேச மரியாதையும் அதனுடன் சேர்ந்துதான் கிடைக்கிறது. விடுதலைப் புலிகள் உள்பட பல தமிழ் சுதந்திர இயக்கங்களினுடைய முக்கிய தலைவர்கள் பிஎல்ஓ கேந்திரங்களில் பயிற்சி பெற்றது அந்த உறவுகளின் பகுதியாகத்தான் இருந்தது. ஆனால், ஈழப் போராட்டம் படிப்படியாக மார்க்ஸியன் தத்துவத்திலிருந்து விலகி தமிழ் இந்துத்துவா தேசீயத்தன்மைக்குள் சுருங்கியபோது மாமா அவர்ளிடமிருந்து விலகினார். ஈராஸில் ஐடியாலாஜிக்கல் பிரிவினைகள் ஏற்பட்டபோது புலிகளுடன் சேர்ந்து பாலகுமாரனைப் போன்றுள்ளவர்களுடன் தொடர்ந்து நட்புறவு ஏற்பட்டிருந்தாலும் அவர்கள் போகும் வழி சரியல்ல என்பதுதான் மாமாவின் எண்ணமாக இருந்தது.

ஹாலண்ட் பார்க் ஸ்கூலில் மிகவும் புத்திசாலியான குழந்தைகளில் நானும் ஒருத்தியாக இருந்தேன். படிப்பிலும் ஸ்போர்ட்ஸிலும் இசையிலுமெல்லாம் அப்படித்தான். அழகிலும் அவ்வளவு மோசமாக இருக்கவில்லை. கொஞ்சம் இருந்ததும்கூட யாழ்ப்பாண அரசக்குடும்பத்தில் ஒருத்தியாக இருந்த அம்மாவின் ராயல் கிரேஸ்தான் எனக்கும் கிடைத்திருந்தது. ஏராளமான நண்பர்கள், கிண்டல் நகைச்சுவைகள், சின்ன காதல்கள், வருத்தங்கள், ப்ரிட் போப், மார்டினி, ஃபிலிம் ஸ்கூல் என வாழ்க்கையில் வேதனைப்படுத்தும் நினைவுகளை மறப்பதற்கு முயலும்போதுதான் அடலை பாலசிங்கம் என்னைத் தேடி வந்தார். அவர் என்னுள் அணையத் தொடங்கியிருந்த பழிவாங்கலின் கனலை ஊதி ஒளிர வைத்தார். பின்னாளில் எல்லாமும் கை நழுவிப் போய் விட்டன.

ஆன்டனியின் மெயிலை வாசித்து முடித்தபோது எனக்கு எந்தவொரு பிடிப்பும் கிடைக்கவில்லை. நான்கு ஆண்டுகளுக்கு முன்பு சுகந்தி அனுப்பிய குறிப்புதான் இது. அதில் அவள் எங்கே இருக்கிறாள் என்று எவ்வித குறிப்பும் இல்லை. அவள் இன்னும் உயிரோடு இருக்கிறாள் என்பதுதான் ஒரே நிம்மதி. இந்த சினிமா நடவடிக்கைகளுக்கு அவளுடைய உதவியை எதிர்பார்க்க முடியாது. ஏமாற்றம் அடைந்த என்னுடைய அந்த இருப்பைப் பார்த்துவிட்டு கிறிஸ்டி ஒரு பெக் விஸ்கியை ஊற்றிக் கொடுத்தான்.

'டோன்ட் வொரி பீட்டர்... சுகந்தி உயிருடன் இருக்கிறாள் என்று தெரிந்து விட்டதல்லவா... அதுவே புண்ணியம். இனிமேல் நாமே தேடிக்கொள்ளலாம்.'

'எங்கே போய் தேடுவது?'

'எங்கே வேண்டுமானாலும்... ஆனால், நம்முடைய புராஜெக்டை அதுவரை நீட்டிக் கொண்டு போக முடியாது. நாளைக்குக் காலையில் நாம் யாழ்ப்பாணத்துக்குப் போகிறோம்.'

'போகலாம்.' சுகந்தியைப் பார்ப்பதற்கும் இந்த புராஜெக்டுக்குமாக தொடர்பு ஒன்னுமில்ல. ஆனால், சுகந்தியைப் பார்க்க முடிந்தால் இதை நாம் இன்னும் மிகநல்ல முறையில் செய்ய முடியும்.'

'எப்படி?'

'நாம வாசித்தும் கண்டும் கேட்டும் அறிந்த பல விஷயங்களின் அடிப்படையில்தான் முன்னோக்கிப் போகிறோம். ஒரு எல்லை வரை நான்கூட அப்படித்தான். சுகந்தி அதை அனுபவித்து அறிந்திருக்கிறாள். அதுதான் வித்தியாசம்.'

'நாம் முயற்சிக்கலாம். இலங்கையிலோ பிரிட்டனிலோ எங்கே இருந்தாலும் கண்டு பிடிக்க வேண்டிய ஏற்பாடுகளை சமரவீராவிடம் செய்ய சொல்லலாம்.'

'அதனால் பெரும்பயன் ஏற்படுமென்று தோன்றவில்லை. சமரவீராவின் ராணுவத்தினரால் கண்டு பிடிக்கும் படியான இடங்களில் சுகந்தி இருப்பதற்கு வாய்ப்பில்லை. சிவ சிதம்பரத்திற்கு வந்த ஈமெயிலின் உற்பத்தியிடத்தைக் கண்டு பிடிக்க முடியுமா என்று பார்க்கலாம்.'

3
தேவநாயகியின் கதை

'கருப்பு' வெப்சைட்டில் சுகந்தியின் வேறேதாவது கதைகள் இருக்குமோ என்று தேடிக் கொண்டிருக்கும் போதுதான் முற்றிலும் எதிர்பாராதவிதமாக மீனாட்சி ராஜரத்தினம் எழுதிய தேவநாயகியின் கதையைப் பார்த்தேன். அதுவொரு கதையா அல்லது கட்டுரையா என்றெல்லாம் அதில் தெளிவுபடுத்தவில்லை. ஆனால், அதோடு சேர்த்து கொடுத்திருந்த புராதனமான சுவர் ஓவியம் மட்டும் எனக்கு மிகவும் பழக்கப்பட்டதாகத் தோன்றியது. அது ஸிகிரியாவினுடையதாக இருக்கலாமோ என்றொரு சந்தேகமும் எழுந்தது.

தேவநாயகியின் கதை- மீனாட்சி ராஜரத்தினம்

-ஒன்று-

நாம் இப்போது ஓராயிரம் ஆண்டுகள் பின்னோக்கிப் போகிறோம். அது கி.பி. 992. குலசேகர சாம்ராஜ்யத்தின் தென் கோடியிலுள்ள காந்தளூர் சாலை. ஒன்பதாம் நூற்றாண்டில் ஆய் ராஜவம்சத்திலுள்ள முக்கிய அரசரான கருணந்தடக்கன் நிறுவியதும் பின்பு விக்கிரமாதித்திய வரகுணனின் காலத்தில் உலகப் புகழ்பெற்றதுமான அறிவியல் கேந்திரம். ஆய் அரசப் பரம்பரை அழிந்து குலசேகர அரசர்களின் ஆட்சிக்கு கட்டுப்பட்டபோது காந்தளூர்சாலையின் புகழ் அதிகரிக்கவே செய்தது. நாட்டின் தெற்கெல்லையில் இருந்ததினால் அரசாட்சியின் முக்கியத்துவத்தைக் கணக்கில் கொண்டு சேரர்கள் காந்தளூர்சாலையை முக்கியமானதொரு ராணுவ கேந்திரமாக மாற்றியதும்கூட அதற்குக் காரணமாக இருக்கலாம்.

படைவீரர்களுக்குப் பயிற்சியளிக்கவும் ஆயுதங்களைத் தயாரிப்பதற்குமான பிரத்யேக கூடங்கள் அதன் பகுதியாக கட்டி முடிக்கப்பட்டன. ஆனால், காந்தளூர்சாலையின் பேருக்கும் புகழுக்கும் காரணமாக சொல்லப்படுவது, அகஸ்திய கூடத்தில் மட்டும் காணப்படும் காந்தம் என்னும் பெயருடைய பிரம்மி போன்றதொரு செடியின் சாரையும் முளை கட்டிய நெல்லையும் சேர்த்து காய்ச்சி வடிகட்டி எடுக்கும் 'காந்தம்' என்னும் புகழ்பெற்ற மதுவகையாகும்.

ராணுவப் பயிற்சி மையமும் சேர்ந்து விட்டதால் இந்த மதுவின் உற்பத்தியும் உபயோகமும் மிகவும் அதிகரித்தது. ‘காந்தளூர்சாலையின் காந்தாவை அருந்தி காந்தாவை மறந்து அந்நிய காந்தாவை புணரும் காந்தன்மார்களான’ வீரர்களைப் பற்றி விக்கிரமாதித்திய வர்மனின் ஆட்சிக் காலத்திய ஆஸ்தான கவியான பொன்மணி பாணனார் தன்னுடைய காந்தளூர் பாடல்களில் பாடியுள்ளார்.

பத்தாம் நூற்றாண்டின் இறுதிப் பத்தாண்டின்போது நளந்தாவைப்போல் புகழ்பெற்ற சர்வகலாசாலை என்பதுடன் மற்ற நாடுகளுக்கான ஆயுதங்கள் தயாரித்து விற்பதும் அவர்களின் வீரர்களுக்கு பயிற்சியளிக்கவும் செய்கின்ற முக்கிய மையமாகவும் காந்தளூர் மாறியது. மகோதயப்புரத்தையுடையதும் மற்ற பிரதேசங்களையுடையதுமான களரி ஆசிரியர்கள் அதற்காக அந்த இடத்துக்கு நியமிக்கப்பட்டார்கள். களரி பயிற்சி என்னும் விசேஷமான ஆயுத முறையைப் பயில்வதற்காக உலகின் பல பாகங்களிலிருந்தும் வீரர்கள் காந்தளூருக்கு வந்து சேர்ந்தார்கள். பல நாடுகளிலும் ராணுவ நிபுணர்களாகவோ ஆட்சி அதிகாரிகளாகவோ ஆகவேண்டுமானால் காந்தளூர் சாலையிலிருந்து ஆயுதமுறை பயிற்சிகளும் போர் தந்திரங்களும் கற்றிருக்க வேண்டுமென்றொரு எழுதப்படாத சட்டமே அக்காலத்தில் ஏற்பட்டிருந்தது.

அதனால்தான், கலிங்கம், சிங்களம், ஸ்ரீவிஜயம், காம்போஜம் போன்ற நாடுகளின் இளரவசர்கள் முதற்கொண்டு அனைத்து முக்கிய படைவீரர்களும் அங்கு ஆயுதப் பயிற்சிக்காக வந்தார்கள். இந்த இடத்துக்கு வரமுடியாதவர்கள் காந்தளூரிலுள்ள ஆசிரியர்களை தங்கள் நாட்டுக்கு வரவழைத்து அரண்மனையில் தங்கவைத்து களரிப் பயிற்சி பெற்றார்கள். பிற்காலத்தில் காந்தளூரின் போர்முறைகள் பல நாடுகளிலும் பல பெயர்களில் வளர்ந்து வருவதற்கு வாய்ப்பு வந்ததும் அப்படித்தான். காம்போஜத்திலுள்ள பொக்காதோரிலும் ஸ்ரீவிஜயத்திலுள்ள பெண்ஸாக் ஸிலாட்டிலுமெல்லாம் அந்த பாதிப்பை தெளிவாகக் காணலாம். காந்தளூரிலுள்ள கொல்லர்கள் தனித்துவ முயற்சியுடன் தயாரிக்கும் வாள்களும் உருமிகள் என்னும் நீண்ட வாள்களும் குறுவாள்களும் இரும்பால் தயாரிக்கப்படும் மற்ற ஆயுதங்களும் பெரும் அளவில் அயல் நாடுகளுக்கு அனுப்பி வைக்கப்பட்டன.

அதற்கும் அப்பால் அங்கே பயிற்சி பெற்ற நாயர் படைவீரர்கள் வேறு பல நாடுகளின் படைகளில் பணியாற்றிக் கொண்டும் இருந்தார்கள். படைவீரர்களுக்கும் ஒற்றர்களுக்கும் பயிற்சியளிக்கவும் போர்முறை தந்திரங்களை விவரமாக கற்றுத் தருவதற்குமான

வசதிகளும் பெருத்த அளவிலான ஆயுத வியாபாரங்களும் காந்தளூரை மற்ற நாடுகளிலிருந்து மிகவும் வித்தியாசமாக்கியது. இன்றைய கேரளத்திலுள்ள விழிஞம் துறைமுகம் முதல் திருவனந்தபுரம் உள்பட பல பிரதேசங்களிலும் இந்த அறிவியல்பூர்வமான ராணுவ மையம் நிலைத்து நின்றது.

காந்தளூர் மிகவும் அழகானதொரு துறைமுக நகரமாக இருந்தது. யவனர்கள், சீனர்கள், அராபியர்கள் ஆகியோரின் பாய்மரக் கப்பல்கள் எப்போதும் நங்கூரமிட்டு கிடக்கும் குலசேகர நாட்டின் இரண்டாவது முக்கிய வியாபார மையம். சீனப்பட்டு, ரத்தினங்கள், பொன் நகைகளை விற்பதற்கும், மிளகு, கருவபட்டை, சந்தனம், யானைத் தந்தம், இரும்பு ஆயுதங்களை வாங்குவதற்கும் வருகின்ற அராபியர்களும் சீனர்களும் நிறைந்த தெருக்கள். அவர்களுடன் விலை பேசுவதற்கு ஆறேழு மொழிகள் பேசக்கூடிய திறமையுள்ள வியாபாரிகள்.

படைப் பயிற்சிக்காக வெளிநாடுகளிலிருந்து வந்த ஆயிரக்கணக்கான வீரர்கள். அழகான விருந்தினர் மாளிகைகளில் அயல் நாட்டினர் தங்குவதற்கான எல்லா வசதிகளையும் அளித்து மான் இறைச்சியையும் காந்தாவையும் பரிமாறி மகிழ்ச்சியுடன் விருந்தோம்பல் வழங்கும் சந்தன நிறமுள்ள அழகிகளான கணிகைகள். வியாபாரிகளிடமிருந்து நூற்றுக்கு ஒரு பணம் என்று மிகவும் குறைந்த வரி வசூலிக்கவும் சட்டப்படி உறுதிப்படுத்தவும் எப்போதும் கவனமாக நிற்கும் அரசுப் பணியாளர்கள். தெருக்களின் வழியாக அலங்கரிக்கப்பட்ட மாட்டு வண்டிகளிலும் குதிரை வண்டிகளிலும் போகும் பிரபுக்கள். அவர்களின் பரிவாரங்கள். மக்கள் கொண்டாடவும் பொழுது போக்கவுமாக மதுபான சாலைகள், நாடக அரங்குகள், நாட்டிய மண்டபங்கள். மதுவும் மங்கையும் எளிதாகக் கிடைக்கும் காந்தளூரில் கப்பல் நங்கூரமிட்டால் அயல்நாட்டு வியாபாரிகளால் சட்டென்று திரும்பிப் போக மனம் வராது. அக்காலத்தில் உலகின் எந்தவொரு முக்கியமான நகரத்தோடும் ஒப்பிடக்கூடிய வசதிகளும் செல்வவளமும் காந்தளூர் சாலையில் உண்டாகியிருந்தன.

துறைமுகத்திலிருந்து அதிக தூரமில்லாமல் கடலுக்கு எதிரிலேயே ஒரு சிறிய குன்றின் உச்சியில்தான் சேர சக்கரவர்த்தி பாஸ்கர ரவிவர்மன் முதலாமவன் சாமந்தனும் காந்தளூர் மகாராஜாவுமான மகேந்திர வர்மனின் கோட்டை. கோட்டைக்குள்ளே பிரதான அரண்மனைக்கு இடப் பக்கத்தில்தான் நூற்றிருபது கோல் உயரமுள்ள விளக்கு மாடமும் துறைமுகத்திற்கு வருகின்ற கப்பல்களைக் கவர்வதற்கான பிரத்யேக கோபுரமும் இருந்தன.

அரண்மனைக்கு முன்னால் உள்ள கொடி மரத்தில் காந்தளூர் மண்ணின் புள்ளிமான் அடையாளமுடைய வெண்கொடி பட்டொளி வீசி பறந்து கொண்டிருந்தது. இருபத்தேழு படுக்கை அறைகளும் அவற்றுக்குத் தேவையான மற்ற சௌகரியங்களும் உள்ள மூன்று மாடி பதினாறுகட்டுதான் பிரதான அரண்மனை. பட்டத்து ராணியான பார்வதி தம்புராட்டி உள்பட ஏழு மனைவிகளும் வைப்பாட்டிகளும் அவர்களின் பிள்ளைகளும் உறவினர்களும் எல்லாரும் அடங்கிய பெரியதொரு குடும்பமே அங்கே வசித்தது. அதைச் சுற்றிலும் அமைச்சர்களும் படையின் முக்கிய உயர் அதிகாரிகளும் அவர்களின் மாளிகைகளும் படைவீரர்களின் தங்குமிடங்களும் அங்கு இருந்தன. செல்வத்திற்கும் போருக்கும் அதிதேவதைகளான லட்சுமியையும் துர்க்கையையும் பிரதிஷ்டை செய்துள்ள கோயிலும் மிக ரம்மியமான ஒரு தாமரைக் குளமும் கோட்டைக்குள்ளேயே இருந்தன. இரு பக்கமும் யானைத் தந்தங்களாலும் தங்கத்தாலும் அலங்கரிக்கப்பட்ட சிம்மாசனத்துடன் மற்ற ஆடம்பரங்களையும் இணைத்து மனோகரமாக நிர்மாணிக்கப்பட்ட அரசவை எல்லா நாட்களும் கூடிக் கொண்டிருந்தது. காந்தளூர் மன்னன் அயல்நாட்டு வியாபாரத்துக்குப் பெரும் முக்கியத்துவம் கொடுத்திருந்ததால் அரசவையில் அயல்தேச வியாபாரிகளுக்காகவே தனிப்பட்ட இருப்பிடங்கள் அமைக்கப்பட்டிருந்தன. விவசாயம் மிகவும் அபிவிருத்தி அடைந்திருந்தாலும் அயலக வியாபாரம்தான் காந்தளூரின் முக்கிய வருமான ஊற்றாக இருந்தது. மஹோதயபுரத்திற்கு (இன்றைய கொடுங்கல்லூர்) கப்பம் செலுத்தும் சிற்றரசராக இருந்தாலும் எல்லா அதிகாரமுமுடைய மகாராஜாவைப் போல்தான் மகேந்திரவர்மன் காந்தளூரை ஆண்டு கொண்டிருந்தார்.

கோட்டையையும் பிரதான தெருக்களையும் பண்டகசாலைகளையும் தவிர்த்தால் இடைவிடாமல் அடர்ந்திருக்கும் காடுகளின் வழியாக சுமார் நான்கு மைல்கள் வடகிழக்கே போனால் சேர நாட்டின் மிகப்பெரிய பட்டாள பயிற்சி மையமான காந்தளூர் களரிகள். துறைமுகத்திற்கு வந்திறங்கும் வியாபாரிகளுக்கோ அயல் நாட்டினருக்கோ அந்தத் தரத்தில் ஒரு பட்டாள மையம் மிக அருகிலேயே இருக்குமென்று புரிந்துகொள்ள முடியாத வகையில்தான் அதன் கட்டுமானம் இருந்தது.

ஓரே நேரத்தில் நாற்பது பேர்கள் வீதம் பயிற்சிபெறக்கூடிய வசதிகளுடன் இருபத்தி நான்கு களரிகளும், நூற்றுக்கும் அதிகமான கொல்லர்கள் பணியாற்றும் ஆயுதத் தயாரிப்பு மண்டபமும் யானைக்

கொட்டிலும் குதிரை லாயமும் பல இடங்களிலுமாக சிதறிக்கிடக்கும் வகையில்தான் கட்டி முடிக்கப் பட்டிருந்தன. களரிகளுக்கு மத்தியில் ஆயுதக்களத்துடன் சேர்ந்துதான் பட்டாள மையத்தின் தலைவனான காந்தளூர் பெரிய கோயிக்கனின் இருப்பிடம். ஏராளமான அயல் நாடுகளில் கற்பதற்கும் கற்றுக் கொடுப்பதற்கும் போகக்கூடிய அவர், பல போர்களில் நேரிடையாகப் பங்கு பெற்று போர்த் தந்திரங்களைப் பற்றி மிகவும் ஆழமான அறிவாற்றலும் பெரிய பிரபுவுக்கு உண்டாகி இருந்தது. அவருடைய நான்காவது மகள்தான் இக்கதையின் நாயகியான தேவநாயகி.

அந்தக் களரிக்கு வெளியே ஒரு பெரிய மைதானம் உண்டு. அதுதான் களரிகளில் பயிற்றுவித்த யுத்த முறைகளைப் பயன்படுத்துவதற்கும் பயிற்சியளிப்பதற்குமான புகழ்பெற்ற காந்தளூர் களமாகும். உண்மையான போர்க்களத்தில் நடக்கக்கூடிய எல்லா செயல்களும் அங்கே துல்லியமாக தயாரிக்கப்பட்டிருந்தன. படைவீரர்களுக்கு போர் முறைகளைப் பற்றி இவ்வளவு விஸ்தாரமான நடைமுறை பயிற்சி வசதிகள் அக்காலத்தில் வேறேதாவது நாடுகளில் இருந்தனவா என்பது சந்தேகம்தான். காந்தளூர் களத்திற்கு அப்பால் இடைவெளி இல்லாத காடுதான்.

கோட்டைக்கும் களரிகளுக்கும் வடக்குப் பக்கத்தில் காந்தளூர் சாலை நெடுக ஓடும் திருவைகை என்னும் அழகான சிற்றாறு உண்டு. அதற்கு அக்கரையில் குருகுல சம்பிரதாயத்தையொட்டி வேதங்களும் வேறு பல வித்தியாசமான விஷயங்களும் கற்பிக்கும் ஆச்சாரியர்களின் அக்கிரஹாரங்களின் நீண்ட வரிசையே இருந்தன. பெரியசாலை என்று அழைக்கப்படும் இந்த இடம்தான் காந்தளூரின் அறிவுலக மையம்.

ஒவ்வொரு அக்ரஹாரத்தோடும் சேர்ந்துள்ள பெரிய மண்டபங்களில் தினந்தோறும் சபைகள் உண்டு. பல்வேறு நாடுகளிலிருந்து ஏராளமான மாணவர்கள் இங்கு வந்து தங்கி வேதம், வைத்தியம், வானவியல், அரசியல், தந்திரம், அர்த்தசாஸ்திரம், சங்கீதம், இலக்கியம், நடனம், சித்திரக் கலை என்பன போன்ற நாலாவிதமான விஷயங்களை கற்கிறார்கள். இந்த அக்ரஹாரங்களுக்கு அப்பால்தான் புனிதமான பத்மதீர்த்தமும் பத்மநாப சுவாமி கோயிலும் அமைந்துள்ளன. காந்தளூர் மகாராஜாவின் குலதெய்வம்தான் பத்ம நாபசுவாமி. எல்லா நாட்களிலும் அரண்மனையிலுள்ள தாமரைப் பொய்கையில் நீராடி லட்சுமியையும் துர்க்கையையும் வணங்கியபின் அரண்மனை படகில் திருவைகையைக் கடந்து ஸ்ரீ பத்மநாப சுவாமியை தொழுது நமஸ்கரித்த பின்தான் மகேந்திரவர்மன் அரசவையை அடைந்து சிம்மாசனத்தில் அமருவார்.

மகாராஜா தரிசனத்திற்கு எழுந்தருளும்போது யாரும் கோயில் படிக்கட்டில் நிற்கக் கூடாது என்பது நியதி. ஆனால், ஒருமுறை அது உடைக்கப்பட்டது. பத்மநாபசுவாமியின் முன்னால் இரண்டு கண்களையும் மூடி ஆண்டாளின் திருப்பாவையை பாடியவாறு பக்திப்பூர்வமாக நின்ற தேவநாயகி மகாராஜா தரிசனத்திற்கு வந்ததை அறியாமல் கோயில் படிக்கட்டிலேயே நின்றாள். அரசருடன் வந்த சேவகர்கள் கோபம் மேலிட அவளைப் பிடித்து விலக்கத் துணிந்தாலும் மகேந்திரவர்மன் தடுத்தார். அவர் எதுவும் கூறாமல் தேவநாயகியுடன் நின்று தொழுதுவிட்டு அரண்மனைக்குத் திரும்பினார். பத்மநாப சுவாமியைத் தியானிக்கும் ஏகாந்தத்தன்மையில் அவளுடைய முகத்தையோ அழகையோ கவனிக்கவில்லை என்றாலும் அந்த இனிமையான குரல் மட்டும் அவருடைய மனதிலிருந்து மறையவில்லை. நாடக சாலையிலோ நடன மண்டபத்திலோ அதுபோன்ற குரலை ஒருபோதும் கேட்டதில்லை. மேலும் விசாரித்தபோது அந்தப் பெண் பத்மநாபசுவாமி முன்னால் அல்லாமல் வேறு எங்கும் பாட்டு பாடுவதோ நடனம் ஆடுவதோ வழக்கமில்லை என்றும் தெரிந்து கொண்டார். அதைக் கேட்டதும் அவருக்கு அவளிடம் பெரும் மரியாதையும் தோன்றியது.

தேவநாயகியின் ஒளிரும் அழகைக் கண்டு ஆச்சரியப்பட்டு நோக்கி நிற்காத யாரும் அன்று காந்தளூரிலேயே இல்லை எனலாம். இடுங்கிய இடையும் தளும்பும் மார்பகமும் நீண்ட மனோகரமான கண்களும் எண்ணெய் கருமையுள்ள அழகான தலைமுடியுமெல்லாம் அவளுடைய சௌந்தரியத்திற்கு மேலும் அழகு கூட்டுவதற்குப் போட்டி போடுவதாகவே தோன்றும். ஆனால், சேர நாட்டிலுள்ள சாதாரண இளம் பெண்களைப்போல் அவளுடைய உடலழகு இருக்கவில்லை. இளம் கோதுமை நிறத்தில் அதிகம் தடிமனில்லாமல் கொஞ்சம் நீண்டு சிறுத்த கம்போஜத்தின் அப்ஸர நடனமாதுக்களைப் போலிருந்தாள் தேவநாயகி. ஆனால், அவர்களை விட பலமும் லாவண்யமும் அவளுக்கு இருந்தன. பெரிய பிரபுவின் கம்போஜ நாட்டைச் சேர்ந்த மூன்றாவது மனைவி சம்பாவின் மகள்தான் இவள். ஜெயவர்மன் ஐந்தாமவன் என்னும் கம்போஜ அரசன் பெரிய பிரபுவை வரவழைத்து இளவரசர்களுக்கு ஆயுதப்பயிற்சி அளிப்பதற்கு அந்நாட்டு தலைநகரத்தில் தங்கவைத்திருந்த காலத்தில்தான் அவர் அரண்மனை நாட்டியக்காரியான சம்பாவை திருமணம் புரிந்து கொண்டார். துரதிர்ஷ்டவசமாக காந்தளூரை யடைந்த மூன்றாவது மாதம் ஏதோ இனம் புரியாத நோய் தாக்கி சம்பா இறந்து விட்டாள். பின்பு, தேவநாயகியை வளர்த்ததெல்லாம் தலைமைப் பிரபுவின் முதல்

மனைவி மாதவி என்கிற விஷ்ணு பக்தையான பெரியம்மாதான். அவர்தான் அவளுக்கு ஆண்டாளின் பாசுரங்களையும் காந்தளூரின் பாரம்பரிய நாட்டியமான தாசியாட்டத்தையும் கற்றுக் கொடுத்தாள்.

தேவநாயகியின் புன்னகைக்கும் பார்வைக்கும் அவளை அறியாமலேயே சொல்லவொண்ணாத ஒரு கவர்ச்சியும் உண்டாகி இருந்தது. இருபது வயதாகியும் திருமணமாகாமல் இருப்பவளை மணம்புரிய ஆசைப்படாத வீரர்களும் பிரபுக்களும் காந்தளூரிலேயே இல்லை எனலாம். இருந்தும் அவர்களையெல்லாம் கவனிக்காமல் தன் வயதையொத்த மற்ற பெண் குழந்தைகளைப்போல் இசையிலும், நாட்டியத்திலும் மட்டுமே ஒதுங்கி விடாமல் அர்த்த சாஸ்திரத்தையும் அரசியல் தந்திரங்களையுமெல்லாம் கற்கும் நெருக்கடியில் அவள் இருந்தாள். கம்போஜ சக்கரவர்த்தியின் அரசவையில் மேன்மையான இடத்தைப் பெற்றிருந்த ஏராளமான பெண்களைப் பற்றி தந்தை சொல்லிக் கேட்ட கதைகள்தான் அவளை அவ்வாறு மாற்றியது. பெண்ணுக்கு வெறுமனே ஆடவும் பாடவும் மட்டுமல்ல, ஆண்களைப்போல் அரசாளுவதிலும் முக்கிய பங்கு வகிக்க முடியவேண்டும் என்று அவள் ஆசைப்பட்டாள். அதற்காக அர்த்தசாஸ்திர படிப்புடன் தந்தையின் அருகில் நின்று ரகசியமாக ஆயுதமுறைகளைக் கற்றுக் கொள்ளவும் செய்தாள்.

ஸ்ரீ பத்மநாப சுவாமி கோயிலின் நடையில் ஆண்டாளின் மார்கழித் திங்களை இனிமையாகப் பாடுவதும் அப்ஸரஸைப் போல் நாட்டியம் ஆடுவதும் அவளுக்குப் பக்திபூர்வமான ஆராதனையாகவே இருந்தன. அதனால்தான் நாடக சாலைகளிலோ அரசவையிலோ பாடவும் ஆடவும் அவள் போகாமல் இருந்தாள். கடைசியில் காந்தளூர் சாலையிலுள்ள பிரபல பண்டிதராகவும் அரசரின் நிதி ஆலோசகராகவும் இருந்த ஸ்ரீனிவாச சாஸ்திரிகளின் சிஷ்யையாக அர்த்தசாஸ்திர படிப்பை முழுமைப்படுத்திய பின்பு அவரின் உதவியாளராகத்தான் அவள் முதன்முதலாக அரசவைக்குச் சென்றாள். ஆனால், அவளை நேரிட்டுக்கண்ட முதல்நாளிலேயே அவளுடைய ஆச்சரியப்படுத்தும் அழகில் மதிமயங்கிவிட்ட மகேந்திரவர்மன் சபையை நிறுத்திவிட்டு, ராஜவிருந்துக்குப் பின் அரண்மனை மாளிகைக்கு வரவேண்டுமென்று தேவநாயகியிடம் ஆணை பிறப்பிக்கவும் செய்தார்.

உடனே சாஸ்திரிகள் அன்பும் மகிழ்ச்சியும் ததும்ப இரு கைகளையும் அவளுடைய உச்சந்தலையில் வைத்து ஆசீர்வதித்தார். ஆனால், அதில் அவளுக்கு முதலில் அவ்வளவாக மகிழ்ச்சி தோன்றவில்லை. தன்னுடைய அறிவையோ திறமையையோ ஒன்றையும் உணராமல்

வெறும் உடல் வனப்பில் மட்டுமே மகாராஜா மயங்கிப்போனதில் ஒரு மந்தநிலைதான் தோன்றியது. தான் வெறும் தேகம் மட்டுமாக குறுகிவிட்டதுபோல் இருந்தது. ஆனால், உடல் மட்டும் யதார்த்தமாகவும் மற்றவையெல்லாம் வெறும் மாயையும் என்றாலோ? நேற்று இரவு வழக்கம்போல் கனவில் வந்து தன்னை ஆனந்தக் கடலில் ஆழ்த்திய பத்மநாபசுவாமியிடம், தான் கேட்காமலேயே தன்னிடம், 'உன் நீலநிற முலைக்காம்புகள் கருப்பதற்கான காலமாகி விட்டதோ' என்று கண்ணன் குறும்பு செய்தது இவற்றையெல்லாம் முன்பே கண்டதாலோ? எந்தரோ.... என்னவோ...

'மகாராஜாவை எதிர்த்து ஒன்றும் பேசாதே... ஸ்ரீபத்மநாபன்தானென்று சங்கல்பித்து கண்களை மூடி ஏற்றுக்கொள். மகாராஜாவும் தெய்வத்துக்குச் சமமான இடம்தான் குழந்தாய். அரசவையை நிறுத்திவிட்டு இப்படியொரு ஆணை பிறப்பிப்பதை நான் முதன் முதலாக காண்பதும் கேட்பதும் இதுதான். இது உன்னுடைய மகா பாக்கியம் என்று நினைத்துக் கொள் குழந்தாய்...'

'இருந்தாலும்... என்னிடம் ஒரு வார்த்தைகூட கேட்காமல்...'

'அப்படியொன்றும் சொல்லாதே... ஆண்டவன் புண்ணியம். வேறொன்றும் மனதில் தோன்றாமல் இருப்பதற்கு பிரார்த்தித்துக் கொள். அங்கிருந்து வாரிக்கொண்டு வருவதும் பறித்துக் கொண்டு வருவதும் யாரிடமாவது அனுமதி பெற்றுதானா நடக்கப் போகிறது? மன்னன்தான் மண்ணிலுள்ள தேவன். எப்போது எந்த நிலத்தை உழவேண்டும், எங்கு விதை விதைக்க வேண்டுமென்பதை தீர்மானிப்பதற்கான அதிகாரமும் உரிமையும் அவருக்கு உண்டு.'

நிலம் உழுவதற்கும் விதை விதைப்பதற்குமான அதிகாரம் என்ற சாஸ்திரிகளின் பிரயோக சுவாரஸ்யத்தை மிகவும் விரும்பினாலும் அதை அவள் குருவுக்கு முன்னால் காட்டிக் கொள்ளவில்லை. எதிர்த்தால் வெல்ல முடியாத போருக்கு இறங்க கூடாது என்னும் தன்மையிலிருந்து மரியாதையின் இடத்தை உறுதிசெய்து கொள்ள வேண்டுமென்னும் அரசியல் தந்திரத்தில் சாஸ்திரிகள் கற்றுக் கொடுத்ததை அவள் நினைத்தாள். நாட்டை ஆள்வது மகாராஜாதான். அதனால் எதிர்த்தாலும் பயன் ஒன்றுமில்லை. அதற்கு பதில் இதை ஒரு வாய்ப்பாக உபயோகித்துக் கொள்வதுதான் புத்திசாலித் தனமென்று அவளுக்குத் தோன்றியது. இருந்தாலும் ஒரு கேள்விக் குறியைப்போல் அவள் சாஸ்திரிகளை பார்த்தாள்.

'இதுவரை விதைத்த விதை எதுவும் தேவையான அளவுக்கு முளைக்கவில்லை என்றொரு நிராசை திருமனதிற்கு உண்டு.

அதிர்ஷ்டவசமாக உனக்கொரு ஆண்குழந்தை பிறந்தால் அவனே நாளைய காந்தளூர் மகாராஜாவாக ஆவான்...'

அவர் சொல்லி முடிப்பதற்குள் பார்வதி தம்புராட்டியும் தோழிகளும் தேவநாயகியை அந்தப் புரத்திற்குள் அழைத்துச் செல்வதற்காக வந்துவிட்டார்கள். நெய் விளக்கும் அஷ்டமங்கலமுமாக வாத்திய கோஷங்களுடன் வந்து சேர்ந்த தம்புராட்டிக்கு பின்னால் ஆலம் எடுக்கும் தோழிகள் வரிசைவரிசையாக நின்றார்கள். தம்புராட்டி தேவ நாயகிக்கு குங்குமம் சந்தனமிட்டு, தலையில் முல்லைப் பூவும் செண்பகமும் சூட்டி இரண்டு கைகளையும் பிடித்து அந்தப் புரத்துக்குள் அனுப்பினாள். என்ன செய்ய வேண்டுமென்று தெரியாமல் தேவநாயகி கொஞ்சம் தயங்கி நின்றாள்.

'அச்சப்படுவதற்கு ஒன்றுமில்ல குழந்தே... நாங்கள் எல்லாரும் இப்படித்தானே வந்தோம்...'

'இருந்தாலும் அப்பா அம்மாவிடம் ஒன்றும் சொல்லாமலா...'

'அவர்களிடமெல்லாம் முன்பே சொல்லியாகிவிட்டது. இப்போ விவரத்தை அறிவிப்பதற்காக சேவகர்களையும் அனுப்பியாகிவிட்டது. பெரிய பிரபுவுக்கும் மாதவிக்கும் இதை விட மகிழ்ச்சியடைய என்ன இருக்கிறது. இனிமேல் நீ நடக்க வேண்டாம் குழந்தே. பல்லக்கில் ஏறிக்கொள். எந்தவொரு காயமும் ஏற்படாமல் மாளிகைக்குள் அனுப்பி வைக்க வேண்டிய பொறுப்பு எங்களுக்குதா...'

'காயமெல்லாம் இனிமே திருமனசு மூலமா நடக்கட்டுமே... இல்லே?...' என்று சொல்லி ஒரு பொய்ச் சிரிப்புடன் அந்தப்புரத்தின் இரண்டாம் இடத்துக்காரியைப்போல் தோன்றிய மற்றொரு தம்புராட்டி தேவநாயகி பல்லக்கில் ஏறுவதற்கு உதவினாள். தம்புராட்டிகளும் தோழிகளும் அவர்களுடன் சேர்ந்து மெல்ல நடந்தார்கள்.

பல்லக்கின் உட்புறத்தை பார்த்ததும் அவள் ஆச்சரியப்பட்டு விட்டாள். அசையும் ஒரு சிறிய அரண்மனையேதான். மிகவும் சுகமாக அமரக்கூடிய புள்ளிமானின் தோலால் மூடி அலங்கரித்த மிருதுவான இருப்பிடம். கை கால்களை விருப்பம்போல வைப்பதற்கும் தேவையென்றால் தலைசாய்க்கவுமெல்லாம் அதனுள் வசதிகள் செய்யப்பட்டிருந்தன. போதாக்குறைக்கு ரோஜா மலருடையதும் தாழம்பூவினுடைதுமான மனம் மயக்கும் வாசனையும் பரவியிருந்தது. முகம் பார்க்க அழகானதொரு சுவர் கண்ணாடி அமரும் இடத்திலேயே வைக்கப்பட்டிருந்தது. இரு பக்கங்களிலுமாக கூடவே நடந்து வெற்றிவேர் விசிறியால் விசிறும் தோழிகள்.

அவள் கண்ணாடியை எடுத்து முகத்தைப் பார்த்தாள். தன் முகத்தின் தோற்றம் மகிழ்ச்சியிலா, குழப்பத்திலா அல்லது தெளிவில்லாத ஒரு பயத்திலா? அல்லது அவையெல்லாம் சேர்ந்ததா? கன்னக்குழியிலுள்ள குழந்தைத் தன்மையின் குறும்பு இப்போதும் தன்னை விட்டு மாறவில்லையே? இருபது முடிந்து விட்டது என்று யாருக்கும் ஒன்றும் தோன்றாது. திருமனதை தூரத்தில் நின்று மட்டுமே இதுவரை பார்த்துள்ளோம். இன்று முதன்முதலாக கொஞ்சம் அருகில் காணப்போகிறோம். அவருக்கு வயது நாற்பதோ ஐம்பதோ என்னவோ? அவ்வளவு இளமை ஒன்றுமில்லைதான். எப்படி இருந்தாலும் தன்னைவிட இரட்டிப்பு வயதுக்கு மேலேயே இருக்கும். இதற்குத்தானா இவ்வளவு நாட்களும் பத்மநாபசுவாமி சந்நிதியில் திருப்பாவை பாடினோம்? தலைப்பாகையும் திருவுடையாடையுமாக சிம்மாசனத்தில் அமர்ந்திருப்பதால் ஒன்றும் தெளிவாகத் தெரியவில்லை.

இனிமேல்தான் எல்லாவற்றையும் தெளிவாக காணலாமே... எதுவாக இருந்தாலும் முற்றிலும் பொறுமை இல்லாத ஆள்தான் என்று தோன்றுகிறது. பொறுமையானவர் என்றால், சபை கலையும்போது தனியாக அழைத்து ஆணையிட்டிருக்கலாமே. அதுவும் இரவிலோ மற்ற நேரங்களிலோ... அப்படித்தானே இதைப் பற்றியெல்லாம் கேள்விப்பட்டிருக்கிறோம். ஆனால், இப்படி அரசவிருந்து கலைவதற்கு முன்பே சபை செயலை நிறுத்திவிட்டு, எல்லாருக்கும் முன்னாடியே கட்டளை பிறப்பிக்கிறாரே! தான் என்ன, விசுவாமித்ரனின் தவத்தை கலைக்க வந்த அப்ஸரஸ்ஸா என்ன? பார்த்தவுடனேயே அப்படி மயக்குவதற்கு...

பல்லக்கிலிருந்து அந்தப்புரத்தின் முகப்பில் இறங்கிய அவளை தம்புராட்டி விசாலமானதொரு தளத்திற்கு அழைத்துச் சென்றாள். அங்கே சுவர்களில் கருணந்தடக்கன், விக்கிரமாதித்திய வரகுணன், பாஸ்கர ரவிவர்மா ஆகியவர்களின் வண்ண ஓவியங்கள் அலங்கரித்து வைக்கப்பட்டிருந்தன. தம்புராட்டி அவர்களைப் பற்றியெல்லாம் விவரமாகச் சொல்லிக் கொடுத்தாள். தேவநாயகியின் மூலம் அச்சித்திரங்களின் முன்னால் மலர் அர்ச்சனையும் செய்ய வைத்தாள். பின் முதல் நாலுகட்டின் கிழக்கு அறையிலுள்ள பகவதியை தொழுது வணங்கியபின் ஒரு முற்றத்தில் இறங்கி முல்லை மாடத்தை மும்முறை வலம்வரச் செய்து ஒரு துளசிக்கதிரெடுத்து தலையில் சூடியபோது தானும் இந்தக் குடும்பத்தில் ஒரு அங்கமாகி விட்டோம் என்று அவளுக்குத் தோன்றியது.

'தேவநாயகி, நீ அழகி, அறிவுள்ளவள். பாட்டும் ஆட்டமும் வாள் பயிற்சியும் என அனைத்து சாஸ்திரங்களையும் முறையாகக் கற்றவள்.

இவையெல்லாம் ஒருவருக்கு மிகவும் அபூர்வமாகத்தான் ஒன்றிணையும். சாஸ்திரிகள் எல்லா விவகாரங்களையும் விளக்கமாக எங்களிடம் சொல்லி இருக்கிறார். யாரிடமும் முகம் பார்க்காமல் கூச்சமில்லாமல் பேசுவாள் என்றொரு குறை மட்டும்தான் உன்னிடம் உள்ளதென்று உன் பெரியம்மா மாதவி சொன்னார். திருமனதுடன் அப்படி ஏதாவது அபவாதத்தை வெளிப்படுத்திவிடுவாளோ என்பதுதான் அவருடைய பயம். அக்காமார்களாகிய நீங்களெல்லாரும் அவளுக்கு எல்லாவற்றையும் நன்றாகச் சொல்லிக் கொடுக்க வேண்டும் என்று பெரிய பிரபுவும் சொன்னார். ஆனால், திருமனது இதற்கு இணங்குவாரா என்று யாருக்கும் உறுதி இல்லாமல் இருந்தது. வயதும் ஏறிக்கொண்டே வருகிறதே. இப்படிப்பட்ட விஷயங்களில் ஆர்வம் குறையத்தானே செய்யும்.

'யார் செய்த புண்ணியமோ எல்லாமும் ஒரே பார்வையில் சரியாகி விட்டன. சபையையே நிறுத்திவிட்டு இப்படியொரு உத்தரவை இட்டபோது உன்னைவிட ஆச்சரியப்பட்டதும் சந்தோஷப் பட்டதும் நாங்கள்தான். இந்த வம்சம் நிலைக்க ஒரு குழந்தைக்குத் தாயாகக் கூடிய பாக்கியம் உனக்காவது ஆகட்டும். விருந்து உண்ட பின் அரை நாழிகை நேரம் கழிந்துதான் அங்கிருந்து அரண்மனை மாளிகைக்கு உறங்க வருவார். அதற்குள் குளித்து முடித்து தயாராக நீ அங்கே வந்து விட வேண்டும்?'

'அக்கா... எனக்கு கொஞ்சம் பயம் தோன்றுகிறது. பத்மநாப சுவாமியைத் தவிர வேறொரு ஆணைப் பற்றி நான் சிந்தித்ததே இல்லை.'

'ஒன்றும் பயப்பட வேண்டாம். திருமனது மகோதய புலத்துக்கு வந்து சேலை தரும் வரையில் நானும் திருவஞ்சிக்குளத்தப்பனைத்தவிர யாரையும் மனதால்கூட எண்ணியதில்லை. அங்குள்ள பள்ளியறையைத் தொழுததிற்கும் நடனமாடியதிற்குமான பலனாகத்தான் எனக்கு திருமனது கிடைத்தார். ஆனால் திருமனதுக்கு ஒரு புத்திரனை அளிக்கக்கூடிய பாக்கியம்தான் எனக்கு இல்லாமல் போய்விட்டது. எனக்கு மட்டுமல்ல, எங்கள் ஏழு பேர்களுக்கும் அப்படித்தான். பத்மநாபனின் முன்னால் திருப்பாவை சொல்லியதின் பலனாக உனக்கு திருமனது கிடைத்திருக்கிறார். தேவன் மன்னன் உருவத்தில் தோன்றுவதைவிட பெரிய பாக்கியம் என்ன இருக்கிறது, என் கண்ணே. ஸ்ரீ பத்மநாபனின் அனுக்கிரகம் உள்ளதால் உனக்கு எல்லா மங்களமும் உண்டாகும். சரி, இனிமேல் மாடிக்குப் போகலாம் வா. உன்னுடைய அறையை காண்பிக்கிறேன்.

‘இரண்டாம் தளத்தில் மூன்றாவது அறைதான் உன்னுடையது. அதுதான் இந்த அரண்மனையிலேயே மிகவும் முக்கியமான படுக்கை அறை... திருமனது சிறிது காலமாக இங்கு எழுந்தருளுவது இல்லை. இப்படிப்பட்ட காரியங்களிலெல்லாம் ஒரு விரக்தி வந்ததுபோல் இருக்கிறார். இன்றுதான் அதிலொரு மாற்றம் தெரிகிறது. அரண்மனை மாளிகையில் பொழுதுபோக்கு முடிந்தால் சிலசமயம் இன்று முதலே இங்கே படுக்கையை மாற்றிக்கொள்ளவும் இருக்கலாம். உன்னுடைய கெட்டிக்காரத்தனமும் அதிர்ஷ்டமும்போல எல்லாம் தன்னால் வரும். அறையில் உடுப்பதற்கான பட்டும் ஆபரணங்களும் எடுத்து வைக்கப்பட்டிருக்கின்றன. தோழிகளும் தேவையானவற்றை யெல்லாம் செய்வார்கள்.’

அறைக்கு முன்னே வந்ததும் உள்ளே போகாமல் தம்புராட்டி திரும்பினாள். இனிமேல் இந்த அறையில் நுழைவதற்கான உரிமை மற்ற தம்புராட்டிகளுக்கு இல்லை. அங்கே தேவநாயகியை குளிப்பாட்டவும் ஆடை அணிகலன் அணிவித்து தயார் செய்வதற்குமாக இளம் யுவதிகளான மூன்று நான்கு தோழிகள் காத்துக் கொண்டிருந்தார்கள். அவர்கள் பெரிய மனமுள்ள மகேந்திர மன்னனின் தீரத்தையும் அன்பையும் வாழ்த்துகின்ற கதைகளையும் கேலிகளையும் சொல்லிச் சிரித்து தேவநாயகியின் ஆடையாபரணங்களை அவிழ்த்து, தம்புராட்டிகள் நீராடும்போது அணியும் மெல்லிய மஞ்சள் துகிலை அணிவித்தார்கள்.

பின்பு அகஸ்திய கூடத்திலுள்ள திவ்விய மூலிகை மருந்துகளைச் சேர்த்துக் காய்ச்சிய நல்லெண்ணெயை பனங்குலைபோல் அடர்ந்த வளமான முடியிலும் உடலிலும் நன்றாகத் தேய்த்து மென்மையாகத் தடவிக்கொண் டிருந்தார்கள். அவள் அந்த நகைச்சுவைகள் எவற்றையும் கவனிக்காமல் நாச்சியார் திருமொழியிலுள்ள நான்கைந்து பாசுரங்களை முனகியவாறு படுத்திருந்தாள்.

எதையாவது பாடு என்று திருமனது சொல்லிவிட்டால் என்ன பாடுவது என்று நினைத்து அதற்காக முனைந்து கொண்டிருந்தாள் தேவநாயகி. தோழிகளுக்கு அதன் அர்த்தம் முழுவதும் புரியவில்லை என்றாலும் தம்புராட்டியைப் பாதித்திருக்கும் காய்ச்சல் என்னவென்று சரியாகவே புரிந்துவிட்டது. உன்னுடைய எழுந்த என் தடமுலைகள் என்று முனகுவதைக் கேட்டபோது அவர்கள் கடகடவென சிரித்து விட்டார்கள். ஆனால், அதைக் கேட்டு வெட்கப்படுவதற்குப் பதில் “நேற்றைய இரவில் பத்மநாபன் கனவில் சொன்னான், ‘என் முலைக்காம்புகள் விரைவில் கருக்கும் என் தோழியே, என்

முலைக்காம்புகள் விரைவில் கருக்கும்'' என்று பாடினாள். தோழிகள் ஆச்சரியப்பட்டுதலையில் கை வைத்துக் கொண்டார்கள். இப்படியொரு தம்புராட்டியை இப்போதுதான் அவர்கள் முதன்முதலாக காண்கிறார்கள்.

4
தேவகியின் கதை - 2

கஸ்தூரி மஞ்சளும் நென்மேனி வாகையும் தேய்த்து அரண்மனைக்குள்ளேயுள்ள தாமரை பொய்கையில் குளித்து ஏறியவள் விலை மிகுந்த இளம் பச்சை சீனப் பட்டுடுத்து அதே வண்ணத்தில் பட்டால் உருவாக்கப்பட்ட முலைக்கச்சையைக் கட்டி கண்மையெழுதி பொட்டு வைத்து உடல் முழுவதும் சந்தனத் தைலமும் பன்னீரும் தடவி மட்டிப்பால் புகைபோட்டு ஒதுக்கிக் கட்டிய தலைமுடியில் செண்பகமும் முல்லையும் தாழம்பூவும் ஏராளமாக சூடியபோது நேரம் மதியம் ஆகிவிட்டிருந்தது. தன்னுடைய ஐம்படைத்தாலிக்கு மேலே மெய்யாபரணப் பெட்டியிலுள்ள மரகதப் பாலக்காவும் முத்து அரைஞாணமும் நவரத்தினங்கள் பதித்த ஒட்டியாணமும் பலவகை மாலைகளும் வைர மூக்குத்தியும் மெட்டிக் கொலுசும் முத்து வளையலும் காப்பும் அணிந்து அறையிலுள்ள நிலைக்கண்ணாடிக்கு முன்னால் நின்றபோது அவளுடைய பயமெல்லாம் எங்கோ போய் மறைந்தது. நீ அப்ஸரஸ் பரம்பரையைச் சேர்ந்தவள்தான் என்று பெரியம்மா ரகசியமாகச் சொன்னது உண்மைதான் என்று அவளுக்குத் தோன்றியது. தோழிகளோடு சேர்ந்து கோயிலுக்குப் போய் லட்சுமியையும் துர்க்கையையும் தொழுதுவிட்டு உணவு சாலையிலிருந்து ஆகாரம் உண்டு அறைக்குத் திரும்பி சிறிதுநேரம் ஓய்வெடுக்கும்போதுதான் அரண்மனை மாளிகைக்கு அழைத்துச் செல்வதற்காக பார்வதி தம்புராட்டியும் மற்ற தம்புராட்டிகளும் வந்து சேர்ந்தார்கள்.

தோழிகளின் அலங்கரிப்பில் முழுத் திருப்தி வராததால் தம்புராட்டியே தலைமுடி அலங்காரத்திலும் பட்டு உடுத்தியதிலும் சில மாற்றங்களைச் செய்தாள். அவிழத் தொடங்கிய முலைக் கச்சையை இன்னொரு முறை அவிழ்த்துக் கட்டிவிட்டாள்.

'என்ன, திருமனதை தியானித்து மார்பு மிகவும் துடிக்கிறதோ?'

'சும்மா இருங்கள் அக்கா... இவள் சரியாகக் கட்டாததாலதான்... அப்புறம் மாளிகைக்கு ஏறிப் போனதும் நான் என்ன செய்ய வேண்டும். திருமனதிற்கு எது விருப்பம் விருப்பமில்லை என்று எனக்கு ஒன்றும் தெரியாதே...!'

'ஒன்றும் தெரிய வேண்டாம். அப்புறம் இதிலெல்லாம் உனக்குப் பழக்கமில்லை என்பதே பெரிய விஷயம். திருமனது சொல்வதை நீ அனுசரித்தாலே போதும். திருமனதை முழுமையாக மகிழ்ச்சிப் படுத்த முயற்சி செய். உனக்குத் தருவதையெல்லாம் ரெட்டிப்பாகத் திருப்பிக் கொடுத்துவிடு. எல்லாவற்றையும் திருமனது கற்றுத் தருவார்....'

என்றாலும் அரண்மனை மாளிகைப் படிக்கட்டில் ஏறும்போது தேவநாயகியின் இதயம் அதிகமாகவே துடித்தது. தம்புராட்டிகளும் அவளோடு மாடிக்கு வரவில்லை. திருமனதுடன் எப்படி நடந்து கொள்வது, பேசுவது... இதில் அபத்தம் ஒன்றும் நேராமல் காப்பாற்ற வேண்டும் பத்மநாபா என்று அவள் பிரார்த்தித்துக் கொண்டாள். இரண்டாவது மாடியிலுள்ள விசாலமான ஓய்வறையின் வராந்தாவுக்கு சிறிதும் சப்தம் எழுப்பாமல் மெல்ல ஏறிச்சென்றபோது திருமனதின் கம்பீரமான சப்தம் கேட்டது.

'உள்ளே ஏறிவா...'

அவள் கதவை மெல்லத்திறந்து உள்ளுக்குள் போனாள். அவர் சப்ரமஞ்ச கட்டிலில் சாய்ந்து படுத்திருந்தார். தலைப்பாகை அணிந்த அரச உடையில்தான் இருந்தார். சொல்லிக் கேள்விப்பட்ட வயது பார்வைக்குத் தோன்றவில்லை. நல்ல அழகன். என்னவொரு தேஜஸ். என்றாலும் மகாராஜா என்ற தோரணை ஒன்றும் அந்த முகத்தில் அப்போது இல்லை. வலது பக்கத்தில் அலங்கரித்த இருக்கையில் அமருமாறு அவர் சைகை காட்டினார். என்றாலும் அவள் அதைக் கவனிக்காததுபோல் பவ்வியமாக நின்றாள். உண்மையில் அவள் அவரை கண்குளிர பார்த்துக் கொண்டுதானிருந்தாள்.

'ஸ்ரீ பத்மநாபனின் முன்னால் பாட்டும் ஆட்டமுமெல்லாம் வழக்கமானது என்று கேள்விப் பட்டேனே!'

'திருவுள்ளம் தவறாக நினைக்கக்கூடாது. இதுவரைக்கும் அப்படி இருந்தது உண்மைதான்.'

'ஏன்?'

'ஸ்ரீ பத்மநாபனை மட்டும்தான் மனதார விரும்பி இருந்தேன்.'

'ஆண்டாளைப் போலவே?'

'அல்ல. ஆண்டாளின் பக்தி ஆராதனைக்கு மட்டும்தான். எனக்கு அர்த்தசாஸ்திரமும் ராஜதந்திரமும்தான் விருப்பம்.'

'அப்போ, அரசாட்சியில் உதவி செய்ய வந்தாயோ?'

'காலையில் அரசவைக்கு வரும் வரையில் அப்படித்தான் இருந்தேன். அதுவரை திருமனதை மகாராஜாவாக மட்டும்தான் அடியேன் பார்த்திருக்கிறேன். ஆனால், அரண்மனை மாளிகைக்கு வருமாறு கட்டளையிட்டது முதல் தாங்கள்தான் எனக்கு ஸ்ரீபத்மநாப சுவாமி.'

'அப்போ, இனிமேல் பாட்டும் ஆட்டமும் இங்கேயும் இருக்கலாம். இல்லையா...?

'திருமனது கட்டளையிட்டால்...'

'அப்படியென்றால், கட்டளை இடுகிறேன். முதலில் பாட்டு பாடத் தொடங்கலாம்....'

தேவநாயகி, 'மார்கழி திங்கள் மதிநிறைந்த நந்நாள்' எனும் பாடலை மனம் உருகப் பாடினாள்.

திருமனது பாராட்டுவதற்காக எழுந்தபோது காலைத்தொட்டு வணங்கினாள். அவர் அவளைப் பிடித்துத் தூக்கி கட்டிலின்மேல் அமர வைத்தபோது வெட்கத்தால் முகம் சிவந்த அவள் தலைகுனிந்தாள்.

'கெட்டிக்காரி, அப்படியே அழகாகப் பாடி விட்டாய்' என்று கூறி அதற்கான சன்மானம் என்பதுபோல் அவளுடைய முகத்தை மெல்லப் பிடித்து உயர்த்தி இரு கன்னங்களிலும் மாறிமாறி ஒவ்வொரு முத்தம் கொடுத்தார். தனக்கு முதன்முதலாகக் கிடைத்த அரச விருது. அவளுக்கு தன் காலின் அடியிலிருந்து சுகமானதொரு குளிர்ச்சி உடல்முழுவதும் படர்ந்து ஏறுவதுபோல் தோன்றியது. முதன் முதலாக ஓர் ஆணின் உஷ்ணத்தையும் முத்தத்தையும் ஏற்கிறாள். அதுவும் நாட்டை ஆளும் மகாராஜாவின் முத்தம். தேவநாயகியின் கண்கள் மதிப்பினாலும் மகிழ்ச்சியினாலும் நட்சத்திரங்களைப் போல் ஒளிர்ந்தன. தனக்கு அளிக்கப்பட்டதைவிட அதிகமாகவே ஆவேசத்துடன் அவள் அவருக்குத் திருப்பியளித்தாள். அரச உடைகளும் தலைப்பாகையும் அவளுடைய ஆவேசத்திற்கு சிறிய இடைஞ்சலாக இருந்தாலும் மகேந்திரவர்மனுக்கு அவளை நன்றாகவே உணர்த்தியது.

'நான் ஒரு விஷயத்தைச் சொன்னால் திருவுள்ளத்திற்கு கோபம் தோன்றுமோ?'

'இல்லை. சொல்...'

'இந்தத் தலைப்பாகையும் அரச உடையும் அரசவையில் மட்டும் போதாதுங்களா?'

'ஹஹ்ஹா... ஹஹ்ஹா... அப்படியென்றால் படுக்கையறையில் ஆடைகள் தேவையில்லைதானே? ஏன் இவையெல்லாம் ஓர் இடைஞ்சலாக தோன்றுகிறதோ?'

'ஐயோ, அப்படியொன்றுமில்லை. நான் கொஞ்சம் நன்றாக திருமனதை பார்ப்பதற்குதான். என்னை இங்கே ஆசைப்பட்டு அழைத்து வந்த மகாராஜாவை, என்னுடைய பத்மநாப சுவாமியை...'

அவர் மகிழ்ச்சியுடன் ஒத்துக் கொண்டார். தலைப்பாகையையும் திருவாடைகளையும் மாற்றி வேட்டியும் உத்தரீயமும் அணிவதற்காக எழுந்தார். அவளும் ஐம்படைத்தாலியையும் முத்து அரைஞாணையையும் தவிர மற்ற ஆபரணங்களையெல்லாம் கழட்டி வைத்தாள். மார்புக் கச்சை மீண்டும் அவிழ்ந்துவிட்டதுபோல் தோன்றுகிறது. பரவாயில்லை. இதை இப்போதொன்றும் அவிழ்த்துக் கட்ட முடியாது. அதுவும் திருமனதை முன்னால் வைத்துக்கொண்டு ஆடை மாறியதும் திருமனதும் ஆகமொத்தத்தில் மாறிப்போனார். கொஞ்சம் வழுக்கை விழுந்துள்ளதைத் தவிர பெரிதாக வயதொன்றும் ஆனதுபோல் தோன்றவில்லை. மாநிறம்தான் என்றாலும் நல்ல உறுதிமிக்க கட்டுக்கோப்பான உடல். அங்குமிங்குமாக போரின் தழும்புகளுள்ள அந்த தீரமிக்க வீரனின் விரிந்த மார்பில் ஒரு புலி நக மாலை மட்டுமே தொங்கிக் கொண்டிருந்தது. நல்ல உயரமும் நீண்டு உருண்ட கைகளும். மிஞ்சிமிஞ்சிப் போனால் தான் அவருடைய தோள் உயரத்துக்கு இருப்போமோ என்னமோ? முதலில் பயந்ததுபோல் ஒன்றுமில்லை. மிகவும் மரியாதையுள்ளவர்தான் என்று தோன்றுகிறது. அரசவையில் வைத்து கட்டளையிட்ட போதிருந்த கண்டிப்பொன்றையும் இப்போது காட்டவில்லை.

மிகவும் முதிர்ச்சியும் பெருந்தன்மையுமுள்ள செயல்பாடு; தன் உடலை இதுவரை கூர்ந்து நோக்கியதுமில்லை. நிலைக்கண்ணாடிக்கு முன்னால் என்னவோ சிந்தித்துக் கொண்டு தாமாகவே நின்றுவிட்ட அவரின் அருகே செல்லலாமா அல்லது அவரே இங்கே வருவதற்காக காத்திருக்கலாமா என்று தயங்கியபோதுதான் மேசைமேல் குடிப்பதற்கான பானங்களும் பழங்களுமெல்லாம் தயாராக வைத்திருந்தது தெரிந்தன. அவற்றில் காந்தாவும் நாவல் பழச்சாறும் இளநீரும் அத்திப் பழமும் திராட்சையும் கதளி வாழைப்பழமும்

இருந்தன. எதை எடுத்துச் செல்ல வேண்டுமென்று அவள் அச்சத்துடன் நின்றபோதுதான் திருமனது சொன்னார்:

'ராஜதந்திரம் கற்றவர்களுக்கு அச்சம் தேவையில்லையே.'

'மன்னிக்க வேண்டும். தங்களுக்குப் பிடித்தமானது எதுவென்று எனக்குத் தெரியாததால்தான்...'

'இனிமேல் உனக்குப் பிரியமானதெல்லாம் எனக்கும் பிடிக்கும். உன்னுடைய எல்லா விருப்பங்களையும் சொல்...'

'காந்தாவும் கதளி வாழைப்பழமும் பெண்மானின் இறைச்சியும் எனக்கு விருப்பம்.'

'அதென்ன, பெண் மானினுடையதென்று குறிப்பிட்டுச் சொல்கிறாய்...'

'நானொரு பெண்ணாச்சே, திருமனதே...'

'ஆள் சரியான குறும்புக்காரிதான் போலிருக்கிறதே... அப்புறம்...?'

'கடவுள்களில் கண்ணன், ஆழ்வார்களில் ஆண்டாள், பாடல்களில் திருப்பாவை, காப்பியங்களில் சிலப்பதிகாரம், ஆட்டங்களில் அப்ஸரஸ் ஆட்டம், ஆடைகளில் முலைக்கச்சை, நகைகளில் ஐம்படைத்தாலி, மாதங்களில் மார்கழி, மன்னர்களில் மகேந்திரன், காதலில் எம்பெருமான்...'

'அது யாரு, இந்த எம்பெருமான்...'

'ஆண்டாள் கண்ணனை இப்படித்தான் அழைப்பாள். இன்று முதல் என்னுடைய எம்பெருமான் திருமனதுதான்.'

'சரி, இனிமேல் என்னுடைய விருப்பங்களைக் கேட்க வேண்டாமா... அதில் சிலதெல்லாம் உன்னுடைய விருப்பங்கள்தான்...'

'அப்படியா.... அது என் பாக்கியம்...'

'காந்தாவும் நாவல் பழச்சாறும் மானிறைச்சியும்தான் எனக்கும் பிரியமான பண்டங்கள். அப்புறம் உன்னைப் போல் பெண்மான்தான் வேண்டும் என்கிற பிடிவாதமொன்றுமில்லை. மானிறைச்சியாக இருக்க வேண்டும். அவ்வளவுதான்...'

'ஐயோ.... அதை நான் ஒரு நகைச்சுவைக்காக சொன்னதாச்சே...'

'சரி, சரி. கடவுள்களில் பத்மநாபன், ஆழ்வார்களில் நம்மாழ்வார், காப்பியங்களில் சிலப்பதிகாரம், ஆட்டங்களில் தாசியாட்டம்,

ஆடைகளில் தலைப்பாகை, ஆயுதங்களில் வாள், வாகனங்களில் குதிரை, அப்புறம்...'

'அப்புறம்?'

'பெண்களில் என் காதலி, காதலிகளில் என் மனைவி, மனைவிகளில் தேவநாயகி...'

திருமனது அவளை தன்னுள் சேர்த்தணைக்க முயன்றபோது மெல்ல தவிர்த்தாள். அவ்வளவு சுலபத்தில் இடமளிக்கக் கூடாது. கொஞ்சம் ஆவேசப்படட்டும் என்று மனதில் ஒரு குறும்பை வரவழைத்துக் கொண்டு கொஞ்சலுடன், 'திருமனது குடிப்பதற்கு கொஞ்சம் காந்தா ஊற்றட்டுமா....?' என்று கேட்டாள்.

'இன்று நமக்கு மிகவும் மகிழ்ச்சியானதொரு நாளாச்சே. காந்தா போதாது. சிங்கப்புரத்திலிருந்து கொண்டுவந்த விசேஷமான பானம் உண்டு... சாட்சாத் அது அமிர்தமேதான்...'

அவர் அலமாரியிலிருந்து அமிர்தத்தின் பாட்டிலை எடுத்து இரண்டு வெள்ளிப் பாத்திரங்களில் ஊற்றி ஒன்றை அவளுக்குக் கொடுத்தார். அவள் அதை தயங்கித் தயங்கி ருசித்துப் பார்த்தாள். கடுமையான கசப்பினால் அவள் முகம் கோணியது.

'அய்யோ, அமிர்தம் இப்படியா...'

'நம்முடைய காந்தாவைப் போலவேதான் இதுவும். அதிலும் வெகுகாலத்துக்கு முந்தியது. காந்தாவைவிட நூறு மடங்கு விலை அதிகம். துளித்துளியாகக் குடிப்பதுதான் சுகம். அப்படி முடியவில்லையென்றால் கண்களை மூடிக்கொண்டு குடித்துவிடு. கொஞ்சம் கசப்பு தட்டுவதைப் பொருட்படுத்த வேண்டாம்... மிகவும் மெல்லத்தான் போதையேறும். ஆனால், அது நாள் முழுவதும் நீடித்திருக்கும். இதில் இன்னுமொரு விஷயமும் உண்டு. இதை அருந்தியபின் இனிப்பானது எதையும் உண்ணக்கூடாது. சாப்பிட்டால் போதை இரட்டிப்பாகிவிடும்.'

ஆயுதப் பயிற்சியை முடித்து களைப்புறும்போது பெரிய தளபதி, குடிப்பதற்கு காந்தாவை கொடுப்பது உண்டு என்பதால் அவளுக்கு அது ஒரு பிரச்சினையாக இருக்கவில்லை. பெரும் சிரமம் இல்லாமல் அந்த அமிர்தத்தை ஒரே மூச்சில் குடித்தாள். மகேந்திரவர்மன் மதுக்கிண்ணத்துடன் சித்திர வேலைப்பாடுள்ள மனோகரமான இருக்கையில் சாய்ந்து அமர்ந்துகொண்டதும், அவள் தான் இனி என்ன செய்ய வேண்டும் என்னும் கேள்வியைப் போல் அவரைப் பார்த்தாள்.

'பாட்டுதானே முடிந்திருக்கிறது... இனி ஆட்டத்தையும் பார்க்கலாமே...'

'அய்யோ, இப்போதா?'

'அதனாலென்ன, இந்த ஆடையலங்காரமே போதும். பக்க வாத்தியம் ஒன்றும் வேண்டாம். பத்மநாபனின் சந்நதி என்று கற்பனை செய்து கொண்டால் போதும்?'

அரசக் கட்டளையாச்சே... அவள் வேறொன்றையும் சிந்திக்காமல் கண்களை மூடி பூமாதேவியை வணங்கி அடவுகள் வைக்கத் தொடங்கினாள். திருமனது அமிர்தத்தை துளித்துளியாக அருந்திக் கொண்டிருந்தார். தேவநாயகி முன்பே பாடி தயாராகிக் கொண்ட நாச்சியார் திருமொழியிலுள்ள நான்கும் ஐந்தும் பாசுரங்களுக்குத்தான் முதலில் ஆடினாள். எல்லாவற்றையும் மறந்து நாட்டியம் ஆடத் தொடங்கியபோது அவர் அவளை இமை கொட்டாமல் பார்த்துக்கொண்டு அமர்ந்திருந்தார். நடனத்தினுடையதும் அமிர்தத்தினுடையதுமான போதை இருவரிடமும் முழுமையாக ஏறியது. அதன்பிறகு வாரணமாயிரம் ஆடி முடிவதற்குள் உணர்ச்சிவசமாகி சோர்வுற்றவள் மகேந்திரவர்மனின் மார்பின்மேல் சாய்ந்தாள். நடனம் ஆடியதால் மொத்தமாகவே தளர்ந்து போனவள் மன்னன் சொன்னதை நினைக்காமல் நாவல் பழச்சாறை ஒரே மூச்சில் குடித்து முடித்தாள். பின்பு நீண்ட முத்தங்களுக்கும் தழுவலுக்குமிடையில் அவர்கள் அப்போதே பட்டு மெத்தையை அடைந்திருந்தார்கள்.

'இனிமேலாவது நான் கொஞ்சம் உன்னை சரியாகப் பார்க்கிறேனே' என்று காதில் தாமாகவே சொல்லிக் கொண்டவர் அவளை பட்டுக் கச்சையின் கட்டுப்பாட்டிலிருந்து முழுமையாக விடுவித்தார். சிங்கப்புரத்து அமிர்தம் நன்றாகவே தலைக்குள் ஏறிக்கொண்டதோ என்னவோ அவளுக்கு அதில் சிறிதும் வெட்கம் தோன்றவில்லை. தேவநாயகி தன்னுடைய அப்சரஸ் அழகு முழுவதையும் மகாராஜாவின் கண்களுக்கு நைவேத்தியமாக சமர்ப்பித்துக் கொண்டு பட்டுமெத்தையில் துவண்டுபோய் காலை நீட்டி படுத்தாள்.

ஒரு யவன சிற்பம்போல் உணர்ச்சிவசமாகி படுத்திருக்கும் அவளுடைய கவர்ச்சி அழகிலிருந்து கண்களை விலக்க முடியாமல் மகேந்திரவர்மன் குழைந்து போனார். அவளை அப்படியே வாரி புணர்ந்தால் அக்காட்சியின் ஆனந்தம் அதோடு முடிந்துவிடும் என்பதால் புணரக்கூடிய உடலினுடையதும் மனதினுடையது மான ஆவலை அடக்குவதற்கும் முடியாமல் தவித்தார். இறுதியில்

கட்டுப்படுத்த முடியாமல், 'என் அன்பு பாப்பா, போதும் போதும்' என்று கூறி அவளை தன்னுடன் சேர்த்துக் கொண்டார். 'எம்பெருமானே' என்று மகிழ்ச்சி ததும்ப விசும்பி அவள் மகேந்திரவர்மனின் மார்பின்மேல் தன்னை முழுமையாகச் சமர்ப்பித்தாள். அந்த நிமிடம் முதல் மகேந்திரவர்மன் அவளை பாப்பா என்றும் அவள் அவரை எம்பெருமான் என்றும் மட்டுமே அழைக்கத் தொடங்கினார்கள். எம்பெருமானுக்கு திருக்கோயில் நடை திறப்பதற்கும் அபிஷேக அர்ச்சனைகள் செய்வதற்கும் தான் சந்தோஷத்துடன் அனுமதி அளித்தாளோ அல்லது அனுமதிக்காக காத்திருக்காமல் அவரே நடையைத் திறந்துகொண்டு ஆராதனையை நடத்தினாரோ அல்லது இரண்டும் ஒரே நேரத்தில் நிகழ்ந்ததோ என்பதொன்றையும் இனம் காண முடியாத விதமாக வேகத்திலும் ஆவேசத்திலும்தான் இருந்தன அதைத் தொடர்ந்து நடந்த விஷயங்கள்.

சூரியதேவன் கடலை நோக்கி தாழ்ந்து அந்தி மயங்கத் தொடங்கும்போது முதல் உடலுறவின் களைப்பில் தேவநாயகி மகேந்திரவர்மனின் மார்பில் சோர்ந்து படுத்திருந்தாள். தான் எப்போது மயங்கிப் போனோம் என்று அறியாமல் கண்களைத் திறந்தபோது அவரின் மார்பில் ஒன்றிரண்டு நரைத்த முடிகள்தான் கவனத்தில் பட்டன. மீசையிலும் ஒரு நரைத்த முடி தெரிந்ததே... பாவம், வயதாகத் தொடங்கி விட்டது என்று தோன்றுகிறது. தனக்கு அவ்வாறு வெறுமனேயும் தோன்றியிருக்கலாம்.

நிலத்தை உழும்போதும் விதை விதைக்கும்போதும் அவரிடம் அப்படியொரு களைப்பொன்று தோன்றியபோது அவளையறியாமல் குறும்பாகச் சிரித்து விட்டாள். அதிர்ஷ்டவசமாக அவர் அப்போது விழித்திருக்கவில்லை. பாவம் அந்தளவுக்கு களைப்புற்று உறங்குகிறார். தான் இன்று ஒரு விஷயத்தில் மட்டும் தோற்றுப் போனோம். இந்த மாளிகைக்குள் நுழையும்போது மனதிற்குள் உறுதிபூண்டதுபோல் தொடக்கத்தில் கண்களை மூடி மனதில் பத்மநாபசுவாமியை சங்கல்பிக்க முயன்றாலும் தம்புரானின் 'என் அன்பு பாப்பா' என்னும் அந்த அழைப்பில் தான் தோற்றுவிட்டோம் என்பதை உணர்ந்தாள். இறுதியில் ஆனந்தத்தின் உயர்நிலையை அடையும்போது மனதில் மகேந்திரவர்மன் மட்டும்தான் இருந்தார். ஆமாம், இனிமேல் அவர்தானே தன்னுடைய பத்மநாபசுவாமியும் எம்பெருமானுமெல்லாம்.

அந்தியாகி விட்டதே, இனிமேல் எழுப்பினால் என்ன? வேண்டாம் திருவுள்ளத்திற்கு அபவாதமாகிவிடும். மதிய உறக்கத்திற்காக

மாளிகைக்குள் நுழைந்த தம்புரானை இன்னும் கீழே இறங்கி வரவில்லையென்றால் மற்றவர்கள் என்ன நினைப்பார்கள். மெல்ல எழுந்து சென்று அவர் உறக்கத்தில் இருக்கிறார் என்று அறிவித்தால் என்ன? அது எப்படி முடியும்? அவரின் நீண்ட கைகளுக்குள்ளேயல்லவா தான் இப்போது இருக்கிறோம்.

அவ்வாறு ஒவ்வொன்றையும் சிந்தித்து படுத்திருக்கும்போதுதான் சில நாழிகைகளுக்கு முன்னாடியே அவர் தன்னை விடுதலையாக்கிய அதே நிலையில்தான் தன்னுடைய உடலும் இருக்கிறதென்ற உண்மை அவளுக்குத் திடீரென நினைவுக்கு வந்தது. ஐயோ... மாளிகை அறைக்குள் வந்தபின் அப்போதுதான் அவளுக்கு முதன் முதலாக வெட்கம் தோன்றியது. அவள் தம்புரானின் கையை மெல்ல விலக்கிவிட்டு எழுந்திருக்க முயன்றாள். அவள் பயப்பட்டதுபோலவே அவர் விழித்துக் கொண்டார்.

'என்ன பாப்பா, வெளியே செல்ல அவசரமோ?'

'இல்லை, அந்தியாகி விட்டதே. தம்புராட்டிகள் என்ன நினைப்பார்களோ, என்னவோ?'

'ஒன்றும் நினைக்க மாட்டார்கள். உன்னை எனக்குப் பிடித்து விட்டால் இரவு உணவுக்குதான் கீழே வருவோம் என்பது அவர்களுக்குத் தெரியும்?'

அதைக் கேட்டதும் மிகப்பெரும் மகிழ்ச்சி தோன்றியது என்றாலும் அதை வெளியே காட்டாமல் இரண்டு கைகளாலும் கலைந்த முடியைச் சேர்த்துக் கட்டிக்கொண்டு சோர்வுடன் அவரின் மார்பிலேயே தலை சாய்த்துப் படுத்தாள். சிறிதுநேரம் ஆகியும் திருமனது எதுவும் பேசாமல் இருந்ததால் அம்முகத்தை நோக்காமலேயே ஒரு கள்ளச்சிரிப்புடன் மெல்லிய குரலில், 'என்னைப் பிடித்துவிட்டதுங்களா?' என்று கேட்டாள்.

'இதிலென்ன சந்தேகம். அமிர்தத்தை ஒரு முறை ருசித்துப் பார்த்தால் போதாதா, அதன் குணத்தைத் தெரிந்துகொள்வதற்கு. இப்போதுதான் சரியாக தலைக்குள் புகுந்துள்ளது...'

'எனக்கும்தான்...'

அவர் தன் கையிலுள்ள ராஜமுத்திரை மாணிக்க மோதிரத்தை உருவி அவளுக்கு அணிவித்தார். ஆனந்தத்தால் அவளுடைய கண்கள் நிறைந்தன.

'எம்பெருமானே... நான் மிகவும் அதிர்ஷ்டசாலிதான்!'

அன்று நாற்பத்தியொன்றாம் நாள். மகேந்திரவர்மன் எல்லாவித அரச அலங்காரங்களோடும் கொண்டாட்டங்களோடும் தேவநாயகியை தன்னுடைய எட்டாவது ராணியாக திருமணம் செய்துக்கொண்டார். காந்தளூரின் வரலாற்றிலேயே மிகப்பெரிய விழாவாக அது இருந்தது.

சேரச் சக்கரவர்த்தி பாஸ்கர ரவிவர்மனே நேரிடையாக எழுந்தருளி எல்லா விஷயங்களையும் மேற்பார்வை செய்தார். காந்தளூர் துறைமுகத்தில் உலகின் பல முக்கிய நாடுகளின் கொடி பறக்கும் கப்பல்கள் நங்கூரமிட்டிருந்தன. அங்குள்ள களரிகளில் வந்து பயிற்சி பெற்று சென்ற ஏராளமான வீரர்களும் ஆட்சி அதிகாரிகளும் அந்த சடங்கிற்கு சாட்சியாவதற்காக வந்து குழுமியிருந்தார்கள். சிங்கள மன்னன் மகீந்திரன், காம்போஜத்தின் ஜயவர்மன் என்பவர்கள் அவர்களில் முக்கிய பிரமுகர்களாக இருந்தார்கள். பெரிய தளபதியின் சீடர்களான அவர்கள் அவருடனான நெருக்கத்தாலேயே அவரின் மகளின் திருமணத்திற்கு வந்திருந்தார்கள். தங்களுடைய ஆசானின் மகளான தேவநாயகி அவர்களுக்கெல்லாம் முன்பே அறிந்திருந்தவள்தான். சிங்கள மன்னனான மகீந்திரனுக்கு தேவநாயகியை திருமணம் செய்துகொள்ள வேண்டும் என்றும்கூட ஆசை ஏற்பட்டிருந்தது. விலை மதிப்பற்ற பரிசுப் பொருட்களுடன்தான் அவர்கலெல்லாரும் வந்திருந்தார்கள். பரிசுப் பொருட்களில் மிகவும் மேன்மையானது ஜயவர்மன் பரிசளித்த அப்ஸரஸ் கிரீடமா அல்லது மஹீந்தன் பரிசளித்த நவரத்ன மாலையா என்று மகேந்திரவர்மனுக்கே சந்தேகம் தோன்றியதென்றாலும் இக்பால் முகம்மது என்னும் அரேபிய வியாபாரி கொண்டு வந்த கடும் தவிட்டு நிறத்திலுள்ள குதிரைதான் தேவநாயகிக்கு மிகவும் பிடித்தமானதாகும்.

வாரணம் ஆயிரத்தையே வெல்லக்கூடிய கொண்டாட்டமாக தேவநாயகியின் திருமணத்திற்கு மகேந்திரவர்மன் ஏற்பாடு செய்து இருந்தார். நகரம் முழுவதும் பாட்டும் கூத்துமாகவே ஏழு நாட்களும் இருந்தன. முகபடாம் அணிவிக்கப்பட்ட யானைகளும் அலங்கரித்த குதிரை வண்டிகளும் வாத்திய கோஷங்களுமாக விருந்தினர்கள் வரவேற்கப்பட்டனர். கொடிகளாலும் தோரணங்களாலும் நகர வீதிகள் அலங்கரிக்கப்பட்டன. விருந்தினர்களுக்கு பிரத்யேகமாக கட்டப்பட்ட அழகான கூடாரங்கள் உருவாக்கப்பட்டன. திருமணத்தையொட்டி புதியதாகத் திறக்கப்பட்ட மூன்று உணவருந்தும் அறைகளிலும் எப்போதும் அறுசுவையுடன் கூடிய கம்பீரமான விருந்து. விருப்பம்போல் மது. வீரர்களின் வீர விளையாட்டுகள். பத்மநாபசுவாமி

கோயிலில் ஏழு நாட்களும் பிரத்யேக பூஜைகளும் மற்ற விழாக் கொண்டாட்டங்களும். திருவைகையில் படகுப் போட்டிகள். களத்தில் வாள் பயிற்சிகள். அக்ரஹாரங்களில் வேதபாராயணங்கள் என மிகவும் வித்தியாசமான அநேகக் கொண்டாட்டங்கள். இதைப் போன்றதொரு திருமணம் காந்தளூரின் வரலாற்றிலேயே நடந்ததில்லை என்று சாதாரண பிரஜைகளும் அரசவையிலுள்ள பல்வேறு நபர்களும் ஒரே மாதிரியாகச் சொன்னார்கள்.

இந்தத் தம்பதியிடமிருந்தாவது ஒரு ஆண் பிள்ளை பிறப்பதற்கு ஏராளமான பிரத்யேக ஹோமங்களும் அனுஷ்டானங்களும் எல்லாம் இந்த கொண்டாட்டங்களோடு சேர்ந்தே நடந்தன. உண்மையில் ஆச்சார அனுஷ்டானங்களின் நெருக்கடியில் வெளியே நடக்கும் கொண்டாட்டங்கள் எவற்றையும் மகேந்திரவர்மனோ தேவநாயகியோ பார்க்கவோ மகிழவோ முடியவில்லை என்பதுதான் உண்மை. வேதமந்திரங்களின் உச்சாடனங்களும் ஹோமகுண்டத்தின் புகையும்தான் அவர்களைச் சூழ்ந்திருந்தன. ஏழாம் நாள் மாலையில் கிழக்கு அறையிலுள்ள பகவதிக்கு முன்னால் வைத்து தேவநாயகிக்கு அரைமூடி கட்டி படுக்கையறைக்கு அனுப்பி வைக்கும் வரையில் அது நீண்டிருந்தது. முழு நிர்வாணமாக நிறுத்தி மிக ரகசியமாக தாந்தரீக அனுஷ்டானங்களுடன் கூடிய யோனி பூஜைக்குப் பின் பார்வதி தம்புராட்டிதான் அரைமூடி கட்டி கர்ப்பக்கயிறை முடுக்கினாள்.

காந்தளூரிலுள்ள ராணிகள் ரகசியமாக அணியும் அரைமூடியை தேவநாயகி அன்றுதான் முதன்முதலாகப் பார்க்கிறாள். முத்து அரைஞாணத்துக்குக் கீழே இடுப்பிற்கு கொஞ்சம் மேலே நன்கு முறுக்கப்பட்டு கிடக்கும் தங்க வளையத்தில் இரண்டு ஓரமும் பொருத்தப்பட்ட ஒரு நீண்ட அரசிலையைப் போல் யோனி முகத்தை முழுமையாக மறைப்பதுபோல் இருந்தது அந்த அரைமூடி. சுத்தமான தங்கத்தில் காந்தளூர் மன்னனின் சின்னமான மானின் ஓவியங்கள் இரு பக்கங்களிலுமாக வரையப்பட்ட அரைமூடியின் உட்புறம் பட்டினால் மிருதுவாக்கப்பட்டிருந்தது. உடலுறவு நேரத்தைத் தவிர மற்ற எல்லா உடல் அசைவுகளுக்கும் எந்தவொரு சிரமமுமில்லாமல் இயங்கக்கூடிய விதத்தில்தான் அதனுடைய உருவாக்கம் இருந்தது. மூலாதாரத்திற்கு மூன்றங்குலம் மேலே தொப்புளுக்கு எதிரே எதிர்ப்பக்கமாக ஒருபோதும் தானாகத் திறக்க முடியாத கர்ப்பக்கயிறு என்ற முற்றிலும் சிறியதொரு பூட்டுதான் அரைமூடியின் மிகவும் முக்கியமான பகுதி. மிகவும் கூர்ந்து பார்த்தால் மட்டுமே கர்ப்பக்கயிறின் சிறிய சாவித்துளையைக் காண முடியும். அரைமூடியின் சாவி மகாராஜாவின்

கையில் மட்டுமே இருக்கும். அரைமூடிக்கு மேலே ஆடை ஆபரணங்களெல்லாம் அணிந்து அறையிலிருந்து வெளியே வரும்போது அவளால் நடப்பதற்குக் கொஞ்சம் சிரமம் தோன்றியது.

'இப்போது கொஞ்சம் சிரமம் தோன்றுவது பரவாயில்லை. கொஞ்சம்நாள் கழிந்ததும் இதுவே பழக்கமாகிவிடும். அதுவும் நம்ம உடலின் ஒரு பகுதிபோல ஆகிவிடும்.'

'இவையெல்லாம் எதுக்கு அக்கா? திருமனதுக்கு நம்மேல் நம்பிக்கையில்லையா?'

'இது நம்பிக்கை இல்லாததால இல்லை. வேறு யாரும் பலவந்தமாக ஆக்கிரமிக்காமல் இருப்பதற்குதான். இந்தக் கோட்டையைச் சுற்றி எதுக்கு இத்தனை பெரிய மதிலை கட்டியிருக்கிறார்கள்? பகைவர்கள் எதிர்பாராமல் வந்து ஆக்கிரமிக்காமல் இருப்பதற்குதான். அதைப் போன்றதொரு கோட்டைதான் இதுவும்.'

'இனிமேல் அடுத்த சடங்கு என்ன?'

'இனிமேல் விசேஷமாக ஒன்றுமில்லை. அமிர்தேத்திற்கு கூட உட்காரவேண்டும். திருமனது தன் கையால் எல்லாவற்றையும் பரிமாறுவார். இதயத்திற்கான வழியே பட்சணம் மூலம்தான் என்று நீ கேள்விப்பட்டதில்லையா? அது முடிந்ததும் பின்பு இருவரும் நேராகப் போய் விக்கிரமாதித்திய வரகுண சக்கரவர்த்தியின் சித்திரத்திற்கு முன்னால் சம்மணமிட்டு அமர்ந்து பிரார்த்திக்க வேண்டும். மனதிற்குள் சக்கரவர்த்தி திருமனதை நல்லபடியாக தியானித்துக் கொள். அவரைப்போல அறிவாளியாகவும், வீரதீர பராக்கிரமசாலியாகவும் ஒரு மகன் பிறக்க வேண்டும் என்று வேண்டிக்கொள். அஸ்தமித்து, பதினோரு நாழிகையும் ஏழு விநாடியும் கழிந்த பின்தான் சேருவதற்கான முகூர்த்த நேரமாகும். அதையொட்டி திருமனது அறைக்கு அழைத்துச் செல்வார்.'

அமிர்தேத்தும் பிரார்த்தனையும் முடிந்து அறைக்குள் சென்று கதவைச் சாத்தியபோது அவள் அவருடன் முதன்முதலில் வேண்டிக் கொண்டது அரைமூடியை கொஞ்சம் அவிழ்த்துவிட வேண்டும் என்பதுதான். ஆனால், அவர் அதை வாஞ்சையுடன் மறுத்தார்.

'பாப்பா, அதுக்கெல்லாம் இன்னும் எவ்வளவோ நேரமுண்டு... நாம் இப்போது வேறு சில முக்கிய விஷயங்களைப் பேச வேண்டியதிருக்கிறது.'

'எம்பெருமானே, நான் சொன்னது திருவுள்ளத்துக்கு எதிராகி விட்டதுங்களா?'

'அப்படியொன்றுமில்லை. இன்றுமுதல் நீ என் ராணி மட்டுமல்ல. அரசு காரியங்களில் அறிவுப்பூர்வமாக உதவக்கூடிய மந்திரியுமாகிவிட்டாய்.'

'காரியதரிசி மந்திரி என்று சொல்வது போன்றதா, அல்லது...-'

'அப்படியில்லை, பாப்பா-

கார்யேஷு மந்திரி கர்ம்மேண தாசி
ரூபேஷு லக்ஷ்மி க்ஷமயோ தரித்ரி
ஸ்நேஹேஷு மாதா ஸயனேஷு வேஸ்ய
ஷட்கர்ம்ம நாரீ குலதர்ம பத்னி.

என்பதில் எனக்கு அவ்வளவு சம்மதமில்லை. இப்படிச் சொல்லும் விஷயங்கள் ராஜபத்தினியைப் பற்றியதில்லை. ராஜபத்தினியின் இடம் அதைவிட மிகவும் பெரிதாகும். அதுமட்டுமல்ல, மனைவியை தாசியாகவும் வேசியாகவும் காண்பது சரியில்லை அல்லவா. தாயின் அன்புதானே மனைவியின் நேசம். அதை ஒன்றும் அறியாத யாரோ சம்ஸ்க்ருத கவிஞன் எழுதி வைத்ததுதான் அது. உத்தமமான ராஜபத்தினிக்கு தேவையான மிகவும் முக்கிய குணம் ராஜாவினுடனான நெருக்கம்தான்'.

'எம்பெருமானே, அதை உறுதிப்படுத்த இப்படி அரைமூடி கட்டி சாவியுடன் திரியணுமா?'

'அது பல நூற்றாண்டு காலமாக உள்ள ஒரு ஆச்சாரம்தான் பாப்பா. நம்பிக்கை இல்லாததால இல்லை. வசீகரித்தோ பயமுறுத்தியோ பலவந்தப்படுத்தியோ வேறு யாராவது மனதிற்குள்ளோ உடலிலோ புகுந்து விடாமல் இருப்பதற்குதான் இந்த ஏற்பாடு. அப்புறம் ராஜதந்திரத்தையொட்டி ராஜா பயப்பட வேண்டியவர்களில் தன் பத்தினியும் உண்டு'.

'சாணக்கிய தந்திரத்தை அப்படி கண்களை மூடிக் கொண்டு ஏற்கக்கூடாது. ஒவ்வொரு சந்தர்ப்பத்தையொட்டி விவரம் அறிந்த பின்புதான் பயன்படுத்த வேண்டும். பயத்திலிருந்து விடுபடுவதற்கல்லவே சாஸ்திரம்? பயப்படுவதற்குத்தானே. அடியேன் தவறாகச் சொல்லியிருந்தால் மன்னிக்க வேண்டும்.'

மகேந்திரவர்மன் அவளை ஆச்சரியத்துடன் உற்று நோக்கினான்.

'நீ கெட்டிக்காரிதான்... அரசாட்சியில் உதவுவதற்கு திறமையானதொரு மனைவி கிடைத்தது என்னுடைய பாக்கியம். ஆனால் இப்படிப்பட்ட விஷயங்களைப் பேசுவதற்கான சூழ்நிலையும்

இடமும் இதுவல்லவே. முகூர்த்தத்திற்கு இன்னும் ஒரு நாழிகைதான் மிச்சமிருக்கிறது.'

மகேந்திரவர்மன் எழுந்து கர்ப்பக்கயிறின் சாவியை எடுப்பதற்குள் அவள் அரைமூடியைத் தவிர ஆடையாபரணங்களையெல்லாம் அவிழ்த்து விட்டாள். அவர் அவளை தன்னுடன் சேர்த்து நிறுத்தி அந்தச் சிறிய தங்கச்சாவியை பின் கழுத்திலிருந்து முதுகெலும்பு வழியாக மெல்ல நேராக கீழே கொண்டுவந்தார். தேவநாயகி கூச்சத்தால் நெளிந்தாள். ஆனால், சாவி கடைசியில் துல்லியமான இடத்திற்குதான் சென்று சேர்ந்தது. அரைமூடி சுலபமாக அவிழ்ந்து விழுந்தது. முகூர்த்தம் தவறாமல் காரியங்களெல்லாம் அழகாக நடந்தன. பின்பு ஒவ்வொரு நாளும் தன்னை அளவுக்கு அதிகமாகவே கொடுத்தும் இடையில் சிறிய வகையில் ஆட்சி சம்பந்தமான விஷயங்களைப் பற்றிய அபிப்பிராயங்களை வெளிப்படுத்தியும் தேவநாயகி மகேந்திரவர்மனுக்கு மிகவும் அன்புக்குரியவளானாள். திருமண கொண்டாட்டங்களெல்லாம் முடிந்து பதினான்கு நாட்களுக்குப் பின் அரசவை கூடியபோது தேவநாயகியும் மகேந்திரவர்மனுடன் சேர்ந்து சபையை அடைந்தாள். ராஜசிம்மாசனத்தோடு சேர்ந்து அவளுக்கு மற்றொரு இருப்பிடம் நிர்மாணிக்கப்பட்டிருந்தது.

அரசவை காரியங்களில் பல சமயங்களிலும் தேவநாயகியின் அபிப்பிராயங்களையும் மகேந்திரவர்மன் அக்கறையுடன் ஏற்றுக் கொண்டார். இயல்பாகவே சபையில் அங்கம் வகிக்கும் பெரும்பகுதியானவர்களுக்கு அச்செயல் அந்தளவுக்கு விருப்பமில்லைதான். அரசர் பெண் பித்தராகுகிறாரோ என்று அவர்கள் பயந்தார்கள். என்றாலும், அப்படிப்பட்ட எதிர்ப்புகளெல்லாம் அடங்கியதுடன் ஆறேழு மாதத்திலேயே அவள் மகேந்திரவர்மனின் முக்கிய ஆலோசகராக மாறினாள். அவ்வாறு இருக்கும்போதுதான் ஒருநாள் படைகளிலிருந்து யானைப் படையை முழுமையாக விடுவித்து விடவேண்டும் என்று ஒரு முடிவை அவள் முன்னே வைத்தாள். வருங்காலங்களில் போரில் யானைப்படை ஒரு பெரிய உபத்திரவமாகுமென்றும் அவள் சொன்னபோது அமைச்சர்கள் உட்பட பலரும் பரிகசித்து உரக்கச் சிரித்தார்கள். யானைமேல் ஏறாமல் போரை எவ்வாறு நகர்த்துவது என்று சிந்தித்து மகேந்திர வர்மனும் சிரித்து விட்டார். அந்தப் பரிகாசத்தைப் பொறுக்க முடியாமல் தேவநாயகி சபை முடிவதற்கு முன்பே எழுந்து அந்தப்புரத்திற்குத் திரும்பினாள்.

'நீ ஆட்சியில் ஈடுபடுவதைவிட அரசருக்கு ஒரு மகனை பெற்று தரும் விஷயத்தில்தான் கவனம் செலுத்த வேண்டும்' என்று

தம்புராட்டிகள் அறிவுரை கூறியபோது அவளுக்கு மேலும் கஷ்டமாகிவிட்டது. ஏழு மாதமாகியும் கரு தரிக்காமல் இருப்பது எதனாலென்று அவளுக்கும் தெரியாமல்தான் இருந்தது. தடங்கலில்லாமல் எல்லா நாட்களும் சிலசமயம் ஒன்றுக்கு மேம்பட்ட தடவைகளிலும் விதைக்கும் விதைகள் எதுவும் முளைக்காமல் போவது எதனால். விதை மோசமானதால்தான் என்று சொன்னால் ராஜத்துரோகமாகிவிடும் என்பதினால் எல்லாரும் வயலைத்தான் குற்றம் கூறுகிறார்கள். இரவு அறைக்கு வந்த மகேந்திரவர்மனும் மனக்கஷ்டத்தில்தான் இருந்தார். தேவநாயகி சொல்வதைக் கேட்பதா அல்லது அநேக வருடங்களாக தன் கூடவே இருக்கும் குருநாதர்களைப் போன்றவர்கள் கூறுவதைக் கேட்பதா... அவர் வழக்கம்போல் அரைமூடியை அவிழ்ப்பதற்கான ஆர்வத்தைக் காட்டவில்லை.

‘எம்பெருமானுக்கு அரசவையில் என் வார்த்தைகளால் சிரமம் ஏற்படுகிறதென்றால் இனிமேல் நான் அங்கே வரமாட்டேன்.’

‘அப்படியல்ல. பேசுவதில் இன்னும் கொஞ்சம் கவனம் செலுத்தினால் போதும். நூறாண்டுகளாக நிலைத்திருக்கும் ராணுவ காரியங்கள் எதையும் அவ்வாறு சட்டென்று மாற்ற முடியாது.’

‘நான் நாட்டிற்கும் திருமனதுக்குமான பாதுகாப்புக்காகத்தான் அப்படிச் சொன்னேன். இரண்டு சீன வியாபாரிகள் அவர்களின் தேசத்தில் புதிதாகக் கண்டுபிடிக்கப்பட்டதும் இடி மின்னல் போன்று வெடிப்பதுமான ஏதோ ஒரு பொருளைப் பற்றி பேசுவதைக் கேட்டதாக ஒற்றர்கள் திருமனதிடம் இரண்டு நாட்களுக்கு முன்னால் தானே... அதையும், அவர்கள் கந்தகத் துகளையும் கரிப்பொடியையும் சேர்த்துதான் செய்கிறார்கள் என்றும் சொல்லப்படுகிறது. அப்படிப்பட்ட பொருள்களுடன் யாராவது தாக்க வந்தால் யானைகள் பின்னால் திரும்பி தறிகெட்டுதானே ஓடும். அதுமட்டுமல்ல, நம்முடைய கோட்டையும் அவ்வளவு பாதுகாப்பானது இல்லையே. கடலுக்கு அருகிலிருப்பதால் ஏற்படும் நன்மையைப் போலவே சில தீமைகளும் உண்டு. காந்தளூருக்கு கப்பலில் வருகிறவர்களையெல்லாம் நாம் இரண்டு கைகளையும் நீட்டி வரவேற்கவே செய்கிறோம். அதனால், எந்தவொரு பகைவனும் எந்தவொரு தடையுமில்லாமல் நம்முடைய கோட்டைக்கு முன்னால் வந்துவிடலாம். தேவைப்பட்டால் கோட்டைக்குள்ளேயும் புகுந்துவிடலாம்.’

அவர் அதை கவனித்ததாகவே தெரியவில்லை. பின்பு ஏதோ திடீரென்று நினைவுக்கு வந்துவிட்டதைப் போல் அரைமூடியின்

சாவியை எடுப்பதற்காக எழுந்தபோது தேவநாயகி வழக்கம்போல் மற்ற எல்லாவற்றையும் மறந்துவிட்டாள். அவர்கள் எம்பெருமானும் பாப்பாவுமானார்கள். கடைசியில் சோர்ந்து மயங்கியபோது, விதை முளைக்காமல் போனதற்கு வயலை ஏன் எல்லாரும் குற்றம் சுமத்துகிறார்கள் என்று அவள் கேட்டாள். அதற்கு அவர் ஒன்றும் பதில் கூறாமல் சூனியவெளியை நோக்கிப் படுத்திருந்தார். அந்த கண்கள் நிறைந்தபோது அவளும் அழுதுவிட்டாள். மறுநாள் அரசவைக்கு அவர் அவளையும் வலியுறுத்தி அழைத்துச் சென்றார். தேவநாயகி யானைப்படையை ஏன் படையிலிருந்து நீக்க வேண்டும் என்று சொன்னாள் என்பதற்கு அவர் விளக்கமளித்தார். அரசவையிலுள்ள எல்லாரும் அதை ஆச்சர்யத்துடன் கேட்டுக் கொண்டு அமர்ந்திருந்தார்கள். இருந்தாலும் தேவநாயகி ஒன்றும் பேசவில்லை. இறுதியில் எல்லாரும் நிர்ப்பந்திக்கவே கோட்டையின் பாதுகாப்பை பற்றிய தன்னுடைய அச்சங்களை அவள் மீண்டும் எழுப்பினாள்.

‘காந்தளூருக்குச் சொல்லிக் கொள்ளும் அளவிற்கு பகைவர்கள் யாரும் இல்லையே. அண்டைநாடுகளில் அரசாளும் அரசர்களில் பலரும் இங்குள்ள களரியில் பயிற்சி பெற்று சென்றவர்கள்தான். சிங்களம் போன்றுள்ள நாடுகளின் வீரர்களில் பெரும்பாலோரும்கூட காந்தளூர் களரிகளில் பயிற்சி பெற்றவர்கள்தான்.’

‘அதுதான் மிகப்பெரிய பிரச்சினை திருமனதே. நம் நாட்டின் ஆயுதசாலை எங்கேயுள்ளது. களரிகள் எங்கே உள்ளன, வியாபார மையங்கள் எங்கே இருக்கின்றன, கஜானா எங்கே அமைந்துள்ளது என்றெல்லாம் மற்ற நாட்டின் ஆட்சியாளர்களுக்கும் படைவீரரர்களுக்கும்கூட தெரியும். ஆனால், மற்ற நாடுகளின் விஷயங்களை அறிந்துகொள்ள நமக்கு எந்தவொரு இயக்கமுமில்லை. எல்லாரும் நண்பர்களாக இருக்கும்போது இவையொன்றும் பெரிய பிரச்சினையே இல்லையென்றாலும் பகைவர்களாகி விட்டால் பிரச்சினைதான். சிங்கள மன்னனான மஹீந்தன் என்னை வெகு சுலபத்தில் திருமணம் செய்துகொண்டு போய்விடுவான்...’

‘பாப்பா, அது உனக்கு எப்படித் தெரிந்தது...’

‘நான் இந்த அவைக்கு வரத் தொடங்கிய பின் ஏழுபேர்களைக் கொண்ட ஒரு சிறிய குழுவை அமைத்துள்ளேன். அவர்கள் அளிக்கும் விவரங்களை ஒட்டிதான் நான் இங்கே பேசுகிறேன். மஹீந்தன் நம்முடைய ஐந்தாயிரம் படைவீரரர்களை விலைக்கு கேட்டபோது தாங்கள் அதை நிராகரித்து அவர்களுக்கு மாதாமாதம் சம்பளம்

கொடுக்கவும் சொன்னீர்கள். அது அவனுக்கு முற்றிலும் பிடிக்கவில்லை. அதுமட்டுமல்ல, என்னைதிருமணம் செய்துகொள்ளவேண்டுமென்னும் ஆசையை மூன்று முறை தெரிவித்தும் அப்பா அதை பரிசீலிக்காததின் கோபமும் அவனுக்கு உண்டு. அவன் நம் திருமணத்தின்போது நவரத்தின மாலையை பரிசளித்ததும்கூட மற்றவர்களுக்கு முன்னால் தம்முடைய பிரதாபத்தைக் காண்பிப்பதற்கு மட்டும்தான். அது நட்பால் இல்லை. திரும்பி தன் நாட்டுக்குச் செல்ல கப்பல் ஏறும்போது மஹீந்தன், காந்தளூரை தன் காலடியில் போட்டு மிதிப்பதற்கான காலம் வரும் என்றுதான் முணுமுணுத்திருக்கிறான்.'

'இது உண்மையா?'

'ஆமாம்...'

அவை நடுங்கியது. சிங்கள ஆக்கிரமிப்பை எதிர்கொள்வதற்கு ஏற்ற தடை தந்திரங்களைப் பற்றி விளக்கமாக விவாதங்கள் நடந்தன. நாட்டின் செல்வங்கள் அனைத்தையும் உடனே பத்மநாப சுவாமி கோயிலிலுள்ள ரகசிய அறைகளுக்கு மாற்றுவதற்கான ஏற்பாடுகள் செய்யப்பட்டன. மஹிந்தனுக்கு கீழேயுள்ள காந்தளூர் படைவீரர்கள் அனைவரையும் திரும்ப அழைப்பதற்கும் சிங்களத்துக்கு இனிமேல் ஒரு ஆயுதத்தைக் கூட விற்கக் கூடாது என்றும் முடிவு செய்யப்பட்டது. ஆனால், அன்றைய இரவில் மற்றொரு விஷயத்தைப் பற்றி பேசி அவரை அநாவசியமாக சினம்கொள்ள செய்தாள். இரவு உணவுக்குப் பின் தாம்பூலத்தை எடுத்துக் கொடுக்கும்போது அவள் தனக்கு ஒரு குறிப்பு கிடைத்ததை வெளிப்படுத்தினாள்.

தஞ்சையிலுள்ள ராஜராஜ சோழன் காந்தளூரை குறிக்கோளாக்கி சில அசைவுகளை நடத்துகிறாராம்.

'அதைப் பெரிய தளபதியும் என்னிடம் சொல்லி இருக்கிறார். நானூறு குதிரைப் படையையும் ஆயிரம் காலாட்படை வீரர்களையும் அருவாமொழிக்கு அனுப்புவதற்கு ஏற்பாடுகள் செய்திருக்கிறார். இதை மறைந்து திரியும் பாண்டிய மன்னனிடம் விவரம் அறிவிக்க தூதர்களையும் அனுப்பியாகிவிட்டது.'

'திருமனது தவறாக எண்ணக்கூடாது. மதுரையிலிருந்து தோற்று பின்வாங்கிய பாண்டிய மன்னன் அகஸ்தியகூடத்தில் எங்கேயோ தஞ்சமடைந்திருக்கிறார். தன்னையே பாதுகாத்துக் கொள்ளக்கூட முடியாத அவரால் எப்படி நமக்கு உதவ முடியும்.'

'பின்பு, நாம் யாருடைய உதவியை நாடுவது?'

'சக்கரவர்த்தி திருமனதோடு சொல்லி கொங்கு முனையிலேயே சோழரை எதிர்ப்பதுதான் புத்திசாலித்தனம் என்று எனக்குத் தோன்றுகிறது. வடக்கே பிரச்சினையாகும்போது அவர்கள் அருவாமொழியிலிருந்து பின்வாங்கும்படியான சூழல் உருவாகும். கொங்குமுனைக்குத் தேவையான ஆட்களையும் ஆயுதங்களையும் நாம் அனுப்பிக் கொண்டும் இருக்கலாம்.'

'நீ சொல்வதும் சரிதான், மகோதயபுரம் எவ்விதத்திலும் காந்தளூரைவிட பாதுகாப்பானதுதான். கொங்கு முனையில் கூட அவ்வளவு எளிதில் பகைவர்களால் வந்துவிட முடியாது. கப்பல் படையின் ஒரு பகுதியை இங்கே அனுப்பி காந்தளூரின் பாதுகாப்பை உறுதிப்படுத்திக் கொள்ளவும் செய்யலாம். ஆனால், நம்முடைய சக்கரவர்த்தி திருமனது அந்தளவுக்கு விசால மனம் கொண்டவரல்லவே. நம் நாட்டின் பிரச்சினையை சாம்ராஜ்ஜியத்தின் மேல் கட்டி வைப்பதாகத்தானே அவர் சொல்வார். வருடாவருடம் கப்பம் வாங்குவதைத் தவிர வேறு எதற்காகவும் அவர் ஆர்வம் காட்டுவதில்லையே...'

'காந்தளூர் மகத்தான சேர நாட்டின் ஒரு சிற்றரசு மட்டுமல்ல, எம்பெருமான் சக்கரவர்த்தியின் உற்ற தோழமையும் கூட. திருமணத்திற்கான எல்லா கொண்டாட்டங்களுக்கும் கடிவாளமிட்டு கட்டுப்படுத்தியவர் அவர்தானே?'

'ஹஹ்ஹா... பத்தாயிரத்தோரு பொன்னும் மூன்று குட்டி யானைகளையும் அல்லவா அதற்கு சமர்ப்பணம் செய்ய வேண்டியதாயிற்று. உனக்கு வெகுமதியாகக் கிடைத்த அரபி குதிரையின் மேலும் அவருக்கு ஒரு கண் உண்டாகி இருந்தது. நான் அதை வேண்டுமென்றே கவனிக்காததுபோல் இருந்துவிட்டேன்.'

'அப்படியென்றால் என்ன செய்வதாகத்தான் எண்ணம்?' யாருடைய காலையும் பிடிக்கவோ உதவியை நாடுவதோ நான் செய்யப்போவதில்லை. சோழனோ சிங்களனோ யார் வந்தாலும் காந்தளூர் படை தீரமாக எதிர்கொள்ளும்.'

'அது புத்திசாலித்தனமாகத் தோன்றவில்லை. சோழப் படை உடற்பலத்தாலும் ஆயுதபலத்தாலும் நம்மைவிட பல மடங்கு பலமானவர்கள். அவர்களிடம் பலமான கப்பல் படையுமுண்டு. அவர்களுடன் போரில் வெல்வது என்பது கஷ்டம்தான்.'

'பின்னே என்ன செய்யலாம் என்று நீ அபிப்பிராயப்படுகிறாய்?'

'அவர்களுடன் உறவு கொண்டால் என்ன? கோழையும் சுயநலமியுமான சேர சக்கரவர்த்தியைவிட வீரரான சோழ மன்னனுக்கு கப்பம் செலுத்துவதுதானே நல்லது...'

'தேவநாயகீ...'

அரண்மனையே குலுங்கும்படியான அந்த உரத்தகுரலால் காந்தளூரே நடுங்கியது. அவள் மகேந்திரவர்மனின் முன்னால் பயந்து நடுங்கியவாறு நின்றாள். எப்போதும் சாந்தமாக மட்டுமே பேசிய திருமனது கோபத்தால் கத்தி சுட்டெரிப்பதுபோல் இருப்பதை அவள் முதன்முதலாக பார்த்தாள். அவர் அவளை தேவநாயகி என்று அழைத்ததும் கூட அப்போதுதான் முதன்முதலாக இருந்தது.

'காந்தளூர் மன்னர்கள் சில நேரங்களில் போரில் தோற்பார்கள். சிலசமயம் வீரமரணமும் அடைவார்கள். ஆனால், ஒருபோதும் போருக்கு அழைப்பவனுக்கு முன்னால் யாசகனைப் போல் மண்டியிட்டதில்லை. தன்னுடைய கணவனைவிட தீரனான மற்றொரு வீரனைக் கண்டால் அவனுடன் படுப்பதுதானே நல்லது என்று ஒரு பெண்ணுக்குத் தோன்றலாம். அதனால்தான் உன்னையெல்லாம் அரைமூடி போட்டு பூட்ட வேண்டியது வருகிறது.'

மகேந்திரவர்மன் அந்தக் கோபத்திலேயே சூறாவளியைப் போல் அறையிலிருந்து வெளியேறி அரண்மனை மாளிகைக்குச் சென்றார். தேவநாயகி அன்றிரவு முழுவதும் உறங்காமல் அழுது கொண்டிருந்தாள். தம்புராட்டிகளும் அவளுக்கு ஆறுதல் சொல்வதற்காக அறைக்கு வரவில்லை. விடிவதற்கு நான்கைந்து நாழிகைகள் எஞ்சியிருக்கும்போதுதான் அவர் அறைக்குத் திரும்பி வந்தார். தேவநாயகி ஓடிப்போய் அவர் கால்களை கெட்டியாகப் பிடித்துக்கொண்டு அழுதாள். தேம்பலில் மன்னிக்கவும் என்னும் வார்த்தை வெளியே வரவில்லை. அந்தநேரத்தில் சோழப்படை ஒரு கடல்போல் அருவாமொழியை நெருங்கிக் கொண்டிருந்தது.

மறுநாள் காலையில் அரசவை தொடங்கியதுமே ராஜராஜசோழனின் தூதன் ஒரு செய்தியுடன் வந்து சேர்ந்தான். மான்தோலில் எழுதப்பட்ட அச்செய்தியை வாசித்ததும் மகேந்திரவர்மன் கோபத்தால் நடுங்கினான். காந்தளூரை மகிழ்ச்சியுடன் சோழ மண்டலத்தின் பகுதியாக சேர்த்துவிட வேண்டுமென்றும் மூன்றாண்டுகளுக்கு கப்பம் செலுத்தாமல் அரசின் எல்லா காரியங்களையும் நடத்திக் கொள்ளலாமென்றும் துறைமுகத்திற்கு ராஜராஜசோழப் பட்டினம் என்று புதிய பெயரைச் சூட்டவேண்டுமென்றும் செய்தியில்

எழுதப்பட்டிருந்தது. இவற்றையெல்லாம் அறிவிக்க அவர்களுக்கு யார் அதிகாரம் அளித்தார்கள் எனக் கேட்டு கொதித்தெழுந்த மகேந்திரன் தூதனின் தலையை வெட்ட ஆணையிட்டார். ஆனால், தேவநாயகி அதைத் தடுத்தாள். தூதனை அவமதிப்பதோ தண்டிப்பதோ கூடாது என்று அவள் அவருக்கு நினைவூட்டினாள். இருந்தும், அந்த தூதனை நிர்வாணப்படுத்தி தலையை மொட்டையடித்து அகஸ்திய வனத்தில் எங்கேயோ கொண்டு சென்று தள்ளிவிட்டார்கள். அது மகேந்திரவர்மன் செய்த மிகப்பெரிய முட்டாள்தனமாக இருந்தது. தூதனை நிந்தித்துவிட்டாய் என்னும் குற்றம் சுமத்தி நான்காவது நாள் சோழப்படை காந்தளூரை ஆக்கிரமித்தது.

சேர சோழப் போரிலேயே மிகவும் பயங்கரமானதாக அந்த ஆக்கிரமிப்பு இருந்தது. இருபத்தியொரு நாட்கள் நீண்டுவிட்ட அந்தப்போர் படிப்படியாக காந்தளூரின் எதிர்ப்பைத் தகர்த்து சோழப் படை முன்னேறியது. இறுதியில் இருபத்தியொன்றாம் நாள் மதியத்தில் நாலாபுறத்திலிருந்தும் அவர்கள் நகருக்குள் ஆரவாரித்து நுழைந்தார்கள். எஞ்சியிருந்த துச்சமான காந்தளூர் படை அவர்களுக்கு நடுவில் மாட்டிக் கொண்டது. யானை மேலிருந்து போர் புரிந்த மகேந்திரவர்மன் உயிருடன் பிடிபட்டும் கூட போரை முடிவுக்கு கொண்டுவராமல், படைவீரர்கள் என்றோ சாதாரண மக்களென்றோ வித்தியாசம் பார்க்காமல் கண் முன்னே கண்டவர்களையெல்லாம் அவர்கள் வெட்டி வீழ்த்தினார்கள். வியாபார மையங்களும் வசிப்பிடங்களும் துறைமுகத்தில் நங்கூரமிட்டிருக்கும் கப்பல்களுமெல்லாம் தீவைத்து அழிக்கப்பட்டன. விலை மிகுந்தவற்றையெல்லாம் கொள்ளையடித்தும் வயதானவர்களையும் குழந்தைகளையும் பலாத்காரம் செய்தார்கள். அப்போரில் தீதான் சோழர்களின் முக்கிய ஆயுதமாக பயன்படுத்தப்பட்டது. அவர்களின் ஒற்றர்களுக்கு பெரிய தளபதியின் இருப்பிடமும் களரிகளுமெல்லாம் துல்லியமாக தெரிந்திருந்தமையால் அவற்றையும் அவர்கள் சுட்டுப்பொசுக்கி சாம்பலாக்கினார்கள். திருவைகைக்கு அக்கரையிலுள்ள பத்மநாபசுவாமி கோயிலையும் வேதபாடசாலைகளையும் மட்டும் அவர்கள் ஒதுக்கி விட்டார்கள். இறுதியில் கோட்டைவாயிலை தகர்க்கும்போது அரண்மனையில் நூற்றுக்கும் குறைவான பெண்களும் குழந்தைகளும் மட்டுமே இருந்தார்கள்.

5
தேவநாயகியின் கதை - 3

காந்தளூர் போரைத் தொடர்ந்து நேர்ந்த காரியங்களைப் பற்றி மிகவும் வித்தியாசமான பல கதைகளும் சொல்லக் கேள்விப்பட்டதுண்டு. தேவநாயகியை அமானுஷ்ய சக்தியுள்ள தெய்வ சாந்நித்தியமாக ஆராதிக்கும் பெரியசாலைக்காரரர்களின் நம்பிக்கையையொட்டிய கதைதான் அவற்றில் புகழ்பெற்றது. இருபத்தியோறாம் நாள் மகேந்திரவர்மன் போரில் தோற்றுவிடுவார் என்று உறுதியானவுடன் அவள் கோட்டையிலிருந்து சுரங்க வழியாக தப்பித்து ஸ்ரீபத்மநாப சுவாமியின் சந்நிதியை அடைந்து எம்பெருமானைக் காப்பாற்ற வேண்டுமென்று பிரார்த்தித்து திருப்பாவை பாடி நாட்டியம் ஆடத் தொடங்கினாளாம். சூரிய அஸ்தமனம் வரையில் நிறுத்தாமல் நடனமாடிய தேவநாயகி இறுதியில் சோர்ந்து தரையில் விழுந்தபோது ஒரு திவ்ய ஒளி அவ்விடமெங்கும் நிறைந்து அவளுடைய ஆத்மா ஸ்ரீ பத்மநாபசுவாமியில் லயிக்கவும் செய்ததாம். மகேந்திரவர்மனை கழுவிலேற்றிய பின் கோயிலையும் அக்ரஹாரங்களையும் கொள்ளையடிக்கச் சென்ற சோழப்படை அந்தத் திவ்விய ஒளியைக் கண்டு பயந்துபோய் திருவைகையை கடக்காமல் பின்வாங்கியதாம். தேவநாயகியின் உடலைக்கூட பின்பு யாராலும் காணமுடியவில்லையாம்... அவ்வாறுதான் தேவநாயகி, ஆண்டாள் தேவநாயகியாக மாறினாள்.

இசையிலும் நாட்டியத்திலும் தொடங்கி அர்த்தசாஸ்திரம், ராஜதந்திரம், காமசாஸ்திரம் வரையில் அனைத்து கலைகளிலும் சாஸ்திரங்களிலும் மேதையாக விளங்கிய தேவநாயகியை அவர்கள் ஞானசரஸ்வதியாக ஆராதித்தார்கள். பெண்மையின் மிகவும் உயர்வான தெய்வ சங்கல்பமாகிவிட்ட ஞானசரஸ்வதி கோயில் திருவைகை கடலில் சங்கமிக்கும் முகத்துவாரத்திற்கு அருகில் கட்டிமுடிக்கப்பட்டது. அக்கோயிலில் துவாரபாலகர்கள் உள்பட எல்லா பிரதிஷ்டைகளும் பெண் வடிவிலேயே இருந்தன. கணபதிகூட விக்னேஸ்வரி வடிவில்தான் பிரதிஷ்டை செய்யப்பட்டிருந்தது. எல்லா வருஷமும் பங்குனி உற்சவத்திற்கு ஞானசரஸ்வதியுடன் கடலில் நீராடுவதற்கு ஸ்ரீ

பத்மநாபசுவாமியும் எழுந்தருள்வார். பதினான்காம் நூற்றாண்டின் மத்தியில் உருவாகிய தெய்வசக்தியின் கோபத்தால் திருவைகை திசை மாறி ஓடி ஞானசரஸ்வதி கோயிலை கடலில் மூழ்கடித்துவிட்டது. அதன்பின்பும் பெரியசாலை பக்தர்கள் தேவநாயகியின் நினைவாக இசைவிழாவும் அறிவியல் சம்மேளனமுமெல்லாம் சிலகாலம் நடத்திக் கொண்டிருந்தார்கள். பின்னாளில் அவையெல்லாம் வேறு பெயர்களில் அறியத் தொடங்கின. படிப்படியாக தேவநாயகியும் கண்ணகியைப் போல் ஆரியதேவி சங்கல்பத்தின் பகுதியானாள்.

நடனம் ஆடி சோர்ந்து மயக்கநிலையில் கீழே விழுந்த தேவநாயகியை இறந்துவிட்டாள் என்று நினைத்து போரின் கலவரத்திற்கு இடையிலும் பணம் சம்பாதிக்க ஆசைப்பட்ட சில கோயில் காவல்காரர்கள் ஒரு குதிரை வண்டியில் ஏற்றி மலேயம் என்னும் அண்டை பிரதேசத்தின் வனத்திற்கு கொண்டு சென்றார்கள் என்பதுதான் இன்னுமொரு கதை. உடலிலுள்ள ஆபரணங்களையெல்லாம் உருவிக் கொண்டு காட்டில் புதைத்துவிடுவதுதான் அவர்களின் எண்ணம். அதன்படி காட்டை அடைந்து நகைகளையெல்லாம் அவிழ்க்கும் நேரத்தில் அவளுடைய அழகைக் கண்டு மோகம் கொண்ட அவர்கள் பிணமானால் என்ன, ராணியாச்சே, சம்போகத்திற்கு பின்னால் புதைத்துவிடலாம் என்று தீர்மானித்தார்கள். அதற்காக அரைமூடியை ஏதோ கருவியை பயன்படுத்தி அறுத்து எடுக்கும்போது அவளுக்கு உணர்வு வந்து உரக்கக் கூச்சலிட்டாள். தேவநாயகியின் கூச்சலைக் கேட்டுவிட்டு அடுத்திருந்த ஆசிரமத்திலிருந்து அங்கே ஓடிவந்த தாணுமாலயன் என்ற முனிவரைக் கண்டு பயந்துபோன காவல்காரர்கள் அரைமூடி உள்பட எல்லா நகைகளுடனும் குதிரை வண்டியில் ஏறி தப்பித்தார்கள்.

மலையரில் குறவ இனத்தவர் என்றாலும் அகஸ்திய முனிவரின் பரம்பரையைச் சேர்ந்த கோணங்கி என்னும் ஞானியாக இருந்தார் தாணுமாலயன் என்னும் ரிஷி. திருமூர்த்திகளைத் தவத்தால் பிரதிஷ்டை செய்து அற்புத சித்திகளைத் தேடிய தாணுமாலயன் கடும் பிரம்மச்சாரியாகவும் இருந்தார். தன்னுடைய தவத்திற்கு விக்கினம் வருத்த வந்த யாரோ ஒரு அப்ஸரஸ் கன்னிதான் நிர்வாணமாக தன் முன்னால் படுத்து அழுகிறாள் என்று கருதிய அவர் அவளுடைய எல்லா நினைவுகளும் மறந்து போகட்டும் என்று சபித்தார். அவளுடைய இறந்தகாலம் அந்த நிமிஷத்தில் மறைந்து போய்விட்டாலும் அவள் அருகில் இருக்கும்போது தாணுமாலயனால் அதன்பின் ஒருநிலைப்படுத்தி தவத்தைத் தொடர முடியவில்லை. தேவநாயகியின் அப்ஸரஸ் அழகின் வனப்பை உதாசீனப்படுத்த முடியாமல் அவர்

அவளை தன் ஆசிரமத்துக்கு அழைத்துச் சென்றார். அன்றிரவே தாணுமாலயனின் பிரம்மச்சரியமும் முடிந்தது. தாந்திரிக ரதியைப் பற்றி ஏடுகளிலிருந்து அறிந்த ஞானம் முழுவதையும் அவர் அவளுடைய உடலில் சோதித்து உணர்ந்தார். நரைக்கத் தொடங்கிய தாடியும் முடியுமாக வயோதிக அடையாளத்துடன் திடீர் திடீரென்று கோபப்பட்ட தாணுமாலயனின் உருவம் முதலில் அவளை மிகவும் துன்புறுத்தியதென்றாலும் இருளில் அவர் அளித்த ஆனந்த போதையில் அவையெல்லாம் பொருட்படுத்த முடியாமல் போயின. மறுநாள் காலையில் முதன்முதலாக பெண் சுகத்தை அறிந்த மகிழ்ச்சியும் தவத்திற்கு விக்கினம் நேர்ந்ததால் ஏற்பட்ட சங்கடமுமாக ஆசிரமத்தின் அருகில் ஓடிய திருவைகையில் குளித்து கரையேறும் போது தாணுமாலயன் ஓர் அசரீரி குரலைக் கேட்டார்.

“நீ சங்கடப்பட வேண்டாம். உன்னுடைய திவ்விய சக்திகள் எதுவும் உனக்கு இழப்பேற்படவில்லை. பார்வதிதேவியே நேரில் வந்து அநுக்கிரகித்ததாக கருதிக்கொள். அப்படியே இல்லையென்றாலும் பிரம்மச்சரியத்தைவிட எவ்வளவோ மேன்மையானதுதான் இல்லறத் தன்மையும். இனிமேல் திருமண சம்பந்தமான மற்ற சடங்குகளுக்கு ஒன்றும் சம்பந்தமில்லை. வெகுவிரைவாக ஆறு யோசனை தெற்காகப் போய் சுசீந்திரத்திலுள்ள பிரபஞ்ச தீர்த்தத்தில் ஸ்நானம் செய்து உடலையும் மனதையும் சுத்தப்படுத்தி சிவ சந்நிதிக்குப் போய் இல்லற வாழ்க்கையை ஏற்றுக்கொள். உங்களுக்கு எல்லா சம்பத்தும் சந்தான ஐஸ்வரியங்களும் உண்டாகும்...”

அசரீரியின் குரலை அவளும் கேட்டாள். தன்னால் ஒரு தவமுனிவரின் தவம் தடைபட்டு விட்டதே என்னும் சங்கடம் அத்துடன் மாறிவிட்டது. தேவநாயகி அவசரமாக திருவைகையில் குளித்து செண்பகமும் தாழம்பூவும் சூடி அழகியாக வந்து சுவாமியின் பாதங்களைத் தொட்டு வணங்கினாள். தன்னைப் பற்றி எதையும் நினைப்பதற்கு முடியவில்லையே என்னும் சங்கடம் மட்டுமே அந்த முகத்தில் ஏற்பட்டிருந்தது. ஆனால், சுவாமியின் முன்னால் அவள் சாட்சாத் ஸ்ரீபார்வதியாகவே தோன்றினாள். அவர் சிவசக்த்யாயுக்தோ யதி பவதி என்று தொடங்கும் சௌந்தரிய லஹரியைச் சொல்லத் தொடங்கினார்.

க்வணத் காஞ்சீ தாமா கரிகளபகும்பஸ்தன நதா
பரீக்ஷீணா மத்யே பரிணத சரத்சந்த்ர வதனா
தனுர்பாணான் பாசம் ஸ்ருணமபி ததானா கரதலை:
புரஸ்தாதாஸ்தாம் ந: புரமதிதுராஹோ புருஷிகா.

என்னும் ஏழாம் ஸ்லோகம் முடிந்ததும் மேலும் தொடர முடியாமல் அவளைத் தன் கை வளையத்திற்குள் கொண்டு வந்துவிட்டார். அவர் சொன்ன ஸ்லோகத்திற்கு பொருள் ஒன்றும் புரியவில்லை என்றாலும் அவளும் பக்தியுடன் அவரின் மார்பின்மேல் சாய்ந்தாள்.

'தாங்கள் சொல்லியதொன்றும் எனக்குப் புரியவில்லையே.'

'சௌந்தரிய லஹரிதான். தேவியைக் குறித்து சங்கராச்சாரியார் எழுதியது. சம்ஸ்க்ருதம். அதையெல்லாம் உனக்கு நான் பின்பு கற்றுத் தருகிறேன். ஆமாம், என் செல்லத்தின் பெயர் என்ன?'

'தெரியவில்லை. என் பழைய நினைவுகளையெல்லாம்தான் தாங்கள் அழித்துவிட்டீர்களே...'

'அதுதான் மிகப்பெரும் தவறாகிவிட்டது. அழித்துவிட்டதை திரும்பத் தருவதற்கான சக்தி எனக்கில்லை. கோபத்தைக் கட்டுப்படுத்த முடியாத நானா சந்நியாசி?'

'கட்டுப்படுத்த முடியாதது கோபம் மட்டுமல்லவே? நேற்று இரவில் என்னவாயிற்று...?'

அவள் அர்த்தத்தோடு புன்னகைத்தாள். அவர் அப்புன்னகைக்கு முன்னால் நிராயுதபாணியானார்.

'உண்மைதான், எல்லா கட்டுப்பாடுகளையும் இழந்து விட்டேன்தான். அதைச் சொல்லி வேதனைப்படுத்தி யிருந்தால் மன்னிக்கவும்.'

'ஐயோ, சுவாமி, அப்படியெல்லாம் சொல்லாதீர்கள். வேதனையைவிட நூற்றுக்கும் மேலாக சந்தோஷப்படுத்தினீர்களல்லவா...'

'அதைவிட இரட்டிப்பாக நீயும் திருப்பி தந்துவிட்டாயே.'

அவள் வெட்கத்துடன் தலைகுனிந்தாள். அவருக்கும் தாமாகவே கூச்சம் தோன்றியது. ஜபமும் தியானமும் உணவும் முடிந்து ஓய்வெடுக்கும்போது தாணுமாலயன், அவள் எப்படி விரதையாக வாழவேண்டுமென்பதை விவரமாகச் சொல்லிக் கொடுத்தார். அவளும் அதை கவனமாகக் கேட்டுக்கொண்டாள்.

'சரிங்க சுவாமி, தங்களைப் போல தவம் செய்யவும் தெய்வங்களிடம் பேசவும் என்னாலும் முடியுங்களா?'

'பெண்களின் தவம் பாதி நோன்புதான். அதை சிரத்தையுடன் கடைபிடித்தால் எல்லா தேவர்களும் உன்னையும் அனுக்கிரகிப்பார்கள்.

எந்த ஆபத்தான கட்டத்திலும் மனமுருகி அழைத்தால் அவர்கள் உன் உதவிக்கு வருவார்கள். நாளை காலையிலேயே நாம் சுசீந்திரத்துக்கு புறப்படப் போகிறோம். நாட்டில் இப்போது போர் சூழ்ந்திருப்பதால் பயணத்தில் மிகக் கவனமாக இருக்க வேண்டும். நாம் போகும்போதும் வேடம் தரித்துக் கொண்டுதான் செல்ல வேண்டும். உன்னுடைய அழகை முழுமையாக மறைக்கின்ற வகையில் ஆடை தரிக்க வேண்டும். யார் கேட்டாலும் இமயமலையிலிருந்து வரும் தபசி தம்பதிகள் என்றுதான் சொல்ல வேண்டும். இன்று முதல் உன் பெயர் அனுசூயா என்பதுதான். ஒரு பெண்ணுக்கு பொறாமை இல்லாமலிருப்பது மிகவும் நல்ல குணம். அதற்கு அந்தத் திருமூர்த்திகள் உன்னை ஆசீர்வதிக்கட்டும்.'

அவளுக்கு அந்தப் பெயர் மிகவும் பிடித்திருந்தது. மறுநாள் காலையில் அவர்கள் பயணத்தைத் தொடங்கினார்கள். தாணுமாலயனுக்குப் பின்னால் பழைய ஆடையால் முக்காடிட்டுக் கொண்டு அனுசூயா ஒரு வயதான தபசினியைப் போல் மெல்ல நடந்தாள். அந்தப் பயணத்தில் அவர் அவளுக்கு தன்னைப் பற்றிய எல்லா விஷயங்களையும் சொன்னார். குறவ இனத்தில் பிறந்தும் அறிவைத் தேடி இமயமலை வரை சென்றதையும் பல ஆச்சாரியார்களின் சீடனாக ஆசிரமங்களில் தங்கியிருந்ததையும், ஊருக்குத் திரும்பி வந்து அகத்தியர்கூடத்தில் மூன்றாண்டுகள்கடும்தவத்தை அனுஷ்டித்ததையும் இறுதியில் திருமூர்த்திகள் மூவரும் ஒன்றாகத் தோன்றி அனுக்கிரகித்ததையுமெல்லாம் அவர் கூற அவள் ஆச்சரியத்துடன் கேட்டாள்.

'அவர்கள் தங்களுக்கு என்ன வரம் அளித்தார்கள்?'

'அனுசூயா, அதுவொரு ரகசியம். என்றாலும் உன்னிடம் கூறுகிறேன். பத்தினிகளிடம் எதையும் மறைத்து வைக்கக் கூடாது என்றுதான் ஆச்சாரியார்கள் கூறியிருக்கிறார்கள். நான் ஆசைப்படுவது எதுவும் நடக்கும். ஆனால், ஒருமுறை அப்படி நடந்த விஷயத்தை மீண்டும் பழைய நிலைக்கு மாற்ற முடியாது.'

'அப்படியென்றால், ஒரு நிமிடத்தில் சுசீந்திரத்தை அடைய வேண்டும் என்று ஆசைப்பட்டிருந்தால் இப்படிப்பட்ட சிரமமான பயணத்தைத் தவிர்த்திருக்கலாமே...'

'அதுதான் தவசிகளுக்கும் சாதாரண மனிதர்களுக்குமுள்ள வித்தியாசம். தவசிகள் ஒருபோதும் தங்கள் திறமையை சொந்த விஷயங்களுக்காக பயன்படுத்த மாட்டார்கள். உன்னுடைய நினைவுகள்

அழிந்து போகட்டும் என்று சபித்தது ஒரு தவசி என்ற நிலையில் நான் செய்த மிகப் பெரிய குற்றமாகும். அதற்கான தண்டனையாகத்தான் நான் இல்லறத்தை ஏற்றுக்கொள்கிறேன்.'

'தெய்வமே! இது ஒரு தண்டனையா, என்னை விரும்பி ஏற்றுக் கொண்டீர்கள் என்றல்லவா நான் நினைத்தேன்.'

'விரும்பியதால்தான். ஆனா, விரும்பியதற்கான காரணமும் அதுதான்.'

'என்னமோ... தாங்கள் சொல்வதின் பொருள் எனக்குப் புரியவில்லை.'

'கொஞ்ச காலம் சேர்ந்து வாழும்போது நான் சொல்வது புரியத் தொடங்கும்.'

நான்கு நாட்களின் நெடிய பயணத்தில் குறிப்பிடும்படியான பிரச்சினைகள் ஒன்றும் ஏற்படவில்லை. காந்தளூரிலிருந்து கொள்ளையடித்த பொன்னும் பொருளுமாகத் திரும்பும் சோழப்படை முதல் நாளிலேயே அவர்களை வழியில் வைத்து தடுத்து சோதனையிட்டாலும் விடுவித்து விட்டார்கள். மகேந்திரவர்மனை கழுவேற்றியதாகவும் காந்தளூர் மன்னனின் ¢செல்வத்தில் பத்தில் ஒன்றுதான் கிடைத்துள்ளது என்றும் படைவீரரர்களின் பேச்சிலிருந்து அவர்களுக்குத் தெரியவந்தது. நினைவுகளை முழுமையாக இழந்துவிட்ட அனுசூயாவிற்கு அதிலொன்றும் ஆர்வம் தோன்றவில்லை. அதேபோல் ஒரு சத்திரத்தில் வைத்து மகேந்திரவர்மனின் எட்டு ராணிகளில் ஏழு பேர்களும் தீயில் குதித்து தற்கொலை செய்து கொண்டார்கள் என்றும் எப்படியோ தப்பித்துக்கொண்ட அழகியான எட்டாவது ராணியை கண்டுபிடிப்பதற்காக சோழ மன்னனின் படைவீரர்கள் நாடு முழுவதும் தேடுகிறார்கள் என்றும் கேட்டதும் அவளுக்குத் தன்னைப் பற்றிதான் என்ற சந்தேகம்கூட தோன்றவில்லை. 'அது நீயாக இருக்குமோ?' என்ற தாணுமாலயனின் கேள்விக்கு, 'உக்கும், என்ன, சுவாமியின் ஒவ்வொரு மோகமும்' என்று கூறி அவள் ஒரு குறும்பு சிரிப்புதான் சிரித்தாள். மூன்றாவது நாள் கோதேஸ்வர க்ஷேத்திர குளத்தில் குளித்துவிட்டு கரையேறும் சமயத்தில் தன்னை நோக்கியவாறு நின்ற சில பெண்கள், 'இந்த சாமியாரிணிக்கு என்னவொரு அழகு' என்று சொன்ன போது மட்டும்தான் அவள் கொஞ்சம் திகைத்தாள்.

சுசீந்திரத்தை அடைந்த அவர்கள் பிரபஞ்ச தீர்த்தத்தில் ஸ்நானம் செய்து உடலையும் மனதையும் சுத்தப்படுத்திக் கொண்டு அருகிலுள்ள

சிவன் கோயிலில் வணங்கி குடும்ப வாழ்க்கையை ஏற்றுக் கொண்டார்கள். அப்போது யாருடைய தோவான கட்டளையையொட்டி, அவர்கள் வசிப்பதற்கான ஆசிரமத்தையும் மற்ற வசதிகளையும் ஏற்பாடு செய்து நகரப்பிரமுகர்கள் காத்துக்கொண்டு நின்றார்கள். இமயத்திலிருந்து வருகின்ற புனித சக்தியுள்ள அந்த தவசி தம்பதிகளை ஊரார்கள் மிகவும் மகிழ்ச்சியுடனும் மரியாதையுடனும் வரவேற்றார்கள். அவர்கள் ஆசிரமத்தில் ஆனந்தமாக தங்கத் தொடங்கினார்கள். மேலும் தாமதமாகாமல் தாணுமாலயன் ஆசிரமம் ஞானிகளும் ஆச்சாரியர்களும் சந்திக்கும் இடமாக மாறியது. அனுசூயா எல்லாரையும் மரியாதையுடன் வரவேற்கவும் சுவையான உணவைப் பரிமாறி மகிழ்ச்சியடைய வைக்கவும் செய்தாள்.

ஒரு பதிவிரதையின் அனைத்து கடமைகளோடும் இணைந்துதான் அனுசூயா தாணுமாலயன் சுவாமியை சேவித்தாள். தினசரி விடிவதற்குள் எழுந்து குளித்து களபமும், குங்குமமும் அணிந்து முல்லையும் துளசியும் சூடி பாதத்தைத் தொட்டு வணங்கிதான் அவள் அவரை எழுப்புவாள். பின்பு, அந்த நாள் முழுவதற்கும் அவருடைய சுகம்தான் அவளுடைய சுகமும். எந்தவொரு விஷயத்திலும் அவர் சொன்னதுக்கு அப்பால் அவளுக்கு வேறொன்றும் இல்லாமல் இருந்தது. கோயிலுக்குப் போவதென்றாலும் தெருவுக்குப் போவதென்றாலும் அவருடன் மட்டுமே போனாள். அவர் பின்னாலேயே நடப்பாள். குரலைத் தாழ்த்தியே பேசுவாள். வேறொரு ஆணை நேரே பார்க்கக்கூட மாட்டாள். மதிய உணவுக்கு முன்பாக மந்திர உச்சரிப்புடன் சுவாமியின் கால்களைக் கழுவி பாதபூஜை செய்து தீர்த்தபானம் செய்தபின் அவர் உணவு உண்ட இலையிலேயே அவளும் சாப்பிடுவாள். இரவில் தன்னை ஆனந்தக் கடலில் ஆழ்த்திய பின் சுவாமி சோர்வுற்று மயங்கும்போது அவரின் பாதங்களைத் தொட்டு தொழுது வணங்கிய பின்தான் அவள் உறங்குவதற்கு படுப்பாள். ஒரு பதிவிரதை எப்படி இருக்க வேண்டுமென்று அனுசூயாவைப் பார்த்து கற்றுக்கொள்ளுமாறு சிவனே பார்வதிக்கு உபதேசித்தார் என்றுதான் சொல்கிறார்கள்.

ஆனால், ரிஷியின் வாழ்க்கையிலுள்ள விரக்தியிலிருந்து லௌகிக வாழ்க்கையிலுள்ள அதீத ஆர்வத்திற்கான மாற்றம் தாணுமாலயன் சுவாமியிடம் மிகவும் வேகமாகத்தான் இருந்தது. அருகிலுள்ள தேசங்களின் மாணவர்களுக்கு மொழியும் இலக்கணமும் மருத்துவமும் கற்றுத்தர தொடங்கியபோது மிகவும் திடீரென்று ஒரு குரு என்ற நிலையில் புகழ் பெற்றவரானார். நூற்றுக்கணக்கான மாணவர்கள் சுவாமியின் சிஷ்யர்களாவதற்கு வந்தார்கள். அவர்கள் தாராளமாக

பொன்னும் பொருள்களும் இரத்தினங்களும் தட்சணையாக அளித்தார்கள். அனுசூயாவுக்குப் பிறக்கப்போகும் மகனுக்காகவும் அவர் அவற்றையெல்லாம் ஏற்றுக் கொண்டார். சிஷ்யர்கள் தங்குவதற்காக ஆசிரமத்தின் அருகில் புதிய குடில்களையே கட்ட வேண்டியதாயிற்று. ஆசிரமத்தையும் சிறிய மாளிகைபோல் புதுப்பித்து அமைத்தார். ஏராளமான செல்வமும் வசதிகளும் மிகக் குறுகிய காலத்திலேயே அவர்களைத் தேடி வந்தன. ஆனால், அந்த செல்வத்தால் அகங்காரம் கொள்ளாமல் எல்லாம் அனுசூயாவால் வந்த அதிர்ஷ்டம்தான் என்று சுவாமி எண்ணினார். அவள் வெகுவிரைவிலேயே கர்ப்பம் தரித்து ஓர் ஆண் குழந்தையைப் பெற்றெடுத்தாள்.

தாணுமாலயன் சுவாமியின் மனைவி அழகான இளம்பெண் என்பதும் அவள் பிள்ளை பெற்றிருக்கிறாள் என்பதும் போன்ற விவரங்களை சீடர்களின் மூலமாக பலரும் அறிந்து கொண்டார்கள். மாதந்தோறும் பரவலான தேடுதல் வேட்டை நடத்திய சோழ மன்னனின் ஒற்றர்கள் எப்படியோ அனுசூயாதான் உண்மையில் தேவநாயகி என்று புரிந்து கொண்டார்கள். விவரம் அறிந்த மன்னன், சுவாமியை தடைசொல்லாமல் அரண்மனைக்கு வரவேண்டும் என்று மன்னர் விரும்புகிறார் எனக்கூறி வரவழைத்துவிட்டு, அதேசமயத்தில் ரகசியமாக ஒரு முனிவரின் உடையில் ஆசிரமத்தை அடைந்தான். அப்போது, ‘நீ ஒன்றும் பயப்பட வேண்டாம். உன்னுடைய பதிவிரதா தர்மம் உன்னை காக்கும்’ என்று சொல்லிவிட்டுதான் தாணுமாலயன் சுவாமி அரண்மனைக்குப் போனார். சோழ மன்னன் முனிவர் வேடத்தில் பிச்சைக்காக ஆசிரமத்தை அடைந்தபோது தேவநாயகி தன் மகனுக்குப் பால் கொடுத்துக் கொண்டிருந்தாள். அவள் முனிவரை கண்டதும் வரவேற்று அமர வைத்துவிட்டு உணவு தயாரிப்பதற்கான முனைப்புகளைத் தொடங்கினாள்.

‘அம்மணி, சிரமப்பட வேண்டாம். நான் முலைப்பால் மட்டும்தான் அருந்துவேன்... இங்கே முலைப்பால் உண்டென்று கேள்விப்பட்டுதான் வந்தேன்.’

இதைக் கேட்டதும் இதில் என்னவோ சதி இருக்குமென்று தேவநாயகிக்குத் தோன்றியது. என்றாலும், முனிவர்தானே. இவர் ஒரு முலைப்பால் முனிவராக இருக்கலாமோ என்று நினைத்து அவள் கொஞ்சம் முலைப்பாலை பிழிந்து ஒரு பாத்திரத்தில் ஊற்றிக் கொண்டு வந்து வைத்தாள்.

'அம்மணி, என்ன முட்டாள்தனமான செய்கையைச் செய்கிறாய். யாராவது முலைப்பாலை பாத்திரத்தில் ஊற்றிக் குடிப்பார்களா?'

'பின்னே?'

'இரண்டு முலைகளும் நிரம்பி தளும்புகிறதே. திரைக்குப் பின்னால் மறைந்து நிற்காமல் ஆடையின்றி நேரில் வந்து யாம் முலைப்பால் அருந்துவதற்கு அனுமதிக்க வேண்டும். நான் அப்படித்தான் பிச்சையை ஏற்பேன்.'

தேவநாயகிக்கு அவனுடைய சூட்சமம் புரிந்தது. கோபத்தினால் அவளுடைய முகம் சிவந்தது.

'நீங்கள் முனிவர் ஒன்றுமில்லை. யாரோ ஒரு சதியர்தான். தயவுசெய்து சென்றுவிடுங்கள். நான் ஒரு பதிவிரதை. என்னை துன்புறுத்தாதீர்கள்.'

'நீயொன்றும் பதிவிரதை இல்லையென்பதை புரிந்துகொண்டுதான் வந்தேன். அம்மணி, நீ காந்தளூர் மன்னனாக இருந்த மகேந்திரவர்மனின் இளையராணி தேவநாயகிதான். மன்னன் போரில் கொல்லப்பட்டதும் இந்த சுவாமியுடன் சேர்ந்து கொண்டாய்?'

'நீங்கள் என்ன சொல்கிறீர்கள். நான் அனுசூயாதான். தாணுமாலய சுவாமிகளின் தர்மபத்தினி. தயவுசெய்து துன்புறுத்தாமல் போய்விடுங்கள்.'

'பிச்சை பெறாமல் போகமாட்டேன்.'

தேவநாயகி இரண்டு கண்களையும் மூடி திருமூர்த்திகளைப் பிரார்த்தித்தாள். அவர்கள் அவளிடம், *'பயப்படாதே. சுவாமியின் பாததீர்த்தத்தை வந்திருக்கும் முனிவரின் உடலில் தெளி'* என்று உபதேசித்தார்கள். அதேபோல் செய்ததும் முனிவர் வேடத்தில் வந்த சோழ மன்னன் ஆறுமாதமேயான ஒரு சிறு குழந்தையாக மாறினான். அவள் முலைக்கச்சையை அவிழ்த்து அந்தக் குழந்தையை எடுத்து தன் மகனுக்குப் பாலூட்டுவதுபோல் ஊட்டினாள். திவ்யப் பார்வையால் நடப்பதையறிந்த தாணுமாலயன் சுவாமி சில நிமிடங்களுக்குள் அங்கு வந்து சேர்ந்தபோது திருமூர்த்திகள் தேவநாயகிக்கு அருளாசி வழங்குவதைக் கண்டார். மன்னிப்புக் கேட்ட சோழ மன்னனை பழைய நிலைக்கு கொண்டு வந்தபின் அவர்கள் மறைந்தார்கள். அவமானப்பட்ட சோழ மன்னன் அங்கிருந்து ஓடி தப்பித்தான்.

திருமூர்த்திகள் தோன்றிய இடத்தில் பின்பு தாணுமாலயனும் தேவநாயகியும் சேர்ந்து கட்டியெழுப்பிய கோயில்தான் பிற்காலத்தில்

புகழ்பெற்ற ஸ்தாணுமாலயன் கோயில். தேவநாயகி இரண்டு ஆண் பிள்ளைகளையும் ஒரு பெண் குழந்தையையும் பெற்றதுடன் அவர்கள் மகிழ்வுடன் வெகுகாலம் வாழ்ந்து கொண்டிருந்தார்கள். அவர்கள்தான் பின்னாளில் நாஞ்சில்நாட்டை ஆண்ட குறவர் வம்சமாக மாறினார்கள். பன்னிரண்டாம் நூற்றாண்டில் ஆண்டு கொண்டிருந்த கோணங்கி குறவருக்கும் நாஞ்சில் குறவர்களுக்கும் பின் குறவர் வம்சம் படிப்படியாக க்ஷீணித்துப் போனதால் கோயிலின் அதிகாரத்தை உயர் ஜாதி பிராமணர்கள் கைப்பற்றிக் கொண்டார்கள். குறவர்களை இழிவாக நினைத்த அவர்கள் கங்கை கரையில் வாழ்ந்திருந்த அத்திரி மகரிஷியையும், அவருடைய பத்தினி அநுசூயாவையும் பற்றிய கதையாக தேவநாயகியின் கதையை மாற்றவும் செய்தார்கள். லட்சுமி, பார்வதி, சரஸ்வதி ஆகியோரின் உபதேசத்தின்படி திருமூர்த்திகள் அநுசூயாவின் பதிவிரதா தன்மையை சோதிப்பதற்காக ரிஷிகளின் வேடத்தில் வந்து ஆடை அணியாமல் தங்களுக்கு பிச்சையன்னம் பரிமாற வேண்டும் என்று கட்டளையிட்டதும் கணவரின் பாததீர்த்தத்தைத் தெளித்து, அவர்களை கைக்குழந்தைகளாக்கி அதைச் செய்தாள் என்று மிகவும் சாமர்த்தியமாக அக்கதை மேன்மையாகச் சித்தரிக்கப்பட்டது.

மூன்றாவது கதை இதற்கு நேரிடை எதிரானதாகும். காந்தளூர் கோட்டைக்குள் சோழப்படைகள் ஆவேசமாக நுழையும்போது அந்தப்புரத்திலுள்ள நடுமுற்றத்தில் தயாரிக்கப்பட்ட தீக்குண்டத்தில் குதித்து ராணிகள் அனைவரும் தற்கொலை செய்துகொண்டார்கள். பார்வதி தம்புராட்டி உள்பட ஆறுபேர்களின் தற்கொலைகள் முடிந்து ஏழாவது தம்புராட்டி சிதையில் குதித்தபோதுதான் அரண்மனை வாயிலை உடைத்துத் தள்ளிக்கொண்டு படைவீரர்கள் உள்ளே நுழைந்தார்கள். அடுத்த ஆளாக நெற்றியிலுள்ள குங்குமத்தை மறைத்துவிட்டு ஐம்படைத்தாலியும் அரைத்தாலியும் தவிர மற்ற ஆபரணங்களை கழட்டிவிட்டு வெண்மை பட்டுடுத்து நின்று கொண்டிருந்தாள் தேவநாயகி. தீக்குண்டத்தில் அலறி அழுதவாறு துடித்து இறக்கும் தம்புராட்டியைக் கவனிக்காமல் அவர்கள் தேவநாயகியைப் பிடித்து வெளியே இழுத்து அடித்தும் உதைத்தும் கழுமரத்தோடு சேர்த்துப் பிணைக்கப்பட்டிருந்த மகேந்திரவர்மனின் முன்னால் கொண்டு போய் நிறுத்தினார்கள். அவர் அவளை நேரிட்டு நோக்க சக்தி இல்லாமல் தலைகுனிந்து கொண்டார். இரண்டு கைகளையும் பின்னால் முதுகுப் பக்கமாகக் கட்டி நிர்வாணமாக்கிய அவளை அரைத்தாலியை அறுத்து நீக்கிய சேனாதிபதி மகேந்திரனின் முன்னால் வைத்து மிகக் கொடூரமாக பலாத்காரம் செய்தான்.

நிராதரவான அவள் உரக்க அழுது திமிறியபோது தஞ்சாவூரிலிருந்து வந்திருந்த மேளக்காரர்கள் நாதஸ்வரத்தை உச்சத்தில் வாசித்தார்கள். அதன்பின் தளபதியின் கீழேயுள்ள நான்கு படைத்தலைவர்களும் அதை மீண்டும் வாசித்தார்கள். அக்காட்சியைக் காணமுடியாமல் மரத்துப் போய் நின்ற மகேந்திரவர்மனை படைவீரர்கள் சாட்டையால் ஓங்கி அடித்தார்கள். இறுதியில் அரைகுறை மயக்கநிலையில் சோர்ந்து துவண்டுபோய் கிடந்த அவளின் கண்களுக்கு முன்னாடியே வாத்திய ஆரவாரத்துடன் சோழப்படையின் வெற்றிக் களிப்புக்கு இடையில் அவர்கள் மகேந்திரவர்மனை கழுவேற்றினார்கள். அன்று நள்ளிரவில் மகேந்திரவர்மனின் உயிரற்ற உடலை கொத்திக் குதறி கடலில் வீசும்போது சேனாதிபதி தேவநாயகியை அரண்மனைமாளிகையிலுள்ள அறையில் மீண்டுமொருமுறை அனுபவிக்கும் முயற்சியில் இருந்தான்.

மறுநாள் காலையில் அந்த அறையில் சேனாதிபதியின் எலும்புத் துண்டுகளும் தலைமுடியும் மட்டுமே எஞ்சி இருந்தன. அதைத் தொடர்ந்து வந்த நாட்களிலும் மற்ற படைத்தலைவர்களுக்கும் அதேபோன்றுதான் நிகழ்ந்தது. தேவநாயகி ஒரு யட்சணியாக மாறிவிட்டாள் என்றும் இனிமேல் இங்கே தங்கியிருப்பது தங்களுக்கு ஆபத்துதானென்றும் புரிந்துகொண்ட சோழப்படை அரண்மனையையும் சுற்றியுள்ள பிரதேசங்கள் முழுவதையும் தீயிட்டு அழித்துவிட்டு அங்கிருந்து அகன்றன. மனிதவாடையே இல்லாமல் போனதும் யட்சணியும் அங்கிருந்து அண்மை பிரதேசங்களுக்கு போய்விட்டது. அந்த யட்சணிதான் பிற்காலத்தில் நீலி என்னும் பெயரில் நாட்டையே நடுங்க வைத்தது.

மேலே சொன்ன மூன்று கதைகளும் காந்தளூர் போருக்குப் பின் தேவநாயகிக்கு என்ன நேர்ந்தது என்பதைப் பற்றி பல காலங்களிலும் நாடுகளிலுமாக பரவியிருந்ததுதான். அவற்றிற்கு யதார்த்தமான தொடர்பு பெரிதாக ஒன்றுமில்லை. கதையை உருவாக்கியவர்கள் அவர்களின் ஆர்வங்களையும் நம்பிக்கைகளையும் நிலைநிறுத்து வதற்காக தேவநாயகியின் கதையைப் பயன்படுத்தி இருக்கிறார்கள். என்ன காரணத்தால் தேவநாயகியின் கதை இந்தளவிற்கு வளைத்து ஒடுக்கப்பட்டது என்பது நம்முடைய கலாச்சார வரலாற்றில் மிகவும் முக்கியமானதொரு கேள்வியாகும். அப்படியென்றால் 2001ல் இலங்கையின் ஸிகிரியாவிலிருந்து கண்டெடுத்த பாலிமொழியில் எழுதப்பட்ட தொள்ளாயிரம் ஆண்டிற்குமேல் பழமையான ஒரு நூலில் தேவநாயகியின் கதை துல்லியமாக சொல்லப்பட்டுள்ளது. அந்த நூலைப் பற்றி ஆங்கிலத்தில் வந்த ஒரு கட்டுரையை வாசித்தபோதுதான்

ஸிகிரியாவின் சுவரோவியங்களுக்கும் கங்கைகொண்ட சோழபுரத்தின் ஞானசரஸ்வதி சிற்பத்திற்கும் இடையிலான வரலாற்றுப்பூர்வ முக்கியத்துவம் எனக்குப் புரிந்தது. அதைப் பற்றி மேலும் பல விஷயங்கள் தெரிய வேண்டியது இருந்தது. சாதிக்க வேண்டுமானால் அந்த நூலை ஒருமுறை வாசிக்க வேண்டியதும் இருந்தது. அதன்பிறகு தேவநாயகியைப் பற்றி விவரமாக எழுதலாம்.

Comments

தமிழ்ச்செல்வன்: வரலாற்றின் அவ்வளவு அறிமுகமில்லாத ஒரு பகுதியைத்தான் மீனாட்சி ராஜரத்தினம் காண்பித்துக் கொடுக்கிறார். ஆனால், அது முழுமையான வரலாறா அல்லது கற்பனை சேர்ந்ததா என எதையும் அவர் தெளிவுபடுத்தவுமில்லை. எதுவாக இருந்தாலும் மிகவும் நன்றாக இருக்கிறது. வாழ்த்துகள்.

கற்பூர நாயகி: காந்தளூர் சாலையைப் பற்றி மிகவும் குறைந்த விஷயங்கள்தானே வரலாற்று புத்தகங்களில் காணப்படுகின்றன. அண்மையில் சென்னையிலுள்ள யாரோ ஒரு வரலாற்றாசிரியர், 'காந்தளூர் சாலையை களமறுத்த' ராஜராஜசோழன் துறைமுகத்தில் நங்கூரமிட்டிருந்த கப்பல்களையும் சாலையையும் முழுமையாக தீவைத்து அழித்ததின் விளக்கங்களைக் கண்டுபிடித்ததாக பத்திரிகையில் படித்திருந்தேன். மீனாட்சிக்கு எஞ்சிய விஷயங்கள் எங்கிருந்தது கிடைத்தன? அதை அறிவதற்கான ஆர்வமுள்ள பகுதி வந்தபோது திடீரென்று நின்றது கஷ்டமாகி விட்டது. என்றாலும் நல்ல சூழல். Congrats...

நல்லூர் கோபால்: கற்பூரநாயகி அதை நானும் படித்திருக்கிறேன். விழிஞத்திற்கு அருகில் பீரங்கித் துளையில்லாத ஒரு பழைய கோட்டையின் மிச்சங்களையும் கண்டுபிடித்திருக்கிறார்கள். இந்த மீனாட்சி ராஜரத்தினம் திருவனந்தபுரத்துக்காரியான மலையாளியோ? இந்த களங்கத்தில் அவர் எப்படி வந்தார்.

சார்லஸ் முருகேஷ்: காந்தளூர் களமறுத்த ராஜராஜன்தான் மீனாட்சி கூறுகின்ற சோழமன்னன் என்றால் நாம் மோசமாகிப் போவோம்.

டாக்டர் டிஸில்வா: மீனாட்சி சிங்களர்களை நிந்திக்க ஏதாவது வழி இருக்குமா என்று கண்டுபிடிக்கப் போனவளாக இருக்கலாம்.

கோவை கூவேணி: மீனாட்சி ராஜரத்தினம் ஒரு பெண்தானா என்றுகூட எனக்கு சந்தேகம் உண்டு. கதைமுழுவதும் ஒரு male gaze *உள்ளதாகவே எனக்குத் தோன்றியது.*

கற்பூரநாயகி: அது குற்றம் சொல்வதற்கான பெண் சம்பந்தப்பட்ட வாசனையினால் தோன்றுவதாகும். அனுசூயா ஆவாள் கூவேணி.

நாஞ்சில் கௌதமன்: சுசீந்திரம் கோயிலைப் பற்றி எழுதியதை வாசித்தபோது ஆச்சரியம் தோன்றியது. இதையொன்றும் யாரும் அறியவில்லையே.

கோவை கூவேணி: இதுவொன்றும் பொறாமையினால் அல்ல. ஒரு பெண்ணை மோசமானவள் என்று சித்தரிப்பதில் காணப்படும் விஷமத்தை பகிர்ந்துள்ளேன் என்பதுதான் அதிலுள்ளது. அர்த்தசாஸ்திரமும ராஜதந்திரமும் கற்ற அறிவாளியும் கெட்டிக்காரியுமான தேவநாயகி, மகேந்திரவர்மன் அரண்மனைக்குள் செல்லவேண்டும் என்று கட்டளையிட்டதும் ஒரு வார்த்தைகூட எதிர்பேச்சு பேசாமல் மகிழ்ச்சியுடன் பாட்டு பாடியவாறு போவதை படித்தபோது வெட்கக்கேடுதான் தோன்றியது. அதேபோல் தாணுமாலயனின் பதிவிரதையாக, தர்மபத்னியாக பாதாபிஷேகம் சேவிக்கும்போதும் இதேதான் தோன்றியது. ஒரு பெண் அதிகாரத்தின் முன்னே அடங்கி ஒடுங்கி நிற்கவேண்டியவள்தான் என்னும் மிகவும் தவறான செய்திதான் மீனாட்சியின் எழுத்து முழுவதும் இருந்தது.

கற்பூரநாயகி: கூவேணி, மீனாட்சி ஆயிரம் வருஷம் முன்பு நடந்த சில விஷயங்களைத்தான் எழுதுகிறார். அன்றைய சூழ்நிலை அப்படி இருந்திருக்கலாம்.

கோவை கூவேணி: திருப்பாவையும் சௌந்தரிய லஹரியுமெல்லாம் சேர்ந்த பிராமணியத்தின் துர்நாற்றம் உங்களுக்கு இந்த கதையில் அனுபவப்படவில்லையா?

கற்பூரநாயகி: கூவேணி, அது உன்னுடைய *defactory problem* தான். அப்புறம் துர்நாற்றம் அந்தளவுக்கு தீய விஷயமில்லை. திருப்பாவையில் ஆண்டாள் கண்ணனின் வெண்சங்கிடம், 'கற்பூரம் நாறுமோ கமலப்பூ நாறுமோ' என்று கேட்டுப் பாடும் பாட்டொன்றை கேட்டுப் பார்.

அதற்குமேலுள்ள கமெண்டுகளைப் படிக்கத் தோன்றவில்லை. லாப்டாப்பை மூடி வைத்தான். மஞ்சுவை ஒரு தடவை கூப்பிட்டால் என்ன? வேண்டாம், நடுநிசியாகி விட்டது. அவள் சில சமயம் வெளியூரிலிருந்து வந்துள்ள ஏதாவது ஒரு பணமூட்டையுடன் எந்த காசினோவிலாவது இருக்கலாம். இல்லையென்றால் அவனுடைய படுக்கையறையிலாவது இருக்கலாம். ராப் பாடகர்களின் இடையே தேவநாயகியைப் பற்றி விசாரிக்கலாம் என்று சொல்லிவிட்டு அவள் இன்னும் திரும்ப அழைக்கவில்லை. மீனாட்சியின் கதை மிகவும்

சுவையானதாகத் தோன்றியது. ஸிகிரியாவிலிருந்து கண்டுபிடித்திருப்பதாகச் சொன்ன நூலை வாசிக்க முடியுமானால் நன்றாக இருக்கும். மீனாட்சிக்கு ஒரு மெயில் அனுப்ப வேண்டும். மேலும், யாரோ கமென்ட் செய்ததுபோல் மீனாட்சி ராஜரத்தினம் ஒரு ஆணாக இருப்பானோ அல்லது ஈழத்துக்காரிதான் வேறொரு பெயரில் எழுதி இருப்பாளோ...?

6

I am Sad Sad Sad
I am Mad Mad Mad

உறங்குவதற்காகப் படுத்த சில நிமிடங்களுக்குள் மஞ்சுவின் போன் வந்தது. இந்தப் போனைதான் காலைமுதலே எதிர்பார்த்துக் கொண்டிருந்தேன். இன்று கொழும்புவிற்கு வருவதாகவும் திரும்புவதற்கு முன்பு பார்ப்பதாகவும் அவள் நேற்று மெசேஜ் செய்திருந்தாள். பெரும் பணக்காரர்களுடன் சேர்ந்து காசினோக்களில் சுற்றித் திரிவதும் அவர்களை மகிழ்ச்சிப்படுத்துவதும்தான் இப்போது அவளுடைய தொழில். சூதாட்ட மேஜைகளில் மஞ்சு துணை இருந்தாலே போதும், வெற்றியைப் பறித்துவிடலாம் என்றொரு குருட்டு நம்பிக்கை மலையாளிகளான சில சூதாடிகளுக்கு தோன்றியதால்தான் அவளுடைய அதிர்ஷ்டம் வெளிப்பட்டது. அப்படித்தான் அவள் ஒரு காசினோ பெண்ணுமானாள். வாரத்தில் இரண்டு மூன்று முறைகள் கொச்சியிலிருந்து கொழும்புக்குப் பறந்தாள்.

ஏழெட்டாண்டுகளுக்கு முன்னால் மஞ்சு திரையுலகிற்கு வந்த காலத்தில் 'மஞ்சு கோபால்' மிகவும் எதிர்பார்ப்பை ஏற்படுத்திய நடிகையாக இருந்தாள். அவள் நடித்த திரைப்படங்கள் வேறு பல காரணங்களால் தோல்வியடைந்தபோது *Unlucky girl* என்றொரு பெயர் ஏற்பட்டுவிட்டது. பின்பு பலவகை வதந்திகளிலும் அகப்பட்டு எல்லாவற்றையும் இழந்துவிட்டாள். தவறான படம், தவறான பாத்திரம், தவறான கம்பெனி - இவை தாம் தன்னுடைய எதிர்காலத்தை அழித்துவிட்டது என்று அவள் பல சமயங்களிலும் தயவுதாட்சண்யமற்று கிண்டலடிப்பாள். அந்தக் கம்பெனியில் பாவப்பட்ட இந்த பீட்டரும் உண்டா என்று கேட்டால் அவள் சிரிப்பாள். ஆமாம் என்பதுதான் அந்த சிரிப்பின் பொருள் என்று எனக்குத் தெரியும். நீதான் என்னுடைய முதல் தரகன் என்று அவள் பல சமயங்களில் என்னைக் குற்றப்படுத்துவதுண்டு. ஜனரஞ்சகப் படங்களின் பின்னாலுள்ள உலகம் மிகவும் விசித்திரமானதாகும். சரியாகச் சொன்னால் ஒரு காசினோவைப் போல். சூதாட்டத்தில் மிகவும் குறைவானவர்களால் மட்டும்தானே வெற்றிபெற முடிகிறது. அதேபோன்றதுதான் சினிமாவிலும். ஆனால், சினிமாவில் தோற்றவள் சூதாட்டத்தில் அதிர்ஷ்ட தேவதையாவது என்பது பெரும் முரண்பாடான ஒன்றுதான். கவர்ச்சியிலும் எவ்வித

வாட்டமுமில்லாமல் பாதுகாப்பதால் பாரீஸிலும் விநிவிலும் எல்லாம் அவளைக் கூட்டிக் கொண்டு செல்வதே பெரும் கௌரவம் என்று கருதுபவர்களும் உண்டு.

'நீ தூங்கிட்டியா?'

'இல்ல... நீ எங்கேயிருக்கே?'

'அருகில்தான், ஐந்தாம் தளத்தில்தான் இருக்கிறேன். உன் அறைக்கு நேர் கீழே. இந்தத் தடவை என்னைக் கூட்டிக்கிட்டு வந்த மகான் பாரீஸ் அறுவடையை முடித்துக் கொண்டு ஒரு மணி பிளைட்டில் சிங்கப்பூருக்கு பறக்க ஏர்போர்டுக்கு போய்விட்டான். 'ஐயா'வுக்கு நாளைக்கு அங்கே என்னவோ வியாபார சந்திப்பு இருக்கிறதாம். நான் காலையில் ஒன்பது மணி விமானத்தில் கொச்சிக்குத் திரும்ப வேண்டியுள்ளது. மூன்று மணிக்குள் நான்கு லட்சம் சம்பாதித்ததின் கொண்டாட்டம்தான் இதுவரை.'

'கொண்டாட்டம் வெறும் மதுமட்டும்தானா, அல்லது?'

'போடா, வெறுமனே பார்ப்பதற்குதானா கூட அழைச்சிக்கிட்டு வர்றது. ஆனா, இன்னிக்குப் பெரிய குழப்பம் ஒண்ணும் ஏற்படல.'

'இவங்களோட பைத்தியமெல்லாம் கேம் வின் பண்ணும்போதுதான். இன்னிக்கு காசினோவிலேயே என்னை அப்படியே அலாக்காகத் தூக்கிக்கொண்டான். நாலில் ஒரு பங்கை அப்போதே எடுத்துக் கொடுத்துட்டான்.'

'காசினோவிற்கு கேம்ப்ளிங்குக்கு வருபவர்கள் உன்னை உடன் அழைத்து வருவது ஒன்றும் சும்மா இல்ல. நீயொரு அதிர்ஷ்ட நட்சத்திரமா இருப்பதாலதான். ஆமாம், நீ இங்க வர்றியா, இல்ல...'

'வேணாம், நானே அங்க வர்றேன்... அதான் நல்லது.'

சில நிமிடங்களுக்குள் அவள் வந்து சேர்ந்தாள். விலை மிகுந்த பெர்ஃப்யூமின் வாடையும் அவளோடு சேர்ந்து அறைக்குள் வந்தது. இளம் மஞ்சள் கவுனும் கருப்பு தொப்பியும் அணிந்து, சிம்பிளான வருகை. ஆனால், லிப்ஸ்டிக்கும் ரூஷும் மஸ்காராயுமெல்லாம் இணைந்த கம்பீரமான காசினோ கேர்ளின் மேக்கப் முகத்திலிருந்து முழுமையாக கலைந்து போகவில்லை. அறைக்குள் வந்த உடனே அவள் என்னைக் கட்டிப்பிடித்து ஒரு முத்தம் தந்துவிட்டு, ஒன்றும் நேராததுபோல் தொப்பியைக் கழட்டிவிட்டு நேராக கட்டிலில் ஏறி படுத்தாள்.

‘உன்னோட சினிமா என்னாச்சு? சுகந்திய கண்டுபுடிச்சியா?’

‘இல்ல, உன்னோட தேடுதல் என்னாச்சு?’

‘ஒண்ணுமாவில. பீட்டர் கண்ணு, நீ சும்மா அவளைத் தேடி நேரத்த வீணடிக்காம கெடைக்கற வாய்ப்பை பயன்படுத்தி சினிமா எடுக்கப் பாரு. ரஜனி திரணகாமா வேஷத்துல யாராவது ஜானட் ஜாக்ஸனையோ காதே கிரகாமனையோ நடிக்க வை...’

‘அதுதான் இப்போதைய பிளான். இனிமே கண்டுபுடிச்சாலும் இப்போதைய நெலமையில சுகந்தியால நடிக்க முடியுமான்னும் தோணல. ஆனா, உயிரோடு இருக்கிறாள்னா அவள நான் ஒருமுறை பார்க்கணும்.’

பீட்டர் எழுந்து சென்று விளக்கை அணைத்துவிட்டு அவள் அருகில் வந்து படுத்தான்.

‘டேய், உன்னைப் போல ஒருத்தன் இப்படி சென்டியாகக் கூடாது.’

‘அது உனக்குப் புரியலடி.’

‘புரியும். ஆனா, அத புரொபஷனலோடு சேர்த்து குழப்பக் கூடாது.’

‘சேர்த்து குழப்பவில்லையே...’

‘இல்லேன்னா, பின்னே ஏன் நீ இப்படி குழம்பிக்கறே... எப்போதும் அவளைப் பத்திதானே சொல்லிக்கிட்டு இருக்கறே.’

‘மஞ்சு, சினிமாவோட ஸ்கிரிப்டை இப்போ முழுமையா மாத்தி எழுதிக்கிட்டிருக்கேன். ரஜனி திரணகாமாவைப் பத்தி சினிமா தயாரிக்கப் போன நானும் சுகந்தியுமெல்லாம் இப்ப தயாரிக்கப் போற சினிமாவுல கதாபாத்திரங்கள்தான். உண்மையில இது நடக்காமல் போன அந்த சினிமாவப் பத்தின சினிமாதான்.’

‘என்னவோ, இப்படியே போனா நீ நிஜமாவே பைத்தியமாயிடுவேன்னு தோணுது.’

பீட்டரின் விளக்கம் அவளுக்கு அவ்வளவு திருப்தியாகத் தோன்றவில்லை. மேலும் விவாதித்துக் கொண்டி ராமல், தானே வந்து விழுந்த பழத்தை இந்த இரவில் சுவைப்பதுதான் அறிவுள்ளதனமென்று அவனுக்கும் தோன்றியது. அவன் அவளை தன்னுள் சேர்த்தணைத்துக் கொண்டான்.

‘ஏன்டி, அந்த கேம்ப்ளர் உன்னை அதிகமாவே கஷ்டப்படுத்திட்டானா... டயர்டா இருக்கியா?’

‘ஏய், அப்படியொன்னுமில்ல... ஆளு கொஞ்சம் தன்மையாதான் இருந்தான். எனக்கு நிஜமாவே போரடிச்சுது. அதான், அவன் போன உடனே உன்னைக் கூப்பிட்டேன்.’

‘உன்னால இதயெல்லாம் என்ஜாய் பண்ண முடியுதா, இல்லே, வெறும் தொழில் மாதிரி...’

‘எஞ்சாய் பண்ண முயற்சிக்கிறதுண்டு; ஆனா, முடியறதில்ல.’

‘நாம ஒரு டிரிங்க் குடிச்சா...’

‘வேணாம்... டிரிங்க் எப்போ வேணும்னாலும் குடிக்கலாமே.. ஆனா, நீ எப்போதாவதுதானே எனக்குக் கிடைக்கறே...’

அவளை நிராசைப்படுத்தாமலிருக்க முழுவதுமாக முயன்றான். கடைசியில் களைத்து மயங்கியபோது திடீரென்று என்னவோ நினைவுக்கு வந்ததுபோல், ‘பீட்டர், நீ வீட்டுக்குப் போய் எவ்வளவு காலமாச்சி?’

‘பன்னிரண்டு வருஷம்.’

‘போன வருஷம் அம்மா செத்து போனபோதும் போவலியா?’

‘இல்ல, என் அம்மா என்னிக்கு செத்தாங்க... போன வருஷம் செத்தது அவங்களோட ரெண்டாம் பிறவிதான்.’

‘வயசானவங்களோடு எதுக்காக இப்படி பிடிவாதம் காட்டணும்.’

‘பிடிவாதமொன்னுமில்ல, ரஜனி திரணகாமாவைப் பற்றின சினிமாவ எடுக்காம நான் திரும்ப மாட்டேன்.’

‘இன்ஸ்டியூட்டிலிருந்து வெளியே வந்து பன்னெண்டு வருஷமாயிட்டுது. இதுவரை ஒரு வொர்க்கைகூட நிஜமா செய்ய முடியல. நீ சொந்த கேரியரை வைச்சுதான் இந்த புலி வெளையாட்ட வெளையாடறே.’

‘உண்மைதான். என்னோட கேரியரைவைச்சுதான் வெளையாடறேன். ரஜனி திரணகாமாவைப் பத்தி சினிமா பண்ணாம வேறொரு வேலையையும் செய்ய முடியாத நிலையிலதான் நான் இருக்கேன். அப்படின்னு நெனச்சி எப்படியாவது அத தட்டிக்கழிக்க என்னால முடியல. நூறு குப்பை சினிமாவ எடுக்கறத விட எத்தனையோ வித்தியாசமான ஒரு நல்ல சினிமா பண்றதுன்னு நீதானே சொல்லுவே...’

‘உன்னோடு விவாதிச்சு ஜெயிக்கணும்னு ஒன்னும் நான் இல்ல. இந்த முறையிலாவது நீ தப்பிக்கணும்கறதுதான் என்னோட ஆசை.

அதுல ஏதாவது முட்டாள்தனம் காட்டி நஷ்டப்பட்டுடாதே.'

'இல்லடி... இந்த முறையில பிரச்சனை ஒன்னுமில்ல. ஹாலிவுட் புரொடக்ஷனானதாலும் அரசாங்கத்தின் முழுமையான பின்துணை உள்ளதாலும் எல்லாம் அழகாகவே நடக்கும்...'

'விஷ் யூ குட் லக்...'

விடியற்காலையில் நேரத்தோடு எழுந்து வழக்கம்போல் பீட்டரின் பர்ஸிலிருந்து நூறு டாலரை எடுத்துக்கொண்டு போகும்போது அவள் ஒரு சிறிய குறிப்பெழுதி மேஜைமேல் வைத்திருந்தாள்.

மை காட்...

பீட்டர் லாப்பை ஆன் செய்து யூ ட்யூபில் *SAD* கண்டுபிடித்தான். பெரும் கலவரத்துடன்தான் வீடியோ ஆரம்பிக்கிறது. யூ. என். பார்வையாளர்களிடம் அங்கிருந்து போகமாட்டோம் என்று கூறி உரக்க அழுதுகொண்டே கெஞ்சும் மக்கள் கூட்டம்; கூட்டத்தின் இடையிலிருந்துதான் பாடகி சபைக்கு வருகிறாள். படிப்படியாக மயக்கத்தின் உயரிய நிலையை அடையும் அவள் தன்னுடைய ஆடைகளை ஒவ்வொன்றாக உருவி வீசுகிறாள். இடையிடையே தேம்பி அழவே அதைப் பார்க்க முடியாமல் தலைகுனிந்து கொள்ளும் பார்வையாளர்களின் முகம். துப்பாக்கி முனையில் நிர்வாணப்படுத்துவதும் கொடூரமாக கற்பழிக்கப்படுவதுமான காட்சிகளுக்கிடையில்தான் இவையெல்லாம் நடைபெறுகின்றன. இறுதியில் பாடகி உணர்வற்ற நிலையில் சோர்ந்து விழுவதோடு ஒரு நிமிட அமைதியில் எல்லாம் முடிந்து விடுகின்றன. அப்போது, *I am Sugandhi Alias Andal Devanayaki* என்னும் வார்த்தைகள் ஸ்கிரீனில் நிறைகின்றன.

I am Sad Sad Sad

I am Mad Mad Mad

Kill me Kill me Kill me

Fxxx me Fxxx me Fxxx me

கனவு தொலைந்தவள் நான்

கவிதை மறந்தவள் நான்

காதல் கசிந்தவள் நான்

கற்பு கலைந்தவள் நான்

I am Sad Sad Sad
I am Mad Mad Mad
Kill me Kill me Kill me
Fxxx me Fxxx me Fxxx me

என்று ஆரம்பித்து புலிகளையும் ஸ்ரீலங்கன் ராணுவத்தையும் எல்லைகடந்து அசிங்கமான வார்த்தைகளால் கூர்மையாக விமர்சிக்கும் அந்த வீடியோவை பலமுறை பார்த்தும்கூட பாடுவது சுகந்திதானாவென்பதில் எனக்கு நம்பிக்கை ஏற்படவில்லை. எனக்குப் பழக்கமான சுகந்தியின் உருவமாகவோ குரலாகவோ அது இருக்கவில்லை. சுகந்தியால் அவ்வாறு அரைகுறை ஆடையணிந்து தளுக்கான அசைவுகளுடன் பாடவும் ஆடவும் முடியாது. ஆனால், SAD என்னும் மூன்று எழுத்துகள் சுகந்தி என்கிற ஆண்டாள் தேவநாயகி என்பதின் சுருக்கெழுத்துதானே. இன்டர்நெட்டில் சர்ச் செய்து SADன் வெப் சைட்டை அடைந்தேன்.

SAD

Sugandhi Alias Andal Devanayaki என்னும் ஈழத்தமிழ் போராளியின் நினைவுக்காக கனடாவிலுள்ள ஸ்ரீலங்கன் தமிழ் வம்சாவழியினர் தயாரித்த ஆல்பம்தான் SAD. United Records Inc என்னும் ஆப்ரோ அமெரிக்கன் மியூஸிக் கம்பெனிதான் அதிகாரப்பூர்வமாக SADவெளியிட்டிருக்கிறது. பத்து வீடியோக்கள் உள்ள இந்த ஆல்பத்தில் மூன்று பாடல்களை சுகந்திதான் எழுதியிருக்கிறாள். 2002 நவம்பர் 27 முதல் காணாமல் போய்விட்ட சுகந்தியை ஸ்ரீலங்கன் ராணுவத்திலுள்ள ஓர் உயர் பதவியிலுள்ள ஜெனரல் தள்ளிச் சென்று பலமாதங்களாக உடலுறவு அனுபவித்த பின் சுட்டுக் கொன்றுவிட்டான் என்றுதான் கருதப்பட்டது. 2009 மே மாதத்தில் ஈழப்போரின் இறுதியில் கொல்லப்பட்ட இசை பிரியாவுடன் இயக்கத்தின் மீடியா பிரிவில் சுகந்தி வெகுகாலம் வரையில் செயல்பட்டிருக்கிறாள். மாதங்கி அருள்பிரகாசம் போல் (MJA) நல்லதொரு ராப்பாடகியாகவும் சுகந்தி இருந்தாள். 1983ல் குல அழிப்பில் தாய் தந்தையர்கள் கொல்லப்பட்டதிற்குப் பின் லண்டன் உறவினர்களுடன்தான் தங்கியிருந்தாள்.

அருள்மொழிநங்கையும் யமுனா ஸ்ரீதரும் இணைந்துதான் SADல் பாடல்களைப் பாடியிருக்கிறார்கள். அவர்கள் இருவரும் கனடாவிலேயே பிறந்து வளர்ந்த ஈழத்தமிழ் இளம் பெண்கள். ஒட்டோவிலுள்ள ப்ளூஃபியர் ஸ்டுடியோவில் 2009 ஜூன் 21ந் தேதி SADல் சுகந்தி எழுதிய We hate Lions தான் முதலில் ரெக்கார்டானது...

பின்பு ஒன்றரை ஆண்டில் பல சமயங்களில் மற்ற பாடல்களும் ரெக்கார்டாயின. We hate Lions மிகவும் இறுதியில்தான் பதிவு செய்யப்பட்டது. SAD SAD SAD , SAD SAD SAD, We hate lions, Burn your history என்னும் இந்த பாடல்களின் லிரிக்ஸை சுகந்தியும் மற்றவற்றை அருள்மொழிநங்கையும்தான் எழுதியிருக்கிறார்கள்.

2012 நவம்பரில் வெளிவந்த மூன்று மாதத்திற்குள் யூ.எஸ்.ஸிலும் ஃபிரான்ஸிலும் டாப் 100ஐ அடைந்தது. 2013 முடிவதற்குள் பல ஐரோப்பிய நாடுகளிலும் டாப் 10லும் ஆஸ்திரேலியாவின் 3-ம் இடத்தையும் அடைந்தது. க்ராமி உள்ளிட்ட இந்த ஆண்டின் பல உயரிய விருதுகளையும் SAD SAD SAD பெறும் என்றுதான் பலரும் எதிர்பார்க்கிறார்கள்.

இவையொன்றும் முற்றிலும் நம்புவதற்கான விஷயங்களில்லை. 2002 நவம்பர் 27ல் மாவீரன் நினைவு தின கொண்டாட்டங்களுக்கிடையே தான் தப்பிப்பதற்கான வசதிகளை செய்து கொடுத்தபோது சுகந்தி மிகவும் பாதுகாப்பான இடத்தில்தான் இருந்தாள். அங்கிருந்து ஒரு சிங்களராணுவ ஜெனரல் அவளை அபகரித்துக் கொண்டு செல்வதற்கான எந்தவொரு வாய்ப்புமில்லை. அதுமட்டுமல்ல இயக்கத்தின் மீடியா ஸ்தானத்தில் செயல்பட்டுக் கொண்டிருந்த அவளுக்கு மற்ற இடங்களுக்கு போக வேண்டிய தேவையுமில்லை. சுகந்தி கொல்லப்பட்டிருந்தால் அதுக்குப் பின்னால் புலிகளாகத்தான் இருக்கவேண்டும். அதை மறைத்து வைப்பதற்கான ஒரு திறமையான இயக்கம்தானா இதுவென்று சந்தேகப்பட வேண்டியதிருக்கிறது.

மஞ்சுவை அழைத்தபோது போன் ஸ்விட்ச் ஆஃப் செய்யப்பட்டிருந்தது. ஏர்போர்ட்டுக்குப் போவதற்கு வெளியேறும் போதுதான் அவள் திரும்ப அழைத்தாள்.

‘யாரு, சுகந்தியா?’

‘இல்ல, அருள்மொழிநங்கை என்பதுதான் அந்த பாடகியின் பேரு. ஆனா அவள் பாடுவது சுகந்தி எழுதிய வரிகளைத்தான். உனக்கு கனடாவில் சிநேகிதிகள் யாராவது உண்டா?’

‘உண்டு... என்னோட அங்கிள் விநோத் மேனன் ஹைகமிஷனில் வொர்க் பண்றார்.’

‘ரொம்ப நல்லதாப் போச்சி. நீ உடனே அவருக்கு ஒரு மெயில் அனுப்பணும். அருள்மொழிநங்கை, யமுனாஸ்ரீதர் என்னும் இந்த ரெண்டு கனடியன் சிங்கர்ஸ்தான் SADல் பாடியிருக்கிறார்கள்.

அவர்களைத் தொடர்புகொள்ள முடிந்தால் நன்றாக இருக்கும். அவர்களுக்கு எங்கிருந்து சுகந்தியின் பாடல்கள் கிடைத்தனவென்று தெரியவேண்டும். சுகந்தி கொல்லப்பட்டு விட்டாள் என்றுதான் SADன் வெப்ஸைட்டில் கொடுக்கப்பட்டிருக்கிறது. அவர்களுக்கு எங்கிருந்து அந்த விவரம் கிடைத்தது என்பதையும் தெரிந்து கொள்ளவேண்டும்.'

'ஓகே, நான் இப்போதே அங்கிளுக்கு மெயில் அனுப்பறேன். ஏதாவது விவரம் கிடைத்தால் உடனே தெரிவிக்கச் சொல்கிறேன். நீ எப்போ புறப்படப் போகிறாய்?'

'நான் புறப்பட்டுட்டேன். பை...'

'ஹாவ் த நைஸ் ஜாப்னா டிரிப்...பை...'

காலையில் ஏழு மணிக்கு கொழும்பு ஏர்போர்டிலிருந்து யாழ்ப்பாணத்திற்கான விமானத்தில் ஏறும்போது மார்பு இருமுறை துடித்தது. எட்டாண்டுகளுக்கு முன்னால் அங்கிருந்து தப்பித்ததின் நடுக்கத்தை இப்போதும் மறக்க முடியவில்லை. கிறிஸ்டியும் ஆனும் சொல்லும் நகைச்சுவைகளைக் கேட்டு சிரிப்பதாக பாவனை செய்யும் போதும் மனதில் அந்த நினைவுகளாகவே இருந்தன. ரஜனிதிரணகாமா, தம்பிமுத்து, சுகந்தி என்னும் ஆண்டாள் தேவநாயகி, காதலின் ஆரம்ப நாட்கள், கார்த்திகை பூ, ஒற்று, விசாரணை, ஓடிப்போதல்... ஓ ஜீஸஸ்... எத்தனை நிகழ்ச்சிகள் நிறைந்ததாக அந்த நாட்கள் இருந்தன.

ரஜனி திரணகாமாவைப் பற்றிய சினிமாவின் தொடக்கப் பணிகளுக்காக யாழ்ப்பாணம் மருத்துவக் கல்லூரிக்கு அருகில் இயக்கம் ஏற்பாடு செய்திருந்த வீட்டில் எட்டுமாதம் வசித்தேன். துணைக்கு பூனா இன்ஸ்டியூட்டில் தோழர்களாக இருந்த புவனா என்றழைக்கப்பட்ட புவனேந்திர சாட்டர்ஜியும் வாய்ஸ் ஆஃப் டைகர்ஸிலுள்ள தம்பி முத்துவும் இருந்தார்கள். புவனாதான் கேமராமேன். பாலுமகேந்திராவின் உதவியாளனாக சென்னையில் சிறிதுகாலம் இருந்த பின்தான் அவன் என்னோடு வந்தான். தாய் தந்தையர்கள் கல்கத்தாக்காரர்கள் என்றாலும் மும்பையிலுள்ள மாதுங்காவில் பிறந்து வளர்ந்த வெண்மை நிற அழகனான புவனா தாடியையும் முடியையுமெல்லாம் நீளமாக வளர்த்திருந்தான். உண்மையிலேயே புத்திசாலி. அதிகம் பேசமாட்டான். எந்த விஷயத்தையும் காட்சிகளாகவே சிந்திக்கக்கூடிய அவனுடைய அபாரமான திறமை ஸ்கிரிப்டிற்கு பெரும் நன்மை செய்தது. ஈழப் போராட்டத்தின் அரசியலும் உணர்வுமுள்ள சேர்க்கைகளை அவனால் துல்லியமாகப் புரிந்துகொள்ள முடிந்திருக்கிறது.

LTTE ராணுவப் பகுதியிலிருந்த தம்பிமுத்து பத்து வருஷத்திற்கு முன்பு போரில் இடதுகாலின் மூட்டுக்குக் கீழேயுள்ள பாகத்தை இழந்த

பின்புதான் மீடியா பகுதிக்குத் திரும்பினான். ஒளிப்பதிவிலும் எடிட்டிங்கிலும் சவுண்டு ரெக்கார்டிங்கிலுமெல்லாம் மிகவும் பயிற்சியிருந்தாலும் தம்பிமுத்துவுக்கு சினிமாவின் எஸ்தட்டிக்ஸைப் பற்றி பெரிய புரிதல் இல்லாமல்தான் இருந்தது. எங்களைவிட இரட்டிப்பு வயதான கருத்தவன், அதிக உயரமில்லாத தடித்த மனிதன். தலையில் சிறிது நரையும் வழுக்கையும் உள்ளவன். செயற்கை கால் வைத்திருந்தாலும் மிகவும் சுறுசுறுப்போடு காரியங்களை ஆற்றக்கூடிய தம்பிமுத்துவின் திறமையைக் கண்டால் ஆச்சரியம் தோன்றும். உணவு சமைப்பது முதற்கொண்டு வீட்டிலுள்ள மற்ற விஷயங்களிலும் உதவுவதற்காக அமுதம் என்றொரு நடுத்தர வயதுக்காரி காலையிலும் மாலையிலும் வந்து செல்வாள். ரஜனிதிரணகாமாவைப் பற்றி ஒரு சினிமா எடுக்கும் புரொபஸலோடு நான் முதன்முதலில் தம்பிமுத்துவைத்தான் நெருங்கினேன்.

சென்னையிலுள்ள அலையன்ஸ் ஃபிரான்ஸைஸில் ஈழத்தைப் பற்றிய ஒரு ஆவணப் படத்தைப் பார்த்துவிட்டு வெளியேறும்போது முற்றிலும் எதிர்பாராத வகையில்தான் தம்பிமுத்துவை அறிமுகப்படுத்திக் கொள்ள வாய்ப்பு தரப்பட்டது. அந்தப் படத்தை எடுத்தவன் தம்பிமுத்துதான். துப்பாக்கிச்சூட்டை நிறுத்தும் ஒப்பந்தத்திற்கு பின்பான ஈழத்தின் நிலையை மிகவும் கோலாகலமாக சித்தரித்த ஒரு சினிமாவாக அது இருந்தது. பாட்டும் நடனமுமெல்லாம் சேர்த்து தலைவர் புகழை வாழ்த்துவதைப் பார்த்தால் ஒரு தமிழ் கமர்ஷியல் சினிமாவைப் பார்ப்பதைப் போலவே தோன்றும். சாதாரண ஆவணப்படங்களின் முறையில் அது இருக்கவில்லை. இப்படிப்பட்டதொரு ஆவணப்படம் எதற்கு என்ற கேள்விக்கு ஏன் இப்படி இருக்கக் கூடாதென்னும் தம்பிமுத்துவின் மறுகேள்விதான் எங்களை நெருங்க வைத்தது. புலிகளின் மீடியா பகுதியிலுள்ள வீடியோகிராபரான தம்பிமுத்துவின் சினிமாவைப் பற்றிய சங்கல்பம் அப்படித்தான் இருந்தது. அன்றிரவு ஓட்டல் அறையில் அமர்ந்து நாங்கள் வெகுநேரம் பேசினோம். சினிமா என்னும் கலைவடிவின் எல்லையற்ற வாய்ப்புகளைப் பற்றி அவருக்குக் கொஞ்சம் உணர்த்துவதற்கு என்னால் முடிந்ததென்றுதான் தோன்றுகிறது. பாலுமகேந்திராவைப் போல் நானும் பூனா ஃபிலிம் இன்ஸ்டியூட்டில் படித்து வெளியே வந்த ஆள்தான் என்று கூறியபோது தம்பிமுத்துவுக்கும் என்னுடன் நெருக்கம் தோன்றியது. பின்பு பல சமயங்களில் மூன்று நான்கு முறை நாங்கள் சந்தித்துக் கொண்டோம். கடைசியில் ரஜனி திரணகாமாவைப் பற்றி ஒரு படம் பண்ணுவதற்கான புரொபஸலை அவர்தான் முன்வைத்தார். ஆனால், புலிகள் தலைமைக்கும் தம்பிமுத்துவிற்கும் அதற்கு பின்னால்

பெருத்த சில அரசியல் குறிக்கோள்கள் ஏற்பட்டிருந்தன. ரஜனிதிரணகாமாவின் மரணத்திற்குப் பின்னே புலிகள்தான் என்னும் குற்றச்சாட்டை தந்திரமாக ஒதுக்கிவிடவும், தொடக்கக் காலத்தில் தங்களுடன்தான் இணைந்திருந்தாள் என்று வலியுறுத்தியிருந்ததும்தான் அதில் முக்கியம். தங்களின் செயல்பாடுகளில் உள்ள மனித உரிமை மீறல்களை வெள்ளையடித்து மறைப்பது என்னும் ரகசிய அஜண்டாவும் அதற்குப் பின்னால் இருந்தது.

இயக்கத்தின் இந்த ரகசிய அஜண்டாக்களைப் பற்றி எதுவும் அறியாமல்தான் நான் அவர்களுடன் சேர்ந்தேன். இன்ஸ்டிட்யூட்டிலிருந்து வெளியேறிய ஓர் ஆண்டிற்குள் தானே சொந்தமாக ஒரு சினிமா எடுப்பதற்கான வாய்ப்பாக மட்டுமே நான் அதை எடுத்துக் கொண்டேன். சர்வதேச அளவில் கவனிக்கப்படுவதற்கும் விவாதிக்கப் படுவதற்கும் பெரும் வாய்ப்புள்ள விஷயம்தானென்றும், இந்த சினிமாவால் நம்மால் சில அற்புதங்களை படைக்க முடியுமென்றும் சொல்லி புவனேந்திர சாட்டர்ஜியுடன் வந்தபோது தன்னம்பிக்கை இரட்டிப்பாகவும் இருந்தது. ரஜனியின் கொலைக்குப் பின்னால் புலிகள்தான் என்னும் யதார்த்தம் அன்று எங்கள் இருவருக்குமே தெரியாமல் இருந்தது. ஸ்ரீலங்கன் ராணுவமோ இந்திய அமைதிப்படையோதான் அக்கொலைக்குப் பின்னால் இருக்க வேண்டுமென்று நானும் புவனாவும் நம்பிக் கொண்டிருந்தோம். அரசும் ராணுவமும் புரட்சி இயக்கங்களை ஆதரிக்கக்கூடிய மனித உரிமை ஆர்வலர்களோடு ஏற்றுக் கொள்ளும் சித்திரவதையின் இரையாக ரஜனிதிரணகாமாவை வெளிப்படுத்தும் வகையில்தான் சினிமா எடுக்க திட்டம். தம்பிமுத்துவும் அப்படிச் சொல்லித்தான் எங்களை நம்ப வைத்திருந்தார். ஆனால் ஸ்கிரிப்ட் தயாரிப்பதற்காக ரஜனியுடன் தொடர்புடைய எல்லா விவரங்களையும் தேடத் தொடங்கியபோது விஷயங்கள் தம்பிமுத்து சொன்னதுபோல் அல்ல என்று எங்களால் புரிந்து கொள்ள முடிந்தது.

யாழ்ப்பாணத்தை அடைந்த மூன்றாவது வாரத்தில்தான் நான் சுகந்தியுடன் அறிமுகமானேன். ரஜனி நாயகியாக நடிப்பதற்கு மிகவும் பொருத்தமான பெண்ணென்று கூறி தம்பிமுத்துதான் அவளை வீட்டுக்கு அழைத்து வந்தார். தம்பிமுத்துவின் தேர்வு நூறு விழுக்காடும் சரியாகவே இருந்தது. படங்களில் தெரிந்த ரஜனிதிரணகாமாவின் அதே வடிவம். சிறிது அழகு மட்டும் அதிகம் என்பதைத் தவிர வேறு யாதொரு குழப்பமுமில்லை. ஒருவேளை ரஜனியும் இளமையைத் தாண்டும் காலத்தில் இதுபோல் அழகியாக இருந்திருக்கலாம். ரஜனியைப் போலவே முன் பக்கத்தில் இரண்டு பற்கள் கொஞ்சம் பெரிதாக

இருக்கவில்லைதான். ஆனால், கண்களில் ஒரு ராயல் கிரேஸ் உண்டு. மலரத் தொடங்கும் கார்த்திகைப் பூவைப்போல் அழகியாக இருந்தாள். கருப்பில் அவள் எழுதியதுபோல் நானும் சுகந்தியை பார்த்த நிமிடத்திலேயே காதல் கடலுக்குள் தூக்கியெறியப்பட்டேன். எப்படித் தான் அது நேர்ந்தது என்று இப்போதும் தெரியவில்லை. காதல் என்றால் என்னவென்பதை விவரிக்க முடியாது. அதை அனுபவித்தால் மட்டுமே அறிந்துகொள்ள முடியும் என்னும் உண்மை அப்போதுதான் எனக்குப் புரிந்தது.

'இதற்கு முன்பு நடித்ததுண்டா?'

'இல்லை.'

'ரஜனிதிரணகாமாவைப் பற்றி தெரியுமா?'

'லண்டனில் இருக்கும்போது அவர்களைப் பத்தி அங்கிள் சொன்னதைக் கேட்டிருக்கிறேன். ஆனால், யாரென்று சரியாகத் தெரியாது.'

விமானம் யாழ்ப்பாண விமானநிலையத்தில் இறங்கப் போகிறது என்னும் அறிவிப்பை கேட்டுவிட்டுதான் நான் சிந்தனைகளிலிருந்து விழிப்படைந்தேன்.

7

யார் அந்த ரஜனி திரணகாமா?

இந்தக் கேள்விக்கான பதில் அந்தளவிற்கு மென்மையானதில்லை. ஆனால், அந்தப் பதிலை தங்களுக்கு அனுகூலமாக மாற்றிக் கொள்வதற்கான ரகசிய அஜண்டாவை ஸ்ரீலங்கா அரசு மிகவும் தந்திரபூர்வ எதிர்ப்பாக மாற்றிக் கொண்டிருந்தது. அதன் ஒரு பகுதியாகத்தான் வடக்கு மாகாண சபையின் ரகசிய பின்துணையுடன் *Who was Rajani Thirunagama?* என்னும் பெரியதொரு கூட்டத்தை ஜாப்னா வீரசிங்கம் ஹாலில் கூட்டினார்கள். யாழ்ப்பாண மருத்துவக் கல்லூரி பேராசிரியர்களும் மாணவர்களும் பழைய மாணவர்களும் இணைந்துகூடும் கூட்டம்தான் அதுவென்று பங்குபெறும் முக்கால் பங்கு மனிதர்களை நம்ப வைப்பதற்கும் அவர்களால் முடிந்தது. 1989ல் கொல்லப்பட்டதற்குப் பின் முதன்முதலாக ரஜனிதிரணகாமாவின் நினைவுக்காக இவ்வளவு பெரியதொரு கூட்டம் யாழ்ப்பாணத்தில் நடைபெறுகிறது. யாழ்ப்பாணத்திலுள்ள டில்கா சிட்டி ஓட்டலில் செக்இன் செய்த பின் நாங்கள் முதன்முதலாக வீரசிங்கம் ஹாலுக்குதான் சென்றோம்.

பத்து மணிக்கு முன்பாகவே யாழ்ப்பாணத்திலேயே மிகப்பெரிய கூட்டங்களில் ஒன்றாக வீரசிங்கம் ஹால் முழுவதும் நிறைந்து குவிந்திருந்தது. பலரும் அமர்வதற்கு இடம் கிடைக்காமல் ஹாலைச் சுற்றி கூடி நின்றார்கள். சமரவீராவின் கட்டளையை அனுசரித்து எங்கள் மூவருக்கும் முன் வரிசையிலேயே இருப்பிடங்கள் காலியாக இருந்தன. ரஜனிதிரணகாமாவைப் பற்றி சினிமா எடுக்கும் ஹாலிவுட் குழு என்னும் தனிப்பட்ட கவனிப்போடுதான் கூட்டத்தினர் எங்களை வரவேற்றார்கள். கூட்ட நெரிசலில் அங்குமிங்குமாக நின்று விஷயங்களை கவனிக்கும் சிலரின் முகங்கள் சிங்களர்களின் சாயலிலிருந்து அவர்கள் மப்டியிலுள்ள ரகசிய ஒற்று அதிகாரிகளாக இருக்கலாமோ என்னும் சந்தேகம் தோன்றியது. ரஜனியின் ஒரு புகைப்படத்திற்கு மாலையிட்டு அலங்கரித்து வைத்துள்ள சபையில் நான்கைந்து பேச்சாளர்கள் பொறுமையிழந்தவர்களாக அமர்ந்திருந்தார்கள். அவர்கள் எங்களுக்காகத்தான் காத்திருக்கிறார்கள் என்று தோன்றிற்று. நாங்கள் இருக்கைகளில் அமர்ந்தவுடனேயே ரஜனியின் நினைவுக்காக ஒரு நிமிட மௌன அஞ்சலியுடன் கூட்டம் தொடங்கியது. பின்பு, யாழ்ப்பாண மருத்துவக் கல்லூரி பேராசிரியரான டாக்டர் மரகதம் சண்முகநாதன் வரவேற்புரை நிகழ்த்த எழுந்தார்.

'எல்லாருக்கும் காலை வணக்கம். *Who was Rajani Thirunagarna?* என்னும் இந்த கூட்டத்திற்கு வருகை தந்துள்ள, மேடையிலும் சபையிலும் குழுமியிருக்கும் எல்லாரையும் நான் மகிழ்ச்சியுடன் வரவேற்கிறேன். ஈழப்போரில் உயிரிழந்த யாழ்ப்பாணத்தின் வீரப்புதல்வியர்களில் பொன்னெழுத்துகளால் எழுத வேண்டிய பெயர்தான் ரஜனிதிரணகாமாவினுடையது. கால் நூற்றாண்டுக்கு முன்பு இயக்கம், ராணுவம், அமைதிப்படை ஆகியவற்றின் ஆயுதங்களுக்கு எதிராக நிராயுதபாணியாகப் போராடி வீரமரணம் அடைந்த அந்த சகோதரியைப் போல் யாழப்பாணத்தின் வரலாற்றில் அமைதிக்கும் சமாதானத்திற்குமாக போராடியவர்கள் வேறுயாரும் இல்லை. துர்ப்பாக்கிய வசத்தால் 1989 செப்டம்பரில் கொல்லப்படுவதற்கு முன்பான காலத்தின் செயல்பாடுகளின் மூலமாக ரஜனி பங்குபெற்ற காரணமற்ற பயப்பீதிதான் இன்று ஈழத்தின் துன்ப வரலாறாக மாறியிருக்கிறது. ஆனால், நம்முடைய புதிய தலைமுறை ரஜனிதிரணகாமாவை உண்மையில் புரிந்து கொண்டார்களா என்பது சந்தேகம்தான். அவர்களுக்கான அதிலுள்ள அவசரத் தயாரிப்புகள்தான் இந்த கூட்டத்தின் குறிக்கோள். வேறு பார்மாலிட்டி ஒன்றுமில்லாமல் இந்த சம்மேளனத்தில், ரஜனியின் சிநேகிதியும் நேஷனல் யூனிவர்ஸிட்டி ஆஃப் சிங்கப்பூரிலுள்ள ஆங்கோலஜி புரொபஸருமான டாக்டர் வளர்மதி கல்யாணசுந்தரம், ஜாப்னா ஹ்யூமன் ரைட் வாச்சின் செக்ரட்டரி ரெவரண்ட் ஃபாதர் ஆல்பிரட் செல்லதுரை, பிரபலமான ஈஜிப்ஷ்யன் மனித உரிமை செயல்பாட்டாளரும் வுமன் எகன்ஸ்ட் வார் என்னும் சர்வதேச அமைப்பின் ரஷ்ய மண்டலத்தின் தலைவருமான அமீனா எல் ஹமீதி என்பவர்கள்தான் ரஜனியைப் பற்றி நம்முடன் பேச இருக்கிறார்கள். இவர்கள் மூவரும் ரஜனிதிரணகாமாவை மூன்று வெவ்வேறு தளங்களில் நெருக்கமாக அறிந்தவர்கள். முதன்முதலாக டாக்டர் வளர்மதி கல்யாணசுந்தரம்...'

வளர்மதி எழுந்து ரஜனிதிரணகாமாவின் புகைப்படத்திற்கு முன்னால் ஒரு நிமிடம் நின்று தொழுதுவிட்டு மைக்கிற்கு அருகில் வரும்போது சபை ஆவலுடன் மூச்சையடக்கி அமர்ந்திருந்தது. அவர் கொஞ்சம் விம்மி அழுகையை அடக்கிக் கொண்டு ஆரம்பித்தார்:

''சின்ன வயதிலிருந்தே எனக்கு ரஜனியை நல்லாவே தெரியும். நாங்கள் ரெண்டு பேரும் பிறந்து வளர்ந்ததெல்லாம் அடுத்தடுத்த வீடுகளில்தான். ஒன்றாகத்தான் ஸ்கூலுக்குப் போனோம். மற்ற பிள்ளைகளைப் போலவே பாட்டும் விளையாட்டும் கதை பேசுவதுமெல்லாம் நிறைந்ததாகத்தான் எங்கள் குழந்தைப் பருவமும்

இருந்தது. பல சமயங்களிலும் அவளுடைய அக்கா நிர்மலாவும் எங்களோடவே இருப்பாள். கொஞ்சம் பெரியவளானதும் சைக்கிள் என்னும் ஆச்சரியம் எங்கள் வாழ்க்கையில் நுழைந்தது. எங்கள் குழுவிலேயே ரஜனிதான் முதன்முதலில் சைக்கிள் மிதிக்கத் தொடங்கினாள். வண்ணத்துப் பூச்சிகளைப் போல் இந்த ஊரில் நாங்கள் பறந்து திரிந்த காலமும் இருந்தது. அது எவ்வளவு நல்ல காலமாக இருந்தது... யாழ்ப்பாணத்தில் அமைதியும் சமாதானமும் இருந்த காலம் அது. 1954ல்தான் நாங்கள் இருவரும் பிறந்தோம். அவள் பிப்ரவரியிலும் நான் மார்ச்சிலும். துல்லியமாகச் சொல்ல வேண்டுமானால் அவள் பிப்ரவரி 23லும் நான் மார்ச் 23லும் பிறந்தோம். என்னைவிட ஒரு மாதம் மட்டுமே வயது அதிகம் என்றாலும் அவள் ஒரு தமக்கையைப் போல்தான் நடந்து கொண்டாள். இப்படி என்னோடு மட்டுமல்ல, அவளுடைய சொந்த அக்காவிடமும் அப்படியேதான் நடந்து கொண்டாள் என்று தோன்றுகிறது. வயதுக்கு மீறிய ஒரு முதிர்ச்சியை அவள் இளமையிலேயே வெளிப்படுத்திக் கொண்டிருந்தாள். யாழ்ப்பாண கல்லூரியில் கணிதவியல் பேராசிரியராகப் பணியாற்றிக் கொண்டிருந்த அவளுடைய அப்பா ராஜசிங்கம் சார், கிறிஸ்துவ மத உணர்வைவிட பரந்த சுதந்திர உணர்வுள்ளவர்களாகத்தான் தன் பிள்ளைகளை வளர்த்தார். சிறுமியாக இருந்த காலத்தில் கிண்டல் பேசி கடகடவென சிரிக்கவும் சட்டென்று அழவும் செய்த குழந்தை ஹைஸ்கூல் வகுப்பில் சேருவதற்குள் பெரும் கௌரவமானவளாக மாறினாள். ஆனால் படிப்பிலும் விளையாட்டுகளிலும் வகுப்பில் எப்போதும் அவள்தான் முதலாமவளாக இருந்தாள்.

‘நாங்கள் இருவரும் சேர்ந்தேதான் கொழும்பு மருத்துவக் கல்லூரியில் சேர்ந்தோம். அங்கே முக்கால் பங்கு மாணவர்களும் சிங்களர்களாகவே இருந்தார்கள். என்றாலும் வித்தியாசமான மொழியுடனும் பண்பாட்டுடனுமாக ரஜனியால் வெகுவிரைவில் இணைந்துகொள்ள முடிந்தது. மருத்துவக் கல்லூரியிலும் வகுப்பில் அவள் முன் வரிசையில்தான் இருந்தாள். படிப்போடு கூட சுதந்திரத்திற்கும் உரிமைகளுக்குமாக வாதிடும் மனுஷியாக அக்காலத்தில்தான் ரஜனி மாறுகிறாள். எழுபதுகளில் உலகம் முழுவதும் வீசிய கம்யூனிஸ்ட் அலை அவளையும் பாதிக்காமல் இருக்கவில்லை. ஆனால், அவள் புரட்சி சிந்தனைகளை டாக்மேட்டிக்காக ஏற்கவில்லை. அதிலுள்ள இதய வேதனையை அவள் சந்தேகத்தோடுதான் நெருங்கியிருந்தாள். மக்கள் ஆட்சியின் அடிப்படையான சுதந்திர உணர்வுதான் ரஜனியினுடையதாக இருந்தது. அதனால்தான் முற்றிலும் அரசியல் அறிவற்ற சிந்தனையுள்ளவர்களான மருத்துவ மாணவர்களில் அரசியல்

உணர்வை உண்டாக்குவதற்கு அவளுடைய செயல்களால் முடிந்தது. 1976ல் நடந்த ஸ்ரீலங்காவின் வரலாற்றிலேயே முதல் மாணவன் கொலையுண்ட பெரதெனியா கல்லூரியைச் சேர்ந்த வீர சூர்யாவின் மரணத்திற்கு எதிராக ரஜனியின் தலைமையின் கீழ் எங்கள் மருத்துவ மாணவர்களும் வெளிப்படையாகவே எதிர்த்தார்கள்.

'மொழிக்கும் மற்ற குறுகிய பண்பாட்டு தன்னுணர்வுக்கும் அப்பாலுள்ள ஒரு உலக மானுடத் தன்மையில் தான் அவள் நம்பிக்கை கொண்டிருந்தாள். அக்காலத்தில்தான் புரட்சி செயல்களில் மிகவும் முனைப்புடன் இருந்த தயபால திரணகாமாவை அவள் சந்தித்ததும் காதலில் விழுந்ததுமாகும். மிகவும் வேறுபாடான சூழ்நிலைகளிலிருந்து வந்திருந்தாலும் காதலின் புனிதம் அவர்களை இணைத்து வைத்தது. யாழ்ப்பாணத்தில் செல்வீகமான, ஓரளவுக்கு மோசமில்லாத கிறிஸ்துவ குடும்பத்தில் பிறந்து வளர்ந்த ரஜனி சிங்கள புத்தமத சூழலிலுள்ள இடதுசாரி புரட்சி இயக்கத்தில் இயங்கிய தயபாலாவை காதலித்ததிலிருந்தே அவளுடைய இதயத்தின் விசாலத்தன்மையை புரிந்து கொள்ளலாம். நாங்கள் நண்பர்கள் எல்லாரும் அவர்களின் காதலை விறுவிறுப்புடன் உற்சாகப்படுத்தினோம். காதலிக்கப்படுபவர்கள் அதிர்ஷ்டசாலிகள். இந்த உலகமே அவர்களின் சொர்க்கம் என்றொரு வாக்கியத்தை உன் பைபிளிலேயே எழுதிச் சேர்க்க வேண்டுமென்றால்லாம் நான் அவளிடம் கேலியாகச் சொல்லிக் கொண்டிருந்தேன். ஆனால், ரஜனிக்கும் தயபாலாவுக்கும் இந்த உலகம் சொர்க்கமாக இருக்கவில்லை. 1977ல் அவர்கள் மணம் புரிந்து கொண்டபோது தயபாலா பலநேரங்களில் தலைமறைவாகப் போகவேண்டிய நிலையில்தான் இருந்தார். அவர்கள் புண்ணியத்தால் இரண்டு கெட்டிக்கார பெண் குழந்தைகள் அவர்களுக்குப் பிறந்தன. 1978ல் நர்மதாவும் 1980ல் சாரிகாவும் பிறந்தார்கள். தயபாலா திரணகாமாவும் நர்மதாவும் இப்போது பிரிட்டனில் வசிக்கிறார்கள். சாரிகா யு.எஸ்.ஸில் கலிபோர்னியாவிலுள்ள ஸ்டான்போர்டு யூனிவர்ஸிட்டியில் மனிதகுலவியல் படிக்கிறாள்.

'ரஜனி ஜாப்னா டீச்சிங் ஆஸ்பிட்டலில்தான் இன்டேன்ஷிப் செய்தாள். துர்ப்பாக்கியத்தால் வேறு சில காரணங்களால் எனக்குக் கொழும்புவிலேயே தொடர வேண்டிய சூழலாகிவிட்டது. இன்டேன்ஷிப்பிற்குப் பின் நான் மணமாகி சிங்கப்பூருக்குப் போகும்போது அவள் தெற்கு இலங்கையிலுள்ள ஹல்துமுல்லை என்னும் கிராமத்தில் மருத்துவராகப் பணியில் சேர்ந்தார். சுமார் ஒரு வருடம் வரையில் அங்கே பணியாற்றியபோதுதான் அவள், ஜாப்னா

மருத்துவ கல்லூரியிலுள்ள அனாட்டமி பேராசிரியராக நியமிக்கப்பட்டார். மருத்துவர் என்ற நிலையிலும் ஆசிரியர் என்ற வகையிலும் மிகவும் உயர்ந்த வகையில்தான் ரஜனி இயங்கிக் கொண்டிருந்தாள். உடன் பணிபுரிந்தவர்களும் மாணவர்களும் இப்போதும் நினைவுபடுத்துவதுண்டு. தான் கற்ற விஷயங்களில் அதிகமானவற்றை புரிந்துகொள்வதற்கும் சர்வதேச அரசியல் தளத்தில் நடைபெறும் ஆராய்ச்சிகளைப் பின்தொடரவும்கூடிய கவனத்தில் ரஜனி இருந்தாள். அதன் பலனாகத்தான் *1983* இறுதியுடன் பிரிட்டனிலுள்ள புகழ்பெற்ற *Middilesex University Hospital*™ல் மேல்படிப்பு படிப்பதற்காக காமன்வெல்த் ஃபெலோஷிப் அவளுக்கு கிடைத்தது. முதுநிலை பட்டத்திற்குப் பின் *Liverpool University*லிருந்து கம்பாரேட்டிவ் அனாட்டமியில் *Ph.D.,* எடுத்து ரஜனியின் ஆராய்ச்சிக் கட்டுரைகள் முக்கியமான மருத்துவ இதழ்களில் பிரசுரிக்கப்பட்டன. ரஜனி ஏ.டி. செம்பர்லைன், பி.டி. வுட் என்கிற சக ஆராய்ச்சியாளர்களுடன் சேர்ந்து கிளினிக்கல் அனாட்டமி ஜெர்னலில் *1989*ல் வெளியிடப்பட்ட *Valves in superficial limb veins of humans and non human primates* என்னும் பேப்பர் அவற்றில் குறிப்பிட்டுச் சொல்லக் கூடியதாகும். அவ்வாறு யு.கே.வில் மிகவும் நல்ல நிலையில் தன்னுடைய புரொபஷனல் வாழ்க்கையை முன்னோக்கி கொண்டு செல்லக்கூடிய எல்லாவகை தொடர்புகளும் ஏற்பட்டிருந்த போதுதான் அவள் அவற்றையெல்லாம் நிராகரித்துவிட்டு யாழ்ப்பாண மருத்துவக் கல்லூரியில் ஆசிரியராகவே திரும்பி வந்தாள். நம்முடைய மண்ணில் உள்நாட்டுப் போரின் தீ வேகமாகப் பிடிக்கும் அக்காலத்தில் புரொபஷனல்கள் எல்லாரும் மேற்கத்திய நாடுகளுக்கு தப்பித்துக் கொண்டிருக்கும்போதுதான் ரஜனி அதற்கு தயாரானாள் என்பதை நினைக்கும்போதுதான் நம் கண்கள் நிறைகின்றன.

'லண்டனில் இருந்த காலத்தில் அவள் இயக்கத்தை பின்பற்றி இருந்தாள். அக்கா நிர்மலாவைப் போல் இயக்கத்தில் அவளுக்கும் எதிர்பார்ப்பு உண்டாகியிருந்தது. நிர்மலாவின் விடுதலைக்காக க்யாம்பாயினில் இயக்கத்தின் லண்டன் கமிட்டியுடன் இணைந்து அவளும் செயல்பட்டதுண்டு. ஆனால், அதன்பின் இயக்கத்தின் செயல்கள் முற்றிலும் ஜனநாயகத் தன்மையில் இல்லை என்று அவள் அடையாளமறிந்து கொண்டாள். இந்த அடையாளப்படுதலும் இயல்பான சுதந்திர உணர்வும்தான் அவளுடைய தொடர்ச்சியான செயல்களை ஈர்த்துள்ளது. துரதிர்ஷ்டத்தால் அமைதிக்கும் சமாதானத்திற்குமான அந்தத் தீவிரச் செயல்களைப் புரிந்துகொள்ளவோ உள்வாங்கிக் கொள்ளவோ தயாராக இல்லாதவர்கள் அவளுடைய

உயிரைப் பறித்துக் கொண்டார்கள். 1989ம் ஆண்டு செப்டம்பர் 21ந் தேதி உலக சமாதான தினத்தில் என் ரஜனியை அவர்கள் சுட்டுக் கொன்றார்கள். அவளுடைய நினைவுக்கு முன்னால் கண்ணீர் அஞ்சலியை சமர்ப்பித்துக் கொண்டு நான் என் உரையை முடித்துக் கொள்கிறேன். அக்காலத்தில் ரஜனியின் செயல்களைப்பற்றி என்னை விட நன்றாக உங்களுடன் பேசுவதற்கு தகுதியானவர் மனித உரிமை செயல்களில் கூடவே நின்ற ரெவரண்ட் பாதர் ஆல்பர்ட் செல்லத்துரைதான். இனிமேல் அவர் உங்களிடையே பேசுவார்.''

ஃபாதர் ஆல்பர்ட் செல்லதுரைக்கு எண்பதுக்குமேல் வயது இருக்குமென்று தோன்றுகிறது. மிகவும் கஷ்டப்பட்டுதான் எழுந்து மைக்கிற்கு அருகில் வந்தார். மெல்லிய பலமற்ற குரலில் அவர் பேசத் தொடங்கியபோது சபையில் அமைதி நிறைந்திருந்தது.

''எல்லார்க்கும் காலை வணக்கம். வளர்மதி சொன்னதுபோல் எண்பதுகளின் முடிவில் ரஜனியுடன் செயலாற்றிக் கொண்டிருந்த ஒருவன்தான் நான். என்னுடன் செயல்பட்டுக் கொண்டிருந்தாள் என்று சொல்வது முழுமையாகச் சரியில்லை. அவருடைய செயல்களுக்கு ஒரு சிறிய தோதில் அறிவுரைகளும் பின்துணையாக தன்னம்பிக்கையும் அளித்தேன் என்று சொல்வதுதான் சரி. காரணம், 1983ல் கலவரக்காலத்தில் பேர் தெரியாத ஒரு ராணுவ வீரன் தன் கை பலம் முழுவதையும் என் உடம்பில் இறக்கியதால் அன்றிலிருந்தே எழுந்து நிற்பதற்கும் நடப்பதற்கும் சிரமப்படும் நிலையில்தான் நான் இருக்கிறேன். ரஜனி என் நண்பர் ராஜசிங்கத்தின் மகள். நல்ல கெட்டிக்காரி. அறிவாளி. சொந்த ஊரையும் ஊர் மக்களையும் வெகுவாகவே நேசித்தவள். 1988ல் ஜாப்னா யூனிவர்சிட்டியில் University Teachers for Human Rights என்னும் அமைப்பின் நிர்வாகி தொடர்பான விஷயங்கள் பற்றிப் பேசுவதற்காகத்தான் அவள் என்னைப் பார்க்க வந்திருந்தாள். நன்றாக யோசித்துவிட்டுதான் இப்படிப்பட்டதொரு விஷயத்தில் இறங்கி இருக்கிறாயா என்று நான் அவளிடம் கேட்டேன். அவள் புன்னகையுடன் தலையாட்டினாள். அவளுடன் ஜாப்னா மருத்துவக் கல்லூரியின் மருத்துவர்களான ஸ்ரீதரனும் ராஜன்ஃபுளேயும் தயா சோமசுந்தரமும் இருந்தார்கள். அவர்கள் மிகவும் அர்ப்பணிப்பு உணர்வுள்ள மனிதநேசிகளாக இருந்தார்கள். இயக்கமும் ராணுவமும் அமைதிப்படையும் ஒன்றைப்போல் ஒன்றாக இந்த நாட்டிலுள்ள சாதாரண மக்களின் வாழ்க்கையை மிதித்து துவைப்பவர்களாகவே இருந்தார்கள் என்னும் உண்மையை அவள் அடையாளம் கண்டாள். அவற்றை திறந்து வெளிப்படுத்தவும் சமூகத்தில் சித்திரவதைக்கு

எதிரான பொதுவுணர்வை வளர்த்து எடுக்கவும்தான் அவள் ஆசைப்பட்டாள்.

'நான் அவர்களுக்கு மனித உரிமை செயல்பாடு எப்படி இருக்க வேண்டும் என்பதுபற்றி விவரமாகச் சொல்லிக் கொடுத்தேன். ஆயுதம் தாங்கிய பகைவர்களோடு நிராயுதபாணியாக போரிடுபவர்கள்தான் மனித உரிமைச் செயல்வீரர்கள். அந்தப் போரில் பல சமயங்களில் நாம் தனிமையில் தோற்கவும் சமூகம் கடைசிகடைசியாக வெற்றிபெறவும்தான் முடிகிறது. பல சமயங்களில் அந்த வெற்றி நம்முடைய காலத்திற்கு, பின்புதான் நிகழும். கிறிஸ்து அந்த வழியைத்தான் நமக்குக் கற்றுக்கொடுத்தார். காந்தி அந்த வழியைத்தான் நமக்குக் கற்றுக் கொடுத்தார். ரஜனி உள்பட *UTHR* செயல்பாட்டாளர்கள் அந்த வழியில்தான் பயணித்தார்கள்.

'*UTHR* வெளியிட்ட அறிக்கைகள் சமூகத்துக்கு எதிரில் பிடிக்கப்பட்ட கண்ணாடியாக இருந்தன. ரஜனியும் தோழர்களும் இந்த சமூகத்தில் நடந்த ஒவ்வொரு சித்திரவதைச் செயல்களையும் துல்லியமாக அடையாளப்படுத்தினார்கள். அதற்குப் பின்னால் யார் இருக்கிறார்கள் என்பதை பொதுமக்களிடம் உரத்துச் சொன்னார்கள். சித்திரவதைகளிலுள்ள இரைகளுக்கு முடிந்த மட்டில் உதவினார்கள். அவர்களுக்குப் பாதுகாப்பும் உணவும் மருந்தும் சிகிச்சையும் அளித்தார்கள். சித்திரவதைகளிலுள்ள இரைகளான பெண்களுக்கு மறுவாழ்வு அளிப்பதற்காக முழுமையான பெண்கள் விடுதி போன்றுள்ள நிறுவனங்களை ஆரம்பித்தார்கள். இவையொன்றும் கொழும்பு நகரத்திலுள்ள பாதுகாப்பான பங்களாவிலிருந்து அயல்நாட்டு ஏஜன்ஸிகளின் உதவியை ஏற்றுக் கொண்டுள்ள *NGO* செயல்பாடாக இருக்கவில்லை. தன் உயிரைப் பணயம் வைத்து, வியர்வை சிந்தி, சமூகத்திற்காகச் செய்த காரியங்களாகும். இயக்கத்தின் சித்திரவதை செயல்களைக் குறித்துள்ள அறிக்கையினை வெளியே விடுவதற்குத் தொடங்கியதுடன் பிரச்சினைகளும் ஆரம்பித்தன. ராணுவமானாலும் அமைதிப் படையானாலும் அவர்களுக்கு தங்களுடைய செயல்களை ராணுவ நடவடிக்கைகளின் ஒரு பகுதி என்னும் நிலையில் நியாயப்படுத்த முடிந்தது. ஆனால் மக்களுக்காகச் செயலாற்றும் இயக்கத்திற்கு அந்த வகையில் ஒருபோதும் தங்களுடைய தவறுகளைநியாயப்படுத்த முடியவில்லையே... மேலும் ஜனநாயகத்தில் வெகுவாக விலகிப் போய்விட்ட அவர்கள்தங்களைவிமர்சிப்பவர்களை பயமுறுத்தியும் கொன்று குவித்தும் அமைதிப்படுத்ததான் முயன்றார்கள். ரஜனி அப்படிப்பட்ட பயமுறுத்தல்களை

பொருட்படுத்தாமல் இருந்ததால்தான் அவளைக் கொன்றார்கள். ரஜனி திரணகாமா யார் என்று கேட்கும் இன்றைய தலைமுறையினரிடம் என்னால் ஒன்றே ஒன்றை மட்டும்தான் சொல்ல இருக்கிறது. இந்த மண்ணில் பிறந்த மிகவும் புனிதமான பெண்ணாக அவள் இருந்தாள். சினேகத்தினுடையதும் சகிப்புத்தன்மையுடையதுமான புனிதம். சுயமரியாதையின் நட்சத்திரம். வணக்கம்.''

ஃபாதர் அந்த அளவுக்கு பேசுவதற்குள்ளேயே மிகவும் சோர்ந்து போய்விட்டார். வளர்மதியும் மரகதமும் சேர்ந்து அவரைப் பிடித்து நாற்காலியில் அமர்த்தினார்கள். அடுத்த சொற்பொழிவுக்காக ஆமினா எல் ஹமீதி எழுந்தார். நல்ல சரளமான ஆங்கிலத்தில் அவர் பேசத் தொடங்கியபோது ஹாலுக்கு வெளியே குழுமி நின்றவர்களெல்லாம் உள்ளுக்குள் முண்டியடித்து வந்தார்கள்.

"Dear friends, 1986ல் லண்டனில் நடந்த பெண்கள் எதிர்ப்பு வாரின் மாநாட்டில் பேசப்போன நேரத்தில்தான் நான் ரஜனியை முதன்முதலாகப் பார்த்தேன். சர்வதேச அரசியல் தளத்தில் செயல்பட்ட மனித உரிமையாளர்கள், போர் எதிர்ப்பாளர்கள், பெண்ணிய செயல்வீரர்கள் எல்லாரும் மிகவும் முனைப்புடன் நினைவுறுத்தும் ஒரு பெயர்தான் ரஜனி. எதிர்பார்ப்பின் ஒளிமிகுந்த கண்களையுடையவள் ரஜனி. பெரியதொரு தன்னம்பிக்கை அவளுடைய பார்வையிலும் வார்த்தைகளிலும் ஏற்பட்டிருந்தன. இங்கே வரும்போது ராதிகா குமாரசுவாமியையும் நந்திதா ஹக்ஸரையும் போன்று புகழ்பெற்றவராக இருந்த மனித உரிமை செயல்பாட்டாளர் ரஜனி திரணகாமாவின் நினைவு அறிக்கைகளை எடுத்துப் படித்துப் பார்த்தேன். அந்த வகையில் ஒரு அறிக்கைக்கு இன்று இங்கே ஒளியுண்டு என்று தோன்றவில்லை. 2009ல் ரஜனி திரணகாமா நினைவோடு தொடர்புடைய தயபாலா திரணகாமா நடத்திய பேச்சின் இறுதிப் பகுதியை இங்கே வாசிக்கலாம் என்றுதான் நான் சொல்வேன். நேற்றிரவு ரஜனியின் மகள் நர்மதாவுடன் பேசியபோது அவளும் அதுதான் நல்லதாக இருக்கும் என்று கூறினாள். இனி தயபாலாவின் வார்த்தைகள் :

'ரஜனியின் எண்ணங்கள் சமகால அரசியல் தொடர்புகளில் எப்படி எதிரொலிக்கிறது என்பதைப் பாருங்கள். ரஜனியின் வார்த்தைகளையே பயன்படுத்தினால் நாம் இப்போதும் ஒரு இருண்ட பள்ளத்தாக்கின் வழியாகத்தான் நடக்கிறோம். மனிதத்துவமில்லாத விஷயங்களை மனம்திறந்து சொல்லவும் ஒத்துக்கொள்ள முடியாத பயமும் தான் இந்த இனப்போரின் இருண்ட நிழல் இப்போதும் வெளிப்படாமல் இருக்கவில்லை. முழுவதும் அதிகாரப் பரவலின் மூலம் ஜனநாயகத்தின்

இடம் மலராத வரையில் காலம் தமிழ் மக்களின் அமைதி என்பது சாத்தியமானது.

'ரஜனி எதற்காக உயிரை பலி கொடுத்தாரோ அது ஜனநாயக முறையில் ஒத்துப்போகவேண்டும். அந்த உரிமைக்கு எதிராக நிலைத்திருக்கும் கட்டுப்பாடுகள் இன்றும் நம் சமூகங்களில் நிலைத்திருக்கின்றன. அதனால், தமிழ், சிங்கள மக்களிடமிருந்து இனிமேலும் ரஜனியைப் போன்றவர்கள் முன்னுக்கு வரவேண்டியதிருக்கிறது. ரஜனியின் பாதையை பின்தொடர்பவர்கள்தான் நம் உலகை மேலும் நல்லதாக மாற்றுவார்கள்.

'இறப்பதற்கு சில செகண்டுகளுக்கு முன் ரஜனி அனுபவித்த வலியிலும் துக்கத்திலும் பங்குபெற முடியாமல் போனதினால் சென்ற இருபது ஆண்டுகளாக அடையாளம் காண முயன்று கொண்டிருக்கிறேன் நான். அவள் அதை எப்படி அனுபவித்திருப்பாள் என்பது எனக்குத் தெரியும். என்னை ஒரு புத்தகத்தின் தாள்களைப் போல் யாருக்காவது தெரிய வேண்டுமானால் அது உங்களுக்குத்தான் என்று அவள் எனக்கு ஒருமுறை எழுதியிருந்தாள். நான் என்னுடைய ஆழமான நட்பால் அவளிடம் அந்தளவுக்கு கடமைப்பட்டவன்தான். மனித நேசிப்பின் சௌந்தரியம் என்னவென்று அவளுடைய காதல்தான் எனக்குக் கற்றுக்கொடுத்தது.

'ரஜனியும் நானும் பாப் மார்லியின் இசையை விரும்பியிருந்தோம். அவளுக்கு தனிப்பட்ட முறையில் விருப்பமானதொரு பாடல் இருந்தது. அதைக் கூறி என் உரையை நான் முடித்துக் கொள்கிறேன். *Get up Stand up, Stand up for your rights.* தயபாலா சொன்னதற்குமேல் அதிகம் இன்னும் என்னாலும் சொல்ல முடியாது. *Get up Stand up, Stand up for your rights.*

கூட்டம் எதிர்பார்த்ததற்கு முன்பே முடிந்தது.

8
இறுதிச் சந்திப்பு

ரஜனி திரணகாமாவின் கொலையோடு தொடர்புள்ள யூகங்களைப் பற்றி மாநாட்டில் பேசிய யாரும் ஒன்றுமே சொல்லாமலிருந்தது மிகவும் விசித்திரமாகத் தோன்றியது. ஒருவேளை அந்த விஷயத்தில் அபிப்பிராயம் எதையும் சொல்லக்கூடாது என்று அவர்களுக்கு கறாரான கட்டளை கிடைத்திருக்கலாம். மற்றவர்கள் இல்லையென்றாலும் ஃபாதர் செல்லதுரையாவது அதைப்பற்றி ஏதாவது பேசியிருக்கலாமென்று தோன்றுகிறது. தயா சோமசுந்தரமோ ஸ்ரீதரனோ போன்றவர்கள் *UTHR*ல் ரஜனியின் கூட்டாளிகளைப் பங்குபெற வைத்திருந்தால் விஷயங்களைத் தெளிவாக எடுத்துக் கூறியிருப்பார்கள். பயமுறுத்தி தங்களுடைய எண்ணங்களையொட்டி கட்டுப்படுத்த முடியாது என்று தெரிந்ததாலேயே கூட்ட அமைப்பாளர்கள் அவர்களை அழைக்காமல் இருந்திருக்கலாம். அதுபோல் ரஜனியின் அரசியல் நிலைப்பாடுகளையும் அவற்றிற்கு படிப்படியாக நேரும் மாற்றங்களையும்பற்றி யாரும் விளக்கவுமில்லை. அப்படித்தான், 'ரஜனி திரணகாமா யார்?' என்னும் கேள்விக்கு தெளிவான பதில் அளிக்காமலும் அவர் கொல்லப்பட்டதற்கான காரணங்களுக்குள் நுழையாமலும் சாதாரணதொரு அரசு ஸ்பான்ஸர் சடங்கு மட்டுமாகவே அந்த மாநாடு முடிந்தது. ரஜனியின் பெயர் மீண்டும் பொது விவாதங்களுக்குக் கொண்டுவர முடிந்தது என்பது மட்டுமே அந்த மாநாட்டினால் கிடைத்த ஒரேயொரு பயன்.

ஓட்டலுக்குத் திரும்பி வந்து மதிய உணவுக்குப் பின் ஸ்கிரிப்ட் விவாதத்திற்காக அமர்ந்தபோது ஆன் அந்தப் பிரச்சினையைத்தான் முதலில் எடுத்தாள்.

'பீட்டர், எனக்கு இந்த மீட்டிங்கே ஒரு வேஸ்டாகத்தான் தோணுச்சி. அங்கே சொற்பொழிவாற்றியதெல்லாம் நமக்குத் தெரிந்த விஷயங்கள்தான். ரஜனியின் கொலையைப் பொறுத்த யூகங்களைப்பற்றிதான் நமக்கு அதிகம் தெரிய வேண்டியது. அதைப்பற்றி யாரும் ஒரு வார்த்தை கூடச் சொல்லவில்லை. பள்ளிப் பிள்ளைகளைப் போல் மௌனமாக அடக்கத்துடன் அமர்ந்திருந்த சபையிலிருந்து யாதொரு பிரதிபலிப்பும் வரவுமில்லை.'

'உண்மைதான் ஆன். அவர்களெல்லாரும் பயத்தோடுதான்

பேசினார்கள். அவற்றைக் கேட்டுக் கொண்டிருந்த சபையினரும் அப்படித்தான் இருந்தார்கள். இதுதான் இன்றைய இலங்கையின் நிலை. பயத்தின் கருமேகங்கள் மூடப்பட்ட சூழ்நிலைதான் எல்லா இடங்களிலும். அங்கு நடக்கும் விஷயங்கள் எதுவும் முன்னோக்கிச் செல்லும் அளவுக்கு ஜனநாயகப்பூர்வ தன்மையில் இல்லை. எல்லாரும் எப்போதும் ஒருவித கட்டுப்பாட்டில்தான் இருந்தார்கள். கண்டிப்பாக நாமும் அதேபோல்தான் இருக்கிறோம். பயங்கரவாதத்திற்கு எதிரான வெற்றியைக் கொண்டாடும் அரசும், முழுமையாகத் தோல்வியிலிருந்து உயிர்த்தெழுவதற்கான வழிகளைத் தேடும் இயக்கமும் ஒன்றாகப் பயப்படுவது மக்களிடம்தான். துர்ப்பாக்கியசாலிகளான ஈழத்து மக்களோ, அவர்கள் எல்லாரையும் கண்டு பயப்படுகிறார்கள். ஒரு சொல்லொணாத பாரடோக்ஸ்தான் இது.'

'பீட்டர், ஆன் சொன்ன விஷயத்தில் நானும் முழுமையாக ஒத்துப்போகிறேன். நாம் இப்படிப்பட்ட கூட்டங்களில் பங்கு பெற்றதால் தனிப்பட்டதொரு பயனுமில்லை. அது வெறுமனே நேரத்தைப் பாழடித்துவிட்டது. ரஜனியின் கொலையைப் பொறுத்த மட்டில் யூகங்களின் முடிச்சை அவிழ்ப்பதுதான் நம் லட்சியம். உண்மையில் என்னதான் நடந்ததென்று துல்லியமாக தெரிஞ்சுக்கவேண்டும். அதை முற்றிலும் யதார்த்தவுணர்வோடு சித்தரிக்கவும் வேண்டும்.'

'அப்போ அமரவீரா?'

'உண்மை அவன் சொன்னதுபோல்தான் என்றால் பிரச்சினை இல்லையே...'

'உண்மை ஒரு வட்டம் வரையில் அவன் சொல்வது போன்றதுதான்.'

'உண்மையின் விஷயத்தில் அப்படியொரு ஓட்டம் இல்லை, பீட்டர்...'

அதற்குள் கிறிஸ்டிக்கு *VP* கவர்னர் சந்திரகிரியாவைப் பார்க்கப் போவதற்கான நேரமாயிற்று. யாழ்ப்பாணத்திலுள்ள பிலிம் ஷூட்டிங்கிற்குத் தேவையான எல்லா சௌகரியங்களும் அவர் செய்து தருவார் என்றுதான் சமரவீரா சொன்னான் என்றாலும் உபசாரமாக ஒருமுறை பார்த்து அறிமுகமாவதற்காக கிறிஸ்டி இறங்கினாள். கூடவே எங்கள் ஓட்டலிலேயே தங்கியிருக்கும் ஆமீனா எல் அபிதியும் கிறிஸ்டியைப்போல் சுகந்தியோடான என்னுடைய முதல் புராஜெக்டின் வெளிச்சங்களை அறியாமல் ஆனும் நான் சொல்வதை ஆர்வத்துடன் கேட்டாள்.

'ஆன், நாம் இப்போது துல்லியமாக அறியக்கூடிய சில உண்மைகள் உண்டு. இன்னும் தெளிவுகள் வரவேண்டிய வேறு சில விஷயங்களும் உண்டு. என்னுடைய தேடுதல்கள் அந்த வழியில்தான் உள்ளன. நானும் சுகந்தியும் சேர்ந்து பழகிய ஆரம்பகாலத்தில் திடுக்கிடும்படியான சில விவரங்களைக் கண்டுபிடித்தோம். அந்தக் கண்டுபிடிப்புகள்தாம் எங்களை ஆபத்தை நோக்கி இழுத்துச் சென்றன. அதில் மிகவும் முக்கியத்துவமானது கொல்லப்படுவதற்கு சில வாரங்களுக்கு முன்பு ரஜனிக்கும் VPக்குமிடையே ஒரு சந்திப்பு நடந்தது என்பதாகும். இயக்கத்தை விமர்சிக்கும் வகையிலுள்ள மனித உரிமைச் செயல்பாடுகளிலிருந்து பின்வாங்கி ரஜனி வெகுவிரைவில் அயல்நாட்டுக்குப் போகவேண்டுமென்னும் வேண்டுகோளாக அந்தச் சந்திப்பு இருந்தது. அந்த இறுதியான சந்திப்புக்குப் பின்புதான் தான் எப்போது வேண்டுமானாலும் கொல்லப்படலாம் என்னும் உண்மை ரஜனிக்குப் புரிந்தது. அது அவருடைய தொடர்செயல்களை பாதிக்கவும் செய்திருந்தது.'

'என்னால் நம்பமுடியவில்லை...'

'முதலில் எங்களுக்கும் நம்ப முடியவில்லைதான். VPயைப் போன்ற ஒருத்தர் அப்படி செய்வார் என்று நம்புவதற்கு கஷ்டமாக இருந்தது. பாதுகாப்புக்காரணங்களால் அப்படிப்பட்டதொரு சந்திப்பு நடப்பதற்கு முற்றிலும் வாய்ப்பு இல்லாமலிருந்தது. ஆனால், சந்திப்பு நடந்தது என்னவோ உண்மை. ஏறக்குறைய 15 நிமிடம் அவர்கள் கிளிநொச்சியிலுள்ள ஒரு ரகசிய இடத்தில் வைத்துப் பேசி இருக்கிறார்கள். VPயும் ரஜனியுமல்லாமல் வேறு யாரும் அப்போது அங்கே இருக்கவில்லை. ஆனால், அந்தப் பேச்சு VP கூட அறியாமல் முழுமையாகப் பதிவு செய்யப்பட்டிருந்தது.'

'பீட்டர், அதை நீ கேட்டியா?'

'கேட்டேன். மஹாதயா என்னும் இயக்கத்தில் மிகவும் முக்கியமானதொரு தலைவர்தான் அதை ரகசியமாக பதிவு செய்திருந்தார். 1989-ல் இயக்கம் கொஞ்ச காலத்துக்கு ஒரு அரசியல் கட்சியைத் தொடங்கியபோது மஹாதயாதான் அதன் தலைவர். அக்காலத்தில் அவருக்கு ரஜனியுடன் நல்ல உறவு ஏற்பட்டிருக்கிறது. இயக்கத்தில் போரில் காயம்பட்ட சில தலைவர்களுக்கு ரஜனி சிகிச்சை செய்ததுமுண்டு. VPயுடனான கருத்துமோதல்களால் 1994ல் அவர் கொலை செய்யப்பட்டார். அதற்குள் அவரின் கையிலிருந்து இந்த கேசட் மற்றொருவரின் கைக்கு சென்று சேர்ந்திருந்தது.

அவரிடமிருந்துதான் எனக்கு இது கிடைத்தது. நானும் சுகந்தியும் அந்தப் பேச்சை பலமுறை கேட்டிருக்கிறோம். அவள் அதை முழுமையாக எழுதி பாதுகாக்கவும் செய்திருந்தாள். அந்த அடிப்படையை வைத்துதான் ரஜனிக்கும் *VP*க்கும் இடையிலான நட்புறுதியை, அமைதிப்படையின் குற்றச்செயல்களின் இரை என்னும் முறையில் ரஜனியை வெளிப்படுத்தும் ஸ்கிரிப்டை நானும் சுகந்தியும் சேர்ந்து தயாராக்கினோம்.'

'அப்புறம்?'

'அது எங்களுக்கு நேர்ந்த மிகப்பெரிய மூடத்தனமாக இருந்தது. ரஜனி திரணகாமாவைப்பற்றிய சினிமா செயல்பாடுகள் முழுவதும் மீடியா பகுதியில் தம்பிமுத்துதான் கையாண்டுகொண்டிருந்தார். எனக்கு ஒருபோதும் *VP*யையோ மற்ற உயர்மட்ட தலைவர்களையோ நேரிடையாகக் காண்பதற்கான வாய்ப்பு கிடைக்கவில்லை. நான் ஃபைனல் அப்ரூவராகி ஸ்கிரிப்டை தம்பிமுத்துவின் கையில் கொடுத்தேன். *VP*யே நேரிடையான கதாபாத்திரம் ஆகிறார் என்னும் முக்கியத்துவமுள்ளதினால் மீடியா பகுதி ஸ்கிரிப்டை அவரின் அனுமதிக்கு அனுப்பினேன். பெரும் நெருக்கடிக்கு இடையில்தான் *VP* அதை எப்பவோ படிக்க எடுத்திருக்கிறார். ரஜினியும் தானும் மிக ரகசியமாக 15 நிமிடம் பேசிய நிகழ்ச்சியையும் அப்போது சொன்ன விஷயங்களையுமெல்லாம் ஸ்கிரிப்டில் பார்த்துவிட்டு அவர் திடுக்கிட்டிருக்கிறார். கோபத்தினால் நடுங்கியிருக்கிறார். அந்த சம்பவம் ஸ்கிரிப்டின் பகுதியாகிவிட்டதே என்பதைவிட பரம ரகசியமாக நடந்த அந்தச் சந்திப்பு வெளியே தெரிந்துவிட்டதே என்பதில்தான் அவரின் கோபம் இருந்திருக்கிறது. வெகுவிரைவில் தம்பிமுத்துவையும் மற்ற இரு சினிமாக்காரர்களையும் தன் முன்னே கொண்டு வந்து சேர்க்க உத்தரவிட்டிருக்கிறார். மீடியா பகுதியிலிருந்த சுகந்தியையும் அங்கே அழைத்து வரச் சொன்னார். தம்பிமுத்துதான் இதற்குப் பின்னால் இருக்கிறான் என்று *VP* உறுதியாக நம்பினார். சுகந்தியை முற்றிலும் சந்தேகிக்கவே இல்லை. அதுமட்டுமல்ல, இயக்கத்தில் சேர்ந்த காலம் முதலே அவர் அவளுக்கு ஒரு தனிப்பட்ட கவனிப்பை அளித்திருந்தார். ஆங்கில மொழியை நன்றாகக் கையாளும்படியான திறமையும் நல்ல விஷய ஞானமும் ஸ்மார்ட்னெஸ்ஸுமெல்லாம் அதற்குக் காரணமாக இருந்திருக்கலாம். நல்ல வேளை, நானும் புவனாவும் சினிமா எடுப்பதற்கான லொக்கேஷன் தேடி ஜாப்னா மருத்துவக் கல்லூரிக்கு உள்ளே இருந்தோம். நடக்கும் விஷயங்கள் அந்தளவுக்கு அழகில்லை என்னும்

விவரம் அறிந்து சில ஆசிரியர்கள் எங்களை அங்கேயே பாதுகாப்பாக மறைத்துவிட்டார்கள்.'

மாலைக்குள் தம்பிமுத்துவை பிடித்துச் சென்று VPயின் முன்னே ஆஜர்படுத்தினார்கள். சில நிமிடங்களுக்குள் இயக்கத்தின் ரகசியங்களை திருடிவிட்ட குற்றத்திற்காக தம்பிமுத்துவைச் சுட்டுக் கொன்றார்கள். அவரிடம் ஒரு கேள்விகூட கேட்கவில்லை. அவர் ஒரு வார்த்தை சொல்வதற்கான வாய்ப்புகூட கிடைக்கவில்லை. குண்டு பாய்ந்து தரையில் விழுந்து துடித்து இறக்கும்போது தம்பிமுத்துவுக்கு தான் என்ன தவறு செய்தோம் என்றோ எதற்காகக் தண்டிக்கப்படுகிறோம் என்றோ தெரியாமல்தான் இருந்தது. அவர் அதை உதவியற்றதான குரலில் இறுதிமூச்சு வரை சொல்ல முயற்சித்துக் கொண்டுதான் இருந்திருக்கிறார். குருதியில் குளித்து தரையில் படுத்து தம்பிமுத்து துடித்து இறப்பதைக் கண்டபோது சுகந்தியின் காலநிலை தவறியது. அவளுக்கு தன்னுடைய தந்தையும் தாயும் அண்ணனும் அங்கே கிடந்து துடிப்பதுபோல் தோன்றியது. இயக்கத்தின் எல்லா ஒழுக்க வழக்கங்களையும் உடைத்துக்கொண்டு, 'Are you Mad? என்று அலறியவாறு அவள் VPயின் எதிரே பாய்ந்து சென்றாள். சுகந்தியை நோக்கி ஏராளமான துப்பாக்கிகள் உயர்ந்ததென்றாலும் VP அவர்களைத் தடுத்திருக்கிறார். அவள் இரண்டையும் யோசித்து தன் கையிலுள்ள சிறிய டேப் ரிக்கார்டரை மேசைமேல் வைத்து ஆன் செய்தாள். VPயினுடையதும் ரஜனியினுடையதுமான உரையாடல்கள் அதிலிருந்து உயர்ந்தபோது அங்கே நின்றிருந்த எல்லாரும் மௌனியானார்கள். ஒரு நிமிடம் கழிந்ததும் VP 'ஆஃப் பண்ணு' என்று கர்ஜித்தார்.

'உடனே அவளையும் சுட்டுக் கொன்றார்களோ?'

'இல்ல... கொன்றிருந்தா நான் ஏன் இப்பவும் சுகந்தியைத் தேடி அலையறேன். டேப்பை ஆஃப் செய்த பின்னால் அவள் அவரிடம் 'ஈழத்தின் மன்னனுக்கு உண்மையைக் கண்டு பயமா?' என்று மீண்டுமொரு கேள்வி கேட்டாள் என்றுதான் சொல்லப்படுகிறது. அதற்குள் அவருடைய ஆதரவாளர்கள் அவளுடைய கையிலிருந்த டேப்ரெக்கார்டரை பறித்து கேஸட்டை வெளியிலெடுத்து அழித்தார்கள். தம்பிமுத்துவின் கதிதான் தனக்கும் நேரப்போகிறது என்று பயந்து அவள் ரெண்டு கண்களையும் மூடிக் கொண்டாள். ஆனால், ஒன்றும் நேரவில்லை. VP முதன்முதலாக ஒருத்தருக்கு மன்னிப்புக் கொடுத்தார். அப்படி அவளுக்கு மன்னிப்புக் கொடுத்ததற்கான காரணம் இப்போதும் யாரும் அறியப்படாத ஒன்றுதான். சுகந்தி மேலும் கொஞ்சகாலம் மீடியா பகுதியிலேயேதான் இருந்தாள். எட்டு நாட்களுக்குப் பின் 2002

நவம்பர் 27 மாவீரன் நாள் கொண்டாட்டங்களுக்கிடையில் நாங்கள் தப்பித்துச் செல்வதற்கான எல்லா வசதிகளையும் செய்து கொடுத்தது அவள்தான்.'

'ரஜனிக்கும் VPக்கும் இடையே நடந்த உரையாடல் உன் கையிலுள்ளதா பீட்டர்?'

'டேப் போய்விட்டது. சுகந்தி எழுதி வைத்திருந்தது எங்கே இருக்கிறது என்பது அவளுக்குத்தான் தெரியும். நினைவிலிருந்து எழுதியதுதான் என் கையில் உள்ளது. அதில் சில சமயம் தவறுகள் இருக்கலாம். ஏறத்தாழ அதன் மொழியாக்கம் இப்படித்தான்.'

நான் பையைத் திறந்து மொழியாக்கத்தின் பிரதியை எடுத்து அவளுக்குக் கொடுத்தேன். ஆன் ஆச்சரியத்தால் மலர்ந்த கண்களுடன் அதை வாசித்தாள்.

இறுதிச் சந்திப்பு...

VP: மன்னிக்கணும் ரஜனி. மிகவும் முக்கியமான சில விஷயங்களைப் பேச வேண்டுமென்பதற்காகத்தான் இங்கே அழைத்துவர வேண்டியதாயிற்று.

ரஜனி: ப்ரபா, ... அப்படிப்பட்ட ரகசிய கூட்டங்களின் காலமெல்லாம்தான் எப்போதோ முடிந்து விட்டதே? மதினியும் குழந்தைகளும் நலமாக இருக்கிறார்களா?

VP : நீ இப்பவும் கவிதையைப் போலத்தான் பேசுகிறாய்.

ரஜனி: ஈழ மண்ணுல கவிதையெல்லாம் கருகிவிடுமல்லவா பிரபா. அருள்மொழி, சிவபாதம்னு சில பேருகளை கேட்பதற்கே உனக்கு ஆர்வமில்லையே...

VP : ரஜனி, நாம ரெண்டுபேருமே ரொம்ப வித்தியாசமான ரெண்டு தளங்களிலிருந்துதான் பேசுறோம்... சுதந்திர ஈழம் என்னும் கனவை நிறைவேத்தறதுக்காக பெரும் தியாகங்களைப் பொறுத்துக்க வேண்டியதாக இருக்கும். ஈழப்போர் இப்போது வெற்றிகரமான நல்ல முடிவை நோக்கி நகருகின்றது. விடுதலைப் போராளிகளுடன் சேர்ந்து மற்ற எல்லா மக்கள்சக்திகளும் சேர்ந்து நின்றால் மட்டுமே நாம் வெற்றியை உறுதியாக்க முடியும். புதியதாக வந்துள்ள வி.பி.சிங் அரசு அமைதிப்படையை விலக்கிக்கொள்ளும் என்பது நிச்சயம். சர்வதேச தளத்தில் நம்மை ஆதரிக்கும் நாடுகளின் எண்ணிக்கையும் அதிகரித்து வருகின்றன.

ரஜனி: எனக்கு அப்படிப்பட்ட பெரிய அரசியல் விஷயங்களிலெல்லாம் ஆர்வமில்லை. அவையெல்லாம் அதிகாரத்துக்கு ஆசைப்படும் உங்களைப் போன்றவர்களோட விஷயங்கள். ஈழத்திலுள்ள மக்களுக்கு அமைதியையும் சமாதானத்தையும் எப்படி உறுதிசெய்யலாம் என்று மட்டும்தான் நான் சிந்திக்கிறேன்.

VP : உனக்கு எப்போதிலிருந்து அரசியல் விஷயங்களில் ஆர்வம் இல்லாமல் போனது. பதினேழாவது வயதில் நாம் முதன்முதலாகச் சந்தித்தபோது நீதானே எனக்கு அரசியல் சொல்லிக் கொடுத்தாய். முழுமையான அதிகாரம்தான் அமைதியையும் சமாதானத்தையும் உறுதிசெய்யும் என்பது ஏன் இப்போது புரியாமல் போச்சு.

ரஜனி: அந்த விஷயத்தில் எனக்கு உங்கள்மேல் நம்பிக்கை இல்லை பிரபா. சமாதானத்திற்கான வாய்ப்புகள் தெளிந்து வரும்போது நீங்கள் ஏதாவது நியாயம் சொல்லி விலகிச் செல்வதுதான் வழக்கம். அதனால், நாம ஏன் வெறுமனே அதைப் பற்றியெல்லாம் பேசணும்.

VP : நான் உன்னை இங்கே வரவழைச்சதுக்கு காரணம், ரெண்டு முக்கியமான விஷயங்களில் பாராட்டவும், சில உதவிகளைக் கேட்பதற்கும்தான். ஒன்று, நீ ஐரோப்பாவிலேயே ஆசிரியராகத் தொடராமல் ஊருக்குத் திரும்பி வந்ததுக்கு. மருத்துவ அரங்கில் நீ பெற்ற பட்டங்களையும் கண்டுபிடிப்புகளையும் வைத்து நீ அயல்நாட்டில் சுகமாக வாழலாம் என்ற நிலை இருந்தும் திரும்பி வந்தது பெரிய விஷயம்தான். அதுபோல், அமைதிப்படையின் ஆக்கிரமிப்பில் தகர்ந்துவிட்ட ஜாப்னா மருத்துவக் கல்லூரி மீண்டும் திறப்பதற்கு செயலபட்டதுதான். இந்த ரெண்டு விஷயங்களிலும் உன்னை எவ்வளவு பாராட்டினாலும் அதுவொன்றும் அதிகமாகாது.

ரஜனி: பாராட்டுதல்களுக்கு நன்றி. ஆனால், அதுவொன்றும் அவ்வளவு பெரிய விஷயங்களாக நான் பொருட்படுத்துவதில்லை. நீ அனுப்பிய குழந்தைகளோடுகூட நான் இங்க வந்ததுக்குக் காரணம் அந்தளவுக்கு மகிழ்ச்சியில்லாத சில விஷயங்களை உன்னிடம் சொல்வதற்குதான். ஈழப்போரின் தலைமை உன் கையிலிருந்து நழுவி விடாமல் இருப்பதற்காகவே மற்ற விடுதலை அமைப்புகளிலும் இயக்கங்களிலுமுள்ள தலைவர்களையெல்லாம் கொன்றுகுவிக்கிறாய். இது நூறு விழுக்காடும் தவறானது. மகாத்மா காந்தியினுடையதும் சுபாஷ்சந்திரபோஸினுடையதுமான புத்தகங்களைப் படிக்கும் உன்னால் எப்படி அப்படி செய்ய முடிகிறது? அதுபோல், பெண்களையும்

சிறுவர்களையும் ஏராளமாக இயக்கத்தில் சேர்ப்பதும் மிகவும் தவறுதான். சொந்தமாக சிந்திப்பதற்கும் தீர்மானம் எடுப்பதற்குமான திறமையை மீட்பதற்கு முன்பு யாரையும் ராணுவச் சேவைக்கு நிர்ப்பந்திக்க முடியாது.

VP : உன்னோடு விவாதம் பண்ணி ஜெயிக்க முடியாது என்று எனக்குத் தெரியும். என்றாலும் ஒரு விஷயத்தைச் சொல்கிறேன். பலமானதொரு இயக்கத்தை கெட்டிப்படுத்துவதற்காக அப்படி பல விஷயங்களையும் செய்ய வேண்டியது இருக்கும். என்னுடைய சொந்த லாபத்திற்காக மட்டும் இப்படியெல்லாம் செய்யவில்லை என்னும் உண்மையை மட்டும் நீ புரிந்துகொள்ளவேண்டும். சுதந்திர ஈழம் என்னும் ஒரேயொரு லட்சியம் மட்டும் தான் என் முன்னேயுள்ளது. அதை அடைந்துவிட்டால் காந்தியைப்போல் நானும் அதிகாரத்தையெல்லாம் மற்றவர்களிடம் ஒப்படைத்துவிட்டு சுதந்திரமாகிவிடுவேன்.

ரஜனி: என்னவோ எனக்கு அந்தளவுக்கு நம்பிக்கை தோன்றவில்லை. இப்போதே அதிகாரம் தலைக்கு வந்துட்ட தலைவன் போல்தான் நீ பல சமயங்களிலும் நடந்து கொள்கிறாய். சரி என்கிட்டேயிருந்து என்ன உதவி உனக்கு வேணும்?

VP : முதல் உதவியைக் கேட்டாலே சில சமயம் நீ ஆச்சரியப்படுவாய். நீ உன்னோட மருத்துவ ஆராய்ச்சியைத் தொடர்வதற்காக மறுபடியும் வெளிநாட்டுக்கே போகவேண்டும். யு.கே.யிலோ, யு.எஸ்.ஸிலோ உள்ள ஏதாவது புகழ்பெற்ற பல்கலைக் கழகத்தில் முழுநேர ஆராய்ச்சியாளராகணும். உன்னுடைய பாதுகாப்பிற்கும் உன் பிள்ளைகளின் பாதுகாப்பிற்கும் அதுதான் நல்லது என்று எனக்குத் தோன்றுகிறது.

ரஜனி: இது என்னவோ பெரிய தமாஷாகவல்லவோ இருக்கிறது... திரும்பி வந்ததுக்கு முதலில் பாராட்டுவது பின்பு திரும்பி போவதற்கு டிமாண்ட் பண்ணுவது... சுய நினைவோடுதான் பேசுகிறாயா...

VP : ஆமாம். முழு உணர்வோடுதான் சொல்கிறேன். உன்னோட இப்போதைய நடவடிக்கைகள் அந்த வகையில்தான் உள்ளன. நீ இப்போ சர்வதேச தளத்தில் அறிமுகமான ஒரு மனுஷி. உன்னுடைய வார்த்தைகளுக்கு பெரிய முக்கியத்துவமுண்டு. இயக்கத்தினுடையதும் ராணுவத்தினுடையதும் அமைதிப்படையினுடையதுமான செயல்களை நீ ஒன்றாகவே விமர்சிக்கிறாய். எங்கள் செயல்களின் புனிதத்துவத்தைப் பற்றி நீயோ உன்னோட நண்பர்களோ

பொருட்படுத்துவதே இல்லை. இயக்கத்திலுள்ள பெண் போராளிகளைப் பற்றி சொல்லும்போது பெண்களிடம் மிகவும் மரியாதையுடன் நடந்து கொள்பவர்கள்தான் இயக்கத்திலுள்ள ஒவ்வொரு உறுப்பினர்களும் என்னும் உண்மைக்கு யாதொரு கன்சிடரேஷனையும் நீங்கள் தருவதில்லை. இயக்கத்தின் போராளிகளுடைய பகுதியிலிருந்து கற்பழிப்பு உள்பட பெண்களுக்கு எதிராக எந்தவொரு இழிசெயலும் இதுவரை ஏற்பட்டதில்லை. இனியும் ஏற்படாது.

ரஜனி: பிரபா, இதுவும் நீ நினைப்பதுபோல அவ்வளவு பெரிய விஷயங்களில்லை. ஒரு அமைப்பை நல்லமுறையில் நடத்த வேண்டியது அவ்வாறாகத்தான் இருக்க வேண்டும். ஆனால், ஜனநாயகமும் சுதந்திரமும்தான் உங்களுடைய இயக்கத்தில் இல்லாதது. அது இருக்குமானால் மற்றெல்லா காரியங்களும் அதோடுகூட இருக்கும். சரி, என்னிடமிருந்து எதிர்பார்க்கிற ரெண்டாவது உதவி என்ன?

VP : இதுவும் உனக்கு தமாஷாகவே தோன்றலாம். முதலாவது உதவியை செய்ய முடியவில்லை என்றால் மட்டுமே இந்த உதவி தேவைப்படுகிறது. ஜாப்னா மெடிக்கல் காலேஜின் ஆராய்ச்சி வசதிகளை அதிகரித்து அங்கே ஒரு சர்வதேச தரத்திலுள்ள ஆராய்ச்சி நிலையமாக்குவதற்கு உன்னுடைய எல்லா திறமையையும் மெடிக்கல் ஆராய்ச்சிக்கு மட்டுமே பயன்படுத்தவேண்டும். மனித உரிமை செயல்களைப் போன்றுள்ள விஷயங்களில் தலையிட்டு உன்னுடைய விலைமதிப்பில்லா அறிவையும் திறமையையும் பாழாக்காமல் இருக்க வேண்டும்.

ரஜனி: பிரபா, இப்போதுதான் விஷயங்கள் தெளிவாகிறது. நான் ஆராய்ச்சி செய்யவேண்டும் என்பது ஒன்றும் உன்னுடைய ஆசை இல்லை. மனித உரிமை செயல்களிலிருந்து, குறிப்பாக இயக்கத்தை விமர்சிப்பதிலிருந்து விலகி நிற்கவேண்டும் என்பதுதான் முக்கியம். அது நடக்கமுடியாத விஷயம்தான். என்னுடைய மாணவ வாழ்க்கை முழுமையாகவே முடிந்துவிட்டிருக்கிறது. இனிமேல் இருக்கும் காலம் முழுவதும் மனித உரிமை செயல்பாட்டாளராக வாழத்தான் தீர்மானித்திருக்கிறேன்.

VP :: இயக்கத்தை விமர்சித்தால் சில சமயம் நாங்கள் அதில் இடைபுக வேண்டியது இருக்கும். அப்போது நீ என் கூட்டாளியாக இருந்தவள் என்றோ, நம் இருவரின் தந்தைகளும் நண்பர்களாக இருந்தவர்கள்

என்றோ சலுகை ஒன்றும் அளிக்க முடியாது என்பது நிச்சயம்.

ரஜனி: வேண்டாம், நீயொன்றும் இப்படி பயமுறுத்த வேண்டாம். இயக்கத்தின் மனித உரிமை மீறல்களை வெளியே கொண்டுவரும்போது ஐயோ, இதனுடைய தலைவன் என் அன்புக்குரிய நண்பனாக இருந்தவனாயிற்றே என்னும் சலுகையொன்றும் என்னாலும் அளிக்க முடியாது.

VP : அப்போ, நாம் இதுவரையிலும் பேசியதால் பெரிய பயன் ஒன்றும் உண்டென்று தோன்றவில்லை.

ரஜனி: எனக்கு அந்த எண்ணமில்லை. நீ என்றைக்காவது வயலன்ஸை ஒதுக்கிவிட்டு சமாதான பாதையை தேர்ந்து எடுப்பாய் என்றுதான் நான் எதிர்பார்க்கிறேன்.

VP : ஒரு பிடிவாதத்துக்காக இப்படியெல்லாம் சொன்னாலும் நீ உண்மையைப் புரிந்து கொண்டு நான் கேட்ட உதவியைப் புரிவாய் என்றுதான் நானும் எதிர்பார்க்கிறேன். முதல் வழிதான் உனக்கு மிகவும் நல்லது.

முழுவதையும் படித்து முடித்தபோது ஆன் ஆச்சரியத்துடன் பார்த்தாள்.

'இவையெல்லாம் உண்மைதானா?'

'எனக்கு உறுதியில்லை. ஆனால், பலத்த சந்தேகமுண்டு. காரணம், அவர்கள் இருவரும் ஏறக்குறைய ஒரே வயதுக்காரர்கள். நல்ல சுதந்தர உணர்வுள்ளவர்களும் மரியாதையுள்ளவர்களும், சொந்த உரிமைகளுக்காக போராடுபவர்களுமாவர். ரஜினியின் அக்கா நிர்மலா இந்தக் காலக்கட்டத்தில்தான் இயக்கத்தின் தீவிர செயல்வீரர் ஆவதும், பின்பு லண்டனிலுள்ள காலத்தில் ரஜனியும் இயக்கத்தின் லண்டன் கமிட்டிக்காக செயல்பட்டதும்.'

'அதற்கும் மேலானதொரு தொடர்பு அவர்களுக்குள் உண்டா?'

'இருந்தது என்பதற்கு தெளிவுகள் ஒன்றுமில்லை. ஆனால், சில வதந்திகள் உண்டு. இருந்தாலும், அதிலொன்றும் உண்மை உண்டென்று நான் நம்பவில்லை. ரஜனி கொழும்பு மருத்துவ கல்லூரிக்குப் போகாமல் ஜாப்னாவிலேயே தொடர்ந்து இருந்திருந்தால், ஒருவேளை அப்படியெல்லாம் நேர்ந்திருக்கலாம் என்பது மட்டும் உண்மை. இந்த சந்திப்புக்குக் காரணம், இயக்கத்திலுள்ள ஆரம்பகால சக உறுப்பினர்களோடான நெருக்கம் மட்டும்தானென்று எனக்குத் தோன்றுகிறது.'

9

No More Tears Sister

ஒருநாள் மாலை நேரத்தில் யாழ்ப்பாண மருத்துவக் கல்லூரி இறுதியாண்டு மாணவிகள் *Women Against War*-ன் ஒரு ஃபார்மலான கூட்டத்தை கூட்டினார்கள். நாங்கள் தங்கியிருந்த அதே டில்கோ ஸிட்டி ஓட்டலிலுள்ள கான்ஃபரன்ஸ் ஹாலிலேயேதான் கூட்டம் நடந்தது. மாணவர்கள் அமைப்பின் செயலாளரான பூமணி செல்வநாயகமும் தோழிகளும் இணைந்து ஒருங்கிணைப்பு செய்த சடங்கில் மாணவிகளும் மற்ற ஆதரவாளர்களுமாக ஐம்பது பேர்கள் வரை அதில் பங்கு கொண்டிருந்தார்கள். ரஜனி திரணகாமாவின் வாழ்க்கையைப் பற்றி .... க்ளோடோவ்ஸ்கி இயக்கிய*No More Tears Sister: Anatomy of Hope and Betrayal* என்னும் ஆவணப் படத்தின் வெளியீட்டையும் அதன்பின் ஆமினா எல் அபிதி ஒருங்கிணைக்கும் விவாதத்தையும்தான் அவர்கள் முதலில் திட்டமிட்டிருந்தார்கள். ஆனால், அக் கூட்டத்திற்கு எங்களையும் அழைத்ததால் திட்டத்தில் சிறிய மாற்றம் வந்தது. ஃபிலிம் ஸ்கிரீனிங்கிற்கு முன்பு கிறிஸ்டியின் ஓர் அறிமுக உரையையும் நிகழ்ச்சி நிரலில் உட்படுத்தினார்கள்.

*Women Behind the Fall of Tigers*ன் ஸ்கிரிப்ட் தயார் செய்வதின் ஒரு பகுதியாக*No More Tears Sister* படத்தை நான் பலமுறை பார்த்திருக்கிறேன். ரஜனி திரணகாமாவின் வாழ்க்கையைப் பொருத்தமட்டில் இன்று நடைமுறையிலுள்ள மிகவும் அதிகாரப்பூர்வமான ரெஃபரன்ஸ் இந்த ஆவணப்படம்தான். ரஜனி என்னும் மனுஷியையும் அவர் முன்னிறுத்திய அரசியலையும் துல்லியமாகத் தயாரிக்க ஹெலனாவால் முடிந்திருக்கிறது. சர்வதேச மனித உரிமை இயக்கங்களுடையதும் மேற்கத்திய நாடுகளிலுள்ள போருக்கு எதிரான தமிழர்களின் பின்துணையுடன், ஐரோப்பாவிலும் கனடாவிலும் யூ.எஸ்.ஸிலும் இந்த ஆவணப்படம் பரவலாக வெளியிடப்படுகிறது. நல்ல ஆவணப்படத்திற்கும் புகைப்படத்திற்குமாக ஏராளமான சர்வதேச விருதுகள் பெற்ற இந்தப் படம் வெளிவந்தது என்னவோ இயக்கத்தின் மேலோங்கிய காலமான 2005ல்தான். கனடியன் ஃபிலிம் ஸ்கூல் தயாரித்த *No More Tears Sister*க்கு எதிராக தங்களை பின்பற்றும் அறிவுஜீவிகளை பயன்படுத்தி கடுமையான ஆட்சேபங்களை எழுப்பினாலும் இயக்கம் பரவலான நடைமுறைகள் ஒன்றையும் எடுக்கவில்லை. இயக்கத்துக்குப் பயந்து இந்த படத்தைப் பற்றிய ஒரு

பொதுக்காட்சிக்கு யாரும் ஈழத்தில் ஏற்பாடு செய்ய தைரியப்பட்டதுமில்லை. என்றாலும் யூ ட்யூபில் அப்லோடு செய்யப்பட்டதால் இதை எதிர்ப்பவர்களும் ஆதரிப்பவர்களும் ஒன்றாகவே *No More Tears Sister*ஐ பார்க்கவும் விவாதிக்கவும் செய்தார்கள்.

ரஜனியின் சகோதரிகளான நிர்மலா, வாசுகி, ரஜனியின் கணவர் தயபாலா திரணகாமா, பிள்ளைகளான நர்மதா, சாரிகா என்று இப்படியான மிகவும் நெருங்கிய உறவினர்களின் வார்த்தைகள் மூலம்தான் ஹெலன் ரஜனியை நம் முன்னே வெளிப்படுத்துகிறாள். ஒரிஜினல் ஃபுட்டேஜுகள் எதுவும் கிடைக்காமையால் இரண்டாவது பெண்ணான சாரிகாவை ரஜனியின் வேடத்தில் நடிக்க வைத்து சில காட்சிகள் ரெக்ரியேட் செய்தது மிகவும் கவனிக்கத்தக்கதாக இருந்தாலும், சுகந்தி அதைச் செய்திருந்தால் அதைவிடப் பன்மடங்கு நன்றாக இருந்திருக்குமென்று தோன்றியது. காரணம், சாரிகாவால் உருவத்தில் மட்டுமே ரஜனியாவதற்கு முடிந்தது. தாயிடமுள்ள மரியாதையும் ஆதரவும் ரஜனியாக மாறுவதிலிருந்து அவளை ஒரு வட்டக்கோடு தடுக்கிறது. என்றாலும் ரஜனியை நேரிட்டு காணும் அனுபவத்தை பார்வையாளனுக்கு அளிக்க முடிந்ததில் இயக்குநரை பாராட்டத்தான் வேண்டும். புக்கர் விருது பெற்ற புகழ்பெற்ற இலங்கை நாவலாசிரியரான மைக்கேல் வொன்டேஜிதான் சென்டிமென்டலான தீவிரங்கள் சிறிதும் தளர்ந்து போகாமல் ஆவணப்படத்திற்கான விவரிப்பு அளித்திருக்கிறார். ஒரு ஆவணப்படம் என்னும் நிலையில் மேன்மையானதுதான் என்றாலும் சினிமா என்னும் ஊடகத்தின் வாய்ப்புகளைத் தேவையான அளவுக்குப் பயன்படுத்தப்பட்டுள்ளதா என்று எனக்குத் தோன்றவில்லை. இது, ஆவணப்பட ஃபிலிம் தயாரிப்பின் ஒரு அழகான அறிவியல்பூர்வ பிரச்சினைதானென்று தோன்றுகிறது.

கிறிஸ்டியின் சொற்பொழிவுடன் சரியாக ஆறு மணிக்குதான் கூட்டம் ஆரம்பித்தது.

'லேடீஸ் அன்ட் ஜென்டில்மென். குட் ஈவ்னிங் டூ ஆல். இப்படிப்பட்டதொரு மீட்டிங்கில் என்னைப்போல் ஒருத்தரின் தொடக்கவுரை தேவையில்லை என்பது மட்டுமல்ல. அது அநாவசியம்தான் என்னும் எண்ணம் உள்ளவன்தான் நான். *No More Tears Sister* படத்தை இன்னும் ஒருமுறை பார்ப்பதற்கும் இங்கு நீங்கள் பேசப்போவதை கேட்பதற்கும்தான் நானும் சக செயல்பாட்டாளர்களும் வந்தோம். பூமணியின் நிர்ப்பந்தத்தால் மட்டுமே இங்கே வந்து

பேசலாம் என்னும் ஒரு தைரியத்துக்கு நான் ஒப்புக்கொண்டேன். *No More Tears Sister* என் வாழ்க்கையை எல்லா வகையிலும் மாற்றி அமைத்த சினிமாதான்.

'மூன்றாண்டுகளுக்கு முன்பு லண்டனில் இந்த ஆவணப்படத்தை முதன்முதலாகப் பார்க்கும் வரையில் ரஜனி திரணகாமா யாரென்று எனக்கு முற்றிலும் தெரியாமல்தான் இருந்தது. ஆனால், அதன்பின் அவர் எனக்கு மிகவும் பிரியப்பட்ட, நான் மிகவும் போற்றும் மனுஷியாக மாறிவிட்டார். அவரைப்பற்றி மேலும் மேலும் அறியும்போதெல்லாம் அவர் மேலிருந்த மரியாதை அதிகரித்துக் கொண்டே சென்றது. இன முறையிலும் மத வகையிலும் வெவ்வேறு சூழ்நிலைகளில் இருந்துவந்த ரஜனி, தயபாலா ஆகியோரின் காதல் என்னை ஆச்சரியப்படச் செய்தது. பின்னாளில், பெர்லினில் பீட்டர் என்றொரு நண்பன் கிடைத்தபோதுதான் ரஜனி ஒரு பெரும் சினிமாவிற்கான கருவாக மாறினார். சினிமா தயாரிப்பதற்காக இன்னும் கொஞ்சம் முன்னேறிச் சென்றபோது கேமரா கையாளுவதற்கு வந்த மேரிஆன் என்னுடைய வாழ்க்கையின் அங்கமானாள். இவையெல்லாம் என்னுடைய தனிப்பட்ட விஷயங்கள்.

'-வுமன் எகைன்ஸ்ட் வார்- என்னும் மூவ்மென்டை பொருத்தமட்டில் ரஜனிதிரணகாமா கவுண்டர் அட்டாக்கினுடையதும் ரத்தசாட்சித்துவ தன்மையினுடையதுமான ஒரு பெரிய ஐக்கனாக எனக்குத் தோன்றுகிறார். *I want prove that ordinary woman like me also have enormous courage and power to fight alone and hold our inner selves* என்று ரஜனியே தெளிவாகச் சொல்லி இருக்கிறார். இந்தக் காலக்கட்டத்தில் நிச்சயமாக நமக்கு அப்படிப்பட்ட ஐக்கனுடைய தேவையுண்டு. காரணம், எல்லாப் போர்களும் பெண்களுக்கு எதிரான போர்கள்தான். போர்களில் மிகவும் அதிகமான இன்னல்களை பெண்கள்தான் அனுபவிக்கிறார்கள். மானசீகமாகவும் உடல்ரீதியாகவும் பலாத்காரமாகவும் பெண்கள் கொடூரமாக வதைக்கப்படுகிறார்கள். *Men in the battle grab, whether they come with swords or guns, on horse or armoured cars, the price of the conquest seems heightened by the violation of woman* என்று ரஜனி சுட்டிக்காட்டும் யதார்த்தத் தன்மையை நாம் அடையாளம் காணவேண்டும். போர்களுக்கு எதிரான 'வுமன் எகைன்ஸ்ட் வார்' போன்றுள்ள பெண்களுக்கு பெரிய முன்னேற்றங்கள் ஏற்பட வேண்டும். ஆனால், பல சமயங்களில் நாம் அதற்கு விலைகொடுக்க வேண்டியது இருக்கும். ரஜனி அந்த விலையை அளிப்பதற்குத் தயாராக இருந்தார். அதனால்தான் இறப்பதற்கு சில மாதங்களுக்கு முன்பு *one day some gun will silence me and it will not to held by an outsider but by the son born in the womb of this very society, from a woman with whom my history is shared* என்று எழுதுவதற்கு அவரால் முடிந்தது. ரஜனியின் நினைவுக்கு முன்னால் தலைவணங்கியவாறு நான் முடிக்கிறேன். *Thank you all...'*

ஏறக்குறைய எண்பது நிமிடநேரம் நீண்டதான அந்த ஆவணப் படம் முடிந்தபோது ஒரு கனத்த நிசப்தத்தன்மை ஹாலில் நிறைந்தது. சில நிமிடங்களுக்கு யாரும் ஒன்றும் பேசவில்லை. ஓரிருவர் மட்டும் கண்ணீரால் நிறைந்த கண்களைக் கைக்குட்டையால் துடைத்துக்கொண்டு தலைகுனிந்து வெளியேறிச் சென்றார்கள். வந்திருந்த அனைவருக்கும் அமைப்பாளர்கள் தேநீர் விநியோகம் செய்தாலும் பலரும் அதை வாங்கிக் குடிப்பதற்கு பெரும் ஆர்வம் ஒன்றையும் காட்டவில்லை. கொஞ்ச நேரம் கழிந்ததும் விவாதம் தொடங்குவதற்கு அறிமுகமாக ஆமீனா எல் அபீதி பேசுவதற்கு எழுந்தாள்.

'குட் ஈவ்னிங் ஃபிரண்ட்ஸ். வுமன் எகைன்ஸ்ட் வார் என்னும் திட்டத்தைப் பொருத்த மட்டில் இன்று மிகவும் முக்கியமானதொரு நாளாகும். ரஜனி எங்கள் அமைப்பின் உறுப்பினராக இல்லை என்றாலும் ஒரு சக பயணியாக இருந்தார். தீரமான அந்த சக பயணி எங்களைவிட பன்மடங்கு பலமாக போருக்கு எதிராக இயங்கினார். இன்றைய காலையில் வீரசிங்கம் மண்டபத்தில் நடந்த 'யார் இந்த ரஜனிதிரணகாமா?' என்னும் கூட்டமும் இந்த சினிமா காட்சியும் ரஜனியின் நினைவுகளை மீட்டெடுப்பதற்கு மிகவும் உதவியாக இருக்கும் என்றுதான் என்னுடைய நம்பிக்கை. வீரசிங்கம் மண்டபத்தில் நடந்த கூட்டம் அரசாங்கத்தின் கடுமையான கண்காணிப்பில் இருந்தது என்று உங்கள் அனைவருக்கும் தெரியுமல்லவா... அங்கே நாங்கள் எல்லாருமே அதனுடைய அழுத்தத்தை அனுபவித்துக் கொண்டுதான் அமர்ந்திருந்தோம். இங்கே அந்தளவுக்கு பிரச்சினை உண்டென்று தோன்றவில்லை. எங்களிடம் என்னவெல்லாம் பேசவேண்டுமென்றோ பேசக்கூடாதென்றோ யாரும் கட்டளையிடவில்லை. என்றாலும் கவனமாக இருக்க வேண்டும். சிலசமயம் என் முன்னால் அமர்ந்திருக்கும் உங்களில் ஒருவர் அரசாங்கத்தின் ஒற்றனாக இருக்கலாம். நீங்கள் சமாதானத்திற்கும் சுதந்திரத்திற்குமாக பேசும்போதே அரசு அதிகாரத்தின் எதிரிகளாகி விடுகிறீர்கள். காரணம் உலகத்திலுள்ள பெரும்பாலான ஆட்சியாளர்களைப் போல் உங்களுடைய ஜனாதிபதியும் மக்களையும் மக்களாட்சியையும் கண்டு பயப்படுபவர்தான். அதனால்தான் உங்கள் நாட்டில் நூற்றுக்கணக்கான

பத்திரிகையாளர்களும் மனித உரிமை செயல்பாட்டாளர்களும் கடத்தப்படுவதோ காணாமல் போவதோ கொல்லப்படுவதோ போன்ற செயல்களுக்கு ஆட்படுகிறார்கள். நான் மேலும் நீட்டிக்கப் போவதில்லை. பேசுவதற்கு ஆசைப்படுபவர்கள் மேடைக்கு வந்து தாங்களாகவே அறிமுகப்படுத்திக் கொண்டு உங்களுக்குச் சொல்ல வேண்டியதைச் சொல்லட்டும்.'

'எல்லோருக்கும் வணக்கம். நான் கற்பூரம். இறுதியாண்டு மருத்துவ மாணவி. கற்பூரநாயகி என்னும் பெயரில் ஈழத்திலுள்ள மனித உரிமை பிரச்சினைகளைப் பற்றி ஒரு பிளாக் எழுதுகிறேன். எனக்கு இந்த ஆவணப்படத்தைப் பற்றி மிகவும் முக்கியமான சில விமர்சனங்கள் உண்டு. ரஜனி மேடம் கொல்லப்பட்டது எப்படி? யார் அந்தக் கொலையைச் செய்தது? யாருக்காக அந்தக் கொலைச் செயல் நடத்தப்பட்டது? என்னும் இந்த கேள்விகளுக்கு பொறுப்பான தெளிவான பதிலை அளிக்காமல் சில குறிப்புகளை மட்டும் அளித்தது முற்றிலும் சரியில்லை. இந்த கேள்விகளுக்கான பதிலைத் துல்லியமாக அறிந்துள்ள ஏராளமான பேர்கள் இப்போதும் யாழ்ப்பாணத்தில் வாழ்ந்து கொண்டுதான் இருக்கிறார்கள். யார் கொலையைச் செய்தார்கள் என்பதைவிட முக்கியம் யார் இந்தக் கொலையைச் செய்ய அவர்களைத் தூண்டியது என்பதுதான்...'

'வணக்கம், நான் மரியா அற்புதம். கற்பூரம் சொன்னதைத்தான் நானும் சொல்ல வேண்டும். ரஜனி மேடத்தின் படுகொலை பற்றி இன்னும் விளக்கமான தேடுதல்களை நடத்த வேண்டும். போருடன் சம்பந்தப்பட்ட குற்றச் செயல்களைப்பற்றியும், தேடுதலில் ஒரு பகுதியாக சென்ற 25 ஆண்டுகளாக நடந்த இப்படிப்பட்ட கொலைகளைப் பற்றியும் கண்டுபிடிக்க வேண்டும்.'

'வணக்கம். நான் ஸ்ரீகாந்தமலர். கற்பூரமும் மரியாவும் சொன்ன விஷயங்களோடு என்னால் முழுமையாக ஒத்துப்போக முடியவில்லை. 25 ஆண்டின் போருக்குப் பின் நம் நாடு இப்போது அமைதிக்கும் சமாதானத்திற்கும் மெல்லத் திரும்பி வருகிறது. அப்படிப்பட்டதொரு நேரத்தில் பழைய விஷயங்களை மீண்டும் வெளியே இழுத்துப் பிரச்சினைகளை எழுப்பாமல் பார்த்துக் கொள்ள வேண்டும். இயக்கமானாலும் மற்ற அமைப்புகளானாலும் ரஜனி மேடத்தைப் போன்றுள்ள மனித உரிமை உறுப்பினராலும் எல்லாருமே ஈழ மக்களின் விடுதலைக்காகத்தான் போராடினார்கள். என்ன, அவர்களுடைய ஒவ்வொருவரின் வழிகளும் வெவ்வேறு விதமாக இருந்தன என்பது மட்டும் உண்மை. அந்தப் போராட்டத்தில் சில

சமயம் அங்குமிங்குமாக சில விவாதங்களும் பிரச்சினைகளும் முட்டல்மோதல்களும் எல்லாம் இருக்கலாம். சிலர் கொல்லப்பட்டும் இருக்கலாம். அவையொன்றும் தனிப்பட்ட ஆசைக்காக நடந்ததில்லை. இயக்கத்தின் ஈழப் போராட்டம் பலவீனப்படாமல் இருப்பதற்காக நடந்தது. சுதந்திர ஈழம் என்னும் மகத்தான லட்சியத்திற்காகத்தான் நடந்தது. துர்ப்பாக்கிய வசத்தால் அந்தப் போராட்டத்தில் நாம் தோல்வியடைந்தோம். வென்றிருந்தால் யாழ்ப்பாணக் கோட்டையில் இப்போது இயக்கத்தின் கொடி பறந்திருக்கும் என்னும் விஷயத்தை நாம் மறக்கக் கூடாது.'

'வணக்கம். நான் அன்புச்செழியன். பெண்களின் இந்தக் கூட்டத்திற்குள் புகுந்து பேசுவது சரியில்லை என்பது தெரியும். மன்னிக்கணும். தோழி ஸ்ரீகாந்தமலர் சொல்வதிலும் விஷயமுண்டு. இனி நாம் எல்லாவற்றையும் மறப்பதுதான் நல்லது. சென்ற ஒரு நூற்றாண்டில் ஈழத்தில் நடந்த விஷயங்களை மொத்தமாக மறப்பதற்கு ஏதாவது மருந்து உண்டென்றால் எவ்வளவு நன்றாக இருக்கும். நம் தந்தை செல்வநாயகத்தை மறக்கலாம். பொன்னம்பலத்தை மறக்கலாம். குட்டிமணியை மறக்கலாம். திலீபனை மறக்கலாம். ரஜனி மேடத்தை மறக்கலாம். அண்ணனை மறக்கலாம். பாலச்சந்திரனை மறக்கலாம். இசைப்பிரியாவை மறக்கலாம். எல்லாரையும் மறக்கலாம். எல்லாவற்றையும் மறந்தால் பின்பு அமைதியும் சமாதானமும்தான். நான்சென்ஸ்.'

அன்புச்செழியன் அதற்குமேல் ஒன்றும் பேசாமல் ஹாலிலிருந்து வெளியேறிச் சென்றான். அவன் நன்றாக குடித்துவிட்டிருக்கிறான் என்று தோன்றுகிறது. கால்கள் தரையில் சரியாகப் பதியவில்லை. ஆனால், பேசும்போது அப்படியொன்றும் தோன்றவில்லை. எல்லாரும் ஆச்சரியத்துடன் அவன் போவதையே பார்த்துக்கொண்டு அமர்ந்திருந்தார்கள். அதற்குள் வேறொரு பெண் பேசத் தொடங்கிவிட்டாள்.

'குட் ஈவ்னிங். நான் சுசாந்திகா. நான் ஒரு சிங்களப் பெண். இளமையிலிருந்தே ரஜனி மேடத்தின் ஆராதிகை நான். காரணம், மேடம் தம்முடைய வாழ்க்கையின் மூலம் இலங்கை மக்கள் எந்தவகையிலும் இனரீதியாகவும் மொழிவகையிலுமான வேற்றுமைகளை பொருட்படுத்தாமல் செல்லவேண்டுமென்பதை காண்பித்துக் கொடுத்தவர். அவர் தம் வாழ்வில் நடத்திய மிகப்பெரிய புரட்சி தயபாலா திரணகாமாவைக் காதலித்து மணம்புரிந்து கொண்டதுதான். காதல் புரட்சியின் மறுசொல்லாக மாறுவதைதான்

அந்த திருமணத்தில் நாம் கண்டோம். காதலால் மட்டுமே மதம், மொழி, இனம், நிறம் என்பவற்றுக்கு அப்பால் போக முடியும். பெண்களுக்கு காதலின் மூலம் போர்களை தோற்கடிக்கத் தெரியவேண்டும். இயல்பாகவே கவிதையையும் இசையையும் போன்றுள்ள மற்ற நல்ல செயல்பாடுகள் அதன் பகுதியாகவே வளரும். கலைக்கு முன்னால் இன்னல்கள் தோல்விதான் அடையவேண்டியதிருக்கும்.'

கற்பூரத்திற்கு அதைக் கேட்டவுடன் எதிர்வினையாற்றாமல் இருக்க முடியவில்லை.

'சுசாந்திகா, நீ மிகவும் ரொமாண்டிக்தான். போரின் கெடுதிகளை நேரிடையாக அனுபவிக்காதவர்களுக்கு வேண்டுமானால் அப்படி ரொமாண்டிக்காக முடியும். ஆனால், எங்களைப்போல் போரில் எல்லாவற்றையும் இழந்தவர்களுக்கு அப்படிச் சிந்திக்க முடியாது. ரஜனி மேடமும் அவரின் கூட்டாளிகளும் பெண்களை போரின் கெடுதிகளிலிருந்து மீளச் செய்வதற்கும் தாமாகவே தகுதியுடையவர்களாக்கவுமாக பூரணி என்றொரு ஸ்தாபனத்தைத் தொடங்கினார். பூரணியிலே சில மிடுக்கான பெண் பிள்ளைகள் பாடல்களாலும் கவிதைகளாலும் போரை கலையினால் எதிர்க்க முயன்றார்கள். ஆரம்பத்திலெல்லாம் அவருடைய செயல்களுக்கு நல்ல வெற்றி தேட முடிந்தது. அவர் பெண்களிடம் சுதந்திரத்தையும் உரிமைகளையும் பற்றி உணர்ச்சியூட்டுவதற்கும் இன்னல்களுக்கு எதிராக குரல்கொடுப்பதற்கும் கற்றுக் கொடுக்கத் தொடங்கியபோது இயக்கம் அவருக்கு எதிராகத் திரும்பியது. காரணம், பெண்கள் அந்த வகையில் உணர்வூட்டப்பட்டால் அவர்களைப் பலமாக இயக்கத்திற்கு ரெக்ரூட் செய்வதற்கும் கற்பழிப்புக்கு இரையானவர்களை மூளைச் சலவை செய்து தற்கொலைப் படையாக்குவதற்கும் முடியாமல் போகும். அதனால் அவர்கள் பூரணி என்னும் பெண்கள் அமைப்பையும் அதனுடைய செயல்வீரர்களையும் அராஜகமான பெண்ணியவாதிகள் என்று சித்தரித்தனர். பெண்ணிய இயக்கமும் பெண் விடுதலையுமெல்லாம் இயக்கத்தைப் பொருத்தமட்டில் கெட்ட காரியங்களாக இருந்தன.''

இம்முறை ஸ்ரீகாந்தமலர் எழுந்தாள்: 'கற்பூரம் அப்படிச் சொல்வது சரியில்லை. இயக்கம் பெண்களிடம் மிகவும் மரியாதையுடன் நடந்துகொள்ளும் நிறுவனமாக இருந்தது. இயக்கத்தில் உட்பட்ட எந்தவொரு மனிதரும் பெண்களிடம் மோசமாக நடந்து கொள்ள மாட்டார்கள். பெண் போராளிகளை யாரும் உடல்ரீதியாக வற்புறுத்தினார்கள் என்னும் ஆட்சேபணையே எழுந்ததில்லை.''

'அது உண்மையாக இருக்கலாம். ஆனால், பொதுவாகவே மிகவும் பாட்ரியாக்கலான அதிகார நியதியைத்தான் இயக்கம் வெளிப்படுத்துகிறது. பெண்களுக்கு தங்கள் உடலின் மேலுள்ள பலத்தை அவர்கள் ஒருபோதும் ஏற்றுக்கொள்ளத் தயாராக இல்லை. ஒழுக்க விஷயத்திலும் பின்வாங்கல் நிலைப்பாடுகளைத்தான் முன்னோக்கி வைத்திருந்தார்கள். பூரணியிலுள்ள செல்வியையும் நண்பர் மனோகரனையும் பிடித்துச் சென்று கொன்றது பின் எதற்காக? 1992இல் Pen International-ன் Freedom to Write விருது பெற்ற சர்வதேசப் புகழ்பெற்ற கவிதாயினியாக செல்வி இருந்தார். ஈழத்தின் வரலாற்றில் இந்தளவுக்கு வலிமையாகவும் அரசியல் ரீதியாகவும் கவிதை எழுதிய வேறொரு பெண் இருக்கவில்லை. அதேபோல் வலிமையாக எழுதிய சிவரமணிக்கு 1991ல் இருபத்தி மூன்றாம் வயதில் தான் எழுதிய கவிதைகளில் முக்கால் பங்கையும் எரித்துவிட்டு தற்கொலை செய்துகொள்ள வேண்டியதாயிற்று. இயக்கம் அறிவுப்பூர்வமான பெண்களிடம் எவ்வளவு நீசத்தனமாக நடந்துகொள்கிறது என்பதற்கு இந்த வகையில் ஏராளமான உதாரணங்கள் உண்டு. ரஜனி அந்த வகையில் ஈழத்தில் கொல்லப்பட்ட ஏராளமான பெண்களின் பிரதிபிம்பமாவார்."

'கற்பூரம், நீ சமூகத்தில் உயர்மட்ட நிலையிலுள்ளவர்களைப்பற்றி மட்டும்தான் சொல்கிறாய். சாதாரண நிலையிலுள்ள பெண்களிடம் கேட்டுப் பார். அவர்கள் ஒருபோதும் VPயையோ இயக்கத்தையோ விட்டுக் கொடுத்து பேசமாட்டார்கள். போரின் இறுதி கட்டம் வரையில் சிங்கள பட்டாளக்காரர்களிடமிருந்து அவரைக் காப்பாற்றியது இயக்கம்தான். அமைதிப்படை ஈழப் பெண்களை கழுகுகளைப் போல் கொத்திக் கிழிக்க வந்தபோது அவர்களைப் பாதுகாக்க வந்ததும் இயக்கம்தான்.'

'சரி, சரி... நான் உன்னிடம் விவாதிக்கவில்லை. ரஜனி மேடத்தின் மரணத்திற்குப் பின்னாலுள்ள உண்மைகள் வெளியே வரவேண்டுமென்னும் ஆவலினால்தான் இவ்வளவும் சொன்னேன். இங்கே நம்மோடுள்ள கிறிஸ்டி பர்னார்டும் அவரின் நண்பர்களும் ரஜனி மேடத்தைப்பற்றி புதிய சினிமா எடுக்கும்போது அப்படி நிகழ வேண்டுமென்றுதான் நான் ஆசைப்படுகிறேன்.'

'என் பெயர் வைத்திலிங்கம் சண்முகநாதன். ரஜனியின் கொலை நடக்கும் காலத்தில் நான் டீச்சிங் ஹாஸ்பிட்டலிலுள்ள கேண்டினை நடத்திக் கொண்டிருந்தேன். ரஜனியின் கொலைக்குப் பின்னால் செயல்பட்டவரைப் பற்றி எனக்கு சில விவரங்கள் தெரியும்.

கொலையாளியின் பெயர் போஸ்கோ. ரஜனியின் சில மாணவிகள்தான் அவனுக்கு ரஜனியைக் காட்டிக் கொடுத்தார்கள். அந்த மாணவிகள் இப்போது டாக்டர்களாக அயல்நாடுகளில் பணிபுரிகிறார்கள். போஸ்கோவும் இப்போது உயிருடன் இல்லை. அவனுக்கு இயக்கத்துடன் மிகவும் நெருங்கிய தொடர்பு இருந்தது. கொலை நடப்பதற்கு நான்கைந்து நாட்களுக்கு முன்பிருந்தே அவன் தினந்தோறும் ஹாஸ்பிட்டலுக்கு வரத் தொடங்கிவிட்டான். நான் சொன்ன மாணவிகளும் அவனும் பல சமயங்கள் ரகசியமாக என்னவோ பேசுவதைக் காணமுடிந்தது. ரஜனி வீட்டிற்குப் போவதும் வருவதுமான வழி, நேரம் என்னும் விஷயங்களையும் மூன்று நாட்கள் கவனித்து உறுதிப்படுத்திக் கொண்டான். கொலை நடந்த அன்று மாணவிகளில் ஒருத்தி கேண்டீனிலும் மற்றவள் கேட்டிலும் நின்று ரஜனி வெளியே வந்தபோது கொலையாளிக்கு சிக்னல் அளித்துக் கொண்டிருந்தார்கள். அதன்பின் ஒருபோதும் போஸ்கோவை ஹாஸ்பிட்டலிலோ அந்தச் சுற்றுவட்டாரத்திலோ நான் கண்டதே இல்லை.'

சண்முகநாதனின் வார்த்தைகளை பலரும் நடுக்கத்துடன்தான் கேட்டார்கள். அந்த நடுக்கம் முடிவதற்குள் எல்லோரையும் திடுக்கிடச் செய்யும் ஒரு துப்பாக்கி சுடும் சப்தம் எங்கிருந்தோ உயர்ந்தது. புல்லட் என் மூக்கை உரசியவாறு முன்னோக்கிச் சீறிப் பாய்ந்து சென்றது. இடது காதுக்கு சிறிது கீழே குண்டடிபட்ட சண்முகநாதன் தரையில் விழுந்து துடித்தான். அவனுடைய கழுத்திலிருந்து குருதி பலமாக வெளியே கொப்பளித்து கொட்டியது மேரி ஆனின் முகத்தில்தான். சில நிமிடங்களில் கொலையாளி வெளியேறி ஓடித் தப்பித்துக் கொண்டான். ரொம்பவே பயந்துபோன மேரிக்கு உணர்வு நிலை போய்விட்டது. இன்னும் என்னவோ சொல்ல மீதம் வைத்திருந்த சண்முகநாதன் நிமிடங்களில் இறந்தான்.

போலீஸ் ஓட்டலிலிருந்து எங்களை வெகுவேகமாக வெளியேற்றி இலங்கை ராணுவத் தளத்திற்கு மாற்றினார்கள். ராணுவ மருத்துவமனையிலுள்ள ICUவில் படுத்திருந்த ஆனுக்கு இரவு வெகுநேரம் கழித்துதான் உணர்வு வந்தது. இதுவொரு அதிர்ச்சி மட்டும்தான் என்றும் பயப்படுவதற்கு ஒன்றுமில்லை என்றும் மருத்துவர்கள் சொன்னார்கள் என்றாலும் அவளுக்கு உணர்வு திரும்பும் வரையில் கிறிஸ்டிக்கு பெரும் டென்ஷனாகவே இருந்தது. கடைசியில் உணர்வு வந்ததும் அவள் முதலில் சொன்னது - *No More Tears Sister* படத்தை இன்னும் ஒருமுறை பார்க்க வேண்டும் என்பதுதான்.

10
பூமணி செல்வநாயகம்

இலங்கை ராணுவத்துக்கு சண்முகநாதனின் கொலை பெருத்த அடியாக இருந்தது. 2009ல் முழுமையான தோல்விக்குப் பின் முதன் முதலாக இயக்கத்தால் யாழ்ப்பாணத்தில் மீண்டுமொரு மிரட்டலை உருவாக்க முடிந்தது. அதுவும் முக்கியமானதொரு ஓட்டலின் கான்ஃபரன்ஸ் ஹாலில் விமன் எகைன்ஸ்ட் வாரின் கூட்டத்தில் பேசிக் கொண்டிருந்த ஒருவனைச்சுட்டு கொன்றதுடன், சில நிமிடங்களிலேயே கொலையாளியும் சாமர்த்தியமாக தப்பிவிட்டான். இந்தத் துப்பாக்கிச் சூடு சண்முகநாதனுக்கு எதிரானது மட்டுமல்ல, இயக்கம் இனிமேல் உயிர்பெறாது, அழிந்துவிட்டது என்னும் நம்பிக்கைக்கு எதிராகவும்தான் குண்டு துளைத்தது. ஜனாதிபதி உள்பட இலங்கை ஆட்சிபீடத்தையே கொஞ்சம் நடுங்க வைக்க அந்த துப்பாக்கிக் குண்டால் முடிந்தது. நிகழ்ச்சி நடந்த சில மணித்துளிகளில் கொழும்பு ராணுவப் படைகள் மற்றும் ஆட்சி பீடங்களில் வேகமாக விவாதங்கள் நடந்தன. Terrorism Investigative Department (TID) ன் நடவடிக்கைகள் மேலும் முடுக்கிவிடப்படவும் உளவுப்பிரிவை பலப்படுத்தவுமான நடவடிக்கைகள் உடனே தொடங்கின. கிறிஸ்டியின் சினிமாவைப் பற்றி இயக்கம் பயப்படுகிறது என்னும் தெளிவுதான் இந்த பிரச்சினைகளுக்குக் காரணம் என்று மதிப்பிட்ட காபினெட் சமரவீராவிடம், சினிமாவை எவ்வளவு விரைவில் எடுத்து முடிக்க முடியுமோ அவ்வளவு விரைவில் முடிக்க வேண்டும் என்று கட்டளையிட்டது. மேலும் தேடுதல்களுக்கு ஒன்றும் முயற்சிக்காமல் சினிமா ஸ்க்ரிப்டை தன்னுடைய ஆலோசனைகளை அனுசரித்து மாற்றி எழுதி உடனே படப்பிடிப்பை ஆரம்பிக்க வேண்டும் என்று சமரவீரா அழைத்துக் கூறினாலும், கிறிஸ்டி அதற்கு வாய்ப்பில்லை என்னும் உறுதியான நிலைப்பாட்டை எடுத்தான். தான் எப்படி சினிமா தயாரிக்க வேண்டும் என்பதை தீர்மானிக்க அரசுக்கு உரிமை இல்லை என்பதுதான் கிறிஸ்டியின் வாதம். இறுதியில் ஜனாதிபதியே கிறிஸ்டியை நேரில் அழைத்துப் பேசி ஒரு நடுநிலையான முடிவுக்கு வந்தார்கள். அதன்பின் ஒருபோதும் சமரவீரா ஸ்கிரிப்டு விஷயத்தில் ஆலோசனைகள் வைக்கவில்லை.

இதே சமயத்தில் யாழ்ப்பாணத்தில் வுமன் எகைன்ஸ்ட் வாரின் மாநாட்டில் நிகழ்ந்த துப்பாக்கிச் சூட்டைப் பற்றி சர்வதேசீய ஊடகங்கள் மிக முக்கியத்துவத்துடன் செய்தியை வெளியிட்டார்கள்.

ஆமீனா எல் அபிதியுடனான நேர்காணலை BBCயும் CNNனும் மற்ற பல ஊடகங்களும் ஒளிபரப்பினார்கள். எல்லா நேர்காணல்களிலும் ஆமீனா, ரஜனி திரணகாமாவின் இரத்த சாட்சியத்தின் ஆர்வத்தை எடுத்துக்கூறி போருக்கு எதிராக பெண்கள் குரல் கொடுக்க வேண்டியதன் தேவையைப் பற்றிதான் அழுத்தமாகக் கூறினார். இயல்பாகவே ரஜனியைப் பற்றியதான ஹாலிவுட் சினிமா தயாரிப்பும் செய்தியின் சாரமாயிற்று. ஆனால், அதிலிருந்து கொஞ்சம் வித்தியாசமாக அல்ஜஸீரா *Return of the Tigers* என்றொரு பிரத்யேக திட்ட அறிவிப்பை செய்தார்கள். இயக்கம் பலத்துடன் மீண்டு வருவதற்கு தயாராகிறது என்று அல்ஜஸீராவின் கொழும்பு செய்தியாளர் எடுத்துக் கூறினார். குளோபல் மீடியா அந்த மீள்வருகைக்கு காத்திருக்கிறது என்று தோன்றும் விதத்தில்தான் பின்பு எல்லா சானல்கள் மூலமும் செய்திகள் வந்தன. இலங்கையிலும் இந்தியாவிலும் உள்ள ஊடகங்கள் வழக்கம்போல் பெரும் முக்கியத்துவத்துடன் இந்த விஷயத்தை விவாதித்தனர். தமிழ்நாட்டிலுள்ள திராவிட கழகங்கள் அரசியல் ஆதாயத்திற்கான வாய்ப்புகளைத்தான் தேடின. ஆனால், புதியதாக வேறொன்றும் நேராததினால் இரண்டுமூன்று நாட்கள் கழிந்ததும் அந்த செய்திகளெல்லாம் அடங்கின.

ஒரு வாரம் ஆகியும் சண்முகநாதனின் கொலையாளியை பிடிக்கவோ, கொலைக்குப் பின்னால் யாரெல்லாம் செயல்பட்டிருக்கிறார்கள் என்று கண்டுபிடிக்கவோ போலீஸுக்கோ *TID*க்கோ முடியவில்லை. தேடுதல் வேட்டை எங்கும் சென்று சேராமல் ஊர்ந்து நகர்ந்தது. கொலையாளி தப்பிக்க உதவியது என்று கருதப்படும் வெண்மை நிற டொயோட்டா கார் நெடுஞ்சாலையில் சாவகச்சேரிக்கு அருகில் அநாதையான நிலையில் கண்டுபிடிக்கப்பட்டது மட்டும்தான் தேடுதலிலுள்ள ஒரே முன்னேற்றம். கொலையாளியுடன் சேர்ந்து ஒரு பெண்ணும் இருந்தாள் என்றும் மற்றொருவன் காரை ஸ்டார்ட் செய்து அவர்களைத் தப்பிக்க வைக்கத் தயாராக நின்றிருந்தான் என்றும் கண்களால் கண்ட சாட்சிகள் சொன்னாலும் போலீஸாரால் யாரையும் கண்டுபிடிக்க முடியவில்லை. சண்முநாதனின் உறவினர்கள் யாரும் போலீஸில் புகார் அளிக்கவில்லை என்பது மட்டுமல்ல, போஸ்ட்மார்டம் முடிந்தபின் பிணத்தை பெற்றுக் கொள்ளவும் வரவில்லை. கொலைக்குப் பொறுப்பேற்கவும் எந்த அமைப்பும் வரவில்லை. ஆனால், சம்பவம் நடந்த பத்தாம் நாள் காலையில் யாரோ வீரசிங்கம் ஹாலுக்கு முன்னால் ‘ஒற்றனின் விதி’ என்று ப்ளக்கார்டு பிடித்த சண்முகநாதனின் உருவத்தை கட்டி வைத்திருந்தார்கள். இயக்கத்தின் ஒளிமிகுந்த காலத்தில் பலமுறை வெளிப்படுத்திய வாசகமாகவே அது இருந்தது. *No more Tears Sister*ன்

படக்காட்சியை ஆர்க்னைஸ் செய்த மாணவிகளில் பலரும் அதைக்கேட்டு பயந்துபோய் கொழும்புவிலுள்ள உறவினர்களின் வீடுகளுக்குச் சென்றுவிட்டார்கள். ஆனால், பூமணி செல்வநாயகத்தை யாரோ சிலர் ஆஸ்பத்திரியிலிருந்து அழைத்துச் சென்று ஒரு வெண்மைநிற வேனில் ஏற்றி எங்கேயோ கொண்டு சென்றார்கள். வெண்மை நிற வேன்களைக் கண்டால் எல்லாரும் மிகவும் பயப்படும் காலமானதினால் பூமணியைப் பற்றி நண்பர்களுக்கிடையே பெருத்த சந்தேகம் எழும்பியது.

பாதுகாப்பு காரணங்களால் எங்களை யாழ்ப்பாணத்திலுள்ள செக்யூரிட்டி போர்ஸஸ் தலைமையகத்தில் கர்னல் சாமிந்தா மென்டிஸின் குவார்ட்டஸில்தான் தங்க வைத்தார்கள். ஓட்டலில் இருந்ததைவிட இரட்டிப்பு வசதிகள் அங்கே இருந்தன. கர்னல் மென்டிஸின் மனைவி அநுராதா மென்டிஸ் சினிமாவை நேசிக்கும் அழகி. அவள் நல்லதொரு விருந்து உபசரிப்பவளாக இருந்ததால், ராணுவ கேந்திரத்துக்குள் தங்கியிருக்கிறோம் என்ற உணர்வே எங்களுக்குத் தோன்றவில்லை. அநுராதாவின் கூர்மையான சிங்கள அழகின் கவர்ச்சியும் முதல்தரமான உணவும் மதுவும் க்யேட்டலிஸ்டுகள் ஆனதால் சினிமா வேலைகள் மிகவும் ஒழுங்குமுறையுடன் முன்னோக்கி நகர்ந்தன. கர்னல் மென்டிஸ் தம்முடைய நெருக்கடிக்கு இடையிலும் எப்போதாவது எங்களுடன் சேர்ந்து டின்னர் சாப்பிட நேரம் ஒதுக்குவார். அப்படி ஒருநாள் இரவு உணவுக்குப் பின் ஒவ்வொரு பெக் விஸ்கியுடன் ரூப் கார்டனில் அமர்ந்திருக்கும் போதுதான் ரஜனியின் கொலையைப் பற்றி சில புது விவரங்களை அவர் எங்களுடன் பங்கிட்டுக் கொண்டார்.

'மிஸ்டர் கிறிஸ்டி, ரஜினியைக் கொன்றவன் ஒரு சாதாரண கொலையாளி அல்ல, இயக்கத்தின் புரொபஷனல் கில்லர். ஆரம்ப காலத்திலேயே அவர்கள் அப்படிப்பட்ட கொலைகார கூட்டங்களை பிரத்யேகமாக பயிற்சியளித்து வைத்திருந்தார்கள். இந்த கொலையாளி குழுக்களுக்கு மற்ற கேடர் மார்க்கில்லாத பல பிரிவிலேஜுகளும் இருந்தன. பெண், மது, போதை மருந்து என்று இப்படி பல வசதிகளும் உண்டு. இயக்கம் சொல்லும் ஆட்களைக் கொல்வது மட்டும்தான் அவர்களின் வேலையாக இருந்தது. மற்ற நேரங்களில் அவர்கள் என்ன வேண்டுமென்றாலும் செய்யலாம். ராஜீவ்காந்தியைக் கொன்ற பின் அக்குழுவின் தலைவன் சிவராஜனெல்லாம் அந்த வகையில் பயிற்சி பெற்ற ஆளாகத்தான் இருந்தான். ரஜனியைக் கொன்றவன் ஒரு புரபஷனல் கில்லராக இருந்ததால்தான் சைக்கிளில் சென்ற இரையைப்

பின்தொடர்ந்து பின்னாலிருந்து அழைத்து துல்லியமாக நெற்றியில் சுடுவதற்கு அவனால் முடிந்திருக்கிறது. இரை தரையில் விழுந்து துடிக்கும்போதும் இறந்துவிட்டாரா என்பதை உறுதிசெய்து கொள்ள மீண்டும் துப்பாக்கி குண்டுகளை நிரப்ப முடிந்தது. உண்மையைச் சொல்வதானால், நாங்கள் ராணுவத்தினருக்கே கூட அவ்வளவு எளிமையாக செய்ய முடியாத காரியம்தான் இது. இரையின் வேதனையோ துடிப்போ இப்படிப்பட்ட புரொபஷனல் கொலையாளிகளை மனதளவில்கூட பாதிப்பதில்லை.'

'சண்முகநாதன் சொன்ன போஸ்கோ அப்படிப்பட்ட கொலையாளியா?'

'அப்படித்தான் இருக்கணும். ஆனால், உறுதியாகச் சொல்ல முடியவில்லை. காரணம், ரஜினியின் கொலைக்கு மிகவும் விசித்திரமான மற்றொரு பக்கம்கூட உண்டு. அதற்கு அவர்களின் மனித உரிமை அமைப்புகளுடனோ இயக்கத்தின் கருத்து வேறுபாடுகளுடனோ யாதொரு தொடர்புமில்லை. தயபாலா திரணகாமாவை ரஜனி மணம் புரிந்து கொண்டார் என்னும் ஒரேயொரு காரணம்தான் உண்டு. தயாபாலாவுக்கு ***JVP(Janatha Vimukthi Perumuna)***யுடனான தொடர்பு உங்களுக்குத் தெரியும்தானே. ரஜனியும் சக செயல்வீரர்களும் சேர்ந்து தொடங்கிய *UTHR*க்கும் *JVP*க்கும் நெருங்கிய தொடர்பு ஏற்பட்டிருந்தது. அதை மறைத்து வைப்பதற்குதான் தயா சோமசுந்தரம் *UTHR Jafna* என்று பெயரை மாற்றினார். அரசாங்கமும் புத்திஸ்டுகளும் ஒரே சமயத்தில் *JVP*யை வேட்டையாடும் காலமாக அப்போது இருந்தது. ரஜனி கொல்லப்பட்டதற்கு பின் ஐம்பத்திரண்டாம் நாள், அதாவது *1989* நவம்பர் *13*ம் தேதி *JVP*யின் நிறுவனத் தலைவரான தோஹனா விஜி வீரா ராணுவத்துடனான மோதலில் கொல்லப்படுகிறார். ரஜினி அக்காலத்தில் *JVP*யின் உள் விவகாரங்களில் இயங்கிக் கொண்டிருந்தார் என்று மிலிட்டரி இன்டெலிஜன்ஸ் ரிப்போர்ட் செய்திருந்தது. *UTHR Jafna* அப்படிப்பட்ட செயல்களின் திரையோ என்றுகூட அரசாங்கத்துக்கு சந்தேகம் உண்டாகியிருந்தது. கண்டிப்பாக இப்படிப்பட்ட சந்தேகங்கள் இயக்கத்திற்கும் ஏற்பட்டிருக்கலாம்.'

'ஆனால், அப்படிப்பட்ட சந்தேகங்கள் ஒரு கொலை செய்யும் அளவுக்கு போகவேண்டியதில்லையே, கர்னல்?'

'உண்மைதான், அப்படிச் செய்ய வேண்டியது இல்லைதான். ஆனால், அவையெல்லாம் கொலை செய்வதற்கான சில காரணங்கள்தான். அதே போன்றதுதான் அநுராதா பல சமயங்களில் சொல்லக்கூடிய ரஜனியின் பெண்ணிய நிலைப்பாடுகளும்.'

'ஆமாம், நான் அதைச் சொல்லத் தொடங்குவதற்கு இருந்தேன். கிறிஸ்டிக்கு சினிமாட்டிக்காக டெவலப் செய்யக்கூடிய பாயிண்ட்தான் அது. ரஜனியின் செயல்களில் மேற்கத்திய பெண்ணிய நிலைப்பாடுகளில் ஒரு அண்டர்கிரவுண்டு உண்டு.'

'இயக்கத்தால் அதை ஒருபோதும் அங்கீகரிக்க முடியும் என்று இருந்திருக்காது. பெண்ணிய சுதந்திரத்துடன் மிகவும் பாட்ரியாக்கலான நெருக்கடியைத்தான் அவர்கள் ஏற்றுக் கொண்டிருந்தார்கள். பெண்களின் ஒழுக்கத்தை காப்பாற்றுங்கள் என்னும் பொய்யான அவளுடைய சுதந்திரத்தை முழுமையாக நிராகரிக்கும் நிலைப்பாடுகளைத்தான் நடைமுறைப்படுத்தியிருந்தார்கள். பூரணி போன்றுள்ள அமைப்புகளின் செயல்களை அவர்கள் சந்தேகத்துடன் நோக்குவதற்கான காரணம் அதுதான்.'

'நீங்கள் சொல்லிச் சொல்லியே ரஜனியை ஒரு ஃபெமினிஸ்டாக்குகிறீர்களா, மேடம்?'

'உங்களுக்கென்ன அப்படியொரு சந்தேகம் பீட்டர்? ரஜனி உண்மையிலேயே ஒரு ஃபெமினிஸ்டுதானே?'

நான் பதிலொன்றும் சொல்லாமல் அவளையே ஒரு நிமிடம் பார்த்துக் கொண்டிருந்தேன். ஸ்லீவ்லெஸ் ரவிக்கையினுள் நாற்பது வயதை நெருங்கிக் கொண்டிருக்கும் அநுராதா மென்டிஸ் தளும்பி நின்றாள். அவளுடைய உடலழகின் வனப்பிலிருந்து கண்களை விலக்க முடியாமல் நான் குழம்பினேன். அவளுக்குப் புரிந்துவிட்டது. ஆனால், ஒன்றும் நேராததுபோல் காலியாகிவிட்ட என் கிளாஸில் ஒரு பெக் விஸ்கியை ஊற்றிக் கொடுத்தாள். அப்போதுதான் மேரிக்கு பூமணி செல்வநாயகத்தை யாரோ கடத்திக் கொண்டு போய்விட்டார்கள் என்னும் கற்பூரத்தின் SMS வந்தது.

'ஐயோ! படத்தை ஸ்கிரீன் செய்ய ஓடித்திரிந்த பெண்ணாச்சே?'

'ஆமாம், அவள்தான். ஹௌஸ் சர்ஜன். ஏதாவது விவரம் கிடைக்கலாமான்னு பார்க்கலாமா சார்...'

கர்னல் பதிலொன்றும் சொல்லாமல் புன்னகைத்தார். பின்பு உதவி செய்ய முடியாதவராகச் சொன்னார்.

'தேடுவதால் புண்ணியமொன்றுமில்லை. அவள்தான் சிங்கத்தின் புதிய இரை.''

சிங்கம் யார் என்று யாரும் கேட்கவில்லை. மிலிட்டரி பதவியில் உள்ளர்களுக்கெல்லாம் அது துல்லியமாகத் தெரிந்திருக்கும்.

அதுவரையில் எங்களுடன் சிரித்து கிண்டலடித்துக் கொண்டிருந்த அநுராதா திடீரென்று மௌனமாகி எழுந்து உள்ளுக்குச் சென்றுவிட்டாள். கர்னல் அதற்குமேல் எதுவும் விளக்காமல் குட்நைட் கூறினார்.

சிங்கம் அறைக்குள் வந்தபோது நடுநிசியாகி விட்டது. பார்வைக்கும் அவர் ஒரு சிங்கம் போலவே இருந்தார். நரைக்கத் தொடங்கிய முடியை ஒரு பக்கமாக சீவியுள்ளதுடன், சீரான தடிமனும் உயரமுமுள்ள நடுத்தர வயதினர். மீசை மட்டும் நன்றாக கருக்க வைத்திருந்தார். வெள்ளை பைஜாமா குர்தாதான் வேஷம் என்றாலும் ஆர்மியில் பதவி வகித்த ஆளானதால் நடையிலும் பார்வையிலுமெல்லாம் ஒரு முரட்டுத்தனம் இருந்தது. சிறிது நெற்றியைச்சுருக்கி துளைத்து நோக்கும் பார்வையுடன் அவருடைய முகமுத்திரை இருந்தது. பயத்தாலும் அவமானத்தாலும் அழுது தளர்ந்து மயங்கிவிட்ட பூமணி சோபாவிலிருந்து வேகமாக எழுந்து கைகூப்பி அவருக்கு வணக்கம் கூறினாள். அதைக் கேட்டவுடன் கோபத்தால் சிவந்த சிங்கம் அவளை நேரிடையாக பார்க்கக்கூட இல்லாமல் அவளுக்கு நேராகக் கிடந்த சோபாவில் அமர்ந்தார். பின்பு தன் கம்பீரமான குரலில், 'என் முன்னே எப்படி வரவேண்டுமென்று அவர்கள் உன்னிடம் சொல்லித் தரவில்லையா?' என்று கேட்டார். அதுவொரு சிங்கக் கர்ஜனையாகவே இருந்தது. அவள் பயந்துபோய் கடகடவென நடுங்கினாள்.

உண்மைதான், அவர்கள் எல்லாவற்றையும் சொல்லிக்கொடுத்திருந்தார்கள். இளம் பச்சையோ மஞ்சளோ நிறமுடைய கான்டியன் சேலையை தொப்புளுக்குக் கீழே தாழ்வாக உடுத்தி கையில் ஆம்பல் பூவுடன் 'ஆயுபோவன்' சொல்லி புன்னகையுடன் அவர் அறைக்குள் வரும்போது வரவேற்க நிற்க வேண்டும். பான விருந்துகள் கழிந்தவுடன் சேலையை மாற்ற வேண்டும். பின்பு சரோங்குதான் அணிய வேண்டும். இளம் பச்சையில் மஞ்சள் பூக்களுள்ள புல் சரோங்க். இடுப்போடு சேர்ந்து சுற்றி முலைகளுக்கு சிறிது மேலாக கச்சை கட்டுவதுபோல் கட்டி இரண்டு முலைகளையும் ஓவிய வேலைப்பாடுள்ள வெள்ளி வளையத்தின் வழியாக பலமுறை சுற்றி கழுத்தில் கட்ட வேண்டும். அந்தக் கட்டுகளை ஒவ்வொன்றாக அவிழ்ப்பது என்பது அவருக்கு விருப்பமானதாகும்.

பெர்ப்யூம் பவுடரும் மற்ற கிரீம்களும் ஒன்றும் பயன்படுத்தக் கூடாது. அவருக்கு அவையொன்றும் விருப்பமில்லை. வியர்வைதான் விருப்பமுள்ள பெர்ப்யூம். இளம்பெண்களின் வியர்வையிலுள்ள போதை மணம் அவருக்கு போதையூட்டக் கூடியது. அதனால் முடிந்த

மட்டில் வியர்ப்பதற்கு முயற்சிக்க வேண்டும். கர்ப்பிணியாவதுடன் தண்டனையின் முதல்கட்டம் முடியும் என்பதினால் முழுமையாக முயன்று வெகுவிரைவில் கர்ப்பிணியாக வேண்டும். மது அருந்தும் போதும் புகை பிடிக்கும் போதும் உணவு உண்ணும் போதெல்லாம் தயங்கி நிற்காமல் அவருடன் இணைந்துகொள்ள வேண்டும். என்ன சொன்னாலும் ஒத்துப்போக வேண்டும். எதிர்த்து ஒரு எழுத்தைக் கூட கூறக்கூடாது என்றெல்லாம் ஏராளமான விஷயங்களை அவளிடம் முன்பே சொல்லிக் கொடுத்துதான் இருந்தார்கள். ஆனால், அழுது சோர்ந்து மயங்கிவிட்டதால் முதன்மையானதையே மறந்துவிட்டாள். அப்படியே இல்லையென்றாலும் அவற்றையெல்லாம் நினைவில் வைத்துக்கொண்டு, தேவையான அளவு தயாராவதற்கான மனநிலையில் அவள் இல்லையே...

பூமணி குமைச்சலுடன் 'சாரி' சொல்லிவிட்டு குளியலறையுடன் சேர்ந்துள்ள டிரஸ்ஸிங் அறைக்குச் சென்றாள். அங்கே பல நிறத்திலுள்ள சேலைகளும் சரோங்குகளும் வேறு பலவகையான டிரஸ்களும் மேக்கப் பொருட்களும் தயாராக வைக்கப்பட்டிருந்தன. அதற்கிடையே ஒரு வெள்ளித்தட்டுக்கு நடுவில் ஸ்படிகப் பாத்திரத்திலுள்ள நீல நீரில் மனோகரமான ஒரு ஆம்பல் பூ அவளை நோக்கிப் புன்னகைத்தது. பாவம் அவளுடைய நிலையை ஆம்பல் பூ அறிந்திருக்காதல்லவா... பூமணி வேகவேகமாக ஜீன்ஸையும் பனியனையும் களைந்தாள். கொஞ்சம் குளித்தால் என்ன? ஐயோ, வேண்டாம். வியர்வை மணமல்லவா அவருக்கு விருப்பம். அவசரமாக ஓர் இளம் மஞ்சள் கான்டியன் சேலையை எடுத்து ஒருவிதமாக உடுத்திக் கொண்டோம் என்ற எண்ணத்துடன் வெள்ளித் தட்டுடன் மார்பு துடிக்க அவருக்கு முன்னால் சென்றாள். அவசரத்தில் தயாரானாலும் கூட முகத்தின் பயம் நிலவிலுள்ள முயலைப்போல் அவளுடைய அழகிற்கு மெருகூட்டுவதாக இருந்தது. ஆனால், சிங்கம் அதிலொன்றும் தளராமல் சிறிது சிரித்ததுபோல் காண்பித்து அவளைப் பிடித்து தன் அருகில் அமரச் செய்தார்.

'மெடிஸினுக்கு இறுதியாண்டுதானே?'

தலையை ஆட்டியபோது அவள் தன்னையறியாமல் சிறிது தயங்கிவிட்டாள்.

'ஏன் அழுவுறே? ரஜனி திரணகாமாவைப் போல வெளிநாட்டுக்குப் போய் படிச்சு பெரிய டாக்டரா ஆக வேண்டாமா? அப்புறம் மனித உரிமைப் போராளியாக ஆகி உலகப் புகழ் பெற்றவளாக ஆக வேண்டாமா?'

இவரோட வார்த்தைகளிலுள்ள பரிகாசத்தைப் புரிந்து கொண்ட அவள் மீண்டும் இயலாதவளாகி தேம்பினாள். யாழ்ப்பாணக் கோட்டையிலுள்ள மிகவும் பாதுகாப்பான இந்தக் கட்டிடத்திலிருந்து தப்பிக்க முயன்றோ இம்சிக்காதீர்கள் என்று யாசித்தோ பயனில்லை என்று அவளுக்குத் தெரிந்தே இருந்தது.

'உன்னைப் போல கெட்டிக்கார பெண்பிள்ளைகள் நாட்டுக்கு மரியாதை மிக்கவர்களாக வேண்டும். அநாவசியமாக அரசியல் விஷயங்களில் ஈடுபட்டு வாழ்க்கையைப் பாழாக்கிக் கொள்பவர்கள் அல்ல. புரிந்ததா? நீ அதற்கு முயன்றதின் தண்டனையைத்தான் இனிமேல் அனுபவிக்கப் போகிறாய்.''

'நான் அப்படிப்பட்ட விஷயங்களை ஒன்றும் செய்யவில்லையே?'

'இல்ல, விமன் எகைன்ஸ்ட் வார் என்னும் அமைப்பின் கூட்டத்தை நீதானே கூட்டினாய். உலகம் முழுவதும் நம்முடைய நாட்டை போர்க்குற்றம் புரிந்தவர்களாகவும் மனித உரிமையை அழித்தவர்களாகவும் சித்தரித்து வேட்டையாடும்போது அப்படியொரு மீட்டிங்கை நடத்த உனக்கு எப்படி தைரியம் வந்தது? அது நாட்டுக்குத் துரோகம் என்று உனக்குத் தெரியவில்லையா? போதாதகாலத்திற்கு இதற்கெல்லாம் தண்டனை அளிக்க இந்த நாட்டில் சட்டமே இல்லாமலாகிவிட்டது. அதுமட்டுமல்ல, கோர்ட்டிலெல்லாம் உன்னோட மனித உரிமைக்காரர்கள்தானே இருக்கிறார்கள். சட்டம் இருந்தாலும் புண்ணியமொன்றும் இல்லையே. அதனாலதாண்டி உன்னைப்போல உள்ளவர்கள் செய்யும் குற்றங்களுக்கு இப்படிப்பட்ட தண்டனையை கொடுக்க வேண்டியதாக இருக்கிறது. போர்களெல்லாம் ஆண்கள் விஷயம்தானே? உன்னைப் போலவுள்ள பெண்களுக்கு அதிலென்ன உரிமை?'

அவள் பதிலொன்றும் சொல்லாமல் தலைகுனிந்தாள். சிங்கம் அவள் முகத்தைப் பிடித்து உயர்த்தினார்.

'அடியேய், உன்னுடைய தவறுக்கான தண்டனை என்னவென்று தெரியுமா?'

அவளுக்குத் தெரிந்தே இருந்தது. பலவந்தமாகப் பிடித்து காரில் ஏற்றிக் கொண்டு வரும்போது அவர்களின் தலைவன் என்று தோன்றியவன் முதலில் சொன்னதும் அதுதான். எதிர்க்க முயற்சித்தால் கொன்று கடலில் வீசிவிடுவோம். ஒத்துப்போனால் உயிரோடு விட்டுவிடுவோம். ஆனால், மகிழ்ச்சியோடு ஒரு சிங்களக் குழந்தையைப் பெறுவதற்குத் தயாராக வேண்டும். இறப்பதற்கு பயந்ததால்

சம்மதித்துவிட்டாள். அப்போது இந்த சிங்கக் கூண்டிற்குள் அழைத்து வருவார்கள் என்றோ இவ்வளவு பெரிய பதவியிலிருக்கும் ஒருவரின் குழந்தையைத்தான் பெறப்போகிறாள் என்றோ அவள் கருதவில்லை.

'அடியேய், தேவடியா, நீ ஏண்டி இன்னும் சிரிக்காமலிருக்கிறாய். மகிழ்ச்சியோடு ஒரு சிங்களக் குழந்தையைப் பெற்றுக்கொடுக்க சம்மதித்ததாலதானே அவர்கள் உன்னைக் கொல்லாமல் இங்கே கொண்டு வந்தார்கள்?'

தேவடியா என்கிற பட்டம் அவளை மிகவும் வேதனைப்படுத்தியது என்றாலும் சிங்கம் மீண்டும் கோபித்துக் கொள்வாரோ என்னும் பயத்தில் அவள் சிரமப்பட்டு ஒருமுறை சிரித்தாள். அத்துடன் அவளுக்குக் கொஞ்சம் தன்னம்பிக்கையும் வந்தது.

'எல்லாவற்றையும் ஒத்துக்கொண்டேன் சார். என்றாலும் எதனாலோ மகிழ்ச்சியோடு நடந்துகொள்ள முடியவில்லை.'

'ஹஹ்ஹா... ஹஹ்ஹா... மகிழ்ச்சியடைவதற்கா காரணமில்லாமல் இருக்கிறது. சாவிலிருந்து தப்பித்துக் கொண்டோமே என்று நினைத்தாலே உனக்கு சந்தோஷம் வந்துவிடுமே...'

அது உண்மைதான் என்று அவளுக்கும் தோன்றியது. அப்போது அவளையறியாமலேயே முகத்தில் மெல்லியதொரு புன்னகை படர்ந்தது. சிங்கத்திற்கு மிகவும் மகிழ்ச்சியாகிவிட்டது. அவர் அவளை ஆர்வத்துடன் இரண்டு கைகளாலும் பலமாக இழுத்து தன்மேல் அணைத்துக் கொண்டார். அந்தப் பெரிய மனிதரின் கைகளுக்குள் அவள் மிகவும் மெலிதாக இருந்தாள். எதிர்க்கவோ மகிழ்ச்சியடையவோ முடியாமல் போனதுடன், அந்த பலமான இறுக்கத்தினுள்ளிருந்து விலக முடியாமலும் ஆனதால் அவள் ஐயோ அம்மா என்று தன்னையறியாமல் கூச்சலிட்டாள். அவர் அதைப் பொருட்படுத்தவே இல்லை. முழுமையாகவும் தன்னுடைய கட்டுப்பாட்டில் வந்துவிட்டாள் என்று உறுதிப்படுத்திக் கொண்டதுபோல் அவர் அவளை சில நிமிடம் வரையில் அப்படியே இறுக்கிப் பிடித்துக் கொண்டிருந்தார். இனிமேல் நேரப்போகும் விஷயங்களைப் பற்றிய பயத்தினால் அவள் இயல்புநிலைக்கு வர ஆர்வப்படவுமில்லை. ஆனால், மேற்கொண்டு நடைபெறுவதற்கான விஷயங்களை நினைவு படுத்துவதைப் போல் கடிகாரத்தில் ஒரு மணியடித்ததும் அவர் அவளிடம் இரவு உணவை உண்ணச் சொன்னார்.

சிங்கம் ஓர் உணவுப் பிரியனாக இருந்தார். மது சிறிதும் மோசமானதாக இருக்கவில்லை. எல்லாவற்றிலும் அவளும் பங்குபெற வேண்டுமென்று

நிர்ப்பந்தமும் இருந்தது. மது விஷயத்தில் அவள் கொஞ்சம் தயங்கியபோது சிங்கத்தின் முகபாவனை மாறியது. அவளும் மனமில்லாமலேயே கொஞ்சம் அருந்தினாள். அது மிகவும் நல்லதாயிற்று என்று பின்புதான் அவளுக்குத் தோன்றியது. தன்னம்பிக்கையும் தைரியமும் அதிகரிக்க அது அவளுக்கு உதவியாக இருந்தது. எதுவாகயிருந்தாலும் வாழ்க்கையில் எல்லாமும் போய்விட்டது. இனிமேல் கிடைப்பதையெல்லாம் மகிழ்ச்சியோடு ஏற்றுக்கொள்வதுதான் நல்லது என்று அவள் தன்னையே சமாதானப்படுத்திக் கொண்டாள்.

சிங்கம் அவசரஅவசரமாக இரவு உணவை முடித்துக் கொண்டு எழுந்தபோது அவளுக்கு விஷயம் புரிந்துவிட்டது. வேகமாகச் சென்று சேலையைக் களைந்துவிட்டு இளம் பச்சையில் மஞ்சள் பூக்களுள்ள சரோங் எடுத்து அவர்கள் சொன்னதுபோல் அணிந்து கொண்டு படுக்கையறையை அடைந்தாள். சரோங்கை ஒழுங்காக அணிந்து கொள்ள கொஞ்சம் நேரமானதால் அவர் சிறிதுநேரம் அவளுக்காகக் காத்திருக்க வேண்டியதாயிற்று.

'தேவடியா ரொம்பவும் அழகாகிவிட்டாளே... உன்னைப் பார்த்தால் தமிழச்சி என்று தோன்றவே இல்லை. உங்கப்பன் சிங்களனோ?'

தேவடியாள் என்று அழைப்பதற்கு எதிர்க்க வேண்டுமென்று நாக்கு எழும்பினாலும் அவள் அதை சிரமப்பட்டு அடக்கிக் கொண்டாள். யோசித்துப் பார்த்தால் அந்தப் பட்டப்பெயர் சரிதானென்று தோன்றியது. எது எப்படியோ தான் கன்னியொன்றும் இல்லையே. விரும்பிய சிலருடன் தொடர்பு கொண்டது உண்டு. ஆனால், நேசம் இல்லாமல் வேறு ஏதாவது பிரதிபலனுக்காகத் தன் உடலை பங்குபோடுபவளையல்லவா தேவடியா என்றழைப்பார்கள். இன்று முதல் தானும் இப்படித்தானே ஆகப்போகிறோம். அவள் அவ்வாறு யோசித்துக் கொண்டு நின்றபோது, சிங்கம் அவளை நோக்கி, 'பச்சைத் தேவடியா, அருகில் வாடி' என்று கூறினார். அப்போதுதான் அப்படி அழைப்பது என்பது அவருடைய ஊக்க மருந்து என்று அவளுக்குப் புரிந்தது.

அவளின் கழுத்தைச் சுற்றியுள்ள சரோங்கின் முதல் முடிச்சை அவிழ்த்தபோதுதான் சிங்கத்தின் எல்லா கட்டுப்பாடும் இழந்தன. அவர் அவளை அவசரமாகப் படுக்கையை நோக்கி நகர்த்தினார். பின்பு சரோங்கின் முடிச்சுகள் ஒவ்வொன்றாக அவிழும்போது சிங்கம் அவளுடைய உடலை கொஞ்சம் கொஞ்சமாக தன்னுடையதாக மாற்றிக் கொண்டிருந்தார். இறுதியில் கடைசி முடிச்சும் அவிழ்ந்தபோது அவள்

முழுமையாகவே அவருடைய உடலின் அங்கமாகி விட்டாள். அதன்பின் ஓர் ஓட்டப்பந்தயமாகிவிட்டது. ஐம்பத்தி எட்டாம் வயதிலும் தளராமல் லட்சியத்தையடைவதில் சிங்கமே வெற்றி பெற்றார். தோற்றுப் போன பூரணி அவரின் மார்பில் சோர்ந்து போய் படுத்திருந்தாள்.

'உனக்கு இதுதான் முதலா...?'

'இல்லை... நீங்கள் என்னோட நான்காவது ஆண்தான்.'

அவரால் நம்பமுடியவில்லை. ஒரு பெண்ணுக்கு அளிக்கக்கூடிய மிகவும் கடுமையான தண்டனை அவளுடைய புனிதத்தை அழிப்பதுதான் என்னும் நம்பிக்கையில்தான் இப்படிப்பட்டதொரு தண்டனையை செயல்படுத்த அவர் தீர்மானித்தது.

'உண்மையாகவா...'

'ஆமாம், இந்தத் தண்டனையை அனுபவிக்க கன்னியாக இருக்க வேண்டும் என்ற நிபந்தனை ஏதாவது உண்டா?'

'இல்லை. ஆனால், கர்ப்பிணியாவது என்பது நீ நினைப்பது போன்று இவ்வளவு சுகமான விஷயமில்லை. பிரசவிப்பது என்பதும் அதைவிட கஷ்டமானதுதான். அதுதான் நீ அனுபவிக்கப் போகும் உண்மையான தண்டனை.'

'இந்த விசித்திரமான தண்டனையை தொடங்கி வைத்தது யார்?'

'நான்தான். பதினைந்து வருஷத்துக்கு முன்னால் முதன்முதலாக நடைமுறைப்படுத்தினேன். இதுவரை எட்டுப் பேர்களைத் தண்டித்திருக்கிறேன். நீதான் ஒன்பதாவது எதிரி. தண்டிக்கப்பட்டவர்களெல்லாம் உன்னைப் போல் சிறிது மனித உரிமைக்காகவோ பெண்ணியத்திற்காகவோ முழுமையாகச் சுகமற்றவர்களாக இருந்தார்கள். அவர்களில் மூன்றுபேர் முழுமையாக வழிக்குக் கொண்டுவரப்பட்டார்கள். அவர்கள் குழந்தைகளுடன் அரசாங்கத்தின் கீழிலுள்ள சில சிறிய பணிகளில் வேலை செய்து வாழ்கிறார்கள். மற்ற நால்வர் கர்ப்பிணிகளாக உள்ளார்கள். ஒருத்தி மட்டும் சில சின்னச்சின்ன பிரச்சினை ஏற்படுத்திவிட்டு தற்கொலை செய்து கொண்டாள். தண்டிக்கப்படும் கன்னித்தன்மை இல்லாத இரண்டாவது எதிரி நீ. அதனால்தான் கன்னித்தன்மை இழந்ததால் மனம் நொந்து மற்றவர்களைப் போல் அழுது கலாட்டா செய்யாமல் இருந்துள்ளாய். அவர்களெல்லாரும் மிகவும் அதிகமாக அழுதது முதல் நாளில்தான்.'

எல்லாம் முடிந்ததும் அவள் கொஞ்சம் அவர் மேல் ஏறிப்படுத்து சிங்கத்தின் கன்னத்தையும் உதட்டையுமெல்லாம் மிருதுவான முத்தங்களால் மூடினாள். பின்பு, கொஞ்சம் சிணுங்கலுடன் நான் உங்களுக்கு சரோங் உடுத்தட்டுங்களா சார் என்று கேட்டாள். அவள் அடுத்த ஓட்டப்பந்தயத்திற்கு தயாராகிறாள் என்று எண்ணிய சிங்கம் மகிழ்ச்சியோடு தலையை குலுக்கிக் கொண்டு அவற்றையெல்லாம் ரசித்து கண்களை மூடி படுத்திருந்தார். பூமணி தன்னுடைய சரோங்கை அவிழ்த்து நீளமாக மடித்து சிங்கத்தின் கழுத்தில் அணிவித்தாள். அவர் பூமணியின் நிர்வாணத்தை நோக்கி மகிழ்ந்தபோது சரோங்கின் இரண்டு முனையையும் வெள்ளி வளையத்தின் வழியாக வெளியே எடுத்து சுருக்கிட்டு ரெடியாக்கி அவள் ஒரே நொடியில் தன் முழு பலத்தையும் பயன்படுத்தி இழுத்து முறுக்கினாள். சிங்கம் சில நொடிகளிலேயே துடித்து செத்தது.

மறுநாள் யாழ்ப்பாணத்தில் பொது விடுமுறையாயிற்று. மாரடைப்பு மூலம் இறந்த சிங்கத்தின் பிணம் எல்லாவித அரசாங்க மரியாதைகளோடும் பிறந்த ஊரான ரத்னபுரிக்கு தனி விமானத்தில் கொண்டு செல்லப்பட்டது. கடற்கரையில் ஒதுங்கிய பூமணியின் பிணத்தை அடையாளம் அறிந்தும் உறவினர்கள் யாரும் ஏற்றுக்கொள்ள வராததினால் பொது மயானத்தில் எரித்தார்கள்.

11
கனவுகளின் மயானம்

பூமணி செல்வநாயகம் கொல்லப்பட்ட மூன்றாம் நாள் எனக்கு வித்தியாசமானதொரு மின்னஞ்சல் கிடைத்தது. **poomaniselvanayakam@gmail.com** என்னும் மின்னஞ்சல் முகவரியைக் கண்டதும் நான் கொஞ்சம் திடுக்கிட்டேன். இறந்துபோன ஒருத்தியால் எப்படி மெயில் அனுப்ப முடியும்? அல்லது இறப்பதற்கு முன்பே அவள் அனுப்பிய மெயிலாக இருக்குமோ? அதற்கும்கூட அவள் எனக்கு நெருக்கமானவளும் இல்லையே. ஆனால், படிக்கத் தொடங்கியபோது அதை அனுப்பியிருப்பது பூமணி செல்வநாயகம் இல்லையெனப் புரிந்தது.

அன்புள்ள பீட்டர்,

இந்த மெயிலை பார்க்கும்போது நீ திடுக்கிடுவாய் என்று எனக்குத் தெரியும். நான் பூமணி செல்வநாயகமில்லை.

நான் யார் என்பதை இந்த இக்கட்டான நேரத்தில் உன்னிடம் வெளிப்படுத்த முடியவில்லை. என்னுடைய அதிகாரப்பூர்வமான பதவியும் அதற்கு அனுமதிக்கவில்லை. ஆனால், பூமணி செல்வநாயகத்தை ஆராதனைப் பூர்வமாகவும் மரியாதைப்பூர்வமாகவும் காணும் ஒருவள் நான். அவளுடைய வீரத்தின் காரணத்தால்தானே 'ஹார்ட் அட்டாக்' வந்து மரணமடைந்த சிங்கத்தின் கழுத்தில் சரோங்கால் சுருக்கிட்டு இழுத்து முறுக்கியதின் வடுக்களை ரீத்துகளால் மறைக்க வேண்டியதாயிற்று. கொழும்புவிலுள்ள அதிகாரத்தின் இடைநாழிகளில் அவையெல்லாம் சூடான நகைச்சுவைகள். நானும் ரத்னபுரிக்குப் போய் ரீத் வைத்தவள்தான். அப்படியாவது ஒரு எதிர்வினையாற்ற கிடைத்த வாய்ப்பை பாழாக்க வேண்டாம் என்று கருதினேன். என்னைப்போல் சில பெண்களும் முகத்தில் இறுகியிருந்த வெறுப்புடன் ரீத் வைப்பதை நான் கண்டேன். அப்போதுதான் ஜனாதிபதி இறுதியஞ்சலி செலுத்துவதற்கு வந்தார். போலீஸ் எங்களையெல்லாம் விலக்கி பாதுகாப்பு வளையம் உருவாக்கியபோது சவச்சடங்குக்குக் காத்திருக்காமல் நான் திரும்பினேன்.

பூமணியைப் போல் சிங்கத்திடம் இரையான ஏராளமான இளம்பெண்களில் நானும் ஒருத்திதான். சிங்கம் இரையைத் தேர்வு செய்யும் விஷயத்தில் சிங்கள இனத்தைச் சேர்ந்த ஒருவள்கூட இல்லை. தமிழ் யுவதிகளை மட்டும்தான் இரையாக ஏற்றுக்கொள்வேன் என்னும்

நிர்ப்பந்தமொன்றும் அவரிடம் இல்லை. அதனால்தா¢ன் பதின்மூன்றாண்டுகளுக்கு முன்பு திருமணம் முடிந்த ஆறாவது மாதத்திலேயே என் கணவரை ஒன்றரை மாத ராணுவ பயிற்சிக்காக இஸ்ரேலுக்கு அனுப்பிய அவர் என்னை தன் வலையில் வீழ்த்திவிட்டார். இலங்கை புராதனப் பொருட்கள் துறையில் ஆராய்ச்சியாளராகப் பணியாற்றுவதுடன் பெண்களுக்கு எதிரான அக்கிரமங்களை எதிர்க்கக் கூடிய ஒரு போராட்டத்தில் பெண்கள் எதிர்கொள்ளும்படியான ஒரு ஆக்டிவிஸ்ட் குரூப்பிலும் அப்போது நான் இயங்கி கொண்டிருந்தேன். உள்நாட்டுப் போரில் பெண்கள் எதிர்கொள்ள வேண்டிய வதைகளுக்கு எதிராக நாங்கள் கேம்பைன் நடத்தினோம். அதன் ஒரு பகுதியாக போர்முனையில் பெண்களோடான நடைமுறையில் இலங்கை ராணுவமும் புலிகளைத் தாய்மையாக நினைக்க வேண்டும் என்று மகளிர் தினப் பேரணியில் சொற்பொழிவு செய்ததுதான் நான் செய்த குற்றம். இராணுவ உளவுத்துறைக்காரரர்களைத் தவிர ஊடகங்களோ சமூகமோ என் வார்த்தைகளை கவனிக்கவே இல்லை. ஆனால், சிங்கத்தின் ஒற்றர் கோர்ட் விசாரணையில்லாமல் எனக்குத் தண்டனையளித்தது. என் கணவர் அவருக்குக் கீழே பணியாற்றும் கேப்டனானார். பூமணியைப் போல் எதிர்த்து நிற்பதற்கான மனத் தைரியம் இல்லாததால் நான் அவரிடம் தோற்க வேண்டியதாயிற்று.

என் கணவர் இஸ்ரேலுக்கு விமானம் ஏறிய சில மணித்துளிகளுக்குள் வெள்ளை வேனில் ஒரு மர்மக் கூட்டம் வந்து என் டாடிக்கும் மம்மிக்கும் அருகிலிருந்த என்னைப் பலவந்தமாகப் பிடித்துச் சென்றது. எதிர்ப்பதற்கான என்னுடைய எல்லா முயற்சிகளும், அடம்பிடித்தால் கொன்று கடலில் வீசிவிடுவோம் எனனும் பயமுறுத்தலுக்குப் பின்னே தோல்வியடைந்துவிட்டன. இயக்கத்தின் ஒற்றன் என்றுதான் எனக்கு எதிரான முக்கியக் குற்றச்சாட்டு. விமன்ஸ் டே ராலியின் சொற்பொழிவை அவர்கள் அதற்குச் சாட்சியாக சுட்டிக்காட்டினார்கள். கடைசியில் *VP* என்னும் ரகசிய பங்களாவிலுள்ள பிரார்த்தனை அறையில் சிங்கத்தின் நீட்டிய பிஸ்டலுக்கு முன்னே நிர்வாணம் ஆனதுடன் என்னுடைய எல்லா எதிர்ப்பும் முடிந்தன. அப்போது அவருடைய கையிலுள்ள துப்பாக்கி என்மேல் குண்டுமழை பொழியத் தயாராக இருந்தது.

'அடியேய் தேவடியா' என்று அழைத்து அவர் என்னைத் தாவிப் பிடித்தபோது அவமானத்தால் பூமிக்கு கீழே புதையுண்டு போவதுபோல் எனக்குத் தோன்றியது. அதுவரை, கணவரைத் தவிர வேறு யாரும் என் உடலைத் தொட்டதேயில்லை. அவருடைய தடித்த கைகளுக்குள்

அமர்ந்த போது மூக்கினுள் துளைத்து நுழைந்த வியர்வையின் துர்நாற்றத்தால் எனக்கு வாந்தி வந்தது. மீண்டும் தேவடியா என்ற அழைப்போடு அவர் என்னை கொடூரமாக நோக்கினார். அந்த துளைக்கும் பார்வையில் நான் பயந்து நடுங்கினேன். *VP*யிலிருந்து விடுதலையாகும் வரையில் அவர் என்னை வேறு எப்படியும் அழைக்கவில்லை. அதேபோல் அவருடைய எல்லா செயல்களும் அருவருப்பான வகையில்தான் இருந்தன. அந்த அருவருப்பான செயல்களுக்கெல்லாம் உடன்பட்டு மகிழ்ச்சி ஏற்படுத்தவில்லை என்றால் கொடூரமாகப் பயமுறுத்துவார். அதிகாரப்பூர்வமாக எந்த நெருக்கடி எழுந்தாலும் வாரம் ஒருமுறை அவர் *VP*க்கு வருவார். சிங்கத்தின் தண்டனை நிறைவேற்றத்தால், என் கணவர் இஸ்ரேலிலிருந்து திரும்பி வருவதற்குள் நான் கர்ப்பிணியாகி விட்டேன். என் கணவர் வீட்டுக்கு வருவதற்குக் கூட அனுமதிக்காமல், நேராக எலிஃபண்ட் பாஸிலுக்கு அனுப்பி கொலை செய்ததுடன் என் தோல்வியும் முழுமையடைந்தது.

நான் கர்ப்பிணியான மூன்றாம் மாதம் என்னை *VP*யிலிருந்து மற்றொரு கேந்திரத்துக்கு மாற்றினார்கள். அதற்குள் அந்த இடத்துக்கு வேறொரு இரை வந்திருந்தது. அவள் பதினெட்டு நிறையாத ஒரு மாணவத் தலைவராக இருந்தாள். அவள் செய்த குற்றமும் என்னைப் போல் ராணுவத்தை விமர்சித்ததுதான். பாவம், எதிர்த்து நிற்பதற்கான முயற்சிக்கிடையே மூன்றாவதோ நான்காவதோ நாளில் இறந்து போனாள். ஆனால், மரணத்தைவிட எவ்வளவோ பெரிய தண்டனை தான் வெறுக்கும் ஆணின் கர்ப்பத்தைச் சுமந்து வாழ்வதுவும். எந்தவொரு காரணத்தாலும் கரு கலையாமல் இருப்பதற்கான எல்லா முன்னேற்பாடுகளையும் சிங்கம் ஏற்பாடாக்கி இருந்தார். கடைசியில் அங்கேயே நான் ஒரு ஆண் குழந்தையைப் பெற்றெடுத்தேன். வெண் நிறத்தில் அழகானதொரு எடுப்பான ஆண் குழந்தை. அவனை அவர் கொன்றுவிடுவார் என்றோ பறித்துச் செல்வார்கள் என்றோதான் நான் பயந்து போயிருந்தேன். ஆனால், அப்படியொன்றும் நேரவில்லை. இந்த விஷயங்களில் எதையாவது வெளியே சொன்னால் எங்கள் இருவரையும் கொன்றுவிடுவார்களோ என்னும் பயத்துடன் பிரசவமாகி இரண்டு வாரம் ஆனதும் என்னையும் குழந்தையையும் வீட்டுக்கு அனுப்பி விட்டார்கள்.

ஆச்சரியம் என்னவென்றால், வீட்டை அடைந்ததும் என் தாய் தந்தையர்கள் என்னைக் கண்டதாகக் கூட பாவிக்கவில்லை. எங்களுக்கு இப்படியொரு மகள் இல்லையென்றும் வீட்டினுள் நுழைய

முடியாதென்றும் அவர்கள் கூறினார்கள். என்னைப் பிடித்துச் சென்றபோது உரத்து அழுது, அவளைக் கொண்டு செல்லாதீர்கள் என்று யாசித்த அம்மா கூட மிகவும் மாறிப்போயிருந்தாள். உதவி வேண்டுகோளுடன் சென்ற என்னை ஆக்டிவிஸ்ட் நண்பர்கள் பயத்துடன் ஒதுக்கினார்கள். என்னுடைய சம்பவத்திற்குப் பின் அவர்கள் பலரும் ஆக்டிவிஸத்தை ஏறக்குறைய உதறிவிட்டிருந்தார்கள். அவர்களையெல்லாம் சிங்கம் மிரட்டி பயமுறுத்தியிருக்கிறார் என்று பின்பு புரிந்து கொள்ள முடிந்தது. இரண்டு வாரங்களேயான குழந்தையுடன் என்ன செய்வது என்று தெரியாமல் பயந்துவிட்ட எனக்கு இறுதியில் உதவிக்காக மீண்டும் சிங்கத்திடமே செல்ல வேண்டியதாயிற்று. எது எப்படியானாலும் என் கையிலுள்ள குழந்தை அவருடையதுதானே என்று நான் சமாதானமானேன். என்னுடைய வேதனையையும் உதவியற்ற நிலையையும் அவர் நன்றாகவே அனுபவித்து கொண்டிருந்தார். 'தேவடியா, இதாண்டி உனக்கான தண்டனை' என்றார். இனி ஒருபோதும் ராணுவத்தையோ அரசாங்கத்தையோ விமர்சிக்க உன் நா எழக்கூடாது.' நான் தேம்பி அழுதவாறு மன்னிப்புக் கேட்டேன்.

அவர் மன்னித்தேன் என்று கூறவில்லை. அவருடைய ஆதரவாளர்கள் என்னை ஒரு சிறிய வீட்டிற்கு அழைத்துச் சென்றார்கள். அங்கே என்னைப்போல் இன்னொரு பெண்ணும் தங்கியிருந்தாள். அவளுடைய குழந்தைக்கு இரண்டு வயதாகி இருந்தது. சித்ரவதையின்போது எப்பவோ பேசுவதற்கான வாய்ப்பை நழுவவிட்டிருந்த அவளுக்கு என்னைக் கண்டதுமே விஷயங்களெல்லாம் புரிந்தன. அவள் என்னை நேசத்துடன் ஏற்றுக் கொண்டாள். அவள் என் குழந்தையையும் தன் குழந்தையைப் போல் பார்த்தாள். பால் குடிக்க மட்டும்தான் அவனை என்னிடம் கொடுத்தாள். நான் அவளை பாசத்துடன் அக்கா என்றழைத்தேன். ஒருபோதும் நேரிடையாகக் காணவோ பேசவோ ஆர்வம் காட்டவில்லை என்றாலும் எங்களுக்குத் தேவையான எல்லா பண உதவிகளையும் சிங்கம்தான் செய்தார். ஆனால், மனதால் வெறுக்கும் ஒருவரின் பணத்தினால் வாழ்வதில் எனக்குப் பெரும் மனக்கிலேசம் உண்டாகி இருந்தது. எப்படியாவது சொந்தக் காலில் நிற்பதற்காக மீண்டும் வேலைக்குப் போவதற்கும் ஆர்க்கியாலஜியில் நடத்திக் கொண்டிருந்த ஆராய்ச்சிப் பணிகளை மீண்டும் தொடரவும் நான் ஆசைப்பட்டேன். ஆனால், அதற்குள் அதிகாரப்பூர்வமற்று பணிக்குத் திரும்பவில்லை என்னும் பெயரில் என்னை சர்வீசிலிருந்தே விலக்கி விட்டிருந்தார்கள்.

சிங்கம் உதவினால் மட்டுமே எனக்கு அந்த நிலையிலிருந்து தப்பிக்க முடியுமென்று தோன்றியது. அதற்கான காரணம் வீட்டிலிருந்து வெளியேறுவதற்கும் மற்றவர்களுடன் பேசுவதற்கும் அவர் கறாரான கட்டுப்பாடுகளை ஏற்படுத்தி இருந்தார். நான் இரண்டையும் நினைத்து அவரின் ஆதரவாளர்களிடம் அவரை ஒருமுறை நேரிடையாகக் காணவேண்டுமென்னும் ஆசையைத் தெரிவித்தேன்; சம்மதித்தார். குழந்தையைக் கொண்டுவரக்கூடாது என்னும் நிபந்தனை மட்டுமே இருந்தது. அறையில் பல மணிநேரம் வரையில் அவருக்காக காத்திருக்க வேண்டிய நிலையாயிற்று. கடைசியில் வந்தபோது விஷயங்களெல்லாம் பழையன போலவேதான் இருந்தன. தேவடியா என்னும் அருவருப்பான அழைப்பும் தாவிப்பிடித்தலும் ஒரு பெண்ணின் தன்னம்பிக்கையையும் அகங்காரத்தையும் அழிக்கவும் அவளை நூறு விழுக்காடும் அடிமைப்படுத்துவதற்கும் கற்பழித்து கர்ப்பிணியாக்கி பிரசவிப்பதற்குமான தண்டனைதான் மிகவும் நல்லதென்று உன்னால் இப்போது உணரமுடிகிறதல்லவா? என்னும் கிண்டலுக்கு நான் ஒரு புன்னகையை மட்டும்தான் பதிலாக அளித்தேன். என்னை ஏன் காணவேண்டுமென்று சொல்லியனுப்பினாய் என்னும் கேள்விக்கு, பார்க்க வேண்டும் என்னும் ஆவல் தோன்றியதால்தான் என்னும் பதிலும் சேர்ந்தபோது அவர் உண்மையிலேயே விழுந்து விட்டார். இம்முறை என் தேவை என்பதால் எல்லாவித அருவருப்புகளுக்கும் ஒத்துழைத்து நன்றாகவே மகிழ்ச்சியடைய வைத்தேன். அதனால், எனக்குப் பெரும் பயன் உண்டாயிற்று. மறுநாள் காலையில் விடைபெறும்போது, 'ஒன்று பெற்றுவிட்டாலும் நீ உண்மையிலேயே அழகிதான்' என்று பாராட்டவும், என்ன தேவையானாலும் சொல்லத் தயங்க வேண்டாம் என்று நினைவூட்டவும் அவர் தயாரானார். கிடைத்த வாய்ப்பை பயன்படுத்தி நயமாக நான் விஷயத்தை வெளிப்படுத்தினேன். அவர் நெற்றியைச் சுளித்து துளைக்கும் பார்வையுடன் நோக்கினார். நான் குறுகிப் போனேன்.

'என்ன மறுபடியும் ஆக்டிவிஸ்டாவதற்கான புறப்பாடா?'

'ஆ, அப்படியில்லை... இனிமே ஒருபோதும் அப்படியொன்றும் ஏற்படாது.'

'பின்னே?'

'ஆர்க்கியாலஜி ரிசர்ச்சாக இருக்கவேண்டும் என்பது எனக்கு விருப்பமான விஷயம். அதில் சில விஷயங்கள் கூட செய்து வைத்திருந்தேன். அதைக் கொஞ்சம் பூர்த்தியாக்க வேண்டும் என்கிற ஆர்வம் மட்டும்தான் உள்ளது.'

'சரி, பார்க்கலாம். ஆனால், இந்தத் தண்டனையைப் பற்றி உன் மகன் உள்பட யாருக்காவது என்றைக்காவது தெரிந்தால் கொன்று கடலுக்குள் வீசிவிடுவேன் என்னும் விஷயத்தை மட்டும் ஒருபோதும் மறந்துவிடாதே. அப்புறம் தேவடியா, இது போல உனக்கு ஆசை தோன்றும் போதெல்லாம் இங்கே வரவேண்டும் என்கிற விஷயத்தையும் மறந்துவிடாதே.'

மகிழ்ச்சியோடு இரு கன்னங்களிலும் முத்தமிட்டுவிட்டுதான் அவர் போனார். போகும்போது, 'இதை கையில் வைத்துக்கொள், எதற்காவது தேவைப்படலாம்' என்று கூறி பெரியதொரு தொகையை கையில் தந்தார். சிறிது நேரம் ஆனதும் என்னை வீட்டுக்குக் கொண்டுபோய் விடுவதற்காக காருடன் டிரைவர் வந்து சேர்ந்தான். டக்டக்கில் ஏற்றிக்கொண்டு வந்தவளை காரில் திருப்பிக் கொண்டுவிடுவதற்கான நகைப்பை எண்ணி சிரிப்பு வந்தாலும் நான் அதை வெளியே காட்டிக் கொள்ளவில்லை. அதுவரையில் வாடி போடி என்று அழைத்துக் கொண்டிருந்த ஆதரவாளர்கள் மரியாதையுடன் மேடம் என்று அழைக்கத் தொடங்கியதால் நானும் கொஞ்சம் கௌரவத்தை யெல்லாம் காட்ட நேர்ந்தது. முக்கியமாக சூப்பர் மார்க்கெட்டில் நுழைந்து கொஞ்சம் லாவிஷாக பர்ச்சேஸ் செய்தபின் ஒரு ப்யூட்டி பார்லரிலும் நுழைந்துவிட்டுதான் நான் வீட்டுக்குத் திரும்பினேன். எனக்கும் அக்காவுக்கும் குழந்தைகளுக்கும் தேவையான பொருட்களுடன் நான் காரில் வந்து இறங்கும்போது எல்லாருக்கும் மகிழ்ச்சியாக இருக்கும் என்றுதான் நான் கருதினேன். ஆனால், அக்கா வெறுப்புடன் என் முகத்தை நோக்கி காரித் துப்பினாள். அவர் ரோஹன விஜிவீராவின் தொண்டராக இருந்தார்.

ஒரு வாரம் முடிவதற்குள் வேலை சம்பந்தமாக எல்லா பிரச்சினைகளும் சரியாயிற்று. அடுத்த நாளே டியூட்டியில் சேர வேண்டும் என்று சிங்கத்தின் தொண்டன் வந்து சொன்னான். தங்குவதற்காக ஒரு நல்ல பிளாட்டும் சொந்தமாக ஒரு காரும்கூட ஏற்பாடு செய்யப்பட்டிருந்தன. என்னுடைய எல்லா செயல்களையும் கண்காணிக்க அமர்த்தப்பட்ட ஒற்றனாக இருந்தான் கார் டிரைவர். அக்கா அந்தக் காரில் ஏறுவதற்கோ பிளாட்டிற்கு தங்குமிடத்தை மாற்றுவதற்கோ தயாராக இல்லை. ஆடம்பரங்களாலும் சுகபோகங்களாலும் வசீகரிக்கப்பட்ட நான் அன்றே அந்த நல்ல பெண்மணியை உதறிவிட்டு என் மகனுடன் பிளாட்டுக்கு தங்குமிடத்தை மாற்றினேன். மறுநாள் ஆபீஸுக்குச் சென்றபோது ஒன்றரை வருட *Unauthorised Leave*ஐ ஸ்பெஷல் விடுப்பாக மாற்றி, பதவி உயர்வுடன் புதிய இடத்தில் நியமிக்கப்பட்ட உத்தரவு கிடைத்தது. அப்படித்தான்

நான் மிகவும் இளமையிலேயே ஸிகிரியா ஹெரிட்டேஜ் பவுண்டேஷனின் உதவி இயக்குநரானேன். அதனால் இயல்பாகவே ஏராளமான பொறாமைக்காரர்கள் எனக்கு எதிரிகளானார்கள். பல அபவாதங்களையும் கேட்க வேண்டியதாயிற்று. ஆனால், அவையொன்றும் சிங்கத்துடன் இணைத்து பேசப்பட்டதாக இருக்கவில்லை என்பதுதான் பெரிய நகைச்சுவை. பட்டாள மேதாவிக்கு புராதனப் பொருட்கள் துறையில் ஏதாவது ஆர்வம் ஏற்படும் என்று யாரும் எண்ணவில்லை. பின்பு மூன்று நான்கு முறை சிங்கத்தைப் பார்க்கப் போயிருந்தேன். புதிய இரைகள் ஏராளமாகக் கிடைத்ததால் படிப்படியாக என் மேலுள்ள ஆர்வம் குறைந்தது.

ரகசியத்தை வெளியே விட்டால் கொன்று தீர்த்துவிடுவேன் என்று பயமுறுத்துவதற்கு மட்டும் அவ்வப்போது போன் செய்வார். வலையில் விழுந்தவர்களும் வீழ்த்த முடிவு செய்யப்பட்டவர்களுமான இரைகளைப் பற்றி அருவருப்பான தமாஷ்களைக கூறுவார். சில வாரங்களுக்கு முன்னே இறுதியாக அழைத்தபோது பூமணி செல்வநாயகத்தைப் பற்றிச் சொன்னார்.

ஓர் அபலைப் பெண் எதற்காக தன் கதை முழுவதையும் நம்மோடு சொல்கிறாள் என்று உனக்கு சந்தேகம் தோன்றலாம். உண்மைதான். நான் சொல்லப்போகும் விஷயத்திற்கு இவ்வளவு பெரிய முன்னுரை தேவையில்லை. ஆனால், சிங்கம் இனிமேல் உயிரோடு இருக்கவில்லை என்னும் மகிழ்ச்சியில் என்னை அறியாமல் சொல்லிவிட்டேன். பதின்மூன்றாண்டுகள் என் வாயை மூடி கட்டியிருந்தேனே... நான் சொல்ல வந்தது வேறு சில விஷயங்களைத்தான்.

கர்னல் சாமிந்தா மெண்டிஸின் மனைவி அநுராதா என்னுடைய நெருங்கிய சிநேகிதி. கொழும்புவில் நாங்கள் அடுத்தடுத்த வீடுகளில்தான் வசித்தோம். சிங்கத்தின் வலையில் விழாமல் என்னைத் தப்பிக்க வைக்க அவள் அனைத்து முயற்சிகளையும் செய்தாள். ஆனால், என்னுடைய முட்டாள்தனமான காரணத்தால் அது முடியாமல் போயிற்று. இனி அதையொன்றும் சொல்வதால் பயனில்லையே. அவள்தான் எனக்கு உன்னுடைய இந்த இ-மெயில் முகவரியைத் தந்தாள். நீங்கள் அவர்களின் வீட்டில் தங்கி சினிமா தயாரிப்புச் சம்பந்தமாக பேசத் தொடங்கியது முதலே எல்லா விஷயங்களையும் அவள் என்னிடம் சொல்லியிருக்கிறாள். இயக்குநர் துரையும் சிநேகிதியும் விளையாடி உல்லாசம் அனுபவித்து மகிழ்ச்சியாக நேரத்தைக் கழிக்கும்போது போரடித்துக் கொண்டிருக்கும் திரைக்கதாசிரியர் அவளை வசீகரிப்பதுபோல் பல சமயங்களில்

ஆவலுடன் பார்ப்பது உண்டென்றும் சொல்லியிருக்கிறாள். 'அவனுக்கென்ன, யாராவது ஒரு பெண்ணை உதவியாளராக வைத்துக் கொள்ளக் கூடாதா?' என்று நான் கேட்டபோது அநுராதா சொன்ன பதில்தான் இந்த மெயிலை அனுப்புவதற்கான காரணம். நீ சுகந்தி என்றோ ஆண்டாள் தேவநாயகி என்றோ பெயருள்ள ஒரு சிநேகிதியைத் தேடி அலைகிறாய் என்று அவள் சொன்னாள். அதற்காக ஆயிரம் ஆண்டுகளுக்கு முந்தைய வரலாறு வரை சென்றுள்ளாய் என்றும் கேள்விப்பட்டபோது எனக்குப் பெரும் ஆச்சரியம் தோன்றியது. ஆண்டாள் தேவநாயகி என்னும் பெயர்தான் என்னை ஈர்த்தது. நானும் கொஞ்சம் காலமாக இந்த ஆண்டாள் தேவநாயகியைத் தேடித் திரிகின்றேன்தான். நான் தேடும் ஆண்டாள் தேவநாயகி உயிரோடு இருந்தாள் என்று கருதப்படுவது ஓர் ஆயிரம் ஆண்டுகளுக்கு முன்பாகும்.

2009ல் உள்நாட்டுப் போர் முடிந்தபின் இலங்கை அரசாங்கம் ஆர்க்கியாலஜி டிபார்ட்மென்டுக்கு ரகசியமாக மிக முக்கியமானதொரு பொறுப்பை ஒப்படைத்திருக்கிறது. இலங்கையின் வரலாறு சிங்கள புராதனங்களான மகாவம்சத்திலும் குலவம்சத்திலும் த்வீப வம்சத்திலும் சொல்வதுபோல் அறிவியல்பூர்வமாகச் சிந்திக்கத் தேவையான விவரங்களைச் சேகரிக்க வேண்டும் என்பதுதான் இப்போது எங்களுடைய வேலை. இலங்கையின் பல பகுதிகளிலுமாக சமீப காலத்தில் ஆரம்பிக்கப்பட்டுள்ள மூலாதாரத்தின் குறிக்கோள் அதுதான். சிங்களர்கள் அதிகமில்லாத தமிழர்கள் அதிகம் வாழும் பிரதேசங்களில்தான் இந்த தோண்டுதல் வேலைகள் பெரும்பாலுமாக நடைபெறுகின்றன. அங்கெல்லாம் புத்த விஹாரங்களும் சிங்கள நாகரிகமும் இரண்டாயிரம் ஆண்டுகளுக்கு முன்பே நிலவியிருந்தன என்று நிரூபிப்பதற்கான முயற்சியில்தான் இப்போது எங்கள் ஆராய்ச்சி உள்ளது. என்னவெல்லாம் கண்டுபிடிக்க வேண்டும் என்பதை முன்பே முடிவு செய்துவிட்ட ஆராய்ச்சியானதால் விஷயங்கள் எங்களுக்கு எளிமையாகி விட்டன. அநுராதபுரம், ஸிகிரியா என்பவற்றைப் போன்றுள்ள முக்கியமான ஹெரிட்டேஜ் சைட்டுகளிலிருந்து ஐரோப்பியர்களான வரலாற்று ஆராய்ச்சியாளர்கள் கண்டுபிடித்த Artifacts பெரியதொரு கிரீடம் ஆர்க்கியாலஜி டிபார்ட்மென்டின் பாதுகாப்பில் உள்ளது. அதிலிருந்து அந்தளவுக்கு முக்கியமற்ற சில சிறிய பொருள்களை அகழ்வுகள் நடத்தும் இடங்களில் கொண்டு சென்று ரகசியமாகப் பதுக்குவார்கள். பின்பு அவை எங்களுடைய அகழ்வாராய்ச்சிகளில் கண்டுபிடிக்கப்பட்டதாக பெரிய விளம்பரங்கள் செய்வார்கள்.

இதை வரலாற்றாராய்ச்சி என்பதைவிட அரசாங்கத்தின் ஒரு பொலிட்டிக்கல் மானிப்புலேஷனாகத்தான், அதற்காகவே இயங்கும் எங்களைப் போன்றவர்கள் எடுத்துக் கொள்கிறார்கள். இலங்கையின் அங்கீகரிக்கப்பட்ட வரலாறுதான் பெரியதொரு பொலிடிக்கல் மானிப்புலேஷனானதினால் அதையொரு தவறாக யாரும் எடுத்துக் கொள்வதுமில்லை.

ஆனால், இதற்கிடையிலும் சில நல்ல விஷயங்கள் நேர்ந்தன. 2002ல் ஸிகிரியாவில் வேலைக்குச் சேர்ந்த மூன்றாம் மாதமே புராதனமான பாலிமொழியில் எழுதிய ஒரு ஓலைச்சுவடி நூலைக் கண்டுபிடிக்க முடிந்தது. ஸிகிரியாவிலிருந்து ஏறக்குறைய ஏழு கிலோ மீட்டர் தூரத்தில் வேடுவர்கள் வசிக்கும் ஒரு கிராமத்திலிருந்துதான் அது கிடைத்தது. அவர்கள் அந்த நூலைப் பயன்படுத்தி சில விசித்திரமான ஆச்சாரங்களை அனுஷ்டிக்கிறார்கள். இறந்தவர்களுடன் பேசுவதற்கும் பிணங்களைப் பயன்படுத்தி அமானுஷ்யமான காரியங்களைச் செய்வதற்கும் அந்த ஆச்சாரங்களால் முடியுமென்றும் சொல்லப்படுகிறது. ஏறக்குறைய ஆயிரமாண்டுகள் பழமையான ஸுஸானா ஸுபினா (கனவுகளின் மயானம்) என்னும் அந்த நூலை எழுதியவர் தமிழ் புத்த சாமியாரான ஸ்ரீவல்லப புத்தனார்தான். கனவுகளின் மயானத்திலுள்ள நாயகியின் பெயரும் ஆண்டாள் தேவநாயகிதான். எனக்குப் பழங்கால பாலி மொழி ஓரளவுக்குத் தெரியுமானதால் அதைப் படித்துப் புரிந்துகொள்ள சிரமம் ஏற்படவில்லை. நான் அந்த நூலைப் பற்றி அக்காலத்திலேயே ஒரு கட்டுரை வெளியிட்டிருக்கிறேன். ஆனால், தொடர்ந்தாற் போன்ற தேடுதல்கள் எங்கும் சென்று சேர முடியாமல் வழிதடுமாறி நிற்கின்றன. அப்போதுதான் அநுராதா உன்னைப்பற்றி கூறினாள். நம்முடைய தேடுதல்கள் ஏறக்குறைய ஒரே திசையில்தான் என்று தோன்றுகிறது. ஒத்துழைக்க தடை இல்லையென்றால் பதில் அனுப்புங்கள்.

மெயிலைப் படித்து முடித்தவுடனேயே பதிலையும் அனுப்பினேன்:

Dear Archeologist

கனவுகளின் மயானம் என்னும் பெயரில் ஒரு ஆங்கில நாவலைப் படித்திருக்கிறீர்களா? யூ எஸ்ஸில் வசிக்கும் S. Mostofi என்னும் ஈரானியன் எழுத்தாளன் எழுதியதுதான் அது. அவ்வளவு பெரிய இலக்கிய படைப்பாக அன்று அது இல்லை. ஈரானிலுள்ள யூ.எஸ். ஹோஸ்டேஜ் க்ரைஸஸின் சூழலில் ஒரு த்ரில்லர். அவ்வளவே. படிக்கலாம். ஆனால், அதில் சொல்லப்படும் விஷயங்களுக்கும் உன்

நாட்டிலுள்ள யதார்த்த தன்மைகளுக்கும் இடையே சில ஒற்றுமைகள் உண்டு. அப்புறம், நான் உன்னைப் போல ஓர் ஆர்க்கியாலஜிஸ்டுமல்ல. அழகிகளான பெண்களைத் தவிர வேறோர் இடத்திலும் அகழ்வாராய்ச்சி நடத்த எனக்கு ஆர்வமுமில்லை. அதற்கு இடைஞ்சல் இல்லையென்றால் நம்மிடையே நட்புக்கு வாய்ப்புண்டு.

உன்னுடைய சிநேகிதி என்னைப் பற்றி சொன்னாள் என்று சொன்ன விஷயங்கள் முழுவதும் உண்மையில்லை. நான் அவ்வளவு பெரிய ஃப்ரஸ்ட்ரேஷனில் ஒன்றுமில்லை. ஒருவேளை அவள் தன் ஆசைகளைச் சொல்லியிருக்கலாம். அப்புறம், ஆண்டாள் தேவநாயகி - அவளைப் பற்றி நீ கண்டுபிடித்ததாகச் சொல்லும் நூலிலுள்ள விஷயங்களை அறிந்துகொள்ள மிகவும் ஆர்வமுண்டு. எனக்குத் தெரிந்த விஷயங்களை உன்னோடு பங்குபோடுவதிலும் மகிழ்ச்சியாகவே இருக்கிறேன். ஆனால், பெயர் சொல்லாமல் இருக்கும் இந்தக் கண்ணாமூச்சியாட்டம் எனக்குச் சுத்தமாகப் பிடிக்கவில்லை. சிங்கத்தின் சவச்சடங்கு முடிந்த நிலையில் நீ இனிமேல் யாருக்காக பயப்படுகிறாய்? *Plan a trip to Jafna* சிநேகிதியைப் பார்க்கவும் முடியுமல்லவா...

பீட்டர்

12
ஸீஸானா ஸீபினா

ஆர்க்கியாலஜிஸ்ட் சொன்ன ஸுஸானா ஸுபினாவைப் பற்றி மேலும் அறிந்து கொள்ளாமல் எந்தவொரு அமைதிக்கும் வரமுடியாமல் இருந்தது என் மனம். ஆனால், அவள் பதில் அனுப்பவே இல்லை. அதிர்ஷ்டவசமாக காயத்ரிபெரேரா என்னும் அவளின் சிநேகிதி உதவிக்கு வந்தாள். புகழ்பெற்ற சிங்கள நாவலாசிரியர் கருணரத்னெ பெரேராவின் மகளான காயத்ரி ஃபிலிம் இன்ஸ்டியூட்டில் ஒருமித்து கேமரா கற்றுக் கொண்டவர்கள். அவள் இப்போது கொழும்புவில் *Hope* என்னும் *NGO* இயக்கங்களுடன் திரிகிறாள். மேலும், அல்ஜஸீராவுக்கு டாக்குமெண்டரிகள் செய்யறதும் உண்டு. கொல்லப்பட்ட சண்டே லீடர் பத்திரிகை ஆசிரியர் லஸாந்தா விக்கிரமசிங்கேயுடனான நெருக்கம் காரணத்தால் ராஜபட்சே அரசாங்கத்தின் நோட்டப் புள்ளியுமானாள். எல்லா வருடமும் இலங்கையில் நடக்கும் உலகப்புகழ் பெற்றதான கல்*(Galle)* லிட்டரரி ஃபெஸ்டிவலுக்கு எதிராக மனித உரிமை உறுப்பினர்கள் நடத்தும் கேம்பைனில் பங்குபெற விண்ணப்பிக்குமாறு அவள் மொபைலில் அழைத்தாள்.

‘ஹாய் பீட்டர், நீ இன்னும் கொளம்போவில்தான் இருக்கிறீயா?’

‘ஹாய், கொளம்போவிலில்ல. கொஞ்ச நாட்களாகவே இலங்கை யாழ்ப்பாணத்தில்தான் இருக்கறேன்.’

‘என்ன வேலை?’

‘ஆமாம், புராஜக்ட்தான். ரஜனிதிரணகாமாவைப் பற்றிய சினிமா.’

‘ஜான் ஆப்ரஹாமின் நாட்டுக்காரனென்று சொல்ல உனக்கு வெட்கமாயில்லே? ராஜபட்சேவின் பிச்சைக்காசை வாங்கி சினிமா பண்ணுவதைவிட தற்கொலை பண்ணிக்கலாமே?’

‘ஐயோ, இது கவர்ன்மென்டின் சொந்த புரொடக்ஷனொன்றுமில்லை. அவர்கள் சில உதவிகள்தான் செய்கிறார்கள். ஹாலிவுட் புரொடக்ஷன் கம்பெனியான...’

‘வேணாம், வேணாம். எனக்கு எல்லாம் தெரியும். வெறுமனே எதையாவது நியாயப்படுத்தி நீ சிரமப்பட வேணாம். அவையெல்லாம் உன்னோட விருப்பம்.’

'இந்த நிலைமையில் உன்னோடு சொல்லக்கூடிய விஷயங்கள் இல்லையென்றாலும் பழைய பீட்டராச்சே என்றுதான் அழைத்தேன். நாங்கள் கல்லே லிட்டரரி பெஸ்டிவலுக்கு எதிராக ஒரு ஆன்லைன் கேம்பைன் தொடங்கியிருக்கிறோம். இலங்கையின் பயங்கரமான மனித உரிமை நசுக்கங்களை எதிர்த்தும் சிந்தனைச் சுதந்திரத்தை அடித்து மிதிப்பதை எதிர்த்தும் கல்லே இலக்கிய மாநாட்டில் பங்கெடுக்கக்கூடாது என்று பரப்புரை செய்ய வேண்டுமாறு நாங்கள் உலகின் அனைத்து பிரபல எழுத்தாளர்களிடமும் விண்ணப்பித்திருக்கிறோம். பாரீஸை தலைமையிடமாகக் கொண்டு இயங்கும் *Reporters Sans Frontiers (RSF)*ம் *HOPE*ம் சேர்ந்துதான் இந்த கேம்பைனை ஆரம்பித்திருக்கிறார்கள். ஓரான்பாமுக், அருந்ததி ராய், நோம் சோம்ஸ்கி முதல் ஏராளமான பிரபல எழுத்தாளர்கள் எங்களுக்குப் பக்கபலமாக இருப்பதாக அறிவித்துள்ளார்கள். நீயும் இந்த கேம்பைனை ஆதரிக்க வேண்டும்...'

'காயத்ரி, அது... இந்த நிலையில்... அதற்கு நான் அப்படியொன்றும் அந்தளவுக்கு பெரிய எழுத்தாளன் ஒன்றும் இல்லையே...'

'ஐயோ, என்னவொரு பணிவு. டேய், இப்படிப்பட்ட விஷயங்களில் போய்விட்டால் சொந்த முதுகெலும்பையே உருவி வைத்து விட வேண்டியதாக இருக்குமென்று இப்போது புரிகிறதல்லவா? ஆமாம், இனி எப்போது கொலம்போவிற்குத் திரும்பப் போகிறாய். கொஞ்சம் நேரிலே பார்க்க வேண்டுமென்று தோன்றுகிறது. தனியா வந்தால் போதும். துணைக்கு அந்த மல்லு காஸினோ கேர்ள் ஒன்றும் வேணாம்...'

'அநேகமாக அடுத்த வாரம் வந்துடுவேன். வந்தவுடனே உன்னைக் கூப்பிடறேன். அப்புறம், நீ ஸூஸானா ஸூபினா என்று கேள்விப்பட்டிருக்கிறாயா?'

'என்ன?'

'ஸூஸானா ஸூபினா...'

'எங்கேயோ கேட்ட மாதிரிதான் தோணுது. எங்கே என்றுதான் நினைவுக்கு வரவில்லை.'

'ஸிகிரியாவிலிருந்து அண்மையில் கண்டுபிடிக்கப்பட்ட ஒரு பழைய பனையோலை நூல்தான்.'

'ஓ, அதானா சங்கதி. நான் அதைப்பற்றி ஒரு கட்டுரை வாசித்திருக்கிறேன். ஆனால், அதைவிட ரசிக்கும்படியாகத் தோன்றியது 'பம்பராயக்' (பம்பரம்) என்னும் சிங்கள இதழில் மீனாட்சி ராஜரத்தினம்

எழுதிய கதைதான். சிங்கள வம்சத்தின் வரலாற்றில் விட்டுவிட்ட சில பாகங்களை அது அழகாக முழுமைப்படுத்துகிறது. வேண்டுமானால் ஆன்லைனில் இதழின் லிங்கை அனுப்பித் தருகிறேன். தமிழில் எழுதிய கதையின் சிங்கள மொழிபெயர்ப்பைத்தான் பம்பராயக் பிரசுரித்திருந்தது. தமிழில் ஒரிஜினலை வாசிப்பதற்கான ஆப்ஷனும் சைட்டில் உள்ளது.'

அவள் சில நிமிடங்களில் லிங்கை மெஸேஜ் செய்தாள். லாப்பைத் திறந்து பம்பராயக்கின் சைட்டை அடைந்து தமிழ் என்னும் ஆப்ஷனை கிளிக் செய்தபோது சிகப்பும் பச்சையும் நிறமுள்ள ஒரு பம்பரம் சுழலத் தொடங்கியது. அப்பாவைப் பற்றிய கேள்விகளை மீண்டும் மீண்டும் கேட்காமல் இருப்பதற்காக அம்மா சிறு வயதில் வாங்கித் தந்த அதே பம்பரம். வேதனைப்படுத்தும் நினைவுகளுக்கான அந்த பம்பரத்தின் சுழற்சியை பொறுக்க முடியாமல் லாப்பை மூடிவைத்தால் என்ன என்று யோசிப்பதற்குள் எதிர்பார்த்ததுதான் நிகழ்ந்தது.

தேவநாயகியின் கதை - இரண்டாம் பாகம்

மீனாட்சி ராஜரத்தினம்

ஸிகிரியாவிலிருந்து கண்டுபிடிக்கப்பட்ட ஸுஸானா ஸுபினா என்னும் நூலை மிகவும் கஷடப்பட்டுதான் நான்கு மாதத்தில் வாசித்துப் புரிந்து கொண்டேன். அங்கே சென்று தங்கவேண்டிய நிலை இருந்தும் ஸிகிரியா ஹெரிட்டேஜ் பௌண்டேஷனில் அறிமுகமான ஒரு அதிகாரி இருந்ததால்தான் அமைதியாக அமர்ந்து வாசிப்பதற்கான வசதி கிடைத்தது. ஸ்ரீவல்லப புத்தனார் எழுதிய அந்த நூலை முழுமையாகத் தமிழில் மொழியாக்கம் செய்து பிரசுரிக்க வேண்டுமென்பதுதான் என் ஆர்வம். அதற்கு இன்னும் சிறிது காலம் கூட தேவைப்படும். தற்போதைக்கு அதில் சொல்லியிருக்கும் விஷயங்களை வைத்து தேவநாயகியின் கதையை முழுமைப்படுத்தலாம் என்று கருதுகிறேன்.

தேவநாயகியின் கதையினுடைய முதல் பாகத்தில் ராஜராஜசோழன் காந்தளூர் சாலையை ஆக்கிரமித்து தன் வசப்படுத்தியதுடன்தானே சொல்லி நிறுத்தினேன். காந்தளூரைப் பற்றி பல பழங்கதைகளிலும் பொன்மணி பாணனாரின் காந்தளூர் பாட்டிலும் சொல்வதுபோல் சோழப்படையுடனானபோரில் மகேந்திரவர்மன் கொல்லப்பட்டபோது தேவநாயகி சிதையில் குதித்து தற்கொலை செய்துகொள்ளவோ ஓடித் தப்பிக்கவோ செய்யவில்லை. அவள் மகிழ்ச்சியுடன் வெற்றிவீரனான ராஜராஜனை அந்தப்புரத்திற்கு அழைத்துவரச் செய்தாள். இனிமேல் மகேந்திரவர்மன்தான் தன்னுடைய பத்மநாபன் என்று நம்பியிருந்த

தேவநாயகிக்கு எப்படித்தான் அப்படிச் செய்ய முடிந்ததோ என்று நமக்கு சந்தேகம் தோன்றலாம். ஸ்ரீவல்லப புத்தனார் அந்தச் சந்தேகத்தை முன்வைத்துக் கொண்டுதான் 'ஸூஸானாஸூபினா'வை ஆரம்பிக்கிறார். எப்படி ஒரு பெண்ணினால் தான் மனப்பூர்வமாக நேசித்திருந்த கணவனை சில நிமிடங்களுக்குள் மறந்து அவனுடைய பகைவனை அந்தப்புரத்திற்குள் வரவேற்க முடிந்தது? கணவனைக் கொன்று இரத்தக் கறை உலராத கைகளால் தழுவப்படும்போது எப்படி உணர்ச்சிவயத்தால் களைப்படைய முடிந்தது? அவனுக்காக தன் மனதினுடையதும் உடலினுடையதுமான கதவுகளை எப்படி மகிழ்ச்சியுடன் திறந்து விட முடிந்தது? புத்தனாரே அதற்கு ஒரே வாக்கியத்தில் பதிலையும் சொல்கிறார். பெண் என்பவள் ஓர் ஆறுதான். எப்போதும் ஓடிக்கொண்டே இருப்பதற்கு ஆர்வப்படும் ஆறு. அதனால் அவர் எதை உத்தேசித்து சொன்னார் என்று எனக்குத் தெளிவாகவில்லை.

மகேந்திரவர்மனை கொன்று கடலில் வீசிவிட்டு வெற்றி கோஷத்துடன் சோழப்படை கோட்டைக்குள் ஓலமிட்டு நுழையும்போது பார்வதி தம்புராட்டியும் தேவநாயகியும் மட்டுமே அரண்மனையில் பெண்களாக நின்றார்கள். மற்றவர்களெல்லாரும் சுரங்கத்தின் வழியாக வெளியேறி தப்பிக்க முயன்றார்கள் என்றாலும் பிடிக்கப்பட்டு சோழப்படையின் கூடாரங்களை அடைந்திருந்தார்கள். போரில் ஜெயித்து வருபவர்கள் யாராக இருந்தாலும் ஆரத்தியுடன் திலகமிட்டு அரண்மனைக்குள் வரவேற்க வேண்டுமென்பதுதான் காந்தளூரிலுள்ள ஆச்சாரம். அதற்கு மனத் தைரியம் இல்லாதவர்கள்தாம் பயந்து தப்பிப்பதற்கு முயன்றார்கள். நீ பயப்படாதே. போரில் ஜெயிப்பவன்தானே மண்ணுக்கும் பெண்ணுக்கும் எஜமானன். நாம் சோழ மன்னனை நம்முடைய பாரம்பரியத்தையொட்டி வரவேற்போம் என்று பார்வதி தம்புராட்டி சொன்னாள் என்றாலும் சோழமன்னன் எவ்வகை குணமுள்ளவனென்று அறியாததால் அவர்களுக்கு அவன்மேல் எந்தவோர் எண்ணமும் இல்லாமலிருந்தது. ஆனால், தேவநாயகி அவற்றையெல்லாம் முன்னதாகவே புரிந்து கொண்டிருந்தாள். வெளிப்பார்வைக்கு கொஞ்சம் கடுமையான குணமுள்ளவனாகத் தெரிந்தாலும் ராஜராஜன் நேசத்திற்கும் நம்பிக்கைக்கும் பெரும் விலை கொடுக்கும் ஆள்தான் என்று அறிந்தது முதல் அவனை ஒருமுறை நேரில் காண்பதற்கு அவள் ஆவலுடன் இருந்தாள். இளையராணி என்னும் நிலையிலுள்ள அரண்மனை வாழ்க்கை ராஜமரியாதை என்பதைத் தவிர அவளுக்கு மிகவும் அலுப்புத்தட்டதான் தொடங்கி இருந்தது. இவள் மூலமும் தனக்கு ஒரு வாரிசு பிறக்க வாய்ப்பு இல்லை என்று புரிந்ததும் மகேந்திரவர்மனின்

நேரமும் ஆவேசமும் குறைந்ததுதான் அதற்கு முக்கியக் காரணம். அது மட்டுமல்ல வயதின் வித்தியாசமும் அதில் சேர்ந்துகொண்டது.

பார்வதி தம்புராட்டிதான் ராஜராஜனை ஆரத்தி எடுத்து வெற்றித்திலகமிட்டு அரண்மனைக்குள் அழைத்தாள். தேவநாயகி எல்லாவற்றிற்கும் உதவியாக அவளுடன் நின்றாள். ஆனால், மன்னனின் பார்வை முழுவதும் அவள்மேல்தான் இருந்தது. அதைப் புரிந்து கொண்டதும் அவனை எல்லாவகையிலும் மகிழச் செய்வதற்காகவே அவளுடைய கவனமிருந்தது. மகிழ்ச்சியுடன் வாத்தியக்கோஷம் முழக்கி சோழப்படையை பவ்வியமாக வரவேற்றார்கள். ராஜராஜனுக்கு அவையெல்லாம் ஒரு தமாஷாகத் தோன்றிற்று. மகேந்திரவர்மன் கொல்லப்பட்ட துயரத்தில் அழுது புலம்பும் ராணிகள் சிதைமூட்டி தற்கொலை செய்துகொள்ள முயன்றால் தடுக்கவேண்டுமென்று தளபதிகளிடம் சொன்னதை நினைத்தபோது அவனுக்குச் சிரிப்புதான் வந்தது. பயந்து நடுங்கி கொன்றுவிடாதீர்கள் என்று வேண்டியவாறு உரத்து அழவும், புனிதத்தை இழந்துவிடுவோமோ என்னும் பயத்தால் தற்கொலைக்கு முயலவும் கூடிய சில பெண்களைத்தான் அவன் அந்த அரண்மனைக்குள் எதிர்பார்த்திருந்தான்.

'இது ஆச்சரியமாகவல்லவோ இருக்கிறது. கீழடக்கிய அரண்மனைக்குள் இப்படி வரவேற்கப்படுவதை இப்போதுதான் முதல்முறையாகப் பார்க்கிறேன். உங்கள் மன்னன் அத்தனை மோசமானவனாகவா இருந்தான்?'

'அது... அது காந்தளூரின்...'

பார்வதி தம்புராட்டி என்ன சொல்வது என்று தெரியாமல் தட்டுத்தடுமாறியபோது தேவநாயகிதான் விளக்கினாள்:

'எங்கள் மன்னன் மிகவும் நல்லவராக இருந்ததால்தான் எதிரி அரசரான தங்களை இவ்வளவு அன்போடு வரவேற்கிறோம். உயிர் போனாலும் ஆச்சாரங்களுக்கு எந்தவொரு பங்கமும் வரக்கூடாது என்பது அவரின் நிர்ப்பந்தமாகவே இருந்தது. இது காந்தளூர் அரண்மனையின் பாரம்பரிய குணமாகும்.'

'பின் எதற்காக தாய் மகாராணியும் மகளையும் தவிர்த்து வேறு யாரும் இங்கே இல்லை? அவர்களுக்கு இந்தப் பாரம்பரியத்தில் ஒன்றும் நம்பிக்கையில்லையா?'

தாய் மகாராணி என்னும் சொல்லைக் கேட்டதும் பார்வதி தம்புராட்டியின் முகம் கொஞ்சம் வாடியது. தேவநாயகிக்கு அதுவே மகிழ்ச்சியாக இருந்தது. இனிமேல் அவளுடன் வெறுமனே வம்புக்

கட்ட வேண்டியது இல்லையல்லவா. அவள் ராஜராஜனை நோக்கி வசீகரிப்புடன் புன்னகைப் புரிந்தாள்.

''அரசே, அதுதான் இங்குள்ள முறை. தம்புராட்டிகளைத் தவிர வேறு யாருக்கும் இதற்கு உரிமை இல்லை. போரில் வெல்பவன் எவனோ அவனே மண்ணுக்கும் பெண்ணுக்கும் உரிமையாளன் என்றும் அவனை ஆரத்தியுடன் திலகமிட்டு அந்தப்புரத்துக்கு வரவேற்க வேண்டும் என்றும் பூமணி பாணனார் காந்தளூர் பாடலில் முக்கியமாகச் சொல்கிறார். முதன்முதலாக ஒரு போரில் வெற்றிபெற்றதால்தான் தங்களுக்கு இப்படிப்பட்ட விஷயங்கள் புதுமையாகத் தோன்றுகிறது.''

ராஜராஜனுக்கு அவளுடைய வார்த்தைகளில் ஒளிந்திருந்த ஏளனம் பிடித்தமாக இருந்தது. ஆள் சாதாரணமானவள் இல்லை. தான் முதன்முதலாக ஒரு போரில் வெற்றி பெற்றுள்ளேன் என்னும் விஷயங்களை எல்லாம் இவள் தெரிந்து வைத்திருக்கிறாளே. பார்ப்பதற்கும் சிறிதும் மோசமில்லை. இவள்தான் அரசாட்சியிலும் போர்த்தந்திரங்களிலும் எல்லாம் மகேந்திரவர்மனுக்கு உதவும் தேவநாயகியோ? இல்லையென்றால் இவ்வளவு தைரியமாக முகத்தை நோக்கி பேசி இருக்க மாட்டாளே...

'நீதான் தேவநாயகியா?'

'ஆமாம், அரசே.'

'உன்னைப் பற்றி ஏராளமாகக் கேள்விப்பட்டிருக்கிறேன். இரவு உணவுக்கும் அதன் பின்பும் என்னுடன் இருக்க வேண்டும். அம்மா மகாராணியை இனிமேல் கஷ்டப்படுத்த வேண்டாம். அவர் நேரத்தோடவே உறங்கப் போகட்டும்.'

அன்றிரவு முழுவதும் கோட்டைக்குள்ளேயுள்ள மண்டபத்தில் பாட்டும் கூத்துமாக சோழப்படைத் தளபதிகளின் வெற்றிக் கொண்டாட்டமாகவே இருந்தது. காந்தா ஆறுபோல் நீரோட்டமாக இருந்தது. காந்தளூரிலுள்ள அழகிகளை அவர்கள் தேவையான அளவுக்கு அனுபவித்தார்கள். எதிர்க்கத் துணிந்தவர்களைக் கொன்று கடலில் வீசினார்கள். எதிர்க்க இயலாமல் ஒத்துப் போனவர்களை எல்லாவகையிலும் பயமுறுத்தி ரசித்தார்கள். இதே நேரத்தில் படையிலுள்ள இரண்டாம் நிலையினர் நகரம் முழுவதும் சுற்றித்திரிந்து கொள்ளையடித்தும் தீயிட்டு எரித்தும் கொண்டாடிக் கொண்டிருந்தார்கள். தேவநாயகி என்னும் கவர்ச்சி மங்கையால் ராஜராஜன் தளபதிகளுடன் அதிக நேரம் செலவிடாமல் நேரத்தோடவே அந்தப்புரத்துக்குத் திரும்பினான்.

அந்தப்புரத்தின் மூலை முடுக்குகளிலெல்லாம் சோழப்படை அக்குவேறு ஆணிவேராக பரிசோதித்தார்கள். இரவு உணவையும் அவர்கள்தான் தயாரித்தார்கள். தான் இனிமேல் சொல்லிக் கொள்ளும் அளவுக்கு ஒன்றும் செய்வதற்கு இல்லை என்பதைப் புரிந்ததும் நிராசையாகி விட்ட பார்வதி தம்புராட்டி எல்லாவற்றையும் தேவநாயகியிடம் ஒப்படைத்துவிட்டு மாலையிலேயே அறைக்குப் போய்விட்டாள். அவள் மிகவும் மரியாதையுடன் ராஜராஜனை இரவு உணவுக்கு அழைத்தாள்.

‘நான் உன்னை நம்பலாமா?’

‘சூரியனை நம்பலாம் என்றால் தாங்களும் என்னை நம்பலாம்.’

‘பகைவனின் பக்கமுள்ள பெண்களை நம்பக்கூடாது என்பதும் அவர்கள் பரிமாறும் உணவை உண்ணக்கூடாது என்பதும்தான் குருமார்கள் சொல்லிக் கொடுத்த பாடம்.’

‘அதற்கு, நான் இப்போது பகைவன் பக்கத்து பெண்ணாக இல்லையே.’

‘எப்படி நம்புவது? சேர நாட்டுப் பெண்கள் பெரும் தந்திரசாலிகள் என்றும் அவர்கள் ஆடைக்குள்ளேயே கத்தியும் வாளும் விஷமும் எல்லாம் மறைத்து வைத்திருப்பார்கள் என்றும் கேள்விப்பட்டதுண்டு.’

‘இரவு உணவைப் பரிமாறியது தங்களுடைய சமையற்காரன்தான். எனக்கு தங்களிடம் அன்பும் மரியாதையும் மட்டுமே உள்ளன. வாளோ விஷமோ மறைத்து வைத்திருக்கிறேன் என்று சந்தேகம் இருந்தால் தாங்கள் என்னைப் பரிசோதித்துக் கொள்ளலாமே.’

படைவீரர்களிடம் வெளியேறும்படி கட்டளையிட்ட பின் ராஜராஜன் எழுந்து அவள் அருகில் வந்தான். அவளும் இதுதான் சமயம் என்று எண்ணி நாணத்துடன் தலைகுனிந்து நின்றாள். தேவநாயகியின் மனம் மயக்கும் அழகில் மதிமறந்து ஒரு நிமிடம் அப்படியே நின்றுவிட்டான் ராஜராஜன்.

‘அரசர் பயப்பட வேண்டாம். கத்தியும் வாளும் எதுவும் என் கையில் இல்லை.’

அவள் தன்னுடைய ஆபரணங்களையும் ஆடைகளையும் ஒவ்வொன்றாக அவிழ்த்துத் தரையில் போடத் தொடங்கினாள். மேல் கச்சையை விலக்கி முலைக்கச்சையை அவிழ்த்து இடைக்கச்சையையும் அவிழ்க்கத் தொடங்கியபோது, ‘போதும் போதும் தேவநாயகி’ என்று கூறி அவன் அவளைத் தடுத்தான்.

ராஜராஜனுக்கு அவள்மேல் முழு நம்பிக்கை வந்துவிட்டது. தேவநாயகி மீண்டும் ஆடைகளைத் தரித்துக் கொண்டு ராஜவிருந்து பரிமாறினாள். உணவு உண்ணும்போது அவன் மனதில் அவளுடைய முலைக்கச்சை அவிழ்த்த உருவம்தான் இருந்தது. தேவநாயகி அரசாட்சி தொடர்பான விஷயங்களைக் கேட்டபோதுதான் அவனுக்கு மீண்டும் சூழல் உணர்வு திரும்ப வந்தது.

'அரசர் கைப்பற்றும் நாடுகளின் ஆட்சிப்பூர்வமான விஷயங்களை தாங்கள் எப்படி முன்னோக்கிக் கொண்டுபோக உத்தேசித்துள்ளீர்கள்?'

'நாங்கள் அப்படிப்பட்ட தேவையற்ற பொறுப்புகளை ஏற்றுக் கொள்வதில்லை. கைப்பற்றும் தங்கங்களையும் ரத்தினங்களையும் வேறுசில விலைமிகுந்த பொருள்களையும் ஆயுதங்களையும் சேகரித்து தஞ்சாவூருக்கு கொண்டு செல்வோம். மேலும் யானை, குதிரை முதலான மிருகங்களையும் உன்னைப் போல் திறமையான பெண் பிள்ளைகள் இருந்தால் அவர்களையும் கொண்டுபோவோம். போகும்போது நகரத்தைத் தீயிட்டு கொளுத்தி சாம்பலாக்கி விடுவோம்.

'அவையொன்றும் ஒரு நல்ல அரசர் செய்யக்கூடிய விஷயங்களில்லையே அரசே. மக்கள் தங்களை ஒரு கொள்ளைக்காரனாகவல்லவா எடுத்துக் கொள்வார்கள்.'

'அதற்கு அவர்கள் ஒன்றும் என் நாட்டு மக்களல்லவே...'

'மகேந்திரவர்மனை வென்றவுடனே இனிமேல் தாங்கள்தானே காந்தளூருக்கும் அரசர். நான் உள்பட இந்த நாட்டிலுள்ள அனைவரும் தங்களுடைய பிரஜைகள்தானே. எங்களின் நலனை உறுதிப்படுத்த வேண்டிய பொறுப்பு தங்களுக்குதானே உள்ளது...'

அவள் சொன்னதில் விஷயம் உண்டென்று ராஜராஜனுக்குத் தோன்றியது. தாம் ஏன் இதுவரையில் அந்த வகையில் சிந்திக்காமல் இருந்துள்ளோம். அரசாட்சி பற்றியும் போர்த்தந்திரத்துடன் தொடர்புள்ள காரியங்களையும் பற்றிதான் அவள் அதிகமும் கேட்டாள். அந்தவிஷயங்களில் அவளுக்கு நல்ல அறிவு உண்டென்று புரிந்து கொண்டபோது அவனுக்கு மிகவும் மகிழ்ச்சியாகி விட்டது. இப்படிப்பட்டதொரு பெண் தன்னுடனேயே இருந்தால் பலவற்றையும் பெறலாம் என்று ராஜராஜனின் மனம் சொல்லிற்று. இப்போதுள்ள அமைச்சர்களெல்லாம் தான் சொல்வதை மிகவும் மரியாதையுடன் கேட்டுக் கொள்வதைத் தவிர ஒன்றையும் திருப்பிக் கேட்பதில்லையே...

'நீ மிகப்பெரும் விஷயங்களையல்லவா சொல்கிறாய். தற்போதைக்கு உன்னுடைய நலனை மட்டும் உறுதிசெய்தால் போதாதா...' ராஜ உணவு

உண்டு எழுந்து கொண்டபோது அவள் ராஜராஜனை தன் அறைக்கு அழைத்தாள். காந்தளூர் அரண்மனையிலேயே மிகவும் அழகான அந்த அறை ராஜராஜனுக்கும் பிடித்தமாக இருந்தது.'

'படுக்கையறையில் அரசரும் பிரஜையுமல்ல. ஆணும் பெண்ணும்தான் என்று யாரோ சொல்லியிருக்கிறார்களே...'

'யாரோ இல்ல அரசே... வாத்ஸ்யாயன மகரிஷிதான். ஆனால், மகேந்திரவர்மனின் காலத்தில் உண்மையில் அரசரும் பிரஜையுமாகத்தான் இருந்தோம். சொந்த ராணிகளின்மேல் கூட நம்பிக்கை இல்லாமலிருந்த அவர் எங்களையெல்லாம் அரைமூடி போட்டு பூட்டிதான் வைத்திருந்தார்.'

'ராஜராஜனுக்கு முதலில் அது என்ன விஷயம் என்று புரியவில்லை. தேவநாயகி விளக்கிய பின்பு அவனால் சிரிப்பை அடக்க முடியவில்லை.'

'நீ இப்போதும் அரைமூடி அணிந்திருக்கிறாயா?'

'ஆமாம். அதனுடைய சாவியும் என் கையில்தான் இருக்கிறது. அவர் அதை பாதுகாத்து வைக்கும் இடத்தை நான் பார்த்து வைத்திருக்கிறேன்.'

'அப்படியானால், பூட்டைத் திறந்து அதை உருவி மாற்றிவிட வேண்டியதுதானே...'

'சாவி இருந்தாலும் பலனில்லை அரசே. நாங்களாகவே அதைத் திறக்க முடியாது. வேறொருவரின் உதவி இருந்தால்தான் முடியும்.'

அவள் சாவியை எடுத்துக் கொடுத்து எப்படித் திறக்க வேண்டும் என்பதை விளக்கினாள்.

ராஜராஜன் தேவநாயகியை தன்னுடன் சேர்த்து நிறுத்தினான். கச்சைகளையெல்லாம் அவிழ்த்து விலக்கி மூலாதாரத்திற்கு மூன்று அங்குலம் மேலேயுள்ள அரைமூடியின் பூட்டைத் திறந்தான். உடல் முழுவதும் மெய்சிலிர்த்த அவள் அவன் தோளில் தலைசாய்த்தாள்.

'அரசே, நான் ஒரு நகைச்சுவை சொல்லட்டுங்களா?'

'என்னது அது?'

'இதற்குதான் திருடனின் கையில் சாவியைக் கொடு என்று சொல்கிறார்கள்' என்றதும் இருவருக்கும் சிரிப்பை அடக்க வெகுநேரம் முயலவேண்டியதாயிற்று.

காந்தளூர் ராணி அரச விஷயங்களில் மட்டுமல்ல படுக்கையிலும் கெட்டிக்காரிதான் என்று உணர்ந்தபோது ராஜராஜன் அவளிடம் மூன்று விஷயங்களைத்தான் கோரினான். முதலாவது, அவள் என்றென்றைக்கும் தன்னுடையவளாக இருக்க வேண்டும். பின்பு, காந்தளூர் களரிகளில் பயிற்சிபெற்ற படைவீரர்கள் மிகவும் அதிகமுள்ள மகீந்தனின் அநுராதபுரத்தைக் கைப்பற்ற உதவ வேண்டும். மூன்றாவதாக தஞ்சாவூருக்கு வந்து அங்குள்ள இளைஞர்களுக்கு அர்த்தசாஸ்திரத்திலும் ராஜதந்திரத்திலும் பயிற்சி அளிக்க வேண்டும்.

முதலாவது விஷயத்தில் எவ்வித உறுதியும் தர முடியவில்லை என்றும் இரண்டாவது மூன்றாவது காரியங்களை மகிழ்ச்சியோடு செய்யலாம் என்றும் அவள் பதில் கூறினாள்.

‘அது ஏன்?’

‘யாராவது தங்களைப் போரில் தோல்வியடைய வைத்தால் எப்படி முதலாவது முடியும்?’

13
காந்த மாதேவியார்

ராஜராஜன் காந்தளூரைக் கைப்பற்றியதே தந்திரமான சில நகர்தலின் மூலம்தான். அருவாமொழி கடந்து குதிரைப்படையும் யானைப்படையும் மற்ற படைப் பகுதிகளும் காந்தளூரை அடைவதற்கு சில வாரங்களுக்கு முன்பே வியாபாரிகள் என்னும் பொய்யான பெயரில் கப்பல் படையின் ஒரு பகுதி காந்தளூர் துறைமுகத்துக்கு வந்து நங்கூரமிட்டது. அவர்கள் கணிகைகளின் பவனங்களில் இரவில் உறங்கியும், குறுமிளகும் ஆயுதங்களும் வாங்குவதுபோல் விலைபேசியும் நகரத்தில் சுற்றித்திரிந்து களரிகள், ஆயுதச்சாலைகள் அமைந்துள்ள இடங்களையும் கோட்டைக்குள் நுழைவதற்கான வழிகளையும் துல்லியமாகப் புரிந்து கொண்டு ஒற்றர்கள் மூலமாக ராஜராஜனுக்கு அறிவித்துக் கொண்டிருந்தார்கள். மகேந்திரவர்மனின் படையிலிருந்த சில ஒற்றர்களைக் கூட கைவசப்படுத்த முடிந்ததால் காரியம் எளிதாகி விட்டது. காந்தளூரின் பாதுகாப்புத் திட்டங்களையெல்லாம் அவர்கள் மூலம் கவர்ந்து அதனை முறியடிப்பதற்கான தந்திரங்களுடன்தான் சோழப்படை ஆக்கிரமிப்பைத் தொடங்கியது.

பல வாரங்கள் நீண்டு கொண்டிருந்த முதல் கட்டப் போரில் தாங்கள் முற்றிலும் பலவீனமானவர்கள் என்னும் எண்ணத்தை உருவாக்கி காந்தளூர் படையை மயக்கி முன்னோக்கி வரச் செய்து எதிர்பாராதவிதமாக திருப்பித்தாக்குதலின் பெரும் அழிவை காந்தளூருக்கு உருவாக்க வேண்டும் என்னும் ராஜராஜனின் தந்திரம் நன்றாகவே வெற்றி பெற்றது. அவ்வாறு காந்தளூர் படையை முழுமையாக பலவீனப்படுத்திய பின்புதான் சர்வசக்தியையும் பயன்படுத்தி இறுதிப் போரை நடத்தினான். அதை எதிர்ப்பதற்காக மகேந்திரவர்மனும் அவனுடைய படையும் தென்கிழக்கு பகுதியில் பாய்ந்தோடி வந்தபோது மேற்கிலிருந்து கப்பல் படையிலுள்ள நூற்றுக்கணக்கான படைவீரர்கள் அவர்களைப் பின்னாலிருந்து தாக்கினார்கள். அவர்களுக்கு பின்துணையாக கப்பல் படையின் பெரியதொரு பகுதி துறைமுகத்துக்கு வந்து இறங்கியது. அவர்கள் நகரத்திலுள்ள பண்டகசாலைகளுக்கும் மற்ற மக்கள் வசிக்கும் பகுதிகளுக்கும் தீ வைத்ததுமே மகேந்திரவர்மன் ஆகமொத்தத்தில் பெரும் குழப்பத்தில் மூழ்கினான். தொடர்ந்து நடந்த கோரமான

போரில் சூரிய அஸ்தமனத்திற்கு முன்பே காந்தளூர் படை மண்டியிட வேண்டியதாகி விட்டது. மகேந்திரவர்மனை கயிற்றால் பிணைந்து துறைமுகத்திற்கு கொண்டு சென்று அவன் தலையை வெட்டி கடலில் எறிந்தவுடன் ராஜராஜனின் வெற்றியும் முழுமையடைந்தது. அதன் பின்புதான் சோழப்படை வெற்றி ஆரவாரத்துடன் கோட்டைக்குள் நுழைந்தது.

போர்த்தந்திரங்களை மிகவும் நுணுக்கமாக திட்டமிடுவதற்கும் அதைத் துல்லியமாக நடைமுறைப்படுத்துவதற்குமான அசாதாரண திறமையும்தான் ராஜராஜனின் வெற்றியின் ரகசியமாக இருந்தது. சொந்த வாழ்க்கையிலும் ராணுவ காரியங்களிலும் வெளிப்படுத்திய கடினமான ஒழுங்குமுறைதான் அதன் அடிப்படையாகும். எல்லா காரியங்களுக்கும் துல்லியமாக நடைமுறை ஏற்பட்டிருந்தது. தான் மிகவும் ஆவலுடன் எதிர்பார்த்த காந்தளூர் போரின் வெற்றியை நடுநிசிக்குப் பிறகும் கொண்டாடியும் எந்தவொரு சோர்வும் இல்லாமல் வழக்கம்போல் விடிவதற்கு ஏழரை நாழிகை உள்ளபோதுதான் அவன் விழித்தான். தேவநாயகி அப்போதும் நல்ல உறக்கத்தில் இருந்தாள். உறங்கும்போதும் கூட இவளைப் பார்ப்பதற்கு மேலும் அழகாகத்தான் இருக்கிறாள் என்று மனதிற்குள் சொல்லிக் கொண்டாலும் அவளை எழுப்பாமல் மெல்ல எழுந்து விடியற்காலை பயிற்சிகளை தொடங்கினான் ராஜராஜன்.

இரவின் நீண்ட உடலுறவின் களைப்பிலிருந்து விழித்தெழுந்தபோது தனக்கு முன்பே எழுந்துவிட்ட ராஜராஜன் ரங்கோடு கட்டிக் கொண்டு உடற்பயிற்சி செய்வதைத்தான் தேவநாயகி கண்டாள். அது முடியும் வரையில் அவள் மரியாதையுடன் அமைதியாகப் பார்த்துக் கொண்டு படுத்திருந்தாள். இளமையுடையதும் பலத்தினுடையதுமான நிறைவாகவுள்ள அக்காட்சி அவளை மிகவும் கவர்ந்தது. இன்னும் ஒருமுறை அந்த வைரம்பாய்ந்த கைகளுக்குள் அடங்குவதற்கு அவள் ஆவல் கொண்டாள். விடிவதற்கு இன்னும் நாழிகைகள் இருந்தன. ஆனால், ராஜராஜன் மகேந்திரவர்மன் அல்லவே. என்னவெல்லாம் அவனுக்கு விருப்பமானது என்று புரிந்து கொண்டு தொடங்குவதுதான் நல்லது. பத்மநாபசுவாமி கோயில் திறப்பதற்கான நேரமாகி இருக்குமென்று தோன்றுகிறது. போரின் ஆரவாரங்களுக்கிடையே இன்று கோயிலைத் திறப்பார்களோ என்னவோ. அப்படியே திறந்தாலும் கூட இந்த நிலையில் அங்கே போவதற்கு முடியாதே. சோழமன்னன் அருள்மொழிவர்மன் ராஜராஜன் விஷ்ணுவின் அவதாரம் என்றல்லவா அப்பா சொல்லி கேட்டிருக்கிறோம். இனிமேல்

இவர்தான் தன்னுடைய பத்மநாபன் என்று அவளுடைய மனம் சொல்லியது. பயிற்சி முடிந்து ரங்கோடை அவிழ்த்துக் கொண்டு ஓய்வெடுப்பதற்காக அமர்ந்தபோது அவள் பவ்வியமாக அருகில் வந்தாள்.

'மன்னிக்க வேண்டும் அரசே. தங்களுடைய நடைமுறைகளொன்றும் எனக்குத் தெரியவில்லை.'

அவன் புன்னகையுடன் அவளைப் பிடித்திழுத்து தன்னருகில் அமர்த்திக் கொண்டான்.

'இனிமேல் அதையெல்லாம் நீயும் தெரிந்து கொள்ள வேண்டும். சிறிது சிறிதாக கவனித்துப் புரிந்துகொண்டால் போதும். அவ்வளவு பெரிய வழக்கம் ஒன்றுமில்லை. எங்களைப் போல் படையை நகர்த்துபவர்களுக்கு உடலும் படையும் ஒரே மாதிரிதான். நிரந்தரமான பயிற்சியின் மூலம் எப்போதும் எதற்கும் தயார்நிலையில் இருக்க வேண்டும். அரசர்களின் உடலை சொந்த நாட்டுடன்தான் ஈடுபடுத்திக் கொள்ள வேண்டும் என்று சொல்வார்கள். எல்லா பாகங்களையும் எப்போதும் நன்றாக பார்த்துக் கொள்ள வேண்டும்.'

'இது சாதாரணமானதொரு நாடு இல்லை. பெரும் சாம்ராஜ்யம்தான்.'

அவள் அவன் தோளில் தலைசாய்த்து மார்பில் விரல்களால் தடவிக் கொண்டே சொன்னாள்:

'இந்த சாம்ராஜ்யத்திற்கு ஏராளமான உரிமையாளர்கள் உண்டு தேவநாயகி.'

'எத்தனை உரிமையாளர்கள் இருந்தாலும் எனக்கு வருத்தம் ஒன்றுமில்லை. இந்த மார்பில் எனக்கும் கொஞ்சம் இடம் கிடைத்தால் போதும்.'

'மார்பில் இல்லையே, அதற்குக் கீழேயுள்ள பகுதியிலல்லவா உனக்கு அதிக ஆர்வம்.'

'ஐயே, நான் அதையா சொன்னேன். தாங்கள் இப்போதும் இரவில் நடந்த விஷயங்களையே நினைத்துக் கொண்டிருக்கிறீர்களோ?'

'மறக்க முடியுமா? சேரநாட்டிலுள்ள சிகப்பான இளம்பெண்களைப் பற்றி கேள்விப்பட்டு இருக்கிறேனே தவிர...'

'சூட்சிக்காரிகள், வஞ்சித்துவிடுவார்கள் என்றெல்லாம்தானே கேள்விப்பட்டீர்கள்?'

'படுக்கையிலிருந்து உடலோடவே சொர்க்கத்துக்கு அழைத்துச் செல்லும் தேவதைகள் என்றும் கேள்விப் பட்டதுண்டு.'

'அப்படியென்றால், நான் சொர்க்கத்துக்கு கொண்டு சென்றேனா?'

'கொண்டு சென்றாய். ஆனால் திடீரென்று திரும்ப வேண்டியது இருந்ததால், பார்த்தது போதுமானதாக இல்லை'

'அதற்கென்ன, சொர்க்கத்தின் சாவி தங்கள் கையில்தானே? எப்போது வேண்டுமானாலும் திறந்து கொள்ளலாமே?'

'இனிமேல் இந்த பூட்டும் சாவியும் ஒன்றும் வேண்டாம். அன்பால் மட்டும்தான் சொர்க்கத்தின் வாயிலைத் திறக்க முடியும் என்பது என் நம்பிக்கை. தஞ்சாவூருக்கு நீயும் என்னுடன் வருகிறாய். என் இதயத்தில் மட்டுமல்ல, ராஜசபையிலும் உனக்கு இடம் இருக்கும், காந்தமாதேவியார் என்னும் ஏழாவது ராணியாக.'

மகிழ்ச்சியால் தேவநாயகியின் கண்கள் நிறைந்தன. அவள் எழுந்து சென்று ராஜராஜனின் கால்களைத் தொட்டு வணங்கினாள். அவன் இரு கைகளாலும் அவளைப் பிடித்து தூக்கி கண்ணீரைத் துடைத்து நெற்றியில் ஒரு முத்தம் கொடுத்தான். பின்பு என்னவோ ஆலோசித்தவன் போல் கையில் கிடந்த முத்திரை மோதிரத்தை எடுத்து அவள் விரலில் அணிவித்தான். அப்போது கோட்டைக்குள் ராணுவத்தின் விடியல் பேரிகை முழங்கியது. தொலைவில் அகத்திய கூடத்திலிருந்து குடகப் பாலை பூத்த மணத்துடன் வந்த காற்று அவர்களை நேசத்துடன் ஆசீர்வதித்தபடி தழுவிச் சென்றது. அதுதான் தேவநாயகியின் இரண்டாம் திருமணம்.

'காந்தமாதேவியாரே அழாதே, சிரி... கழிந்தவற்றையெல்லாம் ஒரு கெட்ட கனவாக எண்ணி மறந்துவிடு. இனிமேல் நீ சோழ மன்னனின் மனைவி. என்ன தேவையென்றாலும் கேட்கலாம்.'

'தங்களிடம் எனக்கு ஒரேயொரு விண்ணப்பம்தான் உள்ளது. நான் ஒரு விஷ்ணு பக்தை. ஆண்டாளின் திருப்பாவையிலுள்ள பாடல்களைப் பாடி பத்மநாபசுவாமியைப் பூஜித்துதான் வளர்ந்தேன். பத்மநாபசுவாமி க்ஷேத்திரத்திற்கு எவ்வித கெடுதலும் நேரக் கூடாது. திருவைகைக்கு அப்பால் போக வேண்டாம் என்று தாங்கள் படைவீரர்களுக்குக் கட்டளையிட வேண்டும்.'

'ஒத்துக் கொள்கிறேன். திருவைகைக்கு அப்பாலுள்ள யாதொன்றையும் அவர்கள் தொடமாட்டார்கள். வேறு ஏதாவது...'

‘எப்போதும் தங்களின் நேசம் மட்டும் போதும். பின்பு, இடையில் அவ்வப்போது சொர்க்கத்துக்கு இருவரும் சேர்ந்து பயணிக்க வேண்டும்.’

‘நீயொரு குறும்புக்காரிதான்.’

‘நான் சாதாரணமானதொரு சேரநாட்டுப் பெண்ணல்ல. என் தாய் கம்பூஜத்தின் தேவதை இனத்தைச் சேர்ந்தவள். அதனால் கொஞ்சம் குறும்பு அதிகமாகவே இருக்கும்.’

காலை உணவும் குளியலும் முடிந்து காந்தளூர் கோட்டையிலுள்ள முதல் ராஜசபையை அடைந்தபோது ராஜராஜனுடன் தேவநாயகியும் உடனிருந்தாள். ராஜராஜன் பரிசளித்த காஞ்சிபுரம் பட்டினால் அழகாக முலைக் கச்சை கட்டி, முல்லையும் செண்பக மலர்களும் சூடி முழு ஆபரண அலங்காரத்துடன் வந்த தேவநாயகி தங்கள் மன்னனுக்குப் பொருத்தமான ராணிதான் என்று சோழப் படைவீரர்கள் தங்களுக்குள் பேசிக் கொண்டார்கள். அவன் அவளை காந்தமாதேவியார் என்று சபைக்கு அறிமுகப்படுத்தியபோது எல்லாருமே எழுந்து நின்று ‘வாழ்க வாழ்க’ என்று வாழ்த்தினார்கள். அவள் சபை நடவடிக்கைகளில் ஈடுபடாமல் எல்லாவற்றையும் கவனித்துக் கொண்டு புன்னகையுடன் அமர்ந்திருந்தாள். உயிருடன் பிடிபட்ட, மகேந்திரவர்மனின் நம்பிக்கைக்கு உரிய நான்கு படைத்தளபதிகளை சிரச்சேதம் செய்ய சபை தீர்மானித்தபோதும் அவளுடைய புன்னகைக்கு எவ்வித மங்கலும் ஏற்படவில்லை. தேவநாயகிக்கு அந்த நான்குபேர்களும் மிகவும் நெருக்கமாக அறிந்தவர்கள்தான். ஆனால், அவள் அவர்களைக் கண்டதாகவே பாவிக்கவில்லை. சங்கிலிகளால் பிணைக்கப்பட்டு ஆதரவற்றவர்களாக நின்ற அவர்கள் அவளிடம் உள்ள கோபத்தை மறைப்பதற்கு முடியாமல், ‘தேவடியா மகள் நெஞ்சை நிமிர்த்தி அமர்ந்திருப்பதை பார்த்தாயல்லவா’ என்று உரத்து கூவிச் சொன்னான் ஒருவன். அவள் அப்படியே குறுகிவிட்டாள். முகத்தில் வேகமாக ஓர் அறை கிடைத்தது போன்று தேவநாயகியின் நிலை இருந்தது. சபையிலுள்ள நூற்றுக்கணக்கான மனிதர்களின் முன்னே தான் நிர்வாணமாக்கப்பட்டதுபோல் அவளுக்குத் தோன்றியது. அவள் எழுந்து ஒன்றும் பேசாமல் அரண்மனைக்குத் திரும்பினாள். ராஜராஜன் அவர்களுக்கு விரைவில் தண்டனையை நிறைவேற்ற ஆணையிட்டான். மேலும் தாமதிக்காமல் அவர்கள் நால்வரையும் சிரச்சேதம் செய்தார்கள்.

தேவநாயகி நேராக அறைக்கு வந்து கதவை அடைத்துக் கொண்டு படுத்தாள். அவள் எவ்வளவோ அழுதும் நிம்மதியாகவில்லை. தான்

அவமானப்பட்டதால் அல்ல, தன்னால் ராஜராஜனுக்கு சபையில் அவமானம் நேர்ந்துவிட்டதே என்பதில்தான் அவளுக்கு அதிகம் வருத்தமாகிவிட்டது. மதிய உணவுக்கு ராஜராஜன் வந்துவிட்டார் என்று பணிப்பெண்கள் வந்து அறிவித்தபோது அவள் அழுத கண்களுடன் எழுந்து வந்து அவனுக்கு உணவு பரிமாறத் தொடங்கினாள்.

'அரசே, என்னால் தாங்கள் அவமானப்பட வேண்டியதாகி விட்டது, மன்னியுங்கள்.'

'தேவநாயகி, அரசவையில் இவையெல்லாம் சாதாரணமானவை. உன்னை அவமானப்படுத்திய அந்த நால்வரும் சிரச்சேதம் செய்யப்பட்டு விட்டார்கள். இனி, மகிழ்ச்சியுடன் நீ உணவு உண்ண அமரலாம்.'

'இருந்தாலும், அரசே, இத்தனை பேர்கள் மத்தியில்... சோழப்படையிலுள்ள தளபதிகளெல்லாம் எவ்வளவு மரியாதையுடன் அமர்ந்திருந்தார்கள்...'

'நீ அதை மறந்துவிடு. அவர்கள் யாரும் அதைச் சொல்லி ஆட்சேபிக்கவில்லையே...'

'அன்றிரவு சொர்க்கத்திற்கான பயணம் முடிந்தபோது அவள் எல்லாவற்றையும் மறந்துவிட்டாள். அதன்பின் பல நாழிகை நேரம் வரையில் நீண்ட தாந்திரீக மொழியிலுள்ள அனுஷ்டானங்களோடுதான் அன்றைய பயணம் இருந்தது. அவளுடைய மனவருத்தத்தை மாற்றவும் இந்த விஷயத்தில் தானும் அவ்வளவு மோசக்காரன் அல்ல என்று அவளுக்கு உணர்த்தவேண்டும் என்பதற்காகவும்தான் அப்படி இருந்தது. அதைத் தொடர்ந்து மூன்றுவாரம் வரையில் ராஜராஜன் காந்தளூரிலேயே தங்கியிருந்தான். அதிக வெப்பமும் குளிர்ச்சியுமில்லாத சுகமான காலநிலையும் தேவநாயகியும்தான் அதற்கு முக்கியக் காரணம். பிரத்யேகமாக வடித்த காந்தாவும் சுவையான மான் இறைச்சியும் தேவநாயகியின் குறும்புகளும் சேர்ந்தபோது ஒவ்வோர் இரவிலும் சொர்க்கத்திற்கான பயணங்கள் மேலும் மேலும் ஆவேசமுடையதாக இருந்தன. ஒவ்வோர் இரவிலும் அவளுக்கு ஏதாவது ஒரு புதுமையை பரிசளிக்கவும் அவன் மறக்கவில்லை. வயது முப்பத்தி எட்டாகியும் ஒரு இளைஞனின் மனமும் சக்தியும் ராஜராஜனுக்கு இருந்தன.

இந்தக் கொண்டாட்டங்களுக்கு சமமாக இரண்டு முக்கியமான விஷயங்கள் காந்தளூரில் நடந்து கொண்டிருந்தன. சோழப்படை மக்களிடமிருந்து கிடைக்கக்கூடிய பொருட்கள் முழுவதையும் பறித்து வந்து அரண்மனையில் சேர்த்துக் கொண்டிருக்கும்போது ராஜராஜனும் அவன் படைத்தளபதியும் மிகவும் நெருக்கமான சில தளபதிகளும்

சேர்ந்து ஈழ மண்டலத்தின் அரசன் மகீந்தனை ஆக்கிரமிப்பதற்கான திட்டங்களைத் தீவிரமாக திட்டமிட்டுக் கொண்டிருந்தார்கள். தேவநாயகி அந்த விவாதங்களில் பார்வையாளராக பங்கெடுத்துக் கொண்டிருந்தாள். இறுதியில் தஞ்சாவூருக்குத் திரும்புவதற்கு முதல்நாள் ஈழ மண்டலத்தை ஆக்கிரமிப்பதற்கான திட்டத்தை மேலும் ஒருமுறை புனராலோசனை செய்வதற்குத் தீர்மானித்தபோது ராஜராஜன் அவளும் ஆலோசனையில் கலந்துகொள்ள அனுமதியளித்தான். முதலில் சேனாதிபதிதான் தன் திட்டத்தை விவரமாக விளக்கினார்.

'அரசே, இதுதான் ஈழத்தை ஆக்ரமித்து வெற்றிபெறுவதற்கான மிகவும் பொருத்தமான நேரமாகும். இப்போதைய ஈழமன்னன் ஐந்தாம் மகீந்தன் அந்தளவுக்குப் பலமில்லாதவன். கப்பல் படையின் முதல் பிரிவை பல தவணைகளாக ஈழத்தோடு இணைந்துள்ள காரைத்தீவில் கொண்டு சென்று இறக்கி தயாராக நிறுத்த வேண்டும். காரைத்தீவு அதிக மக்கள் நடமாட்டமில்லாத தீவு. கப்பல் படையின் இரண்டாம் பிரிவை ஈழ மண்டலத்தின் மேற்கத்திய கரையில் இறக்கி அங்கேயே கவனமாக நிறுத்த வேண்டும். மூன்றாவது பிரிவான குதிரைப் படையை ஈழ மண்டலத்தின் வடக்குப் பக்க கரைக்கு நேராகக் கொண்டுபோய்ச் சேர்க்க வேண்டும். இந்தப் போரில் யானைப் படையை பயன்படுத்த வேண்டாம் என்பதுதான் என் அபிப்பிராயம். மக்கள் நெருக்கமாக வசிக்கும் வடக்குப் பிரதேசம் நம்மை பின்பற்றும் தமிழர்களுடையதாகும். அங்கே சொல்லிக்கொள்ளும்படியான எதிர்ப்பொன்றும் எதிர்கொள்ள வேண்டியதாக இருக்காது. அதுமட்டுமல்ல, சிங்கள ஆட்சியாளர்களின்மேல் எதிர்ப்பைக் காட்டும் அவர்கள் நம் படையினருடன் சேரவும் செய்வார்கள்."

'சேனாதிபதியாரே, இவையெல்லாம் நாம் ஏற்கெனவே விவாதித்த விஷயங்கள்தானே... அதனால் மற்ற மூன்று தளபதிகளும் காந்தமாதேவியாரும் ஏதாவது அபிப்பிராயங்கள் சொல்கிறார்களா என்று பார்க்கலாம்.'

'தேவநாயகி, நீ என்ன சொல்கிறாய்?'

"அரசே, போரில் நேரிடையாக பங்குபெற்ற அனுபவமில்லாத நான் ஏதாவது சொன்னால் அது அதிகப் பிரசங்கித்தனமாக ஆகுமோ என்றுதான் பயப்படுகிறேன்."

'பரவாயில்லை, நீ சொல்லலாம்.'

'அரசே, காந்தளூர் போன்றதொரு நாட்டை ஆக்கிரமிப்பதாக இருந்தால், சேனாதிபதி வெளியிட்ட திட்டம் தாராளமாகவே போதும்.

ஆனால், ஈழ மண்டல விஷயத்தில் இது போதாது என்பதுதான் என் அபிப்பிராயம்.'

'பின்னே என்ன செய்ய வேண்டும்?'

'முதலில் நாம் மகீந்தனின் ஈழ தேசத்தைப் பற்றி இன்னும் நிறைய விஷயங்களை அறிந்து கொள்ள வேண்டும். இதுதான் சென்ற முறை மகீந்தன் காந்தளூருக்கு வந்திருந்தபோது பரிசாகத் தந்த நவரத்தின மாலை. இந்த மாலையைப் பாதுகாக்கும் பெட்டியைப் பார்த்தீர்களா; பெட்டிக்கு அடியில் மகீந்தனின் தலைநகரமான அநுராதபுரத்தின் வரைபடம் உள்ளது. அது சாதாரணமானதொரு தரைப்படம் இல்லை. தலைநகரத்தில் யாராவது பகைவனின் ஆக்கிரமிப்பு நடந்தால் அரண்மனையிலுள்ளராணிகள்தப்பிப்பதற்கானரகசிய வழிகளைத்தான் அதில் வரைந்திருக்கிறார்கள். அவற்றில் மூன்று சுரங்க வழிகள் உண்டு. அரண்மனையிலுள்ள ராணிகளுக்கு அளிக்கும் ஆபரணப் பெட்டியைத்தான் மகீந்தன் கவனிக்காமல் இங்கு கொண்டுவந்து கொடுத்துவிட்டான். அவர்கள் தப்பிப்பதற்குப் பயன்படும் வழிகளின் மூலம்தான் நம்முடைய ஆக்கிரமிப்பு இருக்க வேண்டும்.'

'மாதேவியார் மிகவும் முக்கியமானதொரு விஷயத்தைதான் சொல்லியுள்ளார்கள்.'

'இதுவொரு சின்ன விஷயம் மட்டும்தான். சேனாதிபதியாரே, மகீந்த நாட்டில் நமக்கு எத்தனை ஒற்றர்கள் உள்ளார்கள்.'

'இருவர் மட்டும்தான் இருக்கிறார்கள். அவர்களும் சிங்கள வியாபாரிகள்தான்.'

'அது போதாது. முழுநேரமும் நமக்காகப் பணியாற்றும் ஒற்றர்கள் வேண்டும். அவர்களில் பெண்களும் இருக்க வேண்டும். காரணம் மகீந்தன் ஒரு ஸ்த்ரிலோலனாக்கும்.'

'நாம் பெண்களை ஒற்றர்களாக நியமிப்பதில்லை மாதேவியாரே. அவர்களை முழுமையாக நம்ப முடியாதல்லவா.'

'சேனாதிபதி எவ்வளவு மூடத்தனமாகப் பேசுகிறார் பார்த்தீர்களா அரசே. பல சமயங்களில் ஆண்களை விட நன்றாக அவர்களால்தான் ரகசியங்களைத் திரட்டவும் பாதுகாக்கவும் முடியும். முலையாலும் இடையாலும் சாதிக்கக்கூடிய பல விஷயங்களும் உண்டு அரசே.'

தளபதிகள் ஒருவரையொருவர் நோக்கினார்கள். முலையையும் இடையையும் பயன்படுத்தியே இவள் தங்களின் எஜமானியாகி

விட்டாள் என்பதாக இருந்தது அந்தப் பார்வையின் பொருள். அப்படியொரு சிந்தனை இல்லாத தேவநாயகி மேலே ஏறிவிட்ட தன் முலைக்கச்சையை கைகளால் தாழ்வாக இழுத்துவிட்டு சரிசெய்தாள்.

'உண்மைதான் சேனாதிபதி. நம் ஒற்றர் படையில் பெண்களையும் சேர்க்க வேண்டும்.'

'சரிங்க அரசே...'

'வெறுமனே சேர்த்தால் மட்டும் போதாது. அவர்களுக்கு அவற்றில் பிரத்யேகமாகப் பயிற்சியும் அளிக்க வேண்டும். எனக்கு அந்த வகையில் ஒரு குழுவே இருந்தது. அவர்கள் அளித்த விவரத்தையொட்டி, தலைநகரத்துக்கு வெளியே கொஞ்ச தூரத்தில் மகீந்தனுக்கு மற்றொரு ரகசிய தங்குமிடமும் உண்டு. அவன் காந்தளூரைத் தாக்குவதற்கான வாய்ப்பு உண்டென்று அறிந்ததுமே நடத்திய தேடுதல்களிலிருந்து கிடைத்த விவரம்தான் இது. மாதத்தில் ஒன்றிரண்டு வாரம் அங்கே சென்று அவன் மதுவும் மங்கையுமாக சுகபோகத்தில் திளைப்பதும் உண்டு.'

'சில பொருளாதார பிரச்சினைகளும் உண்டென்று கேள்விப்பட்டிருக்கிறேன். மகீந்தனின் படை வீரர்களில் பாதிக்குமேற்பட்டவர்கள் காந்தளூர் களரியில் பாடம் கற்று போனவர்கள்தானே. அவர்கள் பலருக்கும் மாதக் கணக்கில் ஊதியமுமில்லையாம்.'

'அப்படியென்றால் இதுதான் தாக்குதலுக்கான சரியான நேரம்.'

'அப்படி அவசரப்படாதீர்கள் சேனாதிபதி. தஞ்சாவூருக்குப் போய் இன்னும் விரிவாக ஆலோசித்துவிட்டு தீர்மானிப்போம்.'

மறுநாள் சோழப்படை காந்தளூரிலிருந்து தஞ்சாவூருக்குப் புறப்பட்டது. குதிரைப் படையும் யானைப் படையும் மற்ற படைப்பிரிவுகளும் தரை மார்க்கமாக அருவாமொழி வழியாக கிழக்கு நோக்கிப் பயணம் புறப்பட்டபோது, ராஜராஜனும் தேவநாயகியும் கப்பல் படையுடன் யாத்திரை திரும்பினார்கள். அவர்களுக்கு மட்டுமாக அரச ஆடம்பரத்தோடு எல்லா வசதிகளும் நிரம்பிய ஒரு கப்பலை தயாரித்து இருந்தார்கள். கடைசி கப்பலும் புறப்பட்டபோது காந்தளூர் துறைமுகத்திற்கும் அங்கேயுள்ள மற்ற கப்பல்களுக்கும் தீ வைக்க சோழப்படை மறக்கவில்லை.

கப்பல் குமரியைச் சுற்றிக் கொண்டு கிழக்குப் பக்கமாகத் திரும்பியபோது அந்திநேரம் முடிந்துவிட்டிருந்தது. தேவநாயகி நீல

ஆகாயத்திலுள்ள நட்சத்திரங்களை நோக்கியவாறு ராஜராஜனின் மடியில் தலைசாய்த்து படுத்திருந்தாள். ராஜராஜன் அவளுடைய முடிச் சுருள்களையும் கன்னங்களையும் தடவிக் கொண்டிருந்தான். காந்தளூரிலிருந்து கிடைத்த தங்கமும் ரத்தினங்களும் பல கப்பல்களில் பத்திரமாக பாதுகாப்புடன் வைக்கப்பட்டிருந்தன. ஆயுதங்களும் மற்ற பொருள்களும் தரை வழியில் கொண்டு செல்லப்படுகின்றன. ஆனால், அவற்றைவிட எவ்வளவோ விலை மிகுந்த ரத்தினம் அல்லவா தன் மடியில் படுத்திருப்பது. ராஜராஜன் அவளைத் தூக்கி தன் மார்போடு அணைத்துக் கொண்டான்.

'தேவநாயகி, நாம் இந்த நடுக்குமரியிலேயே ஒருமுறை சொர்க்கத்திற்குப் போனால் என்ன?'

'தங்களின் விருப்பம்.'

'அப்போ உனக்கு விருப்பமில்லையா?'

'எனக்கு அதற்கு இரட்டிப்பு விருப்பம்.'

வழக்கம்போல் சொர்க்கத்தை கண்டும் போதுமானதாக இல்லாமல் திரும்பி வந்து கட்டிப் பிடித்துக் கொண்டு படுத்திருக்கும்போது தேவநாயகி ராஜராஜனிடம் சில நாட்களாக தன் மனதில் தோன்றிய சந்தேகத்தை பங்கிட்டுக் கொண்டாள்.

'அரசே, பத்மநாபசுவாமி ஒரு வருடத்துக்கு முன்பு கனவில் சொன்னது இப்போது நேரப்போகிறது என்று தோன்றுகிறது.'

அவன் அதீத ஆவலுடன் 'என்ன' என்னும் பொருளில் அவளை நோக்கினான். அவள் பதில் சொல்லாமல் பாடத் தொடங்கினாள்.

நேற்றிரவில் பத்மநாபன் கனவில் சொன்னான்

என் முலைக் கண்கள் விரைவில் கருக்குமென்று தோழா,

என் முலைக்கண்கள் விரைவில் கருக்குமென்று...

'புரியவில்லையே...'

'இருபத்தியெட்டையும் இருபத்தியெட்டையும் கூட்டினால் எத்தனை வரும் அரசே. அம்பத்தியாறு. இது எங்கள் பெண்களின் ஒரு கணக்காகும். அது தவறவில்லை என்றால் எட்டாம் மாதம் தங்களின் ஒரு குழந்தையைப் பெறுவதற்கான பாக்கியம் எனக்கு உண்டென்று தோன்றுகிறது.'

14
காயல்பட்டினம்

காந்தளூரிலிருந்து நாகப்பட்டினத்துக்கு பயணித்த அந்த பதினோரு நாட்களில்தான் ராஜராஜசோழன் அநுராதபுரத்தை தாக்குவதற்கான திட்டத்துக்கு இறுதி வடிவம் கொடுத்தான். பயணத்தில் ஏற்பட்ட சில நிகழ்ச்சிகள் அதற்கு உதவியாகவும் இருந்தன. காந்தளூரில் தயாரிக்கப்பட்ட திட்டத்துக்கு புதியதாகக் கிடைத்த விவரங்களின் அடிப்படையில் நவீனப்படுத்தியது மட்டுமே தான் செய்தது என்றாலும் தேவநாயகியின் ஈடுபாடு அதிலுள்ள ஒவ்வொரு அசைவுகளிலும் இருந்தது. போரில் வெல்வதற்கு ஆயுதங்களைவிட அறிவுதான் தேவையென்னும் அந்தத் தந்திரத்தில் வென்றாலே பாதியை வென்றுவிடலாம் என்று தேவநாயகி சொன்னாலும் ராஜராஜனால் அதை முழுமையாக ஏற்றுக்கொள்ள முடியவில்லை. அந்த திட்டத்தைத் தயாரிப்பதுபோல் எளிதானதில்லை நடைமுறைப் படுத்துவது என்பது அனுபவத்திலிருந்து அவனுக்குத் தெரிந்தே இருந்தது. அனைத்து படைத்தளபதிகளின் அபரிமிதமான எச்சரிக்கையும் சமயத்துக்கு ஏற்றாற்போல் முடிவு எடுக்கக்கூடிய மனத் தெளிவும் மட்டும்தான் போரில் வெற்றி தோல்விகளை உறுதிப்படுத்துகிறது என்று அவன் உறுதியாக நம்பினான்.

பயணம் தொடங்கி மூன்று நாட்களுக்குப் பின் ராஜராஜனின் கப்பல் வியூகம் முதன்முதலில் நங்கூரமிட்டது தாமிரபரணி முகத்துவாரத்திலுள்ள காயல்பட்டினம் என்னும் சிறு துறைமுகத்தில்தான். அதற்குக் காரணம், ஒருநாள் ஓய்வு என்பதற்காக மட்டுமல்ல. முஸ்லீம்கள் மட்டுமே வசிக்கும் அப்பிரதேசத்தை பாண்டிய மன்னனிடமிருந்து கைப்பற்றி ஒரு வருடம் ஆகியும் ஒருமுறை கூட அங்கு சென்று பார்ப்பதற்கு ராஜராஜனால் முடியவில்லை. தென் கடலோரக் கரையில் முக்கிய துறைமுகமான காயல்பட்டினம் கப்பல் கட்டுமானத்திற்கும் குதிரை வியாபாரத்திற்கும் முக்கிய கேந்திரமாக இருந்தது. அகஸ்தியர் கூடத்திலிருந்து தாமிரவருணியின் வழியாக மிதந்துவரும் தேக்குமரங்களைப் பயன்படுத்தி பெரிய கப்பல்களைத் தயாரிப்பதில் காயல்பட்டினத்திலுள்ள மரைக்காயர்கள் மிகவும் திறமையானவர்களாக இருந்தார்கள். அயல்நாடுகளுடனான கடல் வழியில் குதிரை வியாபாரத்திற்கு ஏற்றாற்போல் இந்தக் கப்பல்கள்

தயாரிக்கப்பட்டிருந்தன. லட்சணமுள்ள இருபத்திநான்கு அரபி குதிரைகளை ஏற்றிச் செல்வதற்கான முறையில் வசதியான பெரிய கப்பல்களை அவர்கள் நிர்மாணித்திருந்தார்கள். ஆனால், ராஜராஜனின் கட்டுப்பாட்டிற்கு வந்தபின் சோழர் படைக்காக போர்க்கப்பல்களைத் தயாரிக்கும் ஒரு கேந்திரமாக காயல்பட்டினம் மாறியது. நாகப்பட்டினத்திலும் கோடியக்கரையிலும் தயாரிக்கும் கப்பல்களைவிட வன்மையிலும் பலத்திலும் காயல்பட்டினத்தில் தயாரிக்கப்படும் கப்பல்கள் உயர்வாகவே இருந்தன.

காயல்பட்டினத்து பிரமுகரும் குதிரை வியாபாரியுமான சுல்தான் செய்யது முகம்மதினைத்தான் ராஜராஜன் அவ்விடத்திய ஆட்சியதிகாரியாக நியமித்திருந்தான். ஒன்பதாம் நூற்றாண்டில் எகிப்திலிருந்து வந்து தங்கிவிட்ட முகம்மது கில்ஜியின் வாரிசாக இருந்தாலும் அவனுடைய தாய் சேரநாட்டுக்காரியாக இருந்தாள். ஆறேழு மொழிகளை அநாயசமாகப் பேசத் தெரிந்த சுல்தான் சாதாரணதொரு குதிரை வியாபாரியாக மட்டும் இருக்கவில்லை. ஒரு நல்ல மதகுருவாகவும் இஸ்லாமிய சிகிச்சையில் ஆழ்ந்த ஞானமுள்ள மனிதனாகவும் இருந்தான். ஃபிர்தௌஸ் அல் ஹிக்மயிலுள்ள அடிப்படை தத்துவங்களையும் முகம்மது இபின் சக்கரியா ராஸியின் சிகிச்சை முறைகளையும் அவன் புரிந்து கொண்டும் அதன் பிரகாரம் பயன்படுத்திக்கொண்டுமிருந்தான். ஐம்பதுக்கும் மேற்பட்ட நாடுகளில் வியாபாரத் தொடர்புகளிலிருந்த சுல்தான் ஒரு மருத்துவனாகவும் இருந்ததால் பல ஆட்சியாளர்களிடம் மிகவும் நெருக்கமான தொடர்பிலும் இருந்தான். சுல்தான் தன் மூன்று மனைவிகளுடனும் பிள்ளைகளுடனும் உறவினர்களுடனும் பெரியதொரு குடும்பமாகவே கடற்கரை பள்ளிவாசலிலிருந்து ஏறக்குறைய அரை நாழிகைத் தூரத்தில் சிறு அரண்மனையைப் போன்றதொரு வீட்டில்தான் வசித்துக் கொண்டிருந்தான். அவனுடைய இளைய சகோதரன் சுல்தான் அப்துல் காதர் யாழப்பாணத்தில் மிகவும் புகழ்பெற்ற அரபி வைத்தியனாக இருந்தான். பரம்பரையாக வைத்தியத் தொழில் செய்ததால் சுல்தானையும் அவன் சகோதரனையும் ஊர்க்காரர்கள் வைத்தியர் பாய் என்றுதான் அழைத்தார்கள்.

மதிய நேரத்தில் ராஜராஜனின் கப்பல் வியூகம் துறைமுகத்தை நெருங்கியபோது வைத்தியர் பாயியும் அவனுடைய பரிவாரங்களும் பெருத்த வாழ்த்தொலிகளுடன் ராஜராஜனை வரவேற்பதற்காக காத்துக் கொண்டிருந்தார்கள். அலங்கரித்த யானையும் அம்பாரியும் அரபிக் குதிரைகளுமாக வாத்தியக் கோஷங்களுடன்தான் அவர்கள்

ராஜராஜனையும் ராணியையும் வரவேற்றார்கள். சுல்தான் இஸ்லாமிய முறையில் கட்டித் தழுவி அஸ்ஸலாமு அலைக்கும் என்று வாழ்த்தியபோது ராஜராஜனும் அலைக்கும் சலாம் என்று பதில் வணக்கம் சொன்னது விருந்துபதேசிப்பவர்களை மிகவும் மகிழ்ச்சியுறச் செய்தது. அவர்கள் அரசனையும் அழகி ராணியையும் யானைமேல் ஏற்றி நகரத்திற்கு அழைத்துச் சென்றார்கள்.

ஏழாம் நூற்றாண்டின் இறுதிக்காலத்தில் இஸ்லாம் மதப் பரப்புரைக்காக காயல்பட்டினத்தை அடைந்த கலீஃபா அபுபக்கர் சித்திக்கின் சீடர்கள் நிறுவிய கடற்கரை பள்ளிவாசல்தான் ராஜராஜசோழன் முதலில் சென்ற இடம். முஸ்லீம் அல்லாததால் பள்ளிவாசலுக்கு உள்ளே செல்லாமல் வெளியில் நின்றே தொழுதாலும் பள்ளிவாசலைப் புதுப்பிப்பதற்காக ஆயிரம் பொன் அளித்துவிட்டுதான் அவன் திரும்பினான். சுல்தானின் அரண்மனைக்குச் சென்று குளித்து ஓய்வு எடுத்துக் கொண்டதற்குப் பின் கப்பல் கட்டும் இடத்திற்கும் விசாலமான குதிரை லாயத்திற்கும் போய்ப் பார்த்தபின் காயல்பட்டினத்திலுள்ள மற்ற முக்கியமான இடங்களையும் சென்று பார்த்தான். கப்பல் கட்டுமான இடத்தில் சோழப்படைக்காக நாற்பது படைக்கப்பல்களின் கட்டுமானம் ஒரே நேரத்தில் நடப்பதைக் கண்டபோது அவனுடனேயே சென்ற தேவநாயகிக்கு ஆச்சரியம் தோன்றியது. நூற்றுக்கணக்கான ஆசாரிகளும் உதவியாளர்களும் சேர்ந்து மிகவும் நுணுக்கமாக செய்யும் பணிகளுக்கு மேற்பார்வை பார்ப்பது சுல்தானின் பிள்ளைகளான சுலைமானும், ரஸாக்கும்தான். ராஜராஜன் அவர்களை அழைத்து கப்பல்களுக்குள் தேவையான வசதிகளைப் பற்றி சில குறிப்புகளை அளித்தான். குதிரை லாயத்தை இன்னும் கொஞ்சம் விசாலமாக்கவும் குதிரைகளின் ஆரோக்கியத்தில் மேலும் கவனம் செலுத்தவும் சுல்தானிடம் குறிப்பாக நினைவூட்டினான்.

ஆடம்பரமான இரவு உணவுக்குப் பின், ராஜராஜனும் தேவநாயகியும் சுல்தானுடன் சேர்ந்து முன் பலகணியில் அமர்ந்து காற்று வாங்கும்போதுதான் தந்திர முக்கியத்துவமான விஷயங்கள் பேச்சில் வந்தன.

‘பாயி, ஏன் மகிழ்ச்சியில்லாமல் இருக்கிறீர்கள். வியாபாரத்தில் ஏதாவது பிரச்சினைகள் உண்டா?’

‘அரசே, சில பிரச்சினைகள் உண்டு. நான் மிகப்பெரியதொரு சதியில் மாட்டிக் கொண்டிருக்கிறேன்.’

‘என்னவாயிற்று?’

‘சிங்கள மன்னன் மகீந்தனுக்கு இருநூறு அரபி குதிரைகளை விற்று ஆறு மாதங்கள் ஆகிவிட்டன. இன்னும் பணம் கிடைக்கவில்லை. வியாபாரத்தில் பணம் எப்போதும் ஓடிக்கொண்டே இருக்க வேண்டும். அரசே, எங்கேயாவது இப்படி முடங்கிவிட்டால் அதன்பின் பெரிய பிரச்சினைதான். பணத்தை வாங்குவதற்காகச் சென்ற என் தம்பி அப்துல்காதரையும் மகீந்தன் சிறையில் அடைத்துவிட்டான்.’

‘அப்படியென்றால், இதுவரையில் என்னிடம் விவரம் அறிவிக்காதது ஏன்?’

‘இப்படிப்பட்ட சிறிய விஷயங்களைத் தெரிவித்து தங்களின் மதிப்புமிக்க நேரத்தை...’

‘வைத்தியர் பாயி... தங்களுக்கு ஒரு கஷ்டம் வரும்போது என்னிடமில்லாமல் வேறு யாரிடம் தெரியப்படுத்தப் போகிறீர்கள். அதுசரி, மகீந்தன் என்ன காரணத்தால் பணம் கொடுக்கவில்லை?’

‘பணம் இல்லாமையால்தான் அரசே. கொஞ்ச காலமாகவே சிங்கள நாட்டின் நிலை மிகவும் மோசமாகத்தான் இருக்கிறது. மகீந்த மன்னனின் ஊதாரித்தனமும் தீய ஆட்சியும்தான் எல்லாவற்றிற்கும் காரணம். படைவீரர்களுக்கு ஊதியம் கிடைத்தே ஓராண்டுக்கு மேலாகிவிட்டது. மகீந்தனுக்கு இந்த உலகத்தின் எல்லா நாடுகளிலுமுள்ள அழகிகளும் ஒன்றுகூடவும் மதுவும் சூதாட்டமுமாக கொண்டாடவும் எங்கேயோ ஒரு ரகசிய கேந்திரமுண்டு. வாரத்தின் நான்கைந்து நாட்கள் அவருக்கு அங்கேதான் இருப்பிடம். பணமெல்லாம் அங்கேதான் ஒடுகின்றன. ஆட்சியும் ஆக மொத்தத்தில் அழிந்த நிலையில்தான் அரசே.’

சுல்தானின் வார்த்தைகளைக் கேட்டதும் தேவநாயகியின் முகம் ஒளிர்ந்தது. அவை அவள் கேட்க நினைத்த விஷயங்கள்தாம். ஆனால், சுல்தான் இருக்கும்போது அதைப்பற்றி தான் ஏதாவது சொல்வது சரியல்ல எனக் கருதி அவள் மௌனமாக அமர்ந்திருந்தாள்.

‘பாய், தங்களுடைய பணம் போய்விடுமோ என்கிற பயமே வேண்டாம். மகீந்தனின் தலைநகரத்தில் நாம் நம்பக்கூடிய ஆட்கள் இருக்கிறார்களா?’’

‘ஏராளமானவர்கள் இருக்கிறார்கள். அவரின் படையில் பாதிக்கு மேற்பட்டவர்கள் சேரநாட்டவர்கள்தான். அநுராதபுரத்திலுள்ள புத்தவிஹாரிலிருக்கும் சந்நியாசிகள் கூட மகீந்தனுக்கு எதிரானவர்கள்தாம்.’’

'சரி, அதுபோதும். நாளைக்குக் காலையில் திரும்புவதற்கு முன்பு என்ன செய்ய வேண்டுமென்பதைச் சொல்கிறேன்.'

ராஜராஜன், பயணக் களைப்பாக இருக்கிறது என்று கூறி சீக்கிரம் உறங்கச் சென்றதற்குக் காரணம் தேவநாயகியுடன் விஷயங்களை விவரமாக விவாதிப்பதற்காகத்தான்.

'பாய் சொன்னதைக் கேட்டு உனக்கு என்ன தோணுது?'

'இதையேதான் நானும் சொன்னேன். அநுராதபுரத்தைத் தாக்குவதற்கு மிகவும் பொருத்தமான நேரம் இதுதான். பகைவன் அந்தளவுக்கு பலவீனமானவனாகிவிட்டான். என்றாலும் நாம் சிங்களர்களின் பலத்தை குறைத்து மதிப்பிடவும் கூடாது.'

'சிங்கள படையில் மேல்மட்டப் பதவிகளில் யாராவது காந்தளூர் சாலையிலிருந்து போனவர்கள் இருக்கிறார்களா?'

'உண்டு. அப்பாவின் அன்பிற்குகந்த சீடனாக இருந்த இரவிப்பிள்ளை நாயனார் மகீந்தனின் படையில் உபசேனாதிபதியாக இருக்கிறார். அவரை எனக்குத் தனிப்பட்ட முறையிலேயே தெரியும். குளச்சல் வேலுகுட்டி, நேசமணி போன்ற வேறு சிலரும் உண்டு.'

'அதுதான் தேவை. நாளைக்கே இங்கிருந்து மூன்று கப்பல்களுடன் கூடிய ஒரு குழுவை சிங்களத்துக்கு அனுப்பலாம். திறமையான ஒன்றிரண்டு ஒற்றர்களும் அவர்களுடன் போகட்டும். அவர்களிடம் நீ இரவிப்பிள்ளை நாயனாருக்கு ஓர் ஓலை கொடுத்தனுப்ப வேண்டும். சிங்களத்திலுள்ள காந்தளூர் படைவீரர்களுக்குரிய ஊதிய பாக்கி முழுவதையும் சோழர்கஜானாவிலிருந்து கொடுப்பதாகவும் அவர்களை சோழப்படைகளின் ஒரு பகுதியாக்க வேண்டுமென்றும் முந்தைய காந்தளூர் ராணியும் தற்போதைய சோழ சக்கரவர்த்தினியுமான காந்தமாதேவி என்கிற ஆண்டாள் தேவநாயகி அறிவிப்பு என எழுதி சேர்க்கவேண்டிய இடத்தில் சேர்த்தால் போதும். அங்கே செல்லும் நம்முடைய ஒற்றர்களுக்குத் தேவையான வசதிகளைச் செய்து கொடுக்க நம் பாயியின் ஆட்களைப் பயன்படுத்திக் கொள்ளலாம்.'

'அது நல்லதொரு நகர்தல்தான். ஆனால், ஒற்றர்கள் நம்பிக்கையானவர்களாக இருக்க வேண்டும்.'

'அதில் சந்தேகப்படுவதற்கு ஒன்றுமில்லை. மூன்று வாரங்களுக்குள் பதில்களுடன் அவர்கள் தஞ்சாவூருக்கு திரும்பிவருவார்கள்.'

'அப்படியென்றால் நாளை காலையிலேயே ஓலையைத் தயார் செய்துவிடுகிறேன். சோழ சக்கரவர்த்தினி என்னும் பெயரில்

கையொப்பம் இடும் பாக்கியத்துக்கு நான் எப்படி தங்களுக்கு நன்றி சொல்வது...'

'நன்றி வார்த்தைகளில் வேண்டாம். செயல்களில்தான் தேவை. சொர்க்கத்திற்கு ஒரு பயணம் புறப்பட்டால் மிகவும் மகிழ்ச்சியுண்டாகும்.'

'ஐயே! தங்களின் உபாயம் எனக்குத் தெரியாதா...'

'உபாயம் ஒன்றுமில்லை. சக்கரவர்த்தி என்னும் நிலையிலுள்ள உரிமைதான் அது. நீ சொல்லும் வகையில் விஷயங்கள் நடக்கும் என்றால் இந்தப் பயணங்களை அதிகக் காலம் தொடர முடியாதே.'

'உறுதியொன்றுமில்லை. என்னுடைய சந்தேகத்தைச் சொன்னேன். அவ்வளவுதான்.'

அவன் அவளுடைய அடிவயிற்றில் மெல்லத் தடவிப் பார்த்தான். பின்பு, ஒரு புதிய ஜீவனின் துடிப்பு கேட்கிறதா என்று சில சமயம் அவன் காதை வைத்துக் கேட்டுப் பார்த்தான். பின் புன்னகையுடன் எதையோ கண்டுபிடித்தது போல் தலையை உயர்த்தினான்.

'என்ன, ஏதாவது சப்தம் கேட்கிறதுங்களா, பிரபு?'

'ஆமாம். கேட்கிறது. வெறும் ஒலி அல்ல. ஒரு சிறுகுழந்தை 'அப்பா, அப்பா' என்று அழைப்பதுபோல்...'

மறுநாள் காலையில் எல்லாம் தீர்மானித்ததுபோல் நடந்தது. தேவநாயகியின் ஓலையுடன் மூன்று கப்பல்கள் சிங்களத்தை நோக்கிப் புறப்பட்டன. மேலும் தாமதிக்காமல் ராஜராஜனும் குழுவினரும் நாகப்பட்டினத்திற்கான பயணத்தைத் தொடங்கினார்கள். மூன்று நாளைய பயணத்திற்குப் பின் தனுஷ்கோடியிலிருந்து சுமார் ஒரு நாழிகை தூரத்தில் நங்கூரமிட்டு, அங்கிருந்து மன்னாரை லட்சியமாக்கி படைநகர்தலை நடத்த வேண்டியது பற்றி சேனாதிபதிகளுடன் விளக்கமாக விவாதித்தான். ராமேஸ்வரம் அன்று சோழநாட்டின் கீழ் இல்லாமையால் அங்கே செல்லாமல் பாம்பன் கடலின் குறுகிய வழியில் நேராகக் கோடியக்கரையை நோக்கிப் பயணம் தொடர்ந்தது. மீண்டும் மூன்று நாளைய பயணத்துக்குப் பின்புதான் அவர்கள் கோடியக்கரையை அடைந்தார்கள். சோழப்படையின் மற்றொரு கப்பல் கட்டுமான கேந்திரமும் ஆயுதசாலையும் அங்குதான் இருந்தன. கோடியக்கரையில் காயல்பட்டினத்தைப்போல் பெரிய கப்பல் கட்டுமானம் இல்லை. அதிக வேகத்தில் செல்லக்கூடியதும் பகைவனுக்கு எதிராக கடுமையான தாக்குதல்களை நடத்தக்

கூடியதுமான நடுத்தரக் கப்பல்களைக் கட்டும் வகையில்தான் கோடியக்கரையில் கட்டுமான தளம் இருந்தது.

கோடியக்கரை மிகவும் அழகானதொரு பிரதேசமாக இருந்தது. கடல் பயணம் சலிக்கத் தொடங்கிய தேவநாயகிக்கு அங்கே சென்று சேர்ந்ததுமே பெரும் நிம்மதி ஏற்பட்டது. எங்கும் பச்சைபசேர் என்ற காந்தளூரைப் போன்றதொரு இடம். சிறுசிறு அருவிகள், பல வண்ணப் பறவைகள், எப்போதும் உடலைத் தழுவிச் செல்லும் மெய்சிலிர்க்கும் குளிர்ச்சியான காற்று, ஆயுதசாலையின் சமையல்காரர்கள் தயாரிக்கும் சுவையான உணவுகள், மல்லிகைப் பூவிலிருந்து வடித்தெடுக்கப்படும் அதிக போதையில்லாத மது, இவற்றுடன் ராஜராஜனின் விளையாட்டும் கேலியும் சேர்ந்தபோது அங்கிருந்து போக வேண்டும் என்ற எண்ணமே அவளுக்குத் தோன்றவில்லை. அன்றிரவு அவள் ராஜராஜனிடம் வித்தியாசமானதொரு ஆசையை வெளிப்படுத்தினாள்.

'அரசே, தலைநகரில் தங்களின் ஒவ்வோர் அரசிக்கும் தனித்தனி அந்தப்புரங்கள் உண்டு என்றல்லவா தாங்கள் கூறினீர்கள். அப்படியென்றால் எனக்காக இனிமேல் புதியதாகக்கட்ட வேண்டியதாக இருக்குமே?'

'அதை எண்ணி நீ சிரமப்பட வேண்டாம். தஞ்சாவூரிலேயே இரண்டு அரண்மனைகள் காலியாக இருக்கின்றன. திருவாரூரில் காவேரிக் கரையோரத்தில் புதியதோர் அரண்மனை கட்டி முடியும் தருவாயில் இருக்கிறது. அவற்றில் உனக்கு விருப்பமானதை நீ தேர்ந்தெடுத்துக் கொள்ளலாம்.'

'அந்த அரண்மனை இங்கேயே இருக்குமானால்...'

'கோடியக்கரையைக் கண்டவுடனேயே நீ இப்படி மயங்கிவிட்டால் நாகப்பட்டினத்தையும் திருவாரூரையும் தஞ்சாவூரையுமெல்லாம் பார்க்கும்போது நீ என்ன சொல்வாய். அங்குள்ள அரண்மனைகள் உனக்குப் பிடிக்கவில்லையென்றால் இங்கேயே உனக்கு ஒன்று கட்டிக் கொடுத்துவிடுகிறேன்.'

மறுநாள் காலையிலேயே பயணத்தைத் தொடங்கிய அவர்கள் காற்று சாதகமாக இருந்ததால் உச்சிவேளைக்கே நாகப்பட்டினத்தை அடைந்து விட்டார்கள். சோழநாடு மிகப்பெரும் ஆரவாரத்துடனும் கொண்டாட்டத்துடனும்தான் வெற்றிவீரனாக திரும்பும் தங்களின் மன்னனை மக்கள் வரவேற்றார்கள். நாகப்பட்டினம் முழுவதும் கொடி தோரணங்களால் அலங்கரித்திருந்தார்கள். எங்கும் மேளங்களும் நாதஸ்வரங்களும் உயர்ந்தன. மக்கள் தெருக்கள் தோறும் பாட்டும்

நடனமுமாக காந்தளூர் வெற்றியைக் கொண்டாடினார்கள். அமைச்சர்களும் மற்ற அரசவை பிரமுகர்களும் ராஜராஜனுக்கு மாலை அணிவித்து வரவேற்றார்கள். அவர்கள் அழகாக நடந்துவரும் புது அரசியை ஆச்சரியத்துடன் நோக்கினார்கள். வரவேற்பு ஆரவாரங்கள் முடிந்ததும் ராஜராஜன் தம்முடைய வெண்மைநிற குதிரையிலும் தேவநாயகி தவிட்டுநிற அரபிக் குதிரையிலும் ஏறி தெருவில் நுழைந்தார்கள். காந்தமாதேவி போர்க்கலைகளைக் கற்றவள்தான் என்றும் மற்ற அரசிகளிடமிருந்து வித்தியாசமானவள்தான் என்றும் அவள் குதிரைமேல் ஏறியதைக் கண்டதுமே எல்லாருக்கும் புரிந்துவிட்டது.

ராஜராஜனும் பரிவாரங்களும் தஞ்சாவூருக்குச் செல்லத் தொடங்கியதும் ஒரு புத்த சாமியார், 'காப்பாற்றுங்கள் காப்பாற்றுங்கள்' என்று வேண்டுகோளிட்டபடியே ஓடி வந்தார். அவர்தான் பிற்காலத்தில் 'ஸூஸான ஸூபினா'வைப் படைத்த ஸ்ரீவல்லப புத்தனாராவார். ராஜராஜன் குதிரை மேலிருந்து இறங்கி அவரை வணங்கினான். புத்தனார், தான் சில விஷயங்களை ரகசியமாகச் சொல்ல வேண்டுமென்று கூறினார். அவர்கள் அருகேயுள்ள ஆலமரத்திற்கடியில் சென்று அமர்ந்தார்கள்.

'நான் நாகப்பட்டினத்தில் பிறந்த புத்தசாமியார். சென்ற பதினெட்டு ஆண்டுகளாக அநுராதபுரத்தில் அபயகிரி விஹாரத்தில் குருகுலவாசியாக இருந்தேன். ஆனால் சென்ற சில வருடங்களாக அங்கே நடக்கும் சில விஷயங்கள் மிகவும் மோசமாக இருக்கின்றன. மஹாவிஹாரத்திலும் அபயகிரி விஹாரத்திலும் சந்நியாசிகளுக்குள் நடக்கும் விவாதங்களும் அரசனான மகீந்தனின் செயல்களும் அங்கே தொடர முடியாத நிலையில்தான் நான் இருக்கிறேன். மகீந்தன் என்னும் மகானான அந்த புத்த பிக்ஷுவுக்கு அவமானம்தான் இந்த மகீந்தன். அந்த காரணத்தினாலேயே வியாபாரத்திற்காக வந்த சில கம்போஜிய வியாபாரிகளுடன் சேர்ந்து நான் ஊருக்குத் திரும்பிவிட்டேன். புத்த மதத்திற்கு மகத்தான ஒரு பாரம்பரியம் நாகப்பட்டினத்திற்கு உண்டு. தாங்கள் அதை இனம்கண்டு இங்கே ஒரு விஹாரம் தொடங்குவதற்கு உதவ வேண்டும்.'

ராஜராஜன் எல்லாவற்றையும் கவனத்துடன் கேட்டுக்கொண்டு அமர்ந்திருந்தான்.

'ஸ்ரீவிஜய அரசனான ¢மாறவிஜயதுங்கவர்மன் அபயகிரி விஹாரத்தில் என் சீடனாக இருந்தான். தாங்கள்

அனுமதியளித்தீர்களேயானால் அவன் இங்கே ஒரு விஹாரம் கட்டுவதற்காக எல்லா உதவிகளையும் செய்து தருவதாக வாக்களித்திருக்கிறான்.'

'தாங்கள் ஒரு காரியம் செய்யுங்கள். நாளை காலையில் தலைநகரத்துக்கு வாருங்கள். நாம் தேவையானதை செய்யலாம்.'

ஸ்ரீவல்லப புத்தனார் ராஜராஜனை கைகூப்பி வணங்கி விடை கூறினார்.

ஒவ்வொரு கிராமத்திலும் வரவேற்பை ஏற்றுக்கொண்ட அவர்கள் அந்திக்கு முன்பாக தலைநகரத்தை அடைந்தார்கள். ராஜராஜனின் முதல் ராணியான லோகமாதேவியும் ராஜேந்திர சோழனின் தாயான வானதிமாதேவியும் பஞ்சவன்மாதேவியும் உள்பட ஆறு ராணிகளும் மூத்த சகோதரியான குந்தவைப் பிராட்டியாரும் ஒன்றிணைந்து அவர்களை ஆரத்தியுடனே எதிர்நோக்கி வரவேற்றார்கள். குந்தவைக்கு அழகி தேவநாயகியை மிகவும் பிடித்துவிட்டது. அவர் தன் கையில் அணிந்திருந்த வைர வளையலை உருவி அணிவித்தார். அவளுக்காக ஒரு அரண்மனையை அழகாக அலங்கரித்து வைத்திருந்தார் குந்தவை. சிறுபிள்ளை பிராயம் முடிந்து இளமைப்பருவத்திற்கு மாறும் ராஜேந்திர சோழன் அவளை அன்புடன் அக்கா என்றழைத்தான்.

காந்தளூரிலிருந்து திரும்பி வந்த பின் ராஜராஜன் முதலில் அனுப்பிய முத்திரை பதித்த ஓலையானது, ஸ்ரீவல்லப புத்தனாருக்கு சூடாமணி விஹாரம் கட்டுவதற்கு அனுமதியையும் உதவிகளையும் அளிப்பதற்கான செய்தியுடன் இருந்தது. அரசவைக்கு வந்த புத்தனாரை தனியாக அழைத்து மகீந்தன் தலைநகரத்திலுள்ள விஷயங்களையெல்லாம் கேட்டுப் புரிந்துகொள்ளவும் செய்தான். புத்த சந்நியாசிகளும் மகீந்தனின் ஆட்சியில் அதிருப்தியில்தான் இருக்கிறார்கள் என்பதை அறிந்தபோது ராஜராஜனுக்கு மகிழ்ச்சியாகிவிட்டது.

நாட்டின் கல்வி சம்பந்தமான விஷயங்களில் மேற்பார்வை இடும்படியான உத்தரவைத்தான் ராஜராஜன் காந்தமாதேவியாருக்கு இரண்டாம் கையொப்பமிட்டான். காந்தளூர் சாலையைப்போல் ஓர் அறிவியல் கேந்திரத்தை திருவாரூரில் அமைக்கவும் அதற்காக பண்டிதர்களை மற்ற கேந்திரங்களிலிருந்து கொண்டு வருவதற்கும் தீர்மானித்தான். ராஜேந்திரசோழன் உள்பட அரச குடும்பத்திலுள்ள குழந்தைகளின் கல்வி சம்பந்தமான விஷயங்களில் முழுமையான பொறுப்பை தேவநாயகியிடம் ஒப்படைத்தான். ஆனால், ஒரே

நேரத்தில் அவற்றையெல்லாம் ஏற்றுக்கொள்ள தேவநாயகி தயாராக இல்லை. பிரசவமும் மகீந்தனுக்கு எதிரான போரும் முடியும் வரையில் தன்னிடம் மற்ற காரியங்கள் எதையும் ஒப்படைக்க வேண்டாம் என்று அவள் வேண்டிக் கொண்டாள். போரின் தேவைக்காக அடிப்படையாக ஓர் ஒற்றர் குழுவை உருவாக்கவும் அவர்களுக்கு பயிற்சியளிக்கவும்படியான வகையில் அவள் முன்னெச்சரிக்கைக்குத் தயாரானாள்.

ராஜேந்திரனுக்கும் மற்ற குழந்தைகளுக்குமான பயிற்சியை தான் நேரிடையாகவே நடத்த வேண்டுமென்பதுதான் தேவநாயகியின் ஆசை. ஆனால், கர்ப்ப காலத்தில் குதிரை சவாரியும் ஆயுதப் பயிற்சியும் ஒன்றும் செய்ய முடியாது என்று கூறி குந்தவைப் பிராட்டியார் அவளை அதற்கு அனுமதிக்கவில்லை. இரண்டு மாதம் கழிந்த போது குமட்டலும் வாந்தியுமாக கர்ப்ப கால பிரச்சினைகள் அவளை மிகவும் கஷ்டப்படுத்தின. பத்மநாபன் கனவில் சொன்னதுபோல் மேலும் தாமதிக்காமல் அவளுடைய முலைக்கண்கள் கருக்கவும் செய்தன. லோகமாதேவியாரும் வானதியும் குந்தவையும் சேர்ந்து அவளை தங்களின் சொந்த மகளைப்போல் பேணிக்காத்தார்கள். அதே நேரத்தில் அவளுடைய அடிவயிறும் மெல்லப் பெரிதாகத் தொடங்கியது.

காயல்பட்டினத்திலிருந்து அநுராதபுரத்துக்கு அனுப்பிய கப்பல்கள் சரியாக மூன்று வாரம் முடிந்ததும் திரும்பி வந்தன. இரவிப் பிள்ளை நாயனாரும் அவரின் ஆதரவாளர்களும் இடம் மாறுவதற்குத் தயாரென்று அறிவித்த ஓலைச் செய்தியுடன் அவர்கள் திரும்பினார்கள். அநுராதபுர நகரத்தின் விரிவான தரைப்படத்தையும் அங்குள்ள ரகசிய பாதைகளையும் அவர்கள் வரைந்து கொண்டு வந்திருந்தார்கள். ஆனால் மகீந்தனின் தனித்த காரியங்களைப் பற்றி அவர்களுக்கு உருப்படியாக ஒன்றும் தெரியவில்லை. அடுத்த மாதம் கடுமையான கோடை காலம் முடிந்து மேற்கத்திய காற்று தொடங்கும்போது போரை ஆரம்பிப்பதுதான நல்லது என்று சேனாதிபதிகள் அபிப்பிராயப்பட்டார்கள்.

ஆனால், முற்றிலும் எதிர்பாராதவிதமாக ஏற்பட்ட சில நிகழ்ச்சிகள் திடீரென்று ஒரு போருக்கான காரியங்களை உருவாக்கிவிட்டன. சுல்தான் செய்யது முகமதுவின் சகோதரனை மகீந்தன் எந்தவொரு காரணமுமில்லாமல் கொன்றான். பணம் கேட்டு வந்தால் சுல்தானுக்கும் இதுவேதான் நடக்கும் என்னும் முடிவாக இருக்கும் என்று அறிவிப்பதுபோல் இருந்தது அவனுடைய உத்தேசம். சுல்தான் உடனே உதவி வேண்டி தஞ்சாவூருக்கு ஓடினான். அதே சமயத்தில் காந்தளூர்

தேவநாயகிதான் ராஜராஜனின் புதிய அரசி என்பதை அறிந்து குழப்பமடைந்த மகீந்தன் கோடியக்கரையிலுள்ள கப்பல் கட்டுமான தளத்தைத் தாக்கி தீ வைத்தான். தங்கள் தரப்பில் போர்த் தயாரிப்புகள் முழுமையடையாவிட்டாலும் ராஜராஜன் உடனே மகீந்தனுடன் போரை அறிவிக்க வேண்டியதாயிற்று. அவ்வாறு தேவநாயகி நான்குமாதம் கர்ப்பிணியாக இருக்கும்போதே ராஜராஜன் மீண்டும் போருக்குப் புறப்பட்டான்.

15
அநுராதபுரம்

ராஜராஜ சோழனுடன் சேர்ந்து போரில் தானும் நேரிடையாக பங்குபெற வேண்டுமென்னும் பெரும் ஆசை தேவநாயகிக்கு உண்டாகி இருந்தது. படைவீரனின் கச்சையணிந்து குதிரைமேல் ஏறி பகைவன் படைக்கு எதிராக வாளைச் சுழற்றி முன்னேறுவதிலுள்ள சுகத்தை அவளால் இதுவரையில் அனுபவிக்க முடிந்ததில்லை. மகீந்தனுக்கு எதிராக போருக்குச் செல்லும்போது தன்னையும் அழைத்துச் செல்ல வேண்டுமென்று காந்தளூரில் வைத்துதான் அவள் ராஜராஜனிடம் சொல்லியிருந்தாள். ஆனால், ராஜராஜனுக்குப் பெண்கள் போரில் இறங்குவதில் முற்றிலும் ஆர்வம் ஏற்படவில்லை. முன்பு எப்போதோ இளவரசி ஒருத்தி போரில் கொல்லப்பட்டதுக்குப் பின் சோழ அரசக் குடும்பத்தைச் சேர்ந்த பெண்கள் யாரும் போருக்குப் போவதில்லை என்று குந்தவைப் பிராட்டியாரும் சொல்லியிருந்தார். இப்போது தேவநாயகி கர்ப்பிணியாகவும் இருப்பதால் அதைப் பற்றிச் சிந்திப்பதால் பயனுமில்லை. என்றாலும் போருக்குப் புறப்படுவதற்கு முதல்நாள் இரவு தேவநாயகி சாதாரணமாக அவனிடம் கேட்டாள்:

'அரசே, நாளைக்கு நானும் தங்களுடன் வரலாமா?'

ராஜராஜனுக்குச்சிரிப்பை அடக்க முடியவில்லை. சொர்க்கத்திற்கான பயணத்தைத் தொடங்கிய ஆரம்ப நாட்களைப் போல் அவ்வளவு சுவையாக இருக்காது என்பதால் ஏற்பட்ட அதிருப்தியும் அந்த சிரிப்பில் ஏற்பட்டிருந்தது.

'சரிதான் போ, நீ இந்த வயிற்றோடு குதிரைமேல் ஏறுவதைப் பார்க்க மிகவும் ரசிக்கும்படியாகவே இருக்கும்.'

'சிரிப்பதற்காக நான் இதைச் சொல்லவில்லை. நாம் போட்ட திட்டப்படியே இப்போது காரியங்கள் முன்னோக்கிப் போகின்றன. அதற்காக எல்லாவற்றையும் மீண்டும் விளக்கமாக திட்டமிடுவதற்கும் இப்போது நேரமும் இல்லை.'

'ஆமாம், நீயும் உடன் இருப்பதென்றால் நல்லதுதான். எதிர்பாராத ஆரம்பம் என்பதால் எப்படி முன்னெடுத்துச் செல்வது என்னும் விஷயத்தில் தெளிவில்லைதான். ஆனால், இந்த நிலைமையில் உன்னால் வர முடியாதே...''

'குதிரைமேல்தான் ஏறி வரணும் என்பது இல்லையே...'

'வேண்டாம், அது உனக்கும் சில சமயம் எனக்கும் கஷ்டமாகிவிடும்.'

'சரி, அப்படியென்றால் வேண்டாம். ஒற்றர்கள் குழுவின் உதவியுடன் நான் இங்கிருந்தே செய்யக் கூடிய காரியங்களைச் செய்கிறேன். ஆனால் போரை எப்படி முன்னோக்கிக் கொண்டு செல்ல வேண்டுமென்று தாங்கள் நினைக்கிறீர்கள்?'

'கோடியக்கரை கடலைக் கடந்து கீரிமலை தீர்த்தத்தில் நீராடி நகுலேஸ்வரனை வணங்கிவிட்டு முன்னேறுவதுதான் சோழப்படையின் வழக்கம். கீரிமலை கோயில் சோழமண்டலத்தின் கீழே இருப்பதால் எதுவும் தடையாக இருக்காது. போரில் குதிரைமுகி மாதேவியாரின் அநுக்கிரகமும் கிடைக்கும்.'

'இந்த குதிரைமுகி மாதேவியார் என்பவர் யார்?'

'நானூறு ஆண்டுகளுக்கு முன்பு வாழ்ந்த சோழ இளவரசிதான். மருதபுர வீரவல்லி என்பதுதான் உண்மையான பெயர். அவருடைய முகம் குதிரையின் முகம்போல் இருந்தது என்றும் கீரிமலை தீர்த்தத்தில் நீராடியபோது மனிதமுகம் திரும்பக் கிடைத்தது என்றும்தான் நான் கேள்விப்பட்ட கதை. வீரவல்லி இளவரசி சோழப் படையில் ஒரு தீரமான குதிரை வீரனாக இருந்தாள் என்றும் சிங்கள சேனாதிபதி கீரி மலையில் அவளை சதிவலையில் வீழ்த்தி கைது செய்து மானபங்கப் படுத்தி கொன்றுவிட்டான் என்றும் இன்னொரு கதை உண்டு. சிங்களர்கள் கடலில் வீசிய வீரவல்லியின் பிணம் கடலின் மேல் நடந்துவந்து கீரிமலை தீர்த்தத்தில் நீராடி பரிசுத்தமானவளாகி ஆகாயத்தில் பறந்து உயர்ந்து சென்றாள் என்றும் சொல்லப்படுகிறது. குதிரை முகி மாதேவியாரை வணங்கி போருக்குப் போனால் ஒருபோதும் தோற்று திரும்ப வேண்டியது இருக்காது என்பதுதான் எங்கள் நம்பிக்கை.'

'அரசே நான் தங்கள் நம்பிக்கைக்கு எதிராக நிற்க மாட்டேன். இம்முறை போர் முடிந்து திரும்பி வரும்போது கீரிமலையில் ஸ்நானம் செய்தால் போதும் என்று முடிவு செய்தாலே நம்மால் வெல்ல முடியும்.'

'அதெப்படி, சோழப்படையின் ஆச்சாரங்களைத் தவறவிடலாமா?'

'அநுராதபுரத்தைப் பிடிக்க வேண்டுமானால் வேறு வழியில்லை, அரசே. சிங்களர்கள் தங்களின் இந்த நம்பிக்கையை அறிந்ததால்தான் கோடியக்கரை கப்பல் கட்டுமான தளத்திற்கு தீ வைத்தார்கள். கீரிமலையைச் சுற்றிலும் அவர்கள் இப்போது போருக்குத் தயாராக காத்துக் கொண்டிருக்கிறார்கள். நிச்சயமாக நாம் அவர்களைத்

தோற்கடிக்க முடியும். ஆனால், போர் நடப்பது நம்முடைய முற்றத்தில். அங்கிருந்து அநுராதபுரத்துக்கு வெகுதூரம் உண்டு. வழியில் ஏராளமான தடைகள் உண்டு. அவற்றையெல்லாம் சிதைத்துவிட்டு அநுராதபுரத்தை பிடிப்பது அவ்வளவு எளிமையானதில்லை.'

'பின்னே?'

'இம்முறை அவர்களின் முற்றத்தில்தான் போர் நடக்க வேண்டும். சோழப் படையின் ஒரு சிறு பகுதி மட்டும் கீரிமலை கரைக்குப் போனால் போதும். அவர்கள் உறுதியான தாக்குதல்களுக்கு ஒன்றும் முற்படாமல் முன்னேறியும் பின்வாங்கியும் சிங்களப் படையைச்சினம் கொள்ளச் செய்து கொண்டிருக்க வேண்டும். அதேசமயம் காயல்பட்டினத்திலிருந்து மாந்தைக்கும் காந்தளூரிலிருந்து புத்தளத்திற்கும் வலிமையான ஒவ்வொரு கப்பல்படை வியூகங்கள் நகர வேண்டும். மாந்தையிலிருந்து அநுராதபுரம் வரையில் சிறிய கப்பல்களால் அருவி ஆற்றின் வழியாக பெரும் சிரமம் இல்லாமல் முன்னேறிச் செல்லலாம். புத்தளம் காயலில் மிகவும் எச்சரிக்கை வேண்டும். இடதுபுறமாக நதிமுகத்துவாரத்துக்குக் கப்பலைக் கொண்டு செல்லக் கூடாது. அங்கே முழுவதுமே சதுப்பு நிலம். வலது புறத்தில் நீண்டு கிடக்கும் மணல் பிரதேசத்தில் இறங்கி காவல் முழுவதையும் சுற்றிக் கொண்டுதான் கரை ஏற வேண்டும். அருவி ஆற்றின் மூலம் வரும் சோழப் படையை எதிர்கொள்வதற்காக மகீந்தன் படை வடக்கே நகரும்போது புத்தளத்திலிருந்து ஏறிவரும் நாம் அரண்மனையைத் தாக்க வேண்டும். இரவிப்பிள்ளை நாயனாரும் அவரின் கூட்டத்தினரும் அப்போது நம் பக்கம் இடம்மாறிவிடுவார்கள்.'

'தேவநாயகி, உன்னை ராணியாக அடைந்ததுதான் என் வாழ்க்கையிலேயே மிகப் பெரிய அதிர்ஷ்டமாகும்.'

'எல்லாம், தங்களின் அநுக்கிரகத்தால்தான். புதியதாக அமைக்கப்பட்ட ஒற்றர் குழு மிகவும் நன்றாகவே செயல்படுகிறது. அவர்கள் சேகரித்துக் கொடுத்த விவரங்களை வைத்து என் எளிய அறிவில் தோன்றிய திட்டத்தை வெளிப்படுத்தியது மட்டும்தான் என்னுடையது.'

தேவவநாயகியின் யோசனைகளை அதேபோன்று ஏற்றுக்கொள்ள ராஜராஜனோ அவனுடைய சேனாதிபதிகளோ தயாராக இல்லை. கீரிமலை தீர்த்தத்தில் நீராடி குதிரைமுகி மாதேவியாரை வணங்கிய பின்புதான் சோழப்படை போருக்கு இறங்கியது. அதற்காக அவர்கள் பெருமளவு விலை கொடுக்க வேண்டியதாகவும் ஆயிற்று. தேவநாயகி

சொன்னதுபோல் சிங்களப்படை கீரிமலையைச் சுற்றிலும் காத்துக் கொண்டிருந்தது. பதினேழு நாட்கள் கடுமையான போருக்குப் பின்புதான் அவர்களைத் தோற்கடித்து யாழ்ப்பாணத்திற்குள் நுழைய ராஜராஜனால் முடிந்தது. அதற்குள் படையில் நாலில் ஒரு பங்கை இழக்க வேண்டியதாயிற்று. இனிமேல் முன்னோக்கிச் செல்வது புத்திசாலித்தனம் இல்லையென்று புரிந்து பின்வாங்க தீர்மானித்த நேரத்தில்தான் தேவநாயகி அனுப்பிய தூதர்கள் ராஜராஜனைக் காண வந்து சேர்ந்தார்கள். அவர்கள் மிகவும் மரியாதையாக காந்தமாதேவியார் கையொப்பமிட்ட ஓலையை அவனிடம் அளித்தார்கள்.

அரசே, கஷ்டப்பட வேண்டாம். தாங்கள் கீரிமலைக்குப் போனீர்கள் என்பதை அறிந்தபோது நான் காயல்பட்டணத்திலுள்ள சுல்தான் செய்யது முகம்மதின் ஆதரவாளர்களுடன் முடிந்தளவுக்கு தயார் நிலையிலுள்ள படைகளுடன் மாந்தைக்குப் புறப்பட கட்டளையிட்டுள்ளேன். வியாபாரக் கப்பல்கள் என்னும் பொய்யான போர்வையில் அவர்கள் இப்போது மாந்தையை நெருங்கிக் கொண்டிருப்பார்கள். அவர்கள் ஆற்றின் வழியாக அநுராதபுரத்தையடைந்து இரவிப்பிள்ளை நாயனாருக்கு ஓலையைக் கொடுப்பார்கள். தாங்கள் இனிமேல் கடற்கரை வழியாக முன்னே செல்ல வேண்டாம். யாழ்ப்பாணத்திலிருந்து கடல் மார்க்கமாக மாந்தைக்கு நகரவேண்டும். நாகப்பட்டினத்திலிருந்து மூன்றாவது கப்பல் வியூகம் மாந்தையை நோக்கிப் புறப்பட்டுவிட்டது. காந்தளூரிலுள்ள சேனாதிபதியிடம் புத்தளம் காயல் வழியாக அநுராதபுரத்துக்கு நகருமாறு ஆணையிட்டுள்ளேன். தங்களின் அனுமதியில்லாமல் எல்லா ஆணைகளிலும் கையொப்பமிட்டதற்கு மன்னிக்க வேண்டும்.

காந்தமாதேவியார்.

ராஜராஜனின் கண்கள் நிறைந்தன. ஒருமுறைகூட போர்க்களம் காணாத சிறுபெண் எவ்வளவு கெட்டிக்காரத்தனமாக காரியங்களை முன்னோக்கிக் கொண்டு போகிறாள். அதுவும் கர்ப்பிணியாகி களைப்புடன் அரண்மனையில் இருக்கும்போது காந்தளூர் பெரியகோயிக்கனின் அறிவு இரட்டிப்பாக மகளுக்குக் கிடைத்திருக்கிறது. உடனே பதில் எழுதி தூதன் கையில் கொடுத்தனுப்பினான்.

மிக்க மகிழ்ச்சி. எல்லாம் உன் உபதேசம் பிரகாரம் நடக்கும். மேலும் வருத்தப்படாமல் வயிற்றிலுள்ள குழந்தைக்கு தாலாட்டுப் பாடி தூங்க வைக்கவும்.

ராஜராஜன்.

சோழப்படை யாழ்ப்பாணத்திலிருந்து மீண்டும் கடலில் இறங்கி மாந்தையை நோக்கி நகர்ந்தது. அதன்பின் நடந்த இயக்கங்களெல்லாம் தேவநாயகியின் உபதேசங்களை அநுசரித்துதான் நடந்தன. பல கட்டங்களில் சிங்களர்களிடமிருந்து கடுமையான எதிர்ப்புகளை எதிர்கொள்ள வேண்டியதாக இருந்தாலும் சோழப்படைகள்தாம் வென்றன. சுல்தானின் ஆட்கள் நினைத்ததைவிட முன்கூட்டியே அநுராதபுரத்தை அடைந்தது மட்டும்தான் அந்தத் திட்டத்தில் நடந்த ஒரேயொரு தவறு. ஆனால், அந்தத் தவறுதான் மகீந்தன் தப்பிப்பதற்கு காரணமானது. சுலைமானின் கையிலிருந்து காந்தமாதேவியாரின் ஓலையைப் பெற்ற இரவிப்பிள்ளையும் அவரின் கூட்டாளிகளும் சோழப்படை வந்து சேருவதற்கு முன்பே கலவரத்தைத் தொடங்கிவிட்டார்கள். காரியங்கள் கையை மீறிவிட்டன என்பதைப் புரிந்துகொண்ட மகீந்தன் எடுத்துச் செல்லும் அளவுக்கு செல்வத்துடன் ராணிகளையும் குழந்தைகளையும் அழைத்துக் கொண்டு அநுராதபுரத்திலிருந்த தம்முடைய ரகசிய இடத்திற்குத் தப்பித்துவிட்டான். ராஜராஜனும் சோழப்படையும் அநுராதபுரத்தை அடையும்போது அரண்மனையில் அரசனும் அவன் குடும்பமும இல்லாமலாகி விட்டார்கள்.

சோழப்படையின் வழக்கமான முறையையொட்டி அநுராதபுரம் முழுமையாகவே அழிக்கப்பட்டது. ராஜ அரண்மனையும் வியாபார கேந்திரங்களும் கொள்ளையடித்த பின் தீ வைத்து அழிக்கப்பட்டன. அநுராதபுர சிறையில் அடைக்கப்பட்டிருந்த ஆயிரக்கணக்கான கைதிகளைத் திறந்து விடுவித்தார்கள். நகரத்தின் தெருக்கள் முழுமையாக சோழப்படையின் கட்டுப்பாட்டில் வந்தன. அவர்கள் தடித்த சிங்களப் பெண்களைத் தேர்ந்தெடுத்து மானபங்கப்படுத்தினார்கள். தங்கங்களையும் ரத்தினங்களையும் மற்ற விலைமிகுந்த பொருட்களையும் பறித்தார்கள். எதிர்த்தவர்களையெல்லாம் வெட்டி வீழ்த்தினார்கள். பதினாயிரக்கணக்கான மக்கள் கொல்லப்பட்டார்கள். ராஜராஜனின் அறிவுரையின்படி புத்தவிஹாரங்களும் மற்ற தேவாலயங்களும் மட்டும்தான் தாக்குதல்களிலிருந்து தப்பித்தன. ஏறக்குறைய ஒரு மாதத்திற்குள் சிங்களப்படையை முழுமையாக அடக்கினார்கள். ஆனால், அநுராதபுரத்தைப் பாதுகாத்ததால் தெற்குப் பிரதேசங்களுக்குப் போவதற்குத் தேவையான படைபலம் இல்லாமையால் தீவு முழுவதையும் கட்டுப்பாட்டிற்குள் கொண்டுவர வேண்டும் என்னும்

குறிக்கோள் வெற்றிபெறவில்லை. தன்னுடைய ரகசிய இடத்திற்கு பின்வாங்கிய மகீந்தனையும் பிடிக்க முடியாமலாயிற்று.

அநுராதபுரத்தை கைப்பற்றியதினால் ராஜராஜன் முன்முடி சோழன் என்னும் பட்டப் பெயரைப் பெற்றான். சோழ சேர பாண்டிய சாம்ராஜ்யத்தின் சக்கரவர்த்தி என்றுதான் அதனால் அழைக்கப்பட்டான். சிங்கள அரசர்கள் கைவசம் வைத்திருந்த பாண்டிய மன்னனின் ராஜகிரீடமும் தங்க அங்கியும் மீட்கப்படவில்லையே என்றொரு இயலாமை அந்த வெற்றியில் ஏற்பட்டிருந்தது. தான் கைப்பற்றிய இலங்கையின் பகுதிக்கு முன்முடி சோழ மண்டலம் என்னும் பெயர் சூட்டிய ராஜராஜன் தலைநகரை மேலும் வசதியான பொலனருவாவிற்கு மாற்றினான். அங்கே புதிய அரண்மனையும் கோயில்களும் மற்ற சௌகரியங்களும் உண்டாக்குவதற்கான ஏற்பாடுகளைச் செய்தான்.

முன்முடி சோழ மண்டலத்தில் பலமானதொரு ஆட்சி அதிகாரத்தை ஏற்படுத்திய பின்புதான் அவன் தஞ்சாவூருக்குத் திரும்பினான்.

எல்லா போர்களையும் போல் அநுராதபுரத்திலிருந்தும் ராஜராஜனுக்கு ஒரு புதிய ராணி கிடைத்தாள். சோழப்படைக்கு முன்னால் ஆயுதத்தை ஒப்படைத்து சரண்புகுந்த சிங்கள சேனாதிபதி தத்துசேனாவின் மகள் மங்களாதான் அவள். அவளின் கணவன் அமரகீர்த்தி போரின் முதல் நாளிலேயே கொல்லப்பட்டுவிட்டான். மங்களாவும் தேவநாயகியைப் போல் பேரழகியாக இருந்தாள். ஆனால் உயர்ந்து மெலிந்த அப்சரஸ் அழகியாக இருக்கவில்லை. அதிகம் உயரமில்லாத தடித்து உருண்ட ஒரு தாமரை மொட்டைப் போல் இருந்தாள். அவளுக்கு தேவநாயகியைவிட மூன்று நான்கு வயது கூடுதலாக இருக்கும். தேவநாயகியைப் போல் ராஜராஜனை அவள் ஆரத்தியுடன் வரவேற்கவும் இல்லை. சுரங்க வழியாக ஓடி தப்பிக்க முயன்றபோதுதான் சோழப்படை பிடித்துக் கட்டி இழுத்து வந்தார்கள். சிறியதொரு பலவந்தப்படுத்தலின் மூலம்தான் அவளை வழிக்குக் கொண்டுவர முடிந்தது. தப்பிப்பதற்கு வாய்ப்பில்லை என்று புரிந்ததும் அழுகையையும் திமிருதலையுமெல்லாம் மெல்ல நிறுத்தினாள். மூன்றாம் நாள் சோழச் சக்கரவர்த்தியின் எட்டாவது ராணி என்னும் அறிவிப்புக்குப் பின் மகிழ்ச்சியுடன் அவள் கீழடங்கினாள்.

அவளும் தேவநாயகியைப் போல் படுக்கையில் கெட்டிக்காரியாகவே இருந்தாள். உயரம் குறைவாக இருந்தாலும் அவளுடைய உடல் செழிப்புடன் இருந்தது. ராஜராஜன் அந்த செல்வச் செழிப்பான விருந்தை நன்றாகவே அனுபவித்தான். ஆனால், சொன்னதையெல்லாம்

மௌனமாக அனுசரித்தாளே தவிர ஒரு வார்த்தை கூட மறுபேச்சு பேசவில்லை. அவளுக்குப் பேச்சுத் திறமை இல்லையோ என்று கூட ராஜராஜனுக்கு சந்தேகம் தோன்றியது. இறுதியில் ஆனந்தத்தின் களைப்பில் ராஜராஜனின் நீண்டு பரந்த கைகளுக்குள் ஒடுங்கி படுத்திருக்கும்போதுதான் அவள் முதன்முறையாகப் பேசினாள். அவள் பெரும் மரியாதையுடன் முற்றிலும் மெல்லிய குரலில் அவனிடம், 'ஒய மட்ட ஆதரேயி த?' என்று கேட்டாள். அவளுடைய சிணுங்கும் சிங்கள நாதத்தைக் கேட்டபோது ராஜராஜனுக்கு மிகவும் மகிழ்ச்சியாகிவிட்டது. இந்த அழகிக்கும் பேசத் தெரிவது அதிர்ஷ்டம்தான். ராஜராஜனுக்கு சிங்களம் நன்றாகவே தெரியும் என்பதால், 'மம ஒயிட்ட கோடக் ஆதரேயி' என்று கூறி அவளை இன்னும் கொஞ்சம் தன்னுடன் நெருக்கினான். மங்களத்துக்கு பெரும் நிம்மதியாயிற்று.

சோழச் சக்கரவர்த்தி தான் நினைத்ததுபோல் அவ்வளவு முரடனில்லை.

'மகாராஜா... தாங்கள் சிங்கபாஹுவின் கதையைக் கேட்டிருக்கிறீர்களா?'

'அப்படியென்றால் நீ கதை சொல்பவளா... நன்றாகச் சொல்.'

'எனக்கு கதையொன்றும் தெரியாது. ஏறக்குறைய ஆயிரத்தைநூறு ஆண்டுகளுக்கு முன்பு எங்களின் சிங்கள வம்சத்தின் உற்பத்தி அவரிடமிருந்துதான் தொடங்குகிறது. தங்களின் வைரம் பாய்ந்த இந்தக் கைகளைக் கண்டபோது நான் சிங்கபாஹுவைத்தான் நினைத்துக் கொண்டேன்.'

'கண்டபோதா அல்லது...'

ராஜராஜன் தன் கைகளால் அவளை வளைத்து இறுக்கினான்.

'அய்யோ விடுங்கள் மகாராஜா. கண்டபோதில்ல, இந்த வைரம் பாய்ந்த கைகளை அறிந்தபோதுதான்.'

'அப்படியென்றால் சரி... கதையைச் சொல்லு கேக்கறேன்.'

'சிங்கபாஹுவின் தாய் சுப்பாதேவி வங்கநாட்டைச் சேர்ந்த பேரழகுள்ள இளவரசி. அவள் பிறந்தபோது அசரீரி, ஒரு சிங்கம்தான் அவளைத் திருமணம் செய்து கொள்ளும் என்று கூறியதைக் கேட்டார்களாம். அதனால் பயந்துபோன அரசனும் அரசியும் சுப்பாதேவியை வெளியே அனுப்பாமல் மிகவும் பாதுகாப்பாக தங்க வைத்தார்கள். ஆனால் மகதயில் நடந்த ஒரு உற்வசத்தில் பங்கு

கொள்வதற்காக ராஜ குடும்பம் போகும்போது வழியில் ஒரு காட்டில் சிங்கம் அவர்களைத் தாக்கியதுடன் இளவரசியையும் தூக்கிக் கொண்டு போய் ஒரு குகைக்குள் கொண்டு சென்று தங்க வைத்தது. வங்க அரசன் எவ்வளவு தேடியும் சுப்பாதேவியை கண்டுபிடிக்க முடியவில்லை. சிங்கமும் இளவரசியும் குகைக்குள் கணவன் மனைவியைப் போல் வாழ்ந்தார்கள்.

'கணவன் மனைவியைப் போலவா?'

'ஆமாம். ஏறக்குறைய என்னுடைய இப்போதைய நிலைமைதான். முதலில் சிறிது நேரம் அழுது கலவரம் செய்தாலும் தப்பிக்க வழியில்லை என்பதை அறிந்ததும் இளவரசி சிங்கத்தை நேசிக்கத் தொடங்கினாள். சிங்கமும் அவளை மிகவும் நேசிக்கத் தொடங்கியது.'

'எவ்வளவுதான் நேசித்தாலும் மனிதனும் மிருகமும்தானே?'

'மகாராஜா, மனிதனும் மிருகமும் இணைந்தாலும் குழந்தைகள் பிறக்கும் என்றுதான் எங்களின் பரம்பரை கூறுகின்றது.'

'அதுவொரு கெட்ட பரம்பரையல்லவா. பாவம், அந்த சிங்கத்தை மகிழ்ச்சியடைய வைக்க உன்னுடைய சுப்பாதேவி உண்மையாகக் கஷ்டப்பட்டிருப்பாள்.'

'அன்பு இருக்குமானால் எந்த சிங்கமானாலும் பரவாயில்லை மகாராஜா. நான்தான் தங்களுக்கு முன்னால் பயந்து நடுங்கிப்போய் வந்தேன். அப்படித்தான் சுப்பாதேவிக்கு சிங்கபாஹு எனும் ஆண்குழந்தையும் சிங்கஸவலி எனும் பெண்குழந்தையும் இரட்டைப் பிள்ளைகளாகப் பிறந்தார்கள். சிங்கபாஹுவின் கைகால்கள் சிங்கத்தினுடையதுபோல் இருந்தன. சிங்கம் இரை தேடப் போகும்போது ஒரு பெரிய பாறையை எடுத்து குகையின் முன்னே வைத்து அடைத்துவிடும். சிங்கபாஹுவுக்கு பதினாறு வயது முடிந்தபோது தாய் மகனிடம் விஷயங்களையெல்லாம் சொன்னாள். ஒரு நாள் சிங்கம் இரை தேடப் போகும் சமயத்தில் சிங்கபாஹு குகையின் முன்னாலிருந்த கல்லை எடுத்து விலக்கிவிட்டு தாயையும் தங்கையையும் அழைத்துக் கொண்டு தலைநகரத்துக்குத் தப்பினான். வங்கத்தின் அரசனான சுப்பாதேவியின் அப்பாவுக்கு- அய்யோ... அவரின் பெயர் நினைவுக்கு வரவில்லையே- ரொம்ப மகிழ்ச்சி.'

'கதை அவ்வளவுதானா...'

'சிங்கம் குகைக்குத் திரும்பி வந்தபோது மனைவியையும் பிள்ளைகளையும் காணாமல் மிகவும் கஷ்டப்பட்டது. கோபமும்

அவமானமும் வந்ததால் பைத்தியமாகி ஊருக்குள் சென்று மனிதர்களைத் தாக்கத் தொடங்கியது. மக்கள் அரசரிடம் புகார் அளிக்கச் சென்றார்கள். அரசர் சிங்கபாஹுவை அழைத்து விஷயத்தைச் சொன்னார். அவன் அம்பும் வில்லுமாக காட்டுக்குச் சென்றான். மகன் வருவதைக் கண்டதும் சிங்கம் மகிழ்ச்சியுடன் அவனருகில் ஓடி வந்தது. அவன் குகைக்குத் திரும்பி வருகிறான் என்றுதான் சிங்கம் கருதியது. ஆனால், சிங்கபாஹு விஷம் தடவிய ஒரு அம்பை எடுத்து சிங்கத்தை நோக்கி எய்தான். சிங்கம் உரக்க கத்திக்கொண்டு துடித்து விழுந்து இறந்தது.'

'சிங்கபாஹு செய்தது முற்றிலும் சரியில்லை.'

'எனக்கும் அப்படித்தான் தோன்றியது மகாராஜா. நான் கேட்ட கதை அப்படித்தான். சிங்கபாஹுவை வங்கத்தின் அடுத்த அரசராக ஆக்கலாம் என்று சொன்னாலும் அவன் அதை ஏற்றுக்கொள்ளாமல் சிங்கபுரம் என்றொரு புதிய நாட்டை நிறுவினான். சகோதரியான சிங்கஸவலியைத்தான் திருமணம் செய்தான். அவர்களுக்கு பதினாறு இரட்டைக் குழந்தைகள் பிறந்தன. மூத்த மகன் விஜய பெரும் குழப்பவாதியாக இருந்தான். அவனும் கூட்டாளிகளும் சேர்ந்து தீய நடவடிக்கைகளும் தீய செயல்களும் செய்த காரணத்தால் மக்களும் சிங்கபாஹுவும் மோதிக் கொண்டார்கள். இறுதியில் முடிவு இல்லாமையால் விஜயவையும் 700 நண்பர்களையும் பிடித்து தலையை பாதி மொட்டையடித்து ஒரு கப்பலில் ஏற்றி இலங்கைக்கு அனுப்பினான். இலங்கையை அடைந்த விஜய, கூவேணி என்னும் கந்தர்வ இளவரசியை திருமணம் செய்தான். அந்தப் பரம்பரையில் வந்த சிங்களவர்கள்தான் நாங்கள்.'

'உன்னுடைய கதையிலுள்ள சிங்கபாஹுவைவிட எனக்கு மிகவும் பிடித்தது பாவப்பட்ட அந்த சிங்கம்தான். உன் நாட்டில் சொந்த சகோதரியை திருமணம் செய்யும் பாரம்பரியம் இப்போதும் உண்டா?'

'சாதாரண மக்களிடமில்லை. அரசர்கள்தான் எப்படியும் செய்யலாமே. சொந்த மகளையே திருமணம் செய்பவர்களும் உண்டு. மதுவுக்கு அடிமையாகி மிகவும் இளமையிலேயே இறந்துவிட்ட அரசர்களும் உண்டு. இப்போது ஓடித் தப்பித்த மகீந்த மன்னன் செய்யும் போக்கிரித்தனங்களுக்கு கணக்கே இல்லை.'

'மகீந்தன் எங்கே தப்பித்துச் சென்றான் என்று உனக்குத் தெரியுமா?'

திடீரென்று அவள் மௌனமானாள். சிறிது நேரம் என்னவோ ஆலோசித்துவிட்டு சொன்னாள்:

‘தெரியும். ஆனால் எளிதில் யாராலும் அங்கே செல்ல முடியாது. ஒருமுறை என்னை அங்கே அவர் அழைத்துப் போனதுண்டு.’

‘எதற்கு?’

‘சேனாதிபதியின் மகளால் அரசரின் உத்தரவை அனுசரிக்காமல் இருக்க முடியுமா? ஒரு இரவுக்குமேல் அவர் எந்தவொரு பெண்ணுடனும் உறங்க மாட்டார் என்றுதான் கேள்விப்பட்டிருக்கிறேன். எனக்கும் ஒருமுறை அந்த பாக்கியம் கிடைத்தது. கண்களை கட்டிதான் என்னை அழைத்துப் போனார்கள். மஞ்சத்திலிருந்து இறங்கியும் ஆயிரக்கணக்கான படிகளை ஏறவேண்டியதாயிற்று. ஆனால், கடைசியில் கண்களின் கட்டை அவிழ்த்ததும் பார்த்தது ஆகாயச் சொர்க்கமாக இருந்தது. இசையும் நடனமும் மதுவும் ஆறைப்போல் ஓடும் சொர்க்கம். அங்கே பல நாடுகளிலிருந்தும் வந்த நூற்றுக்கணக்கான அழகிகளும் சூதாடிகளும் ஆட்டம் போட்டுக் கொண்டிருந்தார்கள். ஆட்டபாட்டங்கள் விடியும் வரையில் நடந்தன. அரசனுக்கு மட்டுமல்லாமல் அவனுடைய நண்பர்களுக்கும் நான் இணங்க வேண்டியதாயிற்று. அவர்களின் முறைகள் மிகவும் விசித்திரமாக இருந்தன. வேதனையும் மகிழ்ச்சியும் பிரிக்க முடியாத வகையில் ஒன்றோடு ஒன்று கலந்து இருந்தன. திரும்பவும் கண்களைக் கட்டித் திருப்பி அனுப்பும்போது இதை ஒரு கதைதானென்று கருதி மறந்துவிட வேண்டும் என்பது உத்தரவு. அந்த ஒரே இரவில் எனக்கு ஒரு குழந்தை பரிசாகக் கிடைத்தது. இடுங்கிய கண்களும் சீனாக்காரனின் முகமுமுள்ளதாக இருந்தது அந்தக் குழந்தை. ஆனால், அரசனுடையதாக இருக்கவில்லை. ஒரு வயதாவதற்கு முன்பே அவனைக் கொன்றுவிட வேண்டுமென்று உத்தரவு வந்தது. படைவீரர்கள் வந்து அவனைப் பலமாகப் பிடித்து தூக்கிக் கொண்டு போனார்கள். அதன்பின் என்ன நடந்ததென்று நான் கேட்கவே இல்லை. மகாராஜா, அவையெல்லாம் இப்போ எதற்கு? சும்மா என்னை வெறுமனே நினைவூட்டி விட்டீர்கள்...’

அவள் ராஜராஜனின் மார்பில் தலைசாய்த்து தேம்பித்தேம்பி அழுதாள்.

ராஜராஜன் மங்களாவை தஞ்சாவூருக்கு அழைத்துப் போகவில்லை. இலங்கையிலேயே சோழமாதேவியாராக தங்கவைத்தான். ஐந்து மாதங்களும் பதினெட்டு நாட்களும் கழித்து தஞ்சாவூருக்குத் திரும்பிவந்தபோது தேவநாயகிக்கு பிரசவமாகி ஏழு நாட்கள் முடிந்து விட்டிருந்தன.

16 கூவேணி

மகீந்தனை தோற்கடித்து வெற்றிவீரனாக திரும்பிவந்த ராஜராஜசோழனை பெருத்த கொண்டாட்டங்களோடுதான் நகரப் பிரமுகர்கள் வரவேற்றார்கள். பிரசவம் முடிந்து அதிக நாட்கள் ஆகாமையால் தேவநாயகியால் அந்தக் கொண்டாட்டங்களில் நேரிடையாகப் பங்கேற்க முடியவில்லை. அவசர வேலைகள் எல்லாம் முடிந்து அந்திக்குப் பின்தான் ராஜராஜன் அவளைப் பார்ப்பதற்காக அந்தப்புரத்திற்கு வந்தான். தேவநாயகி அப்போது பட்டு மெத்தையில் படுத்து தாலாட்டு பாடலை முனகியவாறு பிறந்த தன் மகளுக்கு பாலூட்டிக் கொண்டிருந்தாள். மிகவும் மகிழ்ச்சியுடன் சட்டென்று எழுந்தவள் குழந்தையை ராஜராஜனின் கையில் கொடுத்தாள். அந்த அவசரத்தில் அவிழ்த்து வைத்த முலைக் கச்சையைக் கட்டுவதற்கு மறந்துவிட்டாள். பிரசவத்தில் கொஞ்சம் தடித்து மேலும் அழகியாகிவிட்ட தேவநாயகியை ராஜராஜன் ஆச்சரியத்துடன் பார்த்தான். பின்பு தொங்கு விளக்கின் ஒளியில் குழந்தையை முழுமையாகப் பார்த்தான்.

'கண்களும் மூக்குமெல்லாம் தங்களுடையதைப் போன்றவைதான் என்று எல்லாரும் சொல்கிறார்கள்.'

'அப்படி இருக்காமல் இருப்பதற்கு முடியாதே. ஆனால், இந்த தங்கநிறம் உன்னுடையதுதான்.'

'பரவாயில்லை. என்னுடையதாக ஏதாவது சில அவளுக்கு இருந்துவிட்டுப் போகட்டுமே. மகீந்தனை தோற்கடித்த சோழ மன்னருக்கான என்னுடைய எளிய பரிசுதான் இவள்.'

'அப்படியா, அப்படியென்றால் நாம் இவளை கூவேணியென்று அழைப்போம்.'

'அதென்ன, அப்படியொரு பெயர்?'

'ஆயிரமாண்டுகளுக்கு முன்னால் இலங்கைக்கு விஜய என்னும் முதல் சிங்கள இளவரசன் சென்றபோது அங்கிருந்த இளவரசியின் பெயர் கூவேணி என்பதுதான். விஜய அவளை மணம்புரிந்து கொண்டான். அவர்களுக்கு இரண்டு பிள்ளைகளும் பிறந்தார்கள். பின்பு ஒரு பாண்டிய இளவரசியை திருமணம் செய்து கொள்வதற்காக கூவேணியையும் இரண்டு பிள்ளைகளையும் கைவிட்டான். அதனால் மனம் நொந்துபோன கூவேணி குழந்தைகளுடன் தற்கொலை

செய்துகொண்டாள். அந்தக் கூவேணியின் சாபம்தான் சிங்களர்களின் அழிவுக்கு காரணம் என்று நம்பப்படுகிறது. சிங்கள மன்னனை தோற்கடித்ததின் நினைவாகத்தான் நான் இவளுக்கு கூவேணி என்று பெயர் சூட்டுகிறேன்.'

ராஜராஜன் குழந்தையின் இளம் கன்னத்தில் ஒரு முத்தம் கொடுத்தான். பின்பு, காதில் மெல்ல, 'என் அன்பு கூவேணி பாப்பா' என்றழைத்தான். அவள் உரக்க அழத்தொடங்கினாள். தேவநாயகி அவனிடமிருந்து குழந்தையைத் திரும்பப் பெற்று பாலூட்டியதுமே அழுகை மாறியது. சிறிதுநேரம் கழிந்ததும் கூவேணி உறங்கினாள்.

மேலும் சிறிது நேரம் அந்தப்புரத்தில் செலவழித்த ராஜராஜன் போரின் ஒவ்வொரு கட்டத்திலும் நிகழ்ந்த விஷயங்களை மிகவும் விளக்கமாக தேவநாயகியிடம் சொன்னான். அவளுடைய அறிவுரையை ஏற்காமல் கீரிமலைக்குப் போனதற்கு மன்னிப்புக் கேட்டான். ஒற்றர்கள் மூலம் கொடுத்தனுப்பிய ஓலையிலிருந்த அறிவுரைகளுக்கு பிரத்யேக நன்றியும் சொன்னான். தேவநாயகி, சுல்தான் செய்யது முகமது, இரவிப் பிள்ளை நாயனார் ஆகியோரின் உதவி இல்லையென்றால் சிங்களப் போரில் ஜெயித்திருக்க முடியாது என்பதைக் கேட்டபோது மகிழ்ச்சியினால் அவளுடைய கண்கள் நிறைந்தன. அதற்கான பரிசாக புத்தளம் பகுதியின் உரிமையை சுல்தானுக்கு அளித்துள்ளதாகவும் இரவிப் பிள்ளையை அநுராதபுரத்தின் படைகளுக்கு தளபதியாக்கி விட்டதாகவும் சொன்ன ராஜராஜனின் பேச்சைக் கேட்டதும் தனக்கொன்றும் இல்லையா என்று கேட்க தோன்றினாலும் கேட்கவில்லை. இவையொன்றும் கேட்டுப் பெறுவதில்லையே என்று மனம் கூறியது. ஆனால், அவளை ஆச்சரியப்படுத்துவது போல் ராஜராஜனே மிகவும் மகிழ்ச்சியுடன் அதை அறிவித்தான்.

'முன்முடி சோழ மன்னனின் மகாராணி இனிமேல் காந்த மாதேவியார்தான். அரசவையில் இடதுபக்கத்தில் அமர்ந்து காரியங்களை நோக்க வேண்டும். போருக்கோ மற்ற தேவைகளுக்கோ போகும்போது ஆட்சியின் முழுப் பொறுப்பும் உனக்குதான் இருக்கும். எல்லா விஷயங்களுக்கும் குந்தவை அக்கா உதவுவார்கள்.'

முதலில் மிகவும் ஆனந்தம் தோன்றினாலும் தேவநாயகிக்கு திடீரென்று அதிலுள்ள ஆபத்தும் புரிந்தது. லோகமாதேவியார்தான் இப்போதைய மகாராணி. அவரை மாற்றிவிட்டு தன்னை அந்த இடத்துக்குக் கொண்டுவந்தால் பெரும் பிரச்சினைகள் ஏற்படும். தான் வந்த பின் ராஜராஜன் மற்ற ராணிகளின் அந்தப்புரங்களில் உறங்க

போகாததால் மன்னனை வலைவீசிப் பிடித்துவிட்ட சேரநாட்டு பெண் என்று இப்போதே அபவாதம் கேட்கத் தொடங்கிவிட்டது. ராணிகளையெல்லாம் ஒதுக்கிவிட்டு ராஜராஜனையும் ஆட்சியையும் கட்டுப்படுத்தும் குந்தவை அக்காவுக்கு இப்போது தன்னிடம் பெருத்த ஆர்வம் ஒன்றுமில்லை. அந்த நிலையில் தன்னை மகாராணியாக்கினால் அரச குடும்பத்திற்குள் கடுமையான அதிகார தர்க்கங்கள் உண்டாகும். அது முதலும் முடிவுமாக ராஜராஜனைப் பலவீனப்படுத்துவதுமாகும்.

'அது வேண்டாம் அரசே. மகாராணியாக லோகமாதேவியாரே அந்த இடத்தில் தொடரட்டும். ஆட்சி சம்பந்தமான காரியங்களில் தங்களுக்கு உதவ வேண்டுமானால் அரசவையில்தான் அமர வேண்டுமென்பதில்லையே. இலங்கையின் வெற்றிக்காக எனக்கு வேறு ஏதாவது ஒரு பரிசளித்தால் போதும் அரசே.'

அது அவளுடைய பணிவு என நினைத்தான் ராஜராஜன். ஆனால், விஷயங்களை விவரித்துக் கேட்டபோதுதான் தேவநாயகி சொல்வது சரிதான் என்பதை அவனால் உணர முடிந்தது. அதனால் அவள்மேல் மிகுந்த மரியாதையும் தோன்றியது. வேறு யாராக இருந்தாலும் இவற்றில் ஒன்றையும் சிந்திக்க முயலாமல் மகாராணி பட்டத்தை மகிழ்ச்சியுடன் ஏற்றிருப்பார்கள். அவளுக்கு வேறு எதை பரிசளிப்பது என்பதைச்சிந்தித்துக் கொண்டே அவன் அறையிலிருந்து திரும்பினான். அன்றிரவு லோகமாதேவியின் அரண்மனையில்தான் தங்கினான். இளமையின் வனப்பு மங்கத் தொடங்கிவிட்டாலும் அவளுடைய அழகிற்குச் சொல்லும்படியான குறை ஒன்றும் ஏற்படவில்லை. ஆனால், இதுவரையில் ஒரு குழந்தையைப் பெறுவதற்கான பாக்கியம் அவளுக்குக் கிடைக்கவில்லை. அதனால்தான், ராஜராஜன் தன்மேல் அதிக ஆர்வத்தைக் காட்டவில்லை என்பதை அவள் நம்பவும் செய்தாள். இலங்கைப் போரில் வென்ற மன்னன் முதல்நாளிலேயே தன் அந்தப்புரத்துக்கு வந்ததால் மகாராணிக்கு மிகவும் சந்தோஷம் ஏற்பட்டது.

ஐந்து மாதத்திற்குமேல் நாட்டில் இல்லாமையால் தொடர்ந்து வந்த நாட்கள் ராஜராஜனுக்கு மிகவும் நெருக்கடி மிகுந்தவையாக இருந்தன. தேவநாயகியுடனும் குழந்தையுடனும் தேவையான அளவு நேரத்தைச் செலவழிக்க முடியவில்லை. அண்டை நாடுகளிடமிருந்து வரும் பயமுறுத்தல்களின் சக்தியை புரிந்துகொண்டு அவற்றுக்கு எதிராக நடவடிக்கைகளை மேற்கொள்ளவும் படைகளின் பயிற்சி கேந்திரங்களில் புதிய படைவீரர்களின் செயல்திறமைகளை மதிப்பிடவும் முக்கிய வியாபார கேந்திரங்களை பார்வையிட்டு

வருமானப் பிரிவில் அனைத்தும் துல்லியமாக நடைபெறுகின்றனவா என்று பரிசோதிக்கவுமெல்லாம் நாட்டிற்குள்ளேயே ஏராளமான பயணங்களை செய்ய வேண்டியது இருந்தது. அனைத்துக் காரியங்களையும் ஒரே வரிசையிலும் ஒழுங்கிலும் கொண்டு வருவதற்கு ஓரிரண்டு மாதங்கள் தேவைப்பட்டன. அதற்குள் தேவநாயகியும் பிரசவ சிகிச்சை முடிந்து இயல்பு நிலைக்கு வந்தாள். கூவேணி நன்றாகச் சிரிக்கவும் விளையாடவும் தொடங்கிவிட்டாள்.

அவசரப் பணிகளெல்லாம் முடிந்து திருவிழா காலமான மார்கழி வந்தபோது ராஜராஜன் தேவநாயகியையும் குழந்தையையும் அழைத்துக் கொண்டு ஸ்ரீரங்கம் ஸ்ரீரங்கநாதர் ஆலயத்திற்கு தரிசனத்திற்காகச் சென்றான். மனோரம்மியமாக அலங்கரித்த நான்கு குதிரைகளைப் பூட்டிய தேரில் நால்வகைப் படைகளின் பின் தொடர்தலுடனும் வாத்திய மேளங்களுடனும் பெரும் கொண்டாட்டமாகத்தான் தஞ்சாவூரிலிருந்து உறையூருக்கான அந்த யாத்திரை இருந்தது. சோழ வம்சத்தின் ஆரம்பகால தலைநகரான உறையூரை அடைந்து கரிகால சோழனின் சமாதிக்கு மலரஞ்சலி அர்ப்பணித்துவிட்டு சிறிது ஓய்வு எடுத்துக்கொண்ட பின், பல்லக்கில் காவேரி படித்துறைக்கும் அங்கிருந்து சித்திரைத்தோணியில் அக்கரையிலுள்ள ஸ்ரீரங்கநாதர் ஆலயத்திற்கும் சென்ற சோழ மன்னனையும் ராணியையும் கோயிலின் பிரதான குருக்களும் முக்கிய பிரமுகர்களும் ஆலயத்திற்குள் பூர்ணகும்பத்துடன் வரவேற்றார்கள். ராஜராஜன் கூவேணியின் பெயரில் ஒரு யானையை நடை இருத்திவிட்டுதான் கோயிலினுள் சென்றான். தேவநாயகி ரங்கநாத சித்தியில் ஆண்டாளின் மார்கழி திங்களில் தொடங்கி திருப்பாவையிலுள்ள எல்லா பாசுரங்களையும் இனிமையாகப் பாடி நிருத்தார்ச்சனை செய்ததை ராஜராஜன் உள்பட அனைத்து மக்களும் ஆச்சரியத்துடன் நோக்கிக் கொண்டு நின்றார்கள்.

அன்றிரவு அவர்கள் உறையூர் அரண்மனையில்தான் தங்கினார்கள். சிங்களப் போரில் நடந்த மற்ற விசேஷங்களை அப்போதுதான் ராஜராஜன் தேவநாயகியிடம் சாவகாசமாகச் சொல்ல முடிந்தது. மாந்தையிலிருந்து அநுராதபுரத்துக்கு ஆற்றுவழியான பயணத்தில் முதலைகள் கூட்டம் கூட்டமாக வந்து தாக்கியதும் புத்தளம் காயலை அடைந்த காந்தளூர் கப்பல்களில் ஒன்று சதுப்பில் மூழ்கிப்போனதும் நவரத்தின ஹாரசிமிழுக்குள் முலாம் பூசப்பட்ட அநுராதபுரத்தின் குகை வழிகளை அதேபோன்று கண்டதையுமெல்லாம் ராஜராஜன் விளக்கமாக சொல்லும்போது தேவநாயகி கூவேணிக்குப் பாலூட்டிக் கொண்டு ஆவலுடன் கேட்டுக்கொண்டு அமர்ந்திருந்தாள்.

சந்தேகப்பட்டவற்றையும் புரியாதவற்றையுமான பல விஷயங்களை விளக்கமாகக் கேட்டு கேட்டு அறிந்தாள். போரைப் பற்றி எல்லாவற்றையும் சொல்லி முடிந்ததும் சிங்களத்தில் நடந்த சொர்க்கத்திற்கான பயணங்களைப் பற்றிதான் தேவநாயகியின் கேள்வி இருந்தது. ராஜராஜன் முதலில் கொஞ்சம் தயங்கினான். பின்பு, அதிபுத்திசாலியான இவளிடம் அந்த விஷயங்களை மனம் திறந்து சொல்வதுதான் நல்லதென்று தோன்றியது.

'சிங்களத்தில் அரச வகையிலான சொர்க்கப்பயணங்களுக்கு பெரும் வாய்ப்பு ஒன்றும் கிடைக்கவில்லை. மகிந்தன் தன்னுடைய முந்தைய மன்னன் சேன என்பவனின் மனைவியையும் மகளையும் ராணிகளாக்கி வைத்திருந்தான். அவர்களில் மகள் மிகவும் அழகி என்று கேள்விப்பட்டேன். ஆனால் நாங்கள் அநுராதபுரத்தை சென்றடைவதற்குள் மகிந்தனும் அவன் குடும்பமும் அங்கிருந்து தப்பித்துவிட்டனர். அதிர்ஷ்டவசமாக மங்களாதான் கிடைத்தாள். அவள் ஒரு படைத்தலைவனின் மகள். முதலில் பெரும் கூச்சலும் கலாட்டாவும் செய்தாலும் பின்பு எல்லாம் சரியாகிவிட்டன. அநுராதபுரத்திலிருந்து திரும்பும் வரையில் அவள் என்கூடவே இருந்தாள்.'

சிறிது பொறாமை தோன்றியதாலோ என்னவோ மங்களாவைப் பற்றி மேலும் அறிந்துகொள்ள தேவநாயகிக்கு மிகவும் ஆவலாக இருந்தது. ராஜராஜன் மங்களாவின் கதை முழுவதையும் அவளிடம் சொன்னான்.

'பாவம், அப்புறம ஏன் என்னை அழைத்து வந்ததுபோல் மங்களாவை அழைத்துவரவில்லை?'

'அரசாட்சியில் உதவுவதற்கான அறிவோ திறமையோ ஒன்றும் அவளுக்கு இல்லை. நம் மொழியும் பண்பாடும் அவளிடம் இல்லை. இங்குள்ள முறைகளுடன் பொருந்துவதற்கு அவள் மிகவும் கஷ்டப்பட வேண்டியதிருக்கும் என்பதால் மங்களாவை அங்கேயே வசிக்கட்டும் என்று நினைத்தேன்.'

'நல்ல அழகியா?'

'உன் அளவிற்கு அழகு ஒன்றும் இல்லை. என்றாலும் சோழமன்னனின் மாதேவியாவதற்கான அழகுண்டு.'

'இவற்றையெல்லாம் நான் கோபித்துக் கொள்ளாமல் இருப்பதற்காகச் சொல்கிறீர்களோ?'

‘ஏய், அதெல்லாமில்லை. நீ செண்பக மொட்டைப் போல் அழகி என்றால் அவள் தாமரை மொட்டைப் போன்றவள்.’

செண்பக மொட்டைப் போன்றுள்ள தன்னையும் தாமரை மொட்டைப் போன்றுள்ள மங்களாவையும் மனதில் கற்பனை செய்தபோது தேவநாயகியால் சிரிப்பை அடக்க முடியவில்லை. அதிர்ஷ்டவசமாக உறங்கிக் கொண்டிருந்த கூவேணி விழித்தெழவில்லை. ராஜராஜன் அவளை சொர்க்கத்திற்கான பயணத்திற்காக மெத்தைக்கு அழைத்துச் சென்றான். அவளும் கொஞ்சகாலமாக அதற்கு ஆவலுடன்தான் இருந்தாள். முன்முடி சோழனானதுடன் ராஜராஜனுக்கு இளமையின் குறும்பும் சுறுசுறுப்பும் போய்விட்டதோ என்று அவளுக்குச் சந்தேகம் தோன்றியது. எல்லாவற்றிலும் ஒரு தாமதமான முறை. ஆனால் கிக்கிலி மூட்டியும் கேலிகள் பேசியும் பிகு காட்டியும் கோபப்படுத்தியும் சில நிமிடங்களுக்குள் அவள் அவனை பழைய ராஜராஜனாக்கிவிட்டாள்.

காலையில் காவேரியில் நீராடி மீண்டும் ரங்கநாதனை தொழுதபின்தான் அவர்கள் தஞ்சாவூருக்குத் திரும்பினார்கள். ஆனால், அதற்கு முன் ஸ்ரீரங்கநாதரின் திருநடையில் வைத்து ராஜராஜன் தேவநாயகிக்கு ஒரு பிரத்யேக பரிசளித்தான். அது ஸ்ரீரங்கநாதரின் பாதங்களில் ஓரிரவு முழுவதும் பூஜிக்கப்பட்ட ஏழு சாவிகள் அடங்கிய ஒரு சாவிக்கொத்தாக இருந்தது.

‘சிங்களப் போரில் வெல்வதற்கு தேவநாயகி செய்த உதவிகளுக்கான பரிசுதான் இது. திருவாரூரில் காவேரிக் கரையில் தியாகராஜர் கோயிலுக்கு அருகில் புதியதாக கட்டி முடிக்கப்பட்ட சோழராஜன் அரண்மனை இனிமேல் காந்தமாதேவியாருடையது. காந்தளூர்சாலையைப் போல் ஒரு அறிவியல் கேந்திரத்தையும் அதனுடன் சேர்த்து ஆரம்பிக்க வேண்டும். நாட்டின் நாலாபக்கத்திலுமுள்ள ஞானிகளான குருமார்களை அங்கே அழைத்து வந்து தங்க வைக்க வேண்டும். நம் குழந்தைகளுக்கு எல்லா விஷயங்களிலும் நல்ல கல்விக்கான வசதி வேண்டும். அதோடு கூடவே நம் நாட்டின் மதிப்புமிக்க அறிவியல் நூல்களையெல்லாம் சேகரித்து பாதுகாப்பதற்கான சௌகரியங்களை ஏற்படுத்த வேண்டும். அநுராதபுரத்திலுள்ள புத்த விஹாரங்களில் எவ்வளவு கவனத்தோடு அப்படிப்பட்ட காரியங்களைச் செய்கிறார்கள் தெரியுமா? வரலாற்று நிகழ்வுகளை அவர்கள் மிகவும் துல்லியமாக எழுதியும் வைத்திருக்கிறார்கள். புத்தர் முதன்முறையாக இலங்கையை அடைந்த நாள் முதல் இன்றுவரை நடந்த அனைத்து காரியங்களையும் அபயகிரி

விஹாரத்திலுள்ள சாமியார்களால் நுணுக்கமாகச் சொல்லத் தெரியும். வரலாற்றை எழுதி வைக்கும் விஷயத்தில் நம் மூதாதையர்கள் தேவையான அளவுக்கு எச்சரிக்கையை காட்டவில்லை. நாம் அந்த முறையை மாற்ற வேண்டும். எல்லா வரலாற்று நிகழ்வுகளும் துல்லியமாக எழுதி வைக்கவும் குழந்தைகளுக்குக் கற்றுத் தரவும் வேண்டும். குதிரைமுகி மாதேவியாரின் கதையைப் போல் வெறும் நம்பிக்கைகளாக மட்டும் இருக்கக் கூடாது. கல்லிலும் செப்புத் தகடுகளிலுமாக நம் மூதாதையரும் நாமும் செய்த காரியங்களை துல்லியமாக எழுதி வைக்க வேண்டும்.'

இலங்கைப் போரில் வென்று வந்தபின் ராஜராஜனிடம் வந்த மாற்றங்களைக் கண்டு தேவநாயகிக்கு ஆச்சரியமும் மரியாதையும் தோன்றியது. மங்களாவின் சுவாதீனத்தால்தான் இந்த மாற்றங்களா அல்லது ஸ்ரீவல்ல புத்தனாரைப் போன்று அங்குள்ள சாமியார்களின் சுவாதீனமா? எதுவாக இருந்தாலும் நல்லதுதான். காந்தளூர் வெற்றிக்குப் பின்தானே ராஜராஜனுக்கு போரில் பிடிபடும் பிரதேசங்களில் வெறுமனே கொள்ளையடித்து உதறிவிடுவதைத் தவிர்த்து அங்கு ஒழுங்கான ஆட்சி அதிகாரத்தை ஏற்படுத்த வேண்டுமென்ற எண்ணம் ஏற்பட்டது. தாமரைமொட்டு மங்களாவால் அவனை நன்றாகவே ஈர்க்க முடிந்தது என்று தோன்றுகிறது. தாமரைப்பூவாக இருந்தாலும் செண்பக மலராக இருந்தாலும் சொர்க்கத்திற்கான பயணங்களின் சக்தி சிறியதல்லவே.

காரியங்கள் எல்லாம் அழகாக நடந்தன. தேவநாயகியும் மகளும் மேலும் தாமதிக்காமல் திருவாரூரிலுள்ள அரண்மனைக்கு இருப்பிடத்தை மாற்றினார்கள். அரசாட்சி தேவநாயகியின் அறிவுரையையொட்டி நடந்தாலும் தமக்கை குந்தவை பிராட்டியார் அதைப் புரிந்து கொள்ளாமல் இருப்பதற்காக ராஜராஜன் பிரயோகித்த ஒரு தந்திரமும் கூட அது. தன் கற்பனைகளிலெல்லாம் ராஜராஜன் குந்தவையின் பெயரை எழுதி அவளை மகிழ்ச்சிப்படுத்தியதும் அதன் பகுதியாகத்தான் இருந்தது. தேவநாயகியின் திருவாரூக்கான மாற்றத்தில் குந்தவையும், லோகமாதேவியார் உள்பட மற்ற எல்லா ராணிகளும் மிகவும் மகிழ்ச்சியடைந்தார்கள்.

திருவாரூரில் கட்டி முடிக்கப்பட்ட அரண்மனை எல்லா வசதிகளுமுடையதாக இருந்தது. மற்ற அரண்மனைகளின் அனைத்து வசதியற்ற நிலைகளையும் நிவர்த்திக்கும்படியான விதத்தில்தான் இது வடிவமைக்கப்பட்டிருந்தது. காவேரியின் ஒரு சிறிய பகுதிகூட அரண்மனைக்குள்ளாகவே ஓடிவரும் விதத்தில்

நிர்மாணிக்கப்பட்டிருந்தது. தியாகராஜர் சன்னதிக்கு அரண்மனைக்கு அடியிலிருந்து ஒரு ரகசிய சுரங்கப்பாதையும் அமைக்கப்பட்டிருந்தது. ஆனால் மூன்றாம் மாடியிலுள்ள சுவர்களிலும் மேல்தட்டிலும் முழுமையாகவும் கண்ணாடி பதித்த பிரதான படுக்கையறையுள்ள கண்ணாடி மாளிகையாக இருந்தது அரண்மனையிலுள்ள மிகவும் முக்கிய பகுதி. அது ராஜராஜன் வந்திருக்கும்போது மட்டும் தங்குவதற்காக இருந்தது.

இலக்கியம், இசை, நடனம், ராஜதந்திரம், தத்துவ சாஸ்திரம் முதலான எல்லா அறிவுகளிலுமுள்ள அனைத்து முக்கிய குருமார்களையும் ராஜராஜன் திருவாரூக்கு அழைத்து வந்து தங்க வைத்தான். அவர்களுக்காக எல்லா வசதிகளையும் அங்கே செய்து கொடுத்தான். கல்வி முழுமையாகவும் குருகுலவாசத்தின்படி இருந்தமையால் சீடர்கள் தங்குவதற்கான சௌகரியங்களும் ஏற்படுத்தப்பட்டிருந்தன. எல்லா விஷயங்களிலும் குருமார்களின் அறிவுரைகளுக்கு அப்பால் ஒவ்வொரு மாணவனும் எதிர்கால அரசாட்சியில் எந்தப் பதவியை வகிக்க உத்தேசிக்கிறார்களோ அதற்குப் பயனுள்ளதான படிப்புகளை பிரத்யேகமாக கற்றுக் கொடுக்கச் செய்தாள் தேவநாயகி. அதனால்தான் விடலைப்பருவம் முடிந்திருந்தாலும் அடுத்த சக்கரவர்த்தியாகவேண்டிய ராஜேந்திரசோழன்தான் திருவாரூர் அறிவாலயத்தின் மிகவும் முக்கிய மாணவனாக இருந்தான்.

திருவாரூரில் வசித்த மூன்றாண்டுகளும் தேவநாயகியின் வாழ்க்கையிலேயே மிகவும் மகிழ்ச்சியான காலமாக இருந்தது. ராஜராஜன் இக்காலத்தில் கடல்கடந்த போர்களுக்கு ஒன்றும் போகவில்லை. வாரத்தில் இரண்டு மூன்று நாட்கள் திருவாரூருக்கு எழுந்தருளி தேவநாயகியுடன் தங்கினான். கம்போஜத்தையும் ஸ்ரீவிஜயத்தையும் அடக்குவதற்கான உபாயங்களை திட்டமிடுவதற்குதான் இக்காலத்தை அவன் முக்கியமாகப் பயன்படுத்தினான். தேவநாயகி திருவாரூரில் வசிப்பதற்கு இடத்தை மாற்றியபோது சோழ ஒற்றர்கள் குழுவின் தலைமையிடமும் அங்கேயே மாறியது. பெண்களும் ஆண்களுமாக ஆயிரத்திற்கு மேற்பட்டவர்கள் அக்குழுவில் இடம்பெற்றிருந்தார்கள். அவர்கள் நாட்டின் நாலாதிசைகளிலும் அயல்நாடுகளிலும் நடக்கும் அனைத்து விஷயங்களையும் அவ்வப்போது அறிவித்துக் கொண்டே இருந்தார்கள். தேவநாயகிதான் அந்தக் குழுவிலுள்ள நூற்றுக்கு மேற்பட்டவர்களைத் தேர்வு செய்திருந்தாள்.

ஒற்றர்களைத் தேர்ந்தெடுப்பதற்கான ஒரு ரகசிய கேந்திரத்தையும் திருவாரூரில் ஆரம்பித்தாள். ராணுவகேந்திரங்களில் ஆயுதப் பயிற்சி முடித்து வருபவர்களைத்தான் அதற்கு தேர்ந்தெடுத்துக் கொண்டிருந்தாள். மனசாஸ்திரபூர்வமான பயிற்சிதான் அவர்களுக்கு முக்கியமாக அளிக்கப்பட்டது. வெவ்வேறு மொழிகளையும் அந்த மொழிகள் பேசுகின்ற நாடுகளிலுள்ள நடைமுறைகளையும்தான் அவர்கள் கற்றார்கள். அதன்பின் தன்வசப்படுத்துவதற்கும் வசீகரிப்பதற்கும் விவரங்களை கிரகிப்பதற்கான தந்திரங்களைக் கற்றுக்கொடுப்பதற்கும் பயிற்சிகள் கொடுக்கப்பட்டன. முக்கியமாக பெண்கள்தான் வசீகரிக்கும் தந்திரங்களை கற்றார்கள். ஒரு ஒற்றனுக்கோ ஒற்றத்திக்கோ தேவைப்படும் பிரதான தகுதி அவர்களின் அறிவுக் கூர்மைதான். அதனால் ஒவ்வொரு உறுப்பினரும் மன்னனோடுள்ள நேசத்தை உறுதிப்படுத்துவதற்காகவும், அரசன் அவர்களையும் அவர்களின் குடும்பத்தையும் மிக உறுதியாக நேசிப்பதோடு கவனிக்கவும் செய்வதாகத் தோன்றச் செய்வது, மனப்பூர்வமாக சில சதிகளில் சிக்க வைத்து மன்னிப்பு அளித்து காப்பாற்றுவது, ஒற்றர்களை கடுமையான தண்டனைக்கு உட்படுத்தி மற்றவர்களை பயமுறுத்துவது, பெரிய பதவிகளை அளிப்போம் என்று சொல்லி மகிழ்ச்சியளிப்பது என்னும் இப்படிப்பட்ட தந்திரங்கள்தான் பயன்படுத்தப்பட்டன.

தினசரி நடக்கும் குதிரைசவாரிக்கும் ஆயுதப்பயிற்சிக்கும் அப்பால் பிள்ளைகளுக்குப் போர்க்கலைகளைக் கற்றுக் கொடுக்கவும் ஒற்றர்களுக்கு பயிற்சியளிக்கவுமான பணிகள் சேர்ந்தபோது தேவநாயகி சில மாதங்களுக்குள் தடிமனெல்லாம் குறைந்து முன்பைவிட அழகியாக மாறினாள். ஒவ்வொரு நாளும் அவளுடைய அழகு அதிகரித்து வருவதுபோல் ராஜராஜனுக்குத் தோன்றியது. இயல்பாகவே சொர்க்கத்திற்கான பயணங்கள் மேலும் ஆவேசமுடையதாகவும் ஆனந்தமாகவும் ஆயிற்று. ஆனால், அதிர்ஷ்டவசத்தாலோ அதிர்ஷ்டமற்றதாலோ தேவநாயகி அதன்பின் கர்ப்பம் தரிக்கவே இல்லை. ஆனால், அக்குறையை நினைவூட்டாத விதத்தில் கூவேணியின் விளையாட்டும் சிரிப்பும் குறும்புத்தனங்களும் அவர்களின் வாழ்க்கையைச் செழிப்பாக்கின.

காரியங்கள் அவ்வாறு சுகமாக போகும்போதுதான் நாட்டையே உலுக்கிய அந்த நிகழ்ச்சி நடந்தது. திருவாரூரில் நாடக நடிகர்கள் என்னும் பொய்யான வேடத்தில் வந்த சிங்கள ஒற்றர்கள் தேவநாயகி தியாகராஜர் கோயிலில் நாச்சியார் திருமொழி பாடி நாட்டியாஞ்சலி நடத்திய நாளன்று மாலையில் கூவேணியைத் தூக்கிக் கொண்டு போய்

விட்டார்கள். ராஜராஜன் நாட்டியத்தைக் கண்டுகளித்துக் கொண்டிருக்கும்போதுதான் அந்த நிகழ்ச்சி நடந்தது. எல்லாரும் தேவநாயகியின் நாட்டியத்தில் லயித்திருக்கும்போது மூன்று வயதுக் குழந்தையான கூவேணியை வீரியம் மிகுந்த ஏதோ மயக்க மருந்தை முகர வைத்து உணர்விழக்கச் செய்து எடுத்துக் கொண்டு போயிருந்தார்கள். ஒற்றர்கள் கூட்டத்தின் கேந்திரத்திலேயே இப்படிப்பட்டதொரு சம்பவம் நிகழ்ந்தது ராஜராஜனை திடுக்கிடச் செய்தது. சோழர் படை அன்றிரவு முழுவதும் திருவாரூரைச் சல்லடை போட்டுத் தேடியும் கூவேணியைக் கண்டுபிடிக்க முடியவில்லை. அந்தச் சமயத்தில் ஒரு சிறிய படகில் மூன்று நான்கு பேர்கள் காவேரியைக் கடந்ததாக ஊரார்கள் சிலர் சொன்னார்கள். தேவநாயகி அழுதழுது சோர்ந்துபோய் உணர்வற்ற நிலையாகிவிட்டாள். மறுநாள் காலையில் கோயில் நடையில் சிங்கள மொழியில் எழுதிய ஓர் ஓலை கிடைத்தது. அநுராதபுரத்தை எரித்ததற்கு பிரதிபலன் ஆரம்பிக்கிறது என்றுதான் அதில் எழுதியிருந்தது. அப்போதுதான் கூவேணியைத் தூக்கிச் சென்றவர்கள் சிங்கள ஒற்றர்கள் என்பது புரிந்தது. முதல்நாள் வரையில் திருவாரூரில் தங்கியிருந்த நாடகக்குழுவும் காணாமல் போயிருந்தது.

மூன்றாம் நாள் சிதம்பரம் கோயிலுக்கு முன்னாலிருந்து கூவேணியின் உயிரற்ற உடல் கண்டுபிடிக்கப்பட்டது. கொடூரமான பலாத்கார அடையாளங்கள் அந்த குழந்தையின் உடல் முழுவதும் ஏற்பட்டிருந்தது. அக்குழந்தையின் மார்பில் மையினால் 'தேவடியாள்' என்று சிங்களத்தில் எழுதியிருந்தது.

17
ஞானசரஸ்வதி

கூவேணியின் மரணத்திற்குப் பின்பான நிகழ்ச்சிகளை விவரிக்கும் சில ஓலைகள் ஸிகிரியாவிலிருந்து கண்டெடுத்த 'ஸுஸானா ஸுபினா'வின் பிரதிகளிலிருந்து தவறிவிட்டதென்று தோன்றுகிறது. காரணம், திரிகோணமலை துறைமுகத்தில் ஒரு கம்பூஜியா சரக்கு கப்பலில் வந்து இறங்கிய தேவநாயகியைப் பற்றிதான் பின்பு சொல்லப்படுகிறது. அதற்கிடையே என்ன நடந்தது என்று தெளிவில்லை. காஞ்சியில் தெலுங்கு சோழ அரசனாகிய பீமனை தோற்கடித்து தன்னைச் சார்ந்தவனான ஜாதவர்மனை ஆட்சியில் அமர்த்திய பின்தான் கூவேணியின் கொலைச்செயல் நடந்தது. என்றாலும், வடக்கிலிருந்து சாளுக்கியர்களின் தாக்குதல்கள் பலமாக இருந்தன. அப்படிப்பட்டதொரு நெருக்கடியில் ராஜராஜனால் மீண்டும் சிங்களத்திற்குப் போக முடியவில்லை. சாளுக்கியர்களை எதிர்ப்பதற்காகவே ராஜராஜன் பல மாதங்கள் வரை வேங்கியிலேயே தங்கி இருக்க வேண்டிய சூழல் இருந்ததென்று வரலாற்றுக் குறிப்புகளில் காணப்படுகிறது. ஆனால், கூவேணியைத் தூக்கிச் சென்ற நாளன்று ராஜராஜன் திருவாரூரில்தான் இருந்தான் என்று ஸுஸானா ஸுபினாவில் சொல்லப்படுகிறது. கூவேணியின் கொலைச் செயலுக்காக ராஜராஜன் எவ்வாறு தன் எதிர்ப்பை பிரதிபலித்தான் என்று தெளிவாக இல்லை. மகீந்தனின் ஒற்றர்கள் பின்பு ஏதாவது பிரச்சினைகளை ஏற்படுத்தினார்களா என்றும் தெரியவில்லை. ஸுஸானா ஸுபினாவின் இழந்துவிட்ட பகுதிகள் கிடைக்கும்போது அந்த விஷயங்கள் தெளிவாகும் என்று எதிர்பார்க்கலாம்.

கூவேணியின் மரணத்துக்குப்பின் மனதளவில் சோர்ந்துவிட்ட தேவநாயகி பல மாதங்களுக்குப் பின்புதான் சாதாரண நிலையை அடைந்தாள் என்றும், அப்போது திருவாரூரிலுள்ள அறிவியல் கல்வி கேந்திரத்தின் பொறுப்பை ராஜேந்திர சோழனிடம் ஒப்படைத்துவிட்டு புத்த மதத்தைத் தழுவுவதற்காக சூடாமணி விஹாரத்திலுள்ள ஸ்ரீவல்லப புத்தனாரிடம் போய் தங்கினாள் என்றும் ஸுஸானா ஸுபினாவின் முதல் பகுதியில் சொல்லப்படுகிறது. ஆனால், சூடாமணி விஹாரத்தில் குருகுலவாசியாவதற்கான மனநிலையில் அவள் இருக்கவில்லை. தேவநாயகியின் மனதில் மகீந்தனோடான பழிவாங்கும் தீ புகைந்து கொண்டிருந்தது. காமத்தின் உணர்ச்சி

வேகங்களிலிருந்து அவள் முழுமையாக விடுபட்டவளாகவும் இருக்கவில்லை. இரண்டொரு வாரங்களில் அவற்றையெல்லாம் புரிந்துகொண்ட ஸ்ரீவல்லப புத்தனார், தீயசிந்தனைகளிலிருந்து மனம் விடுதலையான பின் வரவும் எனச் சொல்லி அவளைத் திருப்பி அனுப்பிவிட்டார். திருப்பாவையிலுள்ள பாசுரங்கள்தாம் தன்னுடைய மன அமைதிக்கான ஒரேவழி என்னும் எண்ணத்துடன் தேவநாயகி திருவாரூருக்கே திரும்பினாள். ஆனால் திரும்பிவந்தபோது அங்கு மிகவும் விசித்திரமான சில விஷயங்கள் அவளுடைய வாழ்க்கையில் நிகழ்ந்தன. கங்கை கொண்ட சோழபுரத்து ஞானசரஸ்வதி சிற்பத்தைப் பற்றிய வரலாறு என்னும் பெயரில் ஸுஸானா ஸுபினாவின் பிற்சேர்க்கையாக மா.பா. சிதம்பர தேசிகன் எழுதி இணைத்த பகுதியில் தொடர்ந்து நிகழ்ந்த சம்பவங்களைப் பற்றி விவரிக்கப் பட்டிருக்கின்றன.

தேவநாயகி திருவாரூர் அரண்மனைக்குத் திரும்பி வந்தபோது ராஜேந்திர சோழன் நாட்டிய அரங்கில் நிறுவுவதற்காக ஞானசரஸ்வதி சிற்பத்தை தயாரித்துக் கொண்டிருந்தான். கருங்கல் சிலையில் கை தேர்ந்த சிற்பியை போல் மிகவும் நுணுக்கமாகத்தான் செதுக்கியிருந்தான். யாரையும் உள்ளே விட வேண்டாம் என்று பணியாளர்களிடம் பிரத்யேகமாக சொல்லியிருந்தாலும் அவர்கள் தேவநாயகியைத் தடுப்பதற்கு தைரியப்படவில்லை. அவள் தான் வந்ததை அறிவிக்காமல் நிசப்தமாக ராஜேந்திரனையும் சிலையையும் மாறிமாறி நோக்கிக் கொண்டு நின்றாள். சிற்பம் ஏறக்குறைய முக்கால் பாகம் முழுமையாகி இருந்தது. ஒரு மலர்ந்த தாமரை மலரில் பத்மாசனத்தில் அமர்ந்திருக்கும் சரஸ்வதிக்கு அவளுடைய உருவம்தான் இருந்தது. அதே உதடுகளும் நாசியும் கவர்ந்திழுக்கும் கண்களுடன் நீண்ட கால்களும் தடித்த தொடைகளும் இடுங்கிய இடையும் விசாலமான மடித்தட்டும் தேவநாயகியையே செதுக்கி வைத்ததுபோல் இருந்தன. அந்த இடுப்பின் அநாவசியத் தன்மையிலிருந்து நிதம்பத்தின் கனமும் அழகும் ஊகிக்கக் கூடியதாகவே இருந்தன. ஆனால் மீதி பாகங்களின் பணி முழுமையடையவில்லை. நாபியிலிருந்து மேலே கழுத்து வரையுள்ள பகுதிகளை எப்படி அமைப்பது என்று தெரியாமல் தியானத்தில் அமர்ந்திருந்த போதுதான் தேவநாயகி அங்கே வந்தாள். சிறிது நேரம் கழிந்ததும் யாரோ வந்திருப்பதை அறிந்து ராஜேந்திரன் கோபப்பட்டு எழுந்தான். ஆனால், வந்திருந்தது தேவநாயகிதான் என்று அறிந்ததும் மகிழ்ச்சியுடன் கைகூப்பினான்.

'படைவாள் பிடிக்க வேண்டிய கைகளில் ஏன் உளி? இளவரசர் இனிமேல் சிற்பியாகப் போகிறாரோ?'

'மன்னிக்கனும் அக்கா. நீங்கள் இங்கிருந்து போகப் போகிறீர்கள் என்பதை அறிந்ததும் என்னால் பொறுக்க முடியவில்லை. என்னைப் போல் தஞ்சாவூரிலுள்ள இளைஞர்களுக்கு நீங்கள்தான் அறிவுக் கண்களைத் திறந்து விட்டுள்ளீர்கள். உங்களுடைய உருவத்தை ஒருபோதும் மறக்காமல் இருப்பதற்குதான் இந்த சரஸ்வதி சிற்பம்.'

'இளவரசரின்சரஸ்வதி சிற்பத்திலுள்ளகையில் வீணைஇல்லையே?'

'அக்கா, இது வெறுமனே வீணை மட்டும் வாசிக்கும் சரஸ்வதியில்லை. நீங்கள் வீணை வாசிப்பதை நான் இதுவரையில் கண்டதுமில்லை. இது எல்லாவித அறிவையும் வழங்கும் காமரூபிணியான சரஸ்வதி.'

'பின்பு ஏன் சிற்பத்தை முழுமையாக்காமல் கண்களை மூடி தியானத்திலிருந்தாய்?'

'அது... அது... எனக்குத் தெரிந்தவை இவை மட்டும்தான். மீதியுள்ள பாகம் எனக்குத் தெரியாதவை.'

தேவநாயகி ராஜேந்திரனை உற்றுப் பார்த்தாள். அவன் கண்களில் காதலின் ஒளியை அவள் சட்டென்று அடையாளம் அறிந்தாள். அது சொல்லவொண்ணாத ஒரு யுக சந்திப்பாக இருந்தது. இந்தப் பகுதியில் தந்தையையும் மகனையும் நேசிக்க வேண்டிய நிலை வரும் பெண்ணின் எண்ணத்தைப் பற்றி தேசிகன் விலாவாரியாக விவாதிக்கிறார். தந்தையினுடையது காதலாக இல்லையென்றும் வெற்றிவீரனின் வெற்றிக் கொண்டாட்டமாகத்தான் இருந்ததென்றும் சோதித்துப் புரிந்துகொண்டுதான் அவன் தேவநாயகியை நேர்மையானவள் என்று ஏற்றுக் கொள்கிறான். அவள் கவர்ச்சியான ஒரு புன்னகையுடன் இளவரசனை சந்தோஷப் படுத்துவதற்காக குறும்பான கேள்வி ஒன்றை கேட்டாள்:

'தெரிந்துகொள்ள அனுமதித்தால்...?'

'அய்யோ, அக்கா. நீங்கள் என் குரு. நான் உங்களை தாயைப் போல் பார்க்க வேண்டியவன்.'

'ஆனால், பார்ப்பது அப்படியல்லவே. இவற்றையெல்லாம் மனதில் கண்ட இளவரசன் என்னதான் ஆசைப்படுகிறான் என்று எனக்குப் புரியும்.'

'என்றாலும்...?'

'தாங்கள் இளவரசர்தான். ஒரு அரசருக்கு தான் என்ன ஆசைப்படுகிறோமோ அதை நிறைவேற்றுவதற்கான உரிமையுண்டு. அதனால், தயங்க வேண்டிய தேவையில்லை.'

ராஜேந்திரன் சிறியதொரு கூச்சத்துடன் மெல்ல அவளுடைய கையைப் பற்றினான். அவளும் அதைத்தான் எதிர்பார்த்திருந்தாள். ஒவ்வொரு போர் முடிந்து வரும்போதும் ஒரு புதிய மாதேவியை தன்னுடன் அழைத்துவரும் ராஜராஜனோடு உணர்வற்ற நிலையில் உருவம் கொண்ட வெறுப்பின் உண்மை நிலையாக இருந்தது. யாராவது போரில் தோற்கடிக்கும் வரையில் ராஜராஜனுக்கு மட்டும் உரியவளாக இருப்பேன் என்று அவள் வாக்களித்ததை தன் சௌகரியத்திற்காக மறந்தாள். இல்லையென்றாலும் ஆணுக்கும் பெண்ணுக்கும் அப்படி வித்தியாசமான முறைகள் உண்டாவது சரியில்லை. தேவநாயகி மிகவும் மகிழ்ச்சியுடன் இளவரசனை தன் அறைக்கு அழைத்துச் சென்றாள். இளைஞனான ராஜேந்திரன் ராஜராஜனை விட அழகனும் பலமுள்ளவனுமாக இருந்தான். முதல் நாள் இரவில் ராஜேந்திரன் சிற்பத்தை முழுமையாக்குவதற்கான விஷயங்களை மட்டும் கண்டு புரிந்து கொள்ளத்தான் முக்கியமாக பயன்பட்டது. தேவநாயகியை சிற்பத்திலுள்ளதைப் போல் அரை நிர்வாணமாக பத்மாசனத்தில் அமர்த்தி பல பாகங்களிலிருந்து நோக்கிப் பார்க்கவும் தன் அளவு புத்தகத்தில் துல்லியமான அளவுகளை குறித்து முடிவதற்கும் நேரம் வெளுக்கத் தொடங்கியது. முற்றிலும் இளமையாக இருந்தும் அவ்வளவு நேரமும் தன் எண்ணங்களைக் கட்டுப்படுத்திக் கொண்ட ராஜேந்திரனின் திறமையில் தேவநாயகிக்கு ஆச்சரியம் தோன்றியது. ஆனால், அதன்பின் இளவரசன் தன் உண்மை உருவத்தை வெளிப்படுத்தினான். தேவநாயகி தன் வாழ்க்கையிலேயே முதன்முதலாக ஓர் இளைஞனின் காதல் பசியையும் ஆவேசத்தையும் அனுபவித்து அறிந்தாள்.

முதல் இரவிலேயே சிற்பத்தை முழுமைப்படுத்துவதற்குத் தேவையானவற்றையெல்லாம் கண்கள் நிறைய கண்டும் அனுபவித்தும் அறிந்ததினால் அதன் பின்னாலான ஒவ்வொரு இரவும் மேலும் ஆவேசமானதாகவும் சுவையாகவும் மாறிற்று. இவள் காமரூபிணியான சரஸ்வதிதான் என்று ராஜேந்திரனால் உணர முடிந்தது. சில நாட்கள் சென்றதும் ராஜேந்திர சோழனுக்கும் தேவநாயகிக்கும் இடையே குருவும் சீடனும் என்னும் இடைவெளியும் முடிந்தது. அவர்கள் சாதாரண ஆணும் பெண்ணுமட்டுமானார்கள். இயல்பாகவே ஆண்பெண் ஆர்வங்களுக்கு அநுசரித்து பணிவாகவே நடந்து கொண்டாள். மற்ற இரண்டு உறவுகளிலிருந்து வித்தியாசமாக ராஜேந்திரன் மேல் தனக்கு ஏற்பட்டிருந்த மேலாதிக்கத்தை தான் எப்போது இழந்தோம் என்பது அவளுக்கே புரியவில்லை. என்றாலும் ராஜேந்திரன் தேவநாயகியை அக்கா என்றுதான் மரியாதையுடன்

அழைத்தான். அப்போது ராஜராஜசோழன் வேங்கியிலுள்ள சக்திவர்மனின் அரண்மனையில் தன்னுடைய பதின்மூன்றாவது மாதேவியை மணம் புரிந்து கொண்டிருந்தான்.

அளவீடு செய்த இரவுக்கு மறுநாள் காலையில் அரண்மனைக்குள்ளே ஓடும் காவேரிப் படித்துறையில் குளித்துவிட்டு கரையேறி இடையில் ஆடையொன்றும் அணியாமல் வந்த தேவநாயகியைக் கண்டபோது தான் ஒரு தேவதையையே நேரிடையாக காண்கிறோம் என்றுதான் ராஜேந்திரனுக்குத் தோன்றியது. பெண்ணழகினுடைய மிகவும் அச்சமான நிலையாக அது இருந்தது. இரவில் தான் எடுத்த அளவுகளிலிருந்து ஒன்றையும் அந்த அழகின் ரகசியத்தை அறிந்து கொள்ள ராஜேந்திரனால் முடியவில்லை. அவளுடைய உடலிலுள்ள எந்தப் பகுதியில் அதிக அழகு என்பதைப் புரிந்து கொள்ள முடியாமல் அவன் குழம்பினான். இறுதியில் எந்தவொரு பகுதியையும் ஒதுக்கித் தள்ளமுடியாமல் வந்தபோது தலைமுதல் பாதம் வரையில் நீண்டதொரு முத்தத்தால் அவளை மூடினான். சிறிது நேரம் முன்புதான் குளித்து ஏறினாள் என்றாலும் அவள் அந்த முத்த மழையில் வியர்த்துக் கொட்டினாள். தான் உருவாக்கப் போகும் சரஸ்வதி இதே உருவில் இருந்தால் போதும் என்று ராஜேந்திரனின் மனதில் உறுதியாயிற்று.

'அக்கா, சரஸ்வதி சிற்பம் செதுக்கப்படும் இடத்தில் இதே கோலத்தில் கொஞ்சநேரம் உட்கார்ந்திருக்கலாமா?'

'இப்படி வேண்டாம் இளவரசே. முடியை எல்லாம் கொஞ்சம் ஒதுக்கிக் கட்டி தலையலங்காரங்களும் கொஞ்சம் ஆபரணங்களும் தரித்தபின் ஆகட்டும்.'

'அக்கா, ஆபரணங்கள் அதிகம் வேண்டாம். என் ஞானசரஸ்வதி காமரூபிணி.'

'அது எனக்கு முதல் பார்வையிலேயே புரிந்தது.'

எதனால் ஞானசரஸ்வதியை காமஸ்வரூபிணியாக ஆராதிக்கிறான் என்பதற்கு தேசிகன் இங்கே ஒரு விளக்கம் கொடுக்கிறார். சரஸ்வதியின் அளவற்ற அழகும் பவித்ரமுமான உருவம் அது.

மனிதர்களில் அறிவு மூன்று தளத்தில் இயங்குகிறது. வெறும் விவரங்களின் முதல் தளத்தைதான் பெரும்பான்மையான மனிதர்களும் அறிவாக கொண்டிருக்கிறார்கள். அப்படிப்பட்ட விவரங்கள் அறிவாக மாறுவதுதான் இரண்டாவது தளம். இந்த பிரபஞ்சத்திலுள்ள எல்லா பொருள்களையும் பொறுத்தமட்டில் நாம் சம்பாதிக்கும் உணர்வுதான்

அது. இந்த உணர்வு மனித வம்சத்தின் முன்னேயுள்ள பயணத்தை பயனுள்ளதாக்க உதவி புரிகிறது. ஆனால், யதார்த்த அறிவோ அல்லது ஞானமோ இதுவொன்றும் அல்ல. முன்பு சொன்னவிதத்தில் சம்பாதிக்கும் அறிவை உபயோகித்து தான் என்கிற மனிதனின் வாழ்க்கையை எவ்வாறு மேலும் ஆனந்தமாக்க முடிகிறது என்பதுதான். மனிதனின் வாழ்க்கையில் ஆனந்தத்தின் வாய்ப்புகள்தாம் ஞானத் தேடுதல்களின் முதலும் முடிவுமான குறிக்கோள். மனிதன் எப்போதும் தேடுவது ஆனந்தமாகும். காமம்தான் ஆனந்தத்திற்கான மிகவும் உத்தமமான வழி. மனிதனின் காமம் மேலும் ஆனந்தமயமாக்குவதற்காகத்தான் எல்லா ஞானத்தேடுதல்களும். அதனால்தான் ஞானசரஸ்வதியை காமரூபிணியாக வழிபடுகிறார்கள்.

காலை சிற்றுண்டிக்குப் பின் சொன்னதுபோலவே தேவநாயகி தயாராகி வந்தாள். ஒன்றிரண்டு மாலைகள் மட்டுமே அவள் அணிந்திருந்தாள். ஒரு பூணூலை மட்டும் ராஜசின்னமாக அவளுடைய தோளிலிருந்து தொப்புளுக்கு கொஞ்சம் தாழ் வரையில் நீண்டு கிடந்தது. சிற்பத்திற்கு அருகில் அவள் அமருவதற்காக ஒரு பீடம் தயாரிக்கப்பட்டிருந்தது. தேவநாயகி அதில் பத்மாசனத்தில் அமர்ந்தாள். ராஜேந்திரனின் பார்வையும் உளியின் சலனங்களும் ஒரே தளத்தில் இயங்கின. ஒவ்வொரு நாளும் அன்றைய வேலை முடிந்த பின் அவர்கள் மிகவும் வித்தியாசமாக அநேக விஷயங்களைப் பற்றி பேசினார்கள். அரசநீதியும் போர்த்தந்திரங்களும் எல்லாம் அப்பேச்சின் பகுதியாயிற்று. ராஜேந்திரன் தன் சந்தேகங்களை ஒவ்வொன்றாக அவளிடம் கேட்டுப் புரிந்து கொண்டான். ஆனால், ஏழாம் நாள் இரவு சிறிது விஷமம் கொண்ட ஒரு கேள்வியைத்தான் ராஜேந்திரன் கேட்டான்:

'அக்கா... அரசர்கள் என்ன ஆசைப்பட்டாலும் அதை சாதிப்பதற்கான உரிமை அவர்களுக்கு உண்டென்று சொன்னீர்களல்லவா. அது உண்மைதானா?'

அவள் அதற்கு மகாபாரதத்திலுள்ள ஒரு சுலோகத்தைதான் பதிலாக அளித்தாள்:

'சர்வம் பலவதாம் பத்யம்
சர்வம் பலவதாம் ருசி
சர்வம் பலவதாம் தர்மம்
சர்வம் பலவதாம் ஸ்வகம்

'இளவரசே, மகாபாரதத்தில் வியாசன் குந்தியைச் சமாதானப்படுத்துவதற்காக சொன்னதுதான் இது. சூரியதேவன்

குந்தியை தன் ஆர்வத்துக்கு இணங்கவைத்து விபரீதமாக கர்ப்பிணியாக்கியதை அப்படித்தான் நியாயப்படுத்துகிறார். பலசாலிக்கு உலகத்திலுள்ள அனைத்தும் விருப்பமாகும். பலசாலிக்கு உலகத்திலுள்ள அனைத்தும் சுவையாகும். பலசாலி செய்வன எல்லாமும் தர்மமாகும். பலசாலிக்கு உலகத்திலுள்ள எவையும் தன்னுடையவையாகும். இளவரசே, தாங்கள் பலசாலியாக இருப்பதால்தான் என்ன ஆசைப்பட்டாலும் அதைச் சாதிப்பதற்கான உரிமை தங்களுக்கு உண்டென்று சொன்னேன்.'

'என் விஷயத்தில் நானே உணர்வதற்கு முன்பு எப்படி நான் பலசாலி என்று தீர்மானித்தீர்கள்.'

'பலம் என்பது உடல் ரீதியான சக்தி மட்டும் அல்ல இளவரசே. அது அதிகாரத்துடன் தொடர்புடையதாகும். நான் இளவரசரின் கைகளுக்குள் கிடக்கும்போது சோழமண்டலத்திற்குள்தான் என்று ஒரு தோன்றல் உண்டாகிறது. அதுவே வேறொரு ஆளின் கைகளுக்குள் கிடக்கும்போது உண்டாகாது.'

'அரசரின் பலம் என்னவாகும்?'

'இது ஒரே வாக்கியத்தில் பதில் சொல்லக்கூடிய கேள்வியில்லை. நாடுதான், செல்வம்தான், படைகள்தாம் என்று இவ்வாறு நூற்றுக்கணக்கான பதில்களை சொல்லலாம். அவையெல்லாம் உண்மையுமாகும். ஆனால், அவையொன்றும் முழுமையான உண்மையுமில்லை... அறிவுதான் அரசரின் பலம் என்பது சரியான பதில்.'

ராஜேந்திரன் அதன்பின் கேள்விகள் ஒன்றும் கேட்கவில்லை. அவளுடைய காலடிகளைத் தொட்டுத் தொழுதான். அன்றுமுதல் எல்லாரும் தேவநாயகியை ஞானசரஸ்வதி என்றே அழைத்தார்கள்.

பெரும் முயற்சியுடன் ஒரு வாரத்தில் சிற்பம் முழுமையடைந்தது. தேவநாயகிக்கு முலைகளின் கனம் கொஞ்சம் அதிகரித்துவிட்டதோ என்றொரு சந்தேகம் தோன்றியது. நூலைச் சுற்றி அளந்து பார்த்தபோது மிகத் துல்லியம். ராஜேந்திரன் தன் திருநாளான மார்கழி திருவாதிரை நாளில் நாட்டிய அரங்கில் ஞானசரஸ்வதி சிற்பத்தை நிறுவினான். தொடர்ந்து தேவநாயகியின் நாட்டியமும் அரங்கேறியது. நாச்சியார் திருமொழியிலுள்ள பாடல்களை அவளே பாடி நடனம் ஆடினாள். ஆனால், நாட்டியத்தின் இறுதியில் கூவேணியைப் பற்றிய நினைவில் அவள் தேம்பித்தேம்பி அழுதாள். அன்றிரவு இரண்டு விஷயங்களில் தேவநாயகி ராஜேந்திரனிடம் வேண்டுகோளாக வைத்தாள்.

மகீந்தனின் தலையும் இறந்துபோன கூவேணிக்குப் பதில் ஒரு குழந்தையும் வேண்டும். இரண்டையும் சாதிப்பதாக இளவரசன் வாக்குறுதி அளித்தான். ஆனால், அவையொன்றுக்கும் காத்திராமல் அன்றிலிருந்து எட்டாவது நாள் இரவு ஒற்றர் படையிலிருக்கும் நம்பிக்கைக்குரிய ஏழு பேர்களை அழைத்துக் கொண்டு தேவநாயகி தன் அரபிக் குதிரைமேல் ஏறி பயணமானாள்.

ராஜராஜன் சாளுக்கியர்களை அடக்கிவிட்டு நாட்டுக்குத் திரும்பி வருகிறான் என்னும் செய்திதான் தேவநாயகி திருவாரூரை விட்டுச் செல்வதற்கு காரணம் என்று சொல்லப்படுகிறது. என்னவெல்லாம் நியாயங்களை சொன்னாலும் ராஜராஜனை நேரிட்டு சந்திக்க அவளுக்கு தைரியம் ஏற்படவில்லை. தேசிகனின் குறிப்பில் சொல்வதையொட்டி நடந்திருந்தால் இராஜராஜனே கொன்றுவிடுவான் என்று தேவநாயகி பயந்து போயிருந்தாள். இராஜராஜனுடன் தொடர்ந்து வாழ்வதற்கு அவள் விரும்பவுமில்லை. இராஜேந்திரனுக்கு தேவநாயகியை பிடித்திருந்தாலும் தந்தையின் மாதேவியை தன்னுடைய மாதேவியாக்குவதற்கு ஒரு சக்கரவர்த்தி என்னும் நிலையில் இராஜேந்திரனால் முடியாது. அப்படிப்பட்டதொரு நிலையில் தேவநாயகிக்கு இந்த நாட்டை விட்டுப் போவதைத் தவிர வேறு வழியொன்றும் தெரியவில்லை.

இளவரசனான இராஜேந்திரன் பின்னாளில் சோழ சக்கரவர்த்தியானான். இராஜராஜசோழனின் காலத்திற்குப் பின் பெரும் போர்களிலெல்லாம் வெற்றி பெற்றான். இலங்கைக்குச் சென்று சோழர்கள் ஆட்சியைப் பற்றி கேள்வி கேட்பவர்களைத் தோற்கடித்து தீவு முழுவதையுமே தன் வசமாக்கினான். மகீந்தனையும் அவனுடைய ராணிகளையும் பிடித்துவந்து வேலூர் சிறையில் அடைத்தான். அப்போதெல்லாம் அவன் தேவநாயகிக்குக் கொடுத்த வாக்குறுதியை நினைத்துக் கொண்டான். என்றாவது தேவநாயகி திரும்பி வருவாள் என்னும் எதிர்பார்ப்பில் மகீந்தனின் மரணம் வரையில் பத்தாண்டுகளுக்கும்மேல் சிறையிலேயே அவனை அடைத்திருந்தான். கங்கை வரையுள்ள நாடுகளை வென்றதால் கங்கை கொண்ட சோழன் என்னும் பட்டப் பெயரைப் பெற்றான். மேலும் கங்கை கொண்ட சோழபுரம் என்னும் ஒரு புதிய தலைநகரையே உருவாக்கினான். திருவாரூரிலுள்ள ஞானசரஸ்வதி சிற்பத்தை கங்கை கொண்ட சோழபுரத்தில் ஸ்தாபித்தான். தேவநாயகிக்கு அதன்பின்பு என்ன நேர்ந்தது என்பதை தேசிகன் தெளிவுபடுத்தவில்லை. அதற்கு நாம் ஸுஸானா ஸுபினாவில் கிடைக்கக்கூடிய பகுதிகளைத்தான் நாட வேண்டியதாக இருக்கிறது.

18
ஸிகிரியா

தேவநாயகி இலங்கை திரிகோணமலை துறைமுகத்தில் யசோதரா என்னும் கம்போஜிய சரக்குக் கப்பலிலிருந்து இறங்கியபோது அவள் தஞ்சாவூரிலிருந்து பயணம் புறப்பட்டு ஏறக்குறைய ஓர் ஆண்டு ஓடிவிட்டது. சிவந்த சீனப்பட்டில் மஞ்சள் நிற சூரியனுள்ள கொடிதான் அந்தக் கப்பலின் அடையாளம் என்று ஸூஸானா ஸூபினாவில் சொல்லப்படுகிறது. கம்போஜிய சக்கரவர்த்தி ஐந்தாம் ஜெயவர்மனின் கொடி அடையாளம்தான் அது. ஜெயவர்மனின் நண்பனும் பெரும் செல்வந்தனுமான ரத்தின வியாபாரி சாம் பிரஸித்தினுடன்தான் தேவநாயகி திரிகோண மலையை அடைந்தாள். யசோதரபுரத்து ஆட்சியில் மிகவும் செல்வாக்குடன் இருந்த ஸப்ததேவகுலத்தின் உறுப்பினனான சாம் ப்ரஸித் அநுராதபுரத்திலுள்ள மகீந்தனின் தலைநகரில் ஜெயவர்மனின் பிரதிநிதியாக இருந்தான். அதனால், ஆகாய சொர்க்கம் என்னும் மகீந்தனின் ரகசிய இடத்திற்கு அவன் எப்போது வேண்டுமானாலும் உள்ளே செல்லலாம். எப்படியாவது அங்கே சென்று சேரக்கூடிய ஓர் நேரம் தேவை என்பதற்காகவே சென்ற ஓராண்டு காலமாக தேவநாயகி சாமின் வைப்பாட்டியாக கழித்தாள். பங்காளியை கொடூரமாகப் பயமுறுத்தி மகிழும் சாமினுடனான வாழ்க்கை அவளுக்கு உண்மையிலேயே ஒரு நரகமாகவே இருந்தது. இந்த ஓராண்டில் அவள் வெகுவாகவே மாறிவிட்டிருந்தாள். வேதனையிலிருந்தும் அவமானத்திலிருந்தும் விடுபடுவதற்காக மதுவிலும் போதை மருந்திலும் மூழ்கி எப்போதும் ஒரு மயக்க நிலையிலேயே இருந்தாள். இறுதியில் மகீந்தனின் இடத்திற்குப் போவதற்கான வாய்ப்பு கிடைத்ததும் அவள் எல்லாவற்றையும் மறந்து அதை அனுபவிக்கும் நிலையில் இருந்தாள். ஆனால், திடீரென்று நினைவுக்கு ஓடிவரும் கூவேணியின் முகம் அவளிடம் பழிவாங்கும் தீயை அணையாமல் பாதுகாத்தது.

முகத்தில் யௌவனத்தின் வசந்தம் மறையத் தொடங்கியிருந்தாலும் யாரையும் மனம் மயக்கச் செய்யும் உடலழகிற்கு உளைச்சல் ஒன்றும் நேராததால் தேவநாயகியை திரிகோணத்திலுள்ள மக்கள் கண்களை மூடாமல் நோக்கிக் கொண்டிருந்தார்கள். கம்போஜியாவிலுள்ள அப்ஸரஸ் அழகிகளைப் போல் இடைக்குமேல் ஆடையணியாமல் மார்பகங்களிலும் கன்னங்களிலும் சந்தனம் தடவி பாதுகாத்தும்

பூத்தாலியும் காப்பும் அணிந்து இலங்கையின் மண்ணில் முதன்முதலாக காலூன்றிய தேவநாயகி கோணேஸ்வரனை வணங்கி இலங்காதேவியின் மண்ணைத் தொட்டு தொழுதாள். வெண்ணிறத்தில் தடித்து சிறிது தொந்தியும் வழுக்கைத் தலையுமுள்ள சாம் பிரஸித் அவளுக்குச் சிறிதும் பொருத்தமானவனாக இருக்கவில்லை. என்றாலும், ஓர் அதிகார மமதையுடன் அவளைத் தன்னுடன் அணைத்துக் கொண்டுதான் அவன் நடந்தான். சீனாக்காரியான முக்கிய தோழி அழகுச் சாதனப் பொருட்களுடனும் விசிறியும் வால் கண்ணாடியுமாக தேவநாயகிக்கு பின்னாலேயே நடந்தாள். ஆடை ஆபரணங்களின் பெட்டிகளுடன் இரண்டு தோழிகளும் கூட இருந்தார்கள். வயதின் நிழல் தன்னுடைய அழகில் விழுகின்றதோ என்னும் அச்சத்தினால் தேவநாயகி இடையிடையே சீனாக்காரியின் கையிலிருந்து பன்னீரில் நனைத்த துவாலையை வாங்கி முகத்தைத் துடைப்பதும் வால்கண்ணாடியை நோக்கி தானே திருப்தியுறுவதுமாக இருந்தாள். சீனாக்காரியைத் தவிர்த்து வேறு இரண்டு தோழிகளும் தேவநாயகியின் நம்பிக்கைக்குரியவர்களின் பட்டியலில் இருந்தார்கள்.

மெய்க்காப்பாளர்களும் உதவியாளர்களும் தோழிகளும் சேர்ந்த சாம் பிரஸித்தின் குழுவில் பதினைந்து பேர்கள் இருந்தார்கள். அவர்களை கனவு நகரத்திற்கு அழைத்துப் போவதற்காக குதிரை வண்டிகளும் மற்ற பரிவாரங்களுமாக மகீந்தனின் ஆட்கள் துறைமுகத்திலிருந்து சிறிது தூரத்திலேயே காத்திருந்தார்கள். திரிகோணமலை ராஜராஜனின் ஆட்சி அதிகாரத்தின் கீழ் இருந்தாலும் சோழப்படையின் சொல்லிக் கொள்ளும்படியான இருப்புவொன்றும் அங்கே இருக்கவில்லை. மகீந்தனை பிடித்து இலங்கையை முழுவதுமாக தன் கீழ் அடக்குவதைவிட ராஜராஜனின் ஆர்வம் மற்ற நாடுகளையும் பிடித்து தன்னுடைய சாம்ராஜ்ஜியத்தை விரிவாக்குவதில்தான் இருந்தது. அதனால் சாமிற்கு கனவு நகரத்திற்குச் செல்ல பிரச்சினைகள் ஒன்றுமில்லாமல் பயணிக்க முடிந்தது.

சூடாமணி விகாரத்தின் ஒரு கிளையை திரிகோணமலையில் நிறுவும் பணிக்காக அங்கே வந்த ஸ்ரீவல்லப புத்தனார், கோணேஸ்வரக் கோயிலில் தரிசனம் முடித்து தான் தங்கியிருக்கும் சத்திரத்திற்குத் திரும்பி வரும்போதுதான் தேவநாயகியின் குழுவைப் பார்த்தார். சாமின் கையில் தொங்கியவாறு குதிரை வண்டிக்குள் ஏறிக்கொண்டிருந்த அவளை அடையாளம் கண்டு அவர் மகிழ்ச்சியுடன் அருகில் சென்றார்.

அவர் அவளிடம் சுகம்தானே என்று கேட்டாலும் அவளோ அவரை அறிமுகமானவரைப்போல் கண்டுகொள்ளாமல் ஒரு சாதாரண

பிக்ஷு வுக்கு அளிப்பதுபோல் ஒரு வெள்ளி நாணயத்தை எடுத்து நீட்டினாள். புத்தனார் பவ்வியமாக அதை மறுத்தார். அப்போது அவள் அதற்குப் பதிலாக ஒரு தங்க நாணயத்தை நீட்டினாள். புத்தனார் அதையும் மறுத்தார். அதைக் கண்டதும் சாம் பிரஸித்தினால் கோபத்தை அடக்க முடியவில்லை.

'பிக்ஷு க்களுக்கெல்லாம் இப்போது பெருத்த எண்ணம்தான். நீ உன் கழுத்திலுள்ள பாலக்கா மாலையைக் கழட்டிக் கொடேன்.'

அவள் தங்கநாணயத்திற்குப் பதில் தன் கழுத்தில் அணிந்திருந்த மரகதம் பதித்த பாலக்கா மாலையை கழட்டினாள். புத்தனார் அதையும் வேண்டாம் என மறுத்தார்.

'பாபத்தின் கறை படிந்ததொன்றும் வேண்டாம். நீயே உழைத்துப் பெற்றது ஏதாவது இருந்தால் கொடு.'

தேவநாயகிக்கு அப்போதுதான் ஆளை அடையாளம் புரிந்தது. என்றாலும் அதை உடனே வெளியே காட்டிக் கொள்ளவில்லை. ஆனால், அவளுடைய முகம் கருத்தது. மாலையை மீண்டும் கழுத்தில் அணிந்துகொண்டு அவள் குதிரை வண்டியில் பாய்ந்து ஏறினாள்.

'பாங், நாம் சீக்கிரம் போகலாம். சுத்தமில்லாதவன். பெரிய பிக்ஷு வென்று சொல்லிக்கிட்டு திரியறான்.'

அவள் குதிரை வண்டியில் சாமுடன் சேர்ந்து அமர்ந்தாள். தமிழ் தெரியாததால் அவனுக்குப் புத்தனார் சொன்னது புரிந்திருக்காது என்று அவள் சமாதானம் அடைந்தாள். ஆனால் சாமிற்கு தமிழ் தெரிந்தே இருந்தது. பாவத்தின் கறை என்ற சொற்பிரயோகத்தை அவன் விரும்பினான். தேவநாயகி பின்னால் அமர்ந்திருந்த தோழியின் கையிலிருந்து பன்னீர் துவாலையை வாங்கி முகத்தை துடைத்தபோது அவன் அவளை கேலி செய்வதுபோல் தமிழில், 'பாவத்தின் கறையை பன்னீர்த் துவாலையால் துடைத்தால் போய்விடுமோ' என்று கேட்டான். தேவநாயகியின் மனம் உண்மையிலேயே வெந்தது. பாவத்தின் கறை பூசப்படாத ஒன்றும் அவள் கையில் உண்மையில் இல்லாமல்தான் இருந்தது.

இந்த நிகழ்வில் புத்தனார் தேவநாயகியைக் குற்றப்படுத்தவில்லை. அதற்குப் பதில் பூர்ணிமா என்னும் பெயருள்ள ஒரு பெண்குழந்தையின் கதையைச் சொன்னார்:

குரங்கு இனங்களிலேயே மிகவும் உயர்வானது வெள்ளை நிறமுடைய சிபாங்க இனத்தைச் சேர்ந்த பூர்ணிமா, சித்தார்த்த

கௌதமன் மகா போதி மரத்தின் கீழே தவத்தை அனுஷ்டிக்கும்போது வேறு சில குரங்குகளுடன் அந்த மரத்தில் வாழ்ந்தது. சுஜாதா கௌதமனுக்கு அளிப்பதற்காக பால் கஞ்சியுடன் வந்தபோது பூர்ணிமாவும் அதன் கூட்டாளிகளும் சேர்ந்து அதைப் பறித்துக் கொள்ள முயன்றும் முடியவில்லை. ஆனால், கௌதமன் அவற்றுக்குப் பாதி கஞ்சியைக் கொடுத்த பின் மீதமுள்ள பால் கஞ்சியைத்தான் குடித்தார். மனிதர்களில் நல்லவர்களும் உண்டு போலிருக்கிறதே என்று ஆச்சரியப்பட்ட பூர்ணிமா அவருக்கு அருகிலிருந்த அத்தி மரத்திலிருந்து பழங்களைப் பறித்துக் கொடுத்தது. அந்தப் பழங்களை மகிழ்ச்சியுடன் ஏற்றுக்கொண்ட அவர் வாஞ்சையுடன் பூர்ணிமாவின் முதுகில் தடவினார். பூர்ணிமா கொடுத்த அத்திப்பழங்கள்தான் கௌதமன் ஞானோதயம் பெறுவதற்கு முன்பு கடைசியாக உண்ட உணவாகும். அதற்குமேலும் தாமதிக்காமல் அவர் தன் மகா தியானத்திற்குள் பிரவேசித்தார்.

அந்தத் தியானத்தின் முக்கியத்துவத்தைப் பற்றி அறியாமல் பூர்ணிமாவும் அதன் கூட்டாளிகளும் சாதாரணமாக அம் மரத்தில் வாழ்ந்தன. ஆகாரத்திற்காகவும் இணை சேர்வதற்காகவும் பரஸ்பரம் கத்திக் கொண்டும் உறுமிக் கொணடும் கலவரத்தை ஏற்படுத்தின. அக் கும்பலிலேயே மிகவும் இளமையானதால் பூர்ணிமாவுக்காகத் தான் ஆண் குரங்குகளுக்குள் போட்டி நிலவியது. அதன் சகோதரர்களும் பிள்ளைகளும் கூட பரஸ்பரம் போராடின. சில தோற்றன. சில வென்றன. பூர்ணிமா எப்போதும் ஜெயித்தவர்களை சந்தோஷப்படுத்தியது. சித்தார்த்த கௌதமன் உயர்வான உண்மையைத் தேடி தியானம் செய்வதற்குக் கொஞ்சம் மேலேதான் இவையெல்லாம் நடந்தன. தியானத்தில் மூழ்கியிருந்த அவர் அவையொன்றையும் அறியவே இல்லை. ஆனால் நாற்பத்தியொன்பதாம் நாள் ஞானோதயம் கிடைத்தபோது அதற்கு சாட்சியாவதற்கான அதிர்ஷ்டம் பூர்ணிமாவுக்குக் கிடைத்தது. மற்றவையெல்லாம் அப்போது உறக்கத்தில் இருந்தன. அந்த ஞான ஒளியை ஏற்றதினால் புத்தனுக்கு கிடைத்த திவ்வியத்தன்மையில் ஓர் அம்சம் பூர்ணிமாவுக்கும் கிடைத்தது. அந்த பூர்ணிமாதான் பலபிறவிகளுக்குப் பிறகு சங்கமித்ரா என்னும் பெயரில் அசோக சக்கரவர்த்தியின் மகளாக பிறந்தது. அவள் பின்பு உலகப் புகழ்பெற்ற புத்தபிக்குணியானாள். காமமும் குரோதமும் பகையும் நிறைந்த லௌகீக வாழ்க்கையில் மூழ்கிப்போன தேவநாயகிக்கு மறுபிறவியில் அப்படி ஏதாவது நேரட்டுமே என்று பிரார்த்தித்தார் புத்தனார். ஆனால், அதன்பின் அவர் ஒரு கேள்வியை மட்டும் கேட்டார். எந்த மரமாக இருந்தாலும் சுலபமாக படர்ந்து ஏறக்கூடிய கொடியின் பெயரென்ன?

ஆகாய நகரத்திற்கு ஐந்து குதிரை வண்டிகளில்தான் சாமின் பயணம் இருந்தது. ஒரு பார்வையில் எல்லாமுமே சாதாரண குதிரை வண்டிகளாகத்தான் இருந்தன. ஆனால், நடுவிலுள்ள வண்டியின் உள்புறத்தில் எல்லா சுக வசதிகளும் செய்யப்பட்டிருந்தன. அதில்தான் சாமும் தேவநாயகியும் அமர்ந்திருந்தார்கள். சுமார் ஆறு யோசனை தூரம் முடிந்ததும் அவர்கள் ஒரு கொடும் காட்டின் அருகே சென்று கொண்டிருந்தார்கள். இதுவரையில் தேவநாயகி கண்ட காடுகளைப் போல் அது இருக்கவில்லை. ஆகாயம் தொடும் வரையில் உயரமான கோபுரங்களைப் போல் வண்ணமயமான மரங்கள். ஐந்நூறு அறுநூறு ஆண்டுகள் வயதான தேக்கும் வீட்டியும் மகாகனியும் படர்ந்து பந்தல் போல் நிற்கின்றன. அதற்குக் கீழே சிறிய மரங்களும் மற்ற செடிகளும் இருந்தன. ஓரடி முன்னே நகர்வதற்கான இடத்தைக் கூட காண முடியவில்லை. அவர்களைப் பார்த்து பயந்த பறவைகளின் பரபரப்பும் சீவிடுகளின் ஓயாத சப்தமும் உண்டானபோது செவியே அடைந்து விடுமோ என்று தோன்றியது. உச்சிப் பகலிலும் ஒரு துளி சூரிய ஒளிகூட கீழே விழவில்லை. இனி எப்படி முன்னோக்கிச் செல்வது என்பதுபற்றி தேவநாயகி ஆச்சரியப்பட்டாள். ஆனால், அந்த அடர்ந்த பசுமைக்கு நடுவில் ஒரு சிறு சுரங்கவழிபோல், செடிகொடி களையும் மரங்களின் கிளைகளையும் வெட்டி ஒதுக்கி சிரமத்துடன் ஒரு குதிரைவண்டி முன்னோக்கி போவதற்கான பாதை ஏற்படுத்தப்பட்டிருந்தது. பற்ற வைக்கப்பட்ட பந்தங்களுடன் மகீந்தனின் ஆட்கள் முன்னாலும் பின்னாலும் வந்தார்கள். குதிரை வண்டிகள் காட்டிற்குள் நுழைந்த போது சப்தங்களெல்லாம் நின்றன. திடீரென்று சுற்றிலும் பயமுறுத்தும் நிசப்ததன்மை நிறைந்தது. ஆகமொத்தத்தில் பயந்து போன தேவநாயகி சாமின் கையை இறுகப் பற்றினாள்.

‘பாங், எனக்குப் பயம் தோணுகிறது...’

‘தேவ், இங்கே பயப்படுவதற்கு ஒன்றுமில்லை. உனக்கு ஒரு தமாஷ் சொல்லட்டுமா... இது சிங்கள நாடென்று பெயர் என்றாலும் இங்கே சிங்கமோ புலியோ இல்லை. யானைகள் ஏராளமாக உள்ளன. ஆனால் அவை இவ்வளவு அடர்த்தியான காட்டிற்குள் இருக்காது. இந்த மரங்களுக்கிடையே அவற்றால் நடக்க முடியாது. சில சமயம் சிறுத்தைகள் இருக்கும். ஆனால் அவையும் இந்த கலவரத்தைக் கேட்டு ஓடிப்போயிருக்கும். பாம்புகளுக்கு மட்டும்தான் பயப்பட வேண்டும்.’

‘இன்னும் எவ்வளவு தூரம் போகவேண்டும், பாங்?’

‘மூன்று யோஜனை. அது முடிந்தால் ஒரு பெரிய ஆறுதான் குறுக்கே. குதிரை வண்டியிலேயே அமர்ந்து அக்கரையைக் கடப்பதற்கான பெரிய

மூங்கில் கட்டுமரங்கள் உள்ளதினால் சிரமமொன்றுமில்லை. அதன்பின் பரந்த மூங்கில் காடுகள்தாம். அங்கே ஏராளமான யானைகள் இருக்கும். அதன்பின் ஆறு யோஜனை போனால் மீண்டும் இதே போன்றதொரு அடர்காடுதான். அது இதைவிடப் பெரியதும் ஆபத்து நிறைந்ததுமாகும். ஆனால் அங்கே குதிரை வண்டிகள் போகும்படியான பசுமை சுரங்கங்களை மகீந்தன் உண்டாக்கி இருக்கிறான். அந்தக் காட்டிலிருந்து நாம் வெளியே செல்ல வேண்டிய தேவையே இருக்காது.'

'ஏன்?''

'அதற்கு நடுவில்தான் சிங்க சைலம். அதை ஸிகிரியா என்றுதான் இந்த நாட்டினர் அழைக்கிறார்கள். கொடும் காட்டிற்கு நடுவில் ஆகாயத்தைத் தொடும் அளவிலான ஒரு பெரிய பாறைக்கட்டு. ஏறக்குறைய அறுநூறடி உயரமுண்டு. அதன் உச்சியில்தான் மகீந்தனின் கனவு நகரம். அந்திக்கு முன்பே நாம் அங்கே சென்றுவிடலாம்.'

'எதனால் அந்த இடத்தை கனவு நகரம் என்றழைக்கிறார்கள்?'

'அது நீ அங்கே செல்லும்போது புரியும். அது பூமியிலுள்ள சொர்க்கம். கனவில் மட்டுமே சாத்தியமாகும் பல விஷயங்களையும் நாம் அங்கே நேரிடையாகவே அனுபவிக்க முடியும். உலகின் பல நாடுகளைச் சேர்ந்த அரசர்கள், அரசிகள், அமைச்சர்கள், இரத்தின வியாபாரிகள், மிளகு போன்ற விலை அதிகமுள்ள வாசனைப் பொருட்களை வியாபாரம் செய்பவர்கள், இரும்பு கூடங்களின் உரிமையாளர்கள், கப்பல் முதலாளிகள் என இப்படிப்பட்ட பெரும் செல்வந்தர்களின் உல்லாசக் கேந்திரம்தான் அது. மிகவும் நல்ல உணவு, மிகவும் உயர்தரமான மது, மிகவும் அழகான பெண்கள், மிகவும் மனோரம்மியமான நடனம், மிகவும் இனிமையான இசை என மிகவும் உயர்வானவையெல்லாம் அங்கே உள்ளன. கனவு நகரத்திற்கு உள்ளே புகுந்தாலே பின்பு எல்லாரும் பரிபூர்ணமான சுதந்திரமுடையவர்கள்தான். அங்கே தவறுகள் இருக்காது. சரிகள் மட்டும்தான் இருக்கும். எல்லாரும் அவரவர்களுக்கு விருப்பமுள்ளதைச் செய்யலாம். ஆளால் அது மற்றவர்களின் விருப்பங்களுக்கு எதிராகக் கூடாது என்னும் ஒரே நிபந்தனை மட்டும் உண்டு. அதுபோல் எதற்கும் விலை உண்டு. அதை கொடுக்க முடிகிறவர்கள் மட்டும்தான் அங்கே வர முடியும். ஆனால், யார் வருகிறார்கள், யார் போகிறார்கள் என்பதெல்லாம் மிகவும் ரகசியம்.'

'இதனால் அவருக்கு என்ன பயன்?'

'தேவ், அதைத்தான் நான் சொல்லி இருக்கிறேனே. மகீந்தன் அநுராதபுரத்தின் அரசனாக இருந்தார். சோழ சக்கரவர்த்தியான ராஜராஜனுடன் நடந்த போரில் தோல்வியுற்றதும் நாட்டை இழந்தான். இராஜராஜனின் அரண்மனையில் நர்த்தகியாக இருந்தும் உனக்கு இதுவொன்றும் தெரியாதா? இப்போது தீவின் தென்பகுதியில் கொஞ்சம் இடம் கட்டுப்பாட்டில் இருந்தாலும் பயனொன்றும் இல்லை. இப்போது இந்த கனவு நகரம் மட்டுமே சொந்தமாக உள்ளது. அதனால் கனவு உலகத்துக்குள் நுழைய வேண்டுமென்றால் ஆள் ஒன்றுக்கு தினசரி பத்து தங்க நாணயம் காட்சிப் பணம் அளிக்க வேண்டும். அதோடு ஒரு பெண்ணையும் இலவசமாக அழைத்துக்கொண்டு செல்லலாம். ஆணானாலும் பெண்ணானாலும் உள்ளுக்குள்ளே சம்பாதிப்பதில் பத்தில் ஒன்று மகீந்தனுக்கானது. நெருக்கமாக உள்ளவர்கள் ஒவ்வொரு முறையும் செல்லும்போதும் ஏதாவது பிரத்யேக சன்மானமும் அளிப்பார்கள்.

'பாங், நர்த்தகிகளுக்கும் வைப்பாட்டிகளுக்குமெல்லாம அரசாட்சியில் என்ன காரியம்? ஆடச் சொன்னால் ஆடுவார்கள். பாடச் சொன்னால் பாடுவார்கள். அவ்வளவுதான். மீதி விஷயங்கள் ஒன்றையும் நாங்கள் தேடுவதில்லையே. ஆமாம், தாங்களும் அவரோடு மிகவும் நெருக்கமான ஆள்தானே...?'

'ஆமாம், அதனால்தான் இம்முறை மிகவும் விலைமிகுந்த பொருள் ஒன்றை பிரத்யேக சன்மானமாக கொண்டு செல்கிறேன்.'

'பின்னே ஏன் இதுவரையில் அதை எனக்குக் காட்டாமல் இருக்கிறீர்கள்?'

அவன் கடகடவென சிரித்தான். அவளுக்கு ஒன்றும் புரியவில்லை.

'அடியே, கையிலுள்ள வால் கண்ணாடியில் ஒருமுறை நீயே பார்த்துக் கொள். நான் மகீந்தனுக்குப் பரிசாகக் கொடுக்கப்போகும் அழகியை அதில் பார்க்கலாம்.'

அவள் திடுக்கிட்டுப் போனாள். இப்படியொரு சதியை அவள் ஒருபோதும் எதிர்பார்த்திருக்கவில்லை. இனி தப்புவதற்கும் யாதொரு வழியுமில்லை. போரில் தோற்றாலும் கடைசியில் மகீந்தன்தான் ஜெயிக்கப் போகிறான். அவள் கையிலுள்ள வால் கண்ணாடியில் மீண்டும் பார்த்தாள். தன் முகமே அவளிடம், 'முட்டாளே, உன்னால் இந்த வலையிலிருந்து ஒருபோதும் தப்பிக்க முடியாது' என்று சொல்லியது. அவள் சிறிது நேரத்துக்கு ஒன்றும் பேசவில்லை. பின்பு மிகவும் வருத்தத்துடன் கேட்டாள்:

'பாங், என்னை இவ்வளவு விரைவில் அலுத்துவிட்டதா?'

'தேவ், உண்மையே அதுதான். நான் எந்தவோர் அழகியையும் ஒரு வருஷத்துக்குமேல் என்னுடன் தங்க வைக்க மாட்டேன்.'

ஆற்றையும் காட்டையும் கடந்து அந்திக்கு முன்பே அழகான நீண்ட பூந்தோட்டங்களின் மத்தியில் சிங்க சைலத்தின் முன்னால் சென்று சேர்ந்தார்கள். மேற்கிலிருந்து வரும் சூரிய ஒளியில் ஸிகிரியா மிகவும் மனோகரமான காட்சியாக இருந்தது. இந்த அடர் காட்டினுள் இப்படியோர் அரண்மனை இருக்குமென்று யாராலும் சிந்திக்கக் கூட முடியாது. அறுநூறடிக்கு மேல் உயரமுள்ள பாறையில் ஒரு கனவு நகரம். மகீந்தனின் முக்கியமான ஆதரவாளனான சேனாவும் அனுலாவும் அவர்களை வரவேற்பதற்காக காத்துக் கொண்டு நின்றார்கள். அவர்கள் சாம் பிரத்தினையும் தேவநாயகியையும் பூமாலை அணிவித்து வாத்தியக் கோஷத்துடன் வரவேற்றார்கள். வரவேற்பிற்குப் பின் ஆம்பல் பொய்கையில் கைகால் கழுவி சுத்தம் செய்துகொண்டு இளநீரும் பழங்களும் சாப்பிடும் போது சாம் பத்து தினங்களுக்கான காட்சிப் பணமாக நூறு தங்க நாணயங்களை சேனாவின் கையில் கொடுத்தான்.

'என்ன, இந்தத் தடவை விரைவில் திரும்பப் போகிறீர்களோ... ஒரு மாதமாவது எங்களோடு சேர்ந்து இருப்பீர்கள் என்றல்லவா நினைத்தோம்.'

'இல்ல சேனா, விரைவில் திரும்பிச் சென்று சில அத்தியாவசிய காரியங்களைக் கவனிக்கவேண்டும். அனுலா, இவள் என்னோட சிநேகிதி தேவநாயகி. இவளுக்கு இங்குள்ள விஷயங்களையெல்லாம் விவரமாக சொல்லிக் கொடுக்க வேண்டும்.'

அனுலா தேவநாயகியை உரசிப் பார்ப்பதுபோல் ஒரு பார்வை பார்த்தாள். சிறிதாக கொஞ்சம் பொறாமை தோன்றினாலும் அதை வெளியே காட்டிக் கொள்ளாமல் அவளைக் கட்டியணைத்தாள். அதோடு தேவநாயகியின் கனவையும் செழிப்பையும் அவளால் உணரவும் முடிந்தது.

'என்னைச் சேர்ந்தவர்கள் தங்குவதற்கான கூடாரங்கள் எங்கே?'

'அதையெல்லாம் நாங்கள் தயாரித்துவிட்டோம். தேவநாயகியின் தோழிகளுக்கும் வசதிகள் ஏற்பாடு செய்யப்பட்டுள்ளன.'

'ஐயோ! என் தோழிகளை மேலே கொண்டு செல்ல முடியாதா?'

‘மன்னிக்கவேண்டும், இங்குள்ள நியதி அதை அனுமதிக்கவில்லை. அவர்களுக்கு சிங்கம் வாசல்வரை மட்டுமே வருவதற்கு அனுமதியுண்டு.’

‘அப்போ ஆடையாபரணங்களும் மற்ற பொருள்களும்...’

‘அவையெல்லாம் மேலே கொண்டு வந்து சேர்க்க ஏற்பாடுகள் நடக்கும். மேலே, என்ன தேவையென்றாலும் செய்து கொடுக்க கனவு நகரத்தில் தோழிகள் உண்டு. வாருங்கள்... இருட்டுவதற்கு முன்பு நாம் மேலே செல்லவேண்டும்.’

ஏறக்குறைய பாதிதூரம் வரையில் மேலே ஏறியதும் சிங்க வாசல் தெரிந்தது. பதினெட்டு அடி உயரமுள்ள அந்தப் பெரிய சிங்கத்தின் சிலைக்கு உயிருள்ள சிங்கத்தைவிட பராக்கிரமம் உள்ளது போல் தோன்றியது. சிங்கத்தின் வாயின் வழியாக உள்ளே ஏறும்படியாக படிகள் அமைக்கப்பட்டு இருந்தன. அதன்பின் நேராக மேலே செல்லும் படிகள்தான். சுற்றிலுமுள்ள இயற்கையின் அழகை கண்டு ரசித்தவாறு மேலே ஏறும்போது அனுலா சிங்க சைலத்தின் கதையைச் சொன்னாள்:

‘ஐந்நூறு ஆண்டுகளுக்கு முன்பு சிங்கள அரசரான கஸ்யபன்தான் இந்த அரண்மனையைக் கட்டினார். பல்லவ தேசத்தவளான ஒரு வைப்பாட்டியின் மூலம் பிறந்ததால் உண்மையான கிரீட உரிமையில்லாத கஸ்யபன் தந்தை தாதுசேனாவை கைது செய்து சிறையில் அடைத்துவிட்டு அதிகாரத்தைப் பிடித்துக் கொண்டார். பின்பு, தந்தையை கல்லறையில் வைத்து கொல்லவும் செய்தார். உண்மையான கிரீட உரிமையாளன் மொகலண்ணாதான். அவர் பயந்துபோய் பாண்டியநாட்டுக்குத் தப்பியோடினார். மொகலண்ணா பழிவாங்குவதற்காக திரும்பி வருவார் என்று பயந்துபோன கஸ்யபன் அநுராதபுரத்தை உருவாக்கினார். தான் செய்த காரியங்கள் தவறானதால் திரும்பத் தாக்குதலுக்கு உள்ளாகலாம் என்ற பயம் அவரை வேட்டையாடியது. அதிலிருந்து தப்பிக்க அழகிகளிடமும் மதுவிடமும்தான் அவர் அபயம் தேடினார். அன்று முதல் இன்றுவரை ஸிகிரியா அநுராதபுர அரசர்களின் சுகபோக ஆட்டங்களுக்கான கேந்திரமாயிற்று. பதினெட்டு ஆண்டுகள் அவர் இங்கிருந்தே இலங்கையை அரசாண்டார். அதற்குள் மொகலண்ணன் பாண்டிய அரசரின் உதவியுடன் திரும்பி வந்தார். யுத்தத்தில் மொகலண்ணன் கஸ்யபனை கொன்று ஆட்சியை பெற்றார். ஆனால் தலைநகரத்தை அநுராதபுரத்துக்கு மாற்றினார். சோழனிடம் தோற்ற மகீந்தனும் மொகலண்ணனைப் போல் பலம்பெற்று இலங்கையை மீண்டும்

கைப்பற்றுவதற்கான முயற்சியில்தான் இப்போது உள்ளார். உங்கள் எல்லாருடைய உதவியும் உண்டென்றால் நிச்சயமாக அதைச் சாதிக்க முடியுமென்றுதான் எங்களின் நம்பிக்கை.'

தேவநாயகி வெறுமனே முனகினாளே தவிர பதிலொன்றும் கூறாமலேயே மேலே ஏறினாள். சேனா சாமிடம் என்னவோ முக்கிய விஷயமாக பேசிக்கொண்டு சென்றான். தேவநாயகிக்கு அரசு சம்பந்தமான விஷயங்களில் பெரும் ஆர்வம் இல்லாததாலோ என்னவோ பேசவில்லை என்று உணர்ந்ததால் அனுலா விஷயத்தை மாற்றினாள்.

'உண்மையாகவே நீங்கள் தேவதை வம்சத்தில் பிறந்தவரோ?'

'ஆமாம், சப்த தேவகுலம். அது யசோதரபுரத்திலுள்ள மிகவும் பலமிக்க குடும்பம்.'

'இங்கே முன்பு வந்த இரண்டு தேவதை அழகிகளும் இதே முகச்சாயல்தானென்றாலும் இவ்வளவு தடிமன் இல்லாமல் இருந்தார்கள். அவர்கள் முற்றிலும் மெலிந்தவர்களாக இருந்தார்கள். இந்த தேவதையின் அழகையும் உடல் வனப்பையும் அரசர் பார்த்துவிட்டால் இன்றிரவு முதலே கனவு நகரத்தின் ராணியாகிவிடுவீர்கள் என்றுதான் தோன்றுகிறது.'

'ஓ, சும்மாவாவது கேலி செய்யாதீர்கள்...'

அவர்கள் மேலே உச்சியை அடைந்தபோது அந்தி மயங்கிவிட்டிருந்தது. பௌர்ணமியானதால் அரண்மனை நிலவில் குளித்து நின்றது. அரண்மனை முற்றத்திலும் பரந்து கிடக்கும் பூந்தோட்டங்களிலுமாக நூற்றுக்கு மேற்பட்ட விருந்தினர்கள் குழுமியிருந்தார்கள். பாட்டும் சிரிப்பும் கிண்டல்களுமாக ஒரே கலவரம்தான். மகீந்தனின் குடும்பம் இங்கே தங்கவில்லையாதலால் அரண்மனை முழுவதுமே விருந்தினர்களினுடையதாக இருந்தது. அங்கிருந்து கீழே நோக்கியபோது தான் உண்மையிலேயே ஆகாயத்தில்தான் இருக்கிறோம் என்று தேவநாயகிக்குத் தோன்றியது. கொஞ்சம் பலமாக வீசும் குளிர்காற்றில் இப்போது ஆகாயத்தை நோக்கி பறந்து உயருவோமோவென்று தோன்றியது. அவளுக்கு உடல் முழுவதும் குளிர் குத்திட்டது. அனுலா அவளுடைய கையில் ஒரு சிறிய மண் பானையில் பரிசுத்தமான அந்திக் கள்ளை ஊற்றிக் கொடுத்தாள்.

'குடியுங்கள், இதுதான் இங்குள்ள ஆரம்பம். பின்பு இந்த கனவு

நகரத்தில் அரசரோ, அமைச்சரோ, பிரமுகர்களோ என்று ஒன்றுமில்லை. எல்லாரும் சமமானவர்களே. பரஸ்பரம் பேர் மட்டும் சொல்லித்தான் அழைப்பார்கள்.'

'தேவ்...'

பின்னாலிருந்து அழைப்பைக் கேட்டு அவள் திடுக்கிட்டாள். சாமும் மகீந்தனும் அருகருகே நின்றார்கள்.

'மகீந்தா, இவள்தான் நான் தங்களுக்காக கொண்டுவந்த சிறப்பு பரிசு.'

அவன் அவளை அலட்சியமாக நோக்கினான். பின்பு தந்த பரிசை மகிழ்ச்சியுடன் ஏற்றுக் கொள்வதைப் போல் அவள் வலது கையைப் பிடித்து தனக்குள் சேர்த்தணைத்து இரு கன்னங்களிலும் ஒவ்வொரு முத்தம் கொடுத்தான். தேவநாயகி அவனுடைய முகத்தை நோக்காமல் இரண்டு கண்களையும் மூடிக் கொண்டாள்.

19

வலை

மகீந்தனின் கைகளுக்குள் கண்களை மூடி நின்ற அந்த இரண்டு நிமிஷமும் தேவநாயகியின் வாழ்க்கையிலேயே மிகவும் நீண்டதாக இருந்தது. தன் வாழ்க்கையிலேயே மிகவும் வெறுக்கும் மனிதன், தன் இளங்குருத்து மகளின் குரூரமான கொலைக்குக் காரணமான சூத்ரதாரி. அவனுடைய உதடுகள்தான் கன்னங்களை அழுத்துகின்றன. அவனுடைய கைகள்தான் தன் முதுகை வளைக்கின்றன. சிங்கக் கூண்டில் புகுந்துவிட்ட பெண் மானின் நிலை. சிங்கள மன்னனின் கொடூரங்களைப் பற்றிக் கேள்விப்பட்ட பயம் முதுகெலும்பின் முனையிலிருந்து மெல்ல மேலேறிக் கொண்டிருக்கிறது. அதே சமயம் காந்தளூர் களரியில் அப்பாவின் சீடனாக இருந்தபோது ஆவலோடு நோக்கி நின்ற அந்த குறும்பு நிறைந்த கண்கள் நிம்மதியும் தந்தன. அறிவினால்தான் பயத்தைத் தோற்கடிக்க வேண்டும் என்னும் சாஸ்திரிகளின் வார்த்தைகள் மீண்டும் நினைவுக்கு வந்தன. மிகவும் புத்திசாலித்தனமாக செயல்பட வேண்டிய நேரம் இது. மாற்றத்தை நினைவால் கட்டுப்படுத்தி மிகவும் கவனமாக ஒவ்வோர் அசைவுகளையும் நகர்த்த வேண்டும். இரண்டாவது முத்தத்தையும் தந்துவிட்டு தலையை நிமிர்த்தும் மகீந்தனின் முகத்தை இயல்பாக கூர்ந்து பார்த்தாள்.

எதிர்பார்த்ததுபோல் முற்றிலும் உபசாரமான முத்தங்களுக்குப் பின் கைகளிலிருந்து அவளை விடுவித்து முகத்தை நிமிர்த்தும்போது தேவநாயகியின்கண்களைமகீந்தன்உற்று நோக்கினான். அப்போதுதான் அவளும் கண்களை மெல்ல திறந்து கொண்டிருந்தாள். அந்தி மயங்கியதால் பணியாளர்கள் கனவு நகரத்தின் தீபத்தூண்களில் உள்ள விளக்குகளை ஏற்றும் நேரமாக இருந்தது. அதே நிமிடத்தில் எண்ணெய் விளக்கின் தங்க ஒளி தேவநாயகியின் முகத்தில் விழுந்தது. அவள் கவர்ச்சியான புன்னகையுடன் மகீந்தனை நோக்கினாள். மிக சாமர்த்தியமாக வசீகரிப்பின் போதையை அந்தச் சிரிப்பில் மறைத்து வைத்திருந்தாள். வாழ்க்கை முழுவதும் ஆவலோடு காத்திருந்த அழகிதான் இப்போது தன் கைகளுக்குள் இருக்கிறாள் என்பதை அவனால் நம்ப முடியவில்லை. அவன் ஆச்சரியத்துடன் 'தேவநாயகி' என்றழைத்தான். அவள், 'ஆமாம்' என்பதுபோல் தலையாட்டி மகீந்தனின் கைகளிலேயே சாய்ந்தாள். அவன் ஆவலுடன் அவளை

முத்தமழையால் மூடினான். பின்பு, இரண்டு கைகளிலுமாக அள்ளிக் கொண்டு அரண்மனைக்குள் நடந்தான். மேல் தளத்தில் வடமேற்கு பகுதியிலுள்ள பிரதான அறைக்குள் சென்ற பின்புதான் மகீந்தன் தேவநாயகியை கீழே விட்டான்.

அந்த அறை மிகப் பெரியதாக இருந்தது. மேற்கத்திய சுவரில் மிகவும் அழகாக பத்ம ஸம்பவ மண்டலம் வரைந்து வைத்திருந்தது. ஜெயவர்மனின் அரண்மனையில் வஜ்ரபோதியின் சீடர் பரம்பரையைச் சேர்ந்த நிஜாங்க வஜ்ரனிடமிருந்து தாந்திரீக அனுஷ்டானங்களின் ஆரம்ப பாடங்களைக் கற்றது நல்லதாக ஆயிற்று என்று அவளுக்குத் தோன்றியது. மகீந்தனிடம் செல்வாக்கைப் பயன்படுத்த அது சில நேரங்களில் உதவி செய்யலாம். ஆனால், தாந்திரிக அனுஷ்டானங்களுக்கும் மகீந்தனுக்கும் என்ன தொடர்பு இருக்கப் போகிறது? கேள்விப்பட்ட வகையில் மகீந்தனுக்கு மத சம்பந்தமான விஷயங்களில் முற்றிலும் ஆர்வமில்லை என்பதுதான். ஆனால், இந்த பத்ம ஸம்பவ மண்டலம் அப்படிப் பட்டதொரு வாய்ப்புக்குதான் சுட்டி காட்டுகிறது. அவள் அவனை ஆச்சரியத்துடன் நோக்கினாள். மூன்றாக மடித்து உடுத்திய தூய வெண்பட்டையும் உத்ரீயத்தையும் தவிர அரசனுக்குரிய வேறு ஆடைகள் ஒன்றையும் அணிந்திருக்கவில்லை. முகத்தில் பழைய குறும்புகளெல்லாம் போயிருந்தாலும் மிகவும் அழகனாகவே இருந்தான். மகேந்திரனிடம் வயதானதின் நிழலோ சோழர்களின் கருமையோ சாமின் சீனக் கண்களோ இல்லை. வெள்ளை நிற அழகன், வனப்பு மிக்கவன். அதிக உயரமோ தடிமனோ இல்லாத திட்டமான உடல்வாகு. களங்கமற்ற தன்மையைப்போல் மனோகரமான புன்னகை. இந்த மனிதன் தான் கேள்விப்பட்டதுபோல் குரூரமானவன் என்றோ துஷ்டன் என்றோ நம்ப முடியவில்லை.

வெண்ணெய்க்கல் பாவிய தரையில் இளம்பச்சை தரைவிரிப்பு விரித்த அந்த அறை மிகவும் அழகாக இருந்தது. புலித்தோலால் போர்த்தப்பட்ட வெதுவெதுப்பான இருக்கைகள். கருப்பு ஈட்டி மரத்தில் செதுக்குப் பணிகளுடன் கூடிய ஆடம்பர கட்டில், விசாலமான பட்டு மெத்தை, சுவரோடு சேர்ந்து ஆடைகளும் ஆபரணங்களும் வைப்பதற்கான ஈட்டி மரத்திலேயே உருவாக்கப்பட்ட அலமாரிகள், பிரதான அறைக்குள்ளேயே குளிப்பதற்கும் ஆடை மாற்றுவதற்குமான சிறிய அறைகள்... அவ்வாறு அனைத்து வசதிகளும் ஏற்படுத்தப்பட்டு இருந்தன. இரண்டு மூலைகளில் சிறிய பீடங்களில் வைத்திருந்த ஏழு திரிகளுடைய குத்துவிளக்குகளின் ஒளி இடப்பக்கச் சுவரிலுள்ள பெரிய கண்ணாடியில் பட்டு பிரதிபலித்து அறை முழுவதையும் பகலாக்கி

இருந்தது. அவளுடைய ஆடையலங்காரப் பெட்டிகளும் மற்றப் பொருள்களும் அதற்குள் அங்கே வந்துவிட்டிருந்தன. இருக்கைகளுக்கு முன்னாலுள்ள சிறிய பீடத்தில் வைக்கப்பட்டிருந்த பூத்தட்டில் ஏராளமான மணம் பரப்பும் பூக்களும் வெள்ளித்தட்டில் பலவகை பழவகைகளும் குடிப்பதற்கான பானங்களும் நிரம்பி இருந்தன. பட்டுமெத்தை முழுவதும் முல்லைப் பூக்கள் தூவி அலங்கரிக்கப்பட்டிருந்தது. மட்டிப்பால் புகையின் இனிமையான நறுமணமும் இணைந்தபோது அந்த அறையின் சூழலே கனவுக்கு ஈடாக இருந்தது.

ஆச்சரியத்துடன் அப்படியே பார்த்துக்கொண்டு நின்றவளை மகீந்தன் தன் அருகில் இழுத்து இருத்திக் கொண்டான்.

'காந்தளூர் ராணிக்கு என்னுடைய கனவு நகரமும் அரண்மனையும் விருப்பமுள்ளதாக இருக்கின்றனவா?'

'நகரம் முழுவதையும் இன்னும் பார்க்கவில்லையே. அரண்மனை மிகவும் பிடித்திருக்கிறது. இங்கே வருவதற்கு இவ்வளவு காலதாமதமாகிவிட்டதே என்ற சங்கடம் மட்டும்தான் இப்போது இருக்கிறது.'

'எத்தனை தடவைகள் அழைத்திருப்பேன்...'

'மகேந்திரவர்மனைத் தோற்கடித்து என்னை இலங்கைக்கு கொண்டு வந்திருக்கலாம் இல்லையா? அந்தக் கிழவனுடன் வேறு வழியில்லாமல் காலம் தள்ளும்போது நான் அதை கனவு கண்டுகொண்டிருந்தேன். பரிசு அளித்த நவரத்தின ஆரத்தின் சிமிழில் அநுராதபுரத்திலுள்ள ரகசிய வழிகளை வரைந்து சீனமொழியில் 'ஹுவான்யிங்' (வரவும், வரவேற்கிறேன்) என்று எழுதியிருந்தது எனக்கான அழைப்புதான் என்று எனக்குத் தெரிந்தே இருந்தது.'

'கிழவனுக்குப் புரியாமல் இருப்பதற்காகத்தான் சீனமொழியில் எழுதினேன். அது நொடியில் நேர்ந்தது. ஆனால், நீ அதற்குப் பதிலொன்றும் தரவில்லையே.'

'எண்ணம் எப்போதும் சொந்த கணவன்மேல் இருக்க வேண்டுமென்பதும், அவனை தோற்கடித்து வேறொரு அரசன் வந்தால் மகிழ்ச்சியுடன் ஏற்றுக் கொள்வதும்தான் காந்தளூரின் முறை. ஆனால், காந்தளூரைக் கால்களுக்கடியில் போட்டு மிதித்துவிடுவேன் என்று சொன்ன தாங்கள் ஏன் ஒன்றும் செய்யாமல் இருந்துவிட்டீர்கள்.'

‘போருக்கான ஆயத்தங்கள் அனைத்தையும் ஆரம்பித்துதான் இருந்தேன். ஆனால், ராஜராஜன் எதிர்பாராதவிதமாக ஆக்கிரமித்ததால் என்னுடைய எல்லா கணக்குகளும் தவறிவிட்டன. காந்தளூர் ராணி சோழமாதேவியானபோது என்னால் பொறுக்க முடியவில்லை. ராஜராஜனுடன் போருக்குக் குதித்ததே உனக்காகத்தான். நீ அங்கே இருப்பாய் என்று நினைத்துதான் கோடியக்கரையைத் தாக்கினேன். ராஜராஜனின் அறிவுக்கும் பலத்திற்கும் முன்னால் தோற்றுவிட்டேன். நீ அப்பனுக்கும் மகனுக்கும் மாதேவியாக வேண்டிய நிலை வந்துவிட்டதை அறிந்ததும் பெரும் கோபம் தோன்றியது. சரி, இப்போது நான் போரில் தோற்று நாட்டையும் இழந்துவிட்ட நிலையில் நீ ஏன் என்னைத் தேடி வந்தாய்?’

‘நான் மகிழ்ச்சியுடன் வரவில்லை. பலவந்தமாகப் பிடிபட்டு வந்திருக்கிறேன். ஜெயவர்மனின் அரண்மனையில் விருந்தினளாக வந்த என்னை சாம் ப்ரஸித் வசீகரித்து வலையில் வீழ்த்திவிட்டார். சென்ற ஓராண்டாக நான் அவருடைய அடிமைதான். பெண்களை உடல்ரீதியாகவும் மனரீதியாகவும் பயமுறுத்தி ரசிக்கும் ஒரு துஷ்டன்தான் அவர். என்னைத் தங்களுக்கு பரிசாகத் தந்து நம் இருவரையும் வலையில் வீழ்த்துவதற்கான ஏதோவொரு பெரிய தூண்டிலைத் தயாரித்துள்ளார் சாம். சோழமாதேவியாக இருந்த நான் எப்படி இந்த நிலைமைக்கு வந்தேன் என்று மட்டும் தயவுசெய்து கேட்காதீர்கள்.’

அவள் அதற்குமேல் ஒன்றும் விளக்கவில்லை. பான உபசாரங்களுக்குப் பின் ஆடை ஆபரணங்களையும் மற்ற பொருள்களையும் எடுத்து அலமாரியில் அடுக்கினாள். ஆபரணப் பெட்டியோடு பட்டினால் போர்த்தப்பட்ட சந்தனப் பெட்டி மகீந்தனுக்காகவே பிரத்யேகமாக கொண்டு வந்ததாகும். அங்கோர் மொழியில் மனோரம்மியமான செதுக்கு வேலைப்பாடுடன் கூடிய அந்த சந்தனப்பெட்டியில் யானைத் தந்தத்தில் செதுக்கப்பட்ட பத்து அழகான சிறிய புத்தர் சிற்பங்கள் இருந்தன. இடப்பக்கமாகத் திருப்பினால் திறக்கப்படும் பத்தாவது புத்தரை மட்டும் எடுத்து மாற்றிவிட்டு மிகவும் மரியாதையுடன் தேவநாயகி மகீந்தன் முன்னால் சந்தனப் பெட்டியை வைத்தாள்.

‘இது நான் தங்களுக்கு அளிக்கும் எளிய பரிசுப் பொருளாகும்.’

‘இதில் என்ன இருக்கிறது?’

‘யானைத் தந்தத்தால் செதுக்கப்பட்ட ஒன்பது சிறிய புத்தர் சிற்பங்கள் இவை. திறந்து பாருங்கள்...’

மகீந்தன் சந்தனப் பெட்டியை வாங்கி திறந்து பார்த்தான். உள்ளே ஒன்பது சிறிய புத்தர்கள். தேவநாயகி அதிலிருந்து ஒன்றை எடுத்து விளக்கினாள்.

'இவை வெறும் புத்தர் சிலைகள் மட்டும் இல்லை அரசே. ரத்தின புத்தர்கள். ஒவ்வொரு சிற்பமும் ஒரு சிறிய ரத்தினப் பேழையாகும். இதோ பாருங்கள், இப்படி புத்தனின் தலையை மெதுவாக வலப்புறம் திருப்பினால் இந்தப் பேழை திறக்கும். இதில் ஒன்பது மாணிக்க கற்களும் உள்ளன.'

தேவநாயகி பேழையிலிருந்து மாணிக்கக் கற்களை கையில் எடுத்து மகீந்தனிடம் கொடுத்தாள். அவன் அதை மகிழ்ச்சியுடன் கையில் வைத்து கூர்ந்து நோக்கிக் கொண்டிருந்தான்.

'அதுபோல் இதில் புஷ்பராகம், இதில் மரகதம், இதில் கோமேதகம், அப்படி ஒன்பது புத்தர்களின் வயிற்றிலும் ஒன்பது வகை இரத்தினங்கள்தான். ஒவ்வொன்றிலும் ஒன்பது எண்ணிக்கை வீதம் இருக்கும். ஒரு இரத்தின வியாபாரியின் வைப்பாட்டியால் வேறு எதை தங்களுக்கு பரிசாக அளிக்க முடியும்? இந்த ரத்தின புத்தர்கள் படுக்கை அறையில் இருந்தால் வாழ்க்கை எப்போதும் ஆனந்தமயமாக இருக்கும் என்று கம்போஜ்யத்திலுள்ள வஜ்ரயான குருக்கள் கூறுகிறார்கள்.'

'இங்கே படுக்கையறையில் புத்தர் பிரதிமைகளை வைக்கக் கூடாது என்பார்கள்.'

'அது தேரவாதமாகும் அரசே. வஜ்ரயானத்தில் படுக்கையறை ஒரு கெட்ட இடமில்லை.'

அவள் மகீந்தனை நோக்கி ஒரு கள்ளச் சிரிப்பு சிரித்தாள்.

'பத்மஸம்பவ மண்டலமெல்லாம் வரைந்து வைத்திருந்தாலும் நான் இதுவரையில் உபச்சாரமாகக் கூட வஜ்ரயானத்தை ஏற்றுக் கொண்டதில்லை. அதற்கு நல்ல யோக்கியதையுள்ள குரு கிடைக்காததுதான் முக்கிய காரணம்...'

'யோக்கியதையுள்ள ஒரு குரு கிடைத்தால் போதுமா?'

'நீயென்ன கேலி செய்கிறாயா? நீயொரு பத்மநாபசுவாமி பக்தையாயிற்றே.'

'அப்படித்தான் இருந்தேன். ஆண்டாளின் திருப்பாவையை பாடி பத்மநாபனின் முன்னே நடனம் ஆடியவள்தான். ஆனால், கம்போஜியாவில் வைத்து பத்மநாபனுக்குப் பதில் பத்மஸம்பவனை

ஏற்றுக் கொண்டேன். இருவருக்குமிடையில் பெரிய வித்தியாசம் ஒன்றுமில்லை. பத்மநாபனுக்கு ஆத்மாவின் ஆனந்தம்தான் உயர்வான ஆனந்தம். ஆனால், பத்மஸம்பவன் உடலும் உயிரும் ஒன்றுதான் என்று புரிய வைப்பதுடன், உடல்ரீதியான ஆனந்தம்தான் இதயபூர்வமான ஆனந்தம் என்று உணரச்செய்யவும் வைக்கிறார். மந்தாரை தேவியுடன் சேர்ந்து அனுஷ்டானங்களின் மூலம் அதை அவர் அனுபவித்து அறிந்ததாகும். அதுமட்டுமல்ல, மகீந்த மன்னனின் ராணி வேற்று மதத்தவளாகவும் இருக்கக் கூடாதல்லவா?'

'தேவநாயகி, நீ சொன்ன விஷயங்களைப் புரிந்து கொள்ளக்கூடிய விவரம் எனக்கில்லை. அப்புறம், நான் இப்போது இலங்கையின் மன்னனுமல்ல. நாட்டையும் கிரீடத்தையும் சிம்மாசனத்தையும் இழந்து ஒரு சூதாட்ட கேந்திரம் நடத்தி வாழும் ஒரு துர்ப்பாக்கியசாலி நான்.'

'தேவையென்று வந்துவிட்டால் போனவற்றையெல்லாம் மீண்டும் பிடிக்கக் கூடியதாகத்தானே இருக்கின்றன.'

மகீந்தன் அதற்குமேல் ஒன்றும் பேசவில்லை. வெறுமனே சூனியத்தையே நோக்கி அமர்ந்திருந்தான். இழந்த நாட்டைத் திரும்பவும் பிடிப்பதற்கான தன்னுடைய திட்டங்கள் எவையும் வெளிப்பட்டுவிடக் கூடாதே என்னும் குழப்பம்தான் அவன் முகத்தில் இருந்தது. தேவநாயகியை கூட்டணியாக்கினால் இடம் மாறிய காந்தளூர் படையை மீண்டும் தம் பக்கம் கொண்டுவர முடியும் என்னும் எதிர்பார்ப்பு அவனுக்கு கொஞ்சம் மகிழ்ச்சியை அளித்தது. தேவநாயகி மகீந்தனோடு சேர்ந்தமர்ந்து மெல்ல அவனுடைய வலது கையை எடுத்து ஒரு முத்தம் கொடுத்தாள்.

'இழந்துவிட்டோம் என்று நம்பி இருந்தவையெல்லாம் இப்போது திரும்பவும் கிடைக்கப் போகின்றனவே... மகிழ்ச்சியாக இருக்கிறதா...'

'எப்போதும் நீ என்கூட இருந்தால்...'

'நிச்சயமாக...'

'நீ மட்டும் போதாது... காந்தளூரின் படையும் வேண்டும்.'

'அதில் சந்தேகம் வேண்டாம். சோழர் ஆட்சி எல்லாருக்கும் அலுக்கத் தொடங்கிவிட்டது. படைத்தலைவர்கள் நான் சொன்னால் நம்முடன் நிற்பார்கள். அப்படியில்லையென்றாலும் காந்தளூர்காரர்களுக்கு கருப்பு சோழர்களைவிட வெளுத்த சிங்களர்களைத்தான் பிடிக்கும்.'

'அதென்ன அப்படி?'

'இது போன்றுள்ள அழகர்களை யாருக்குத்தான் பிடிக்காமல் இருக்கும்.'

தேவநாயகி கொஞ்சம் நிமிர்ந்து இரண்டு கைகளாலும் மகீந்தனின் முகத்தை தன்னோடு அணைத்து ஒரு நீண்ட முத்தத்திற்கு தொடக்கமிட்டாள். நிமிடங்கள் நீண்டு போனதை இருவருமே அறியவில்லை. இறுதியில் கட்டுப்படுத்த முடியாமல் மகீந்தன் அவளைத் தூக்கி கட்டிலில் போட்டான். 'நாம் தாந்திரிக முறையிலேயே ஆரம்பித்தால் என்ன?' என்று தேவநாயகி கேட்டபோது, 'வேண்டாம் அவற்றையெல்லாம் பின்னால் பார்த்துக் கொள்ளலாம். இப்போது சுப்பாதேவியை அடைந்த சிங்கத்தைப் போல்தான் நான்' என்பதுதான் மகீந்தனின் பதில்.

அரண்மனை முகப்பிலுள்ள பெரிய சிங்கத்தின் சிலைதான் அவளுக்கு அப்போது நினைவுக்கு வந்தது. அதன்பின் ஒரு சூறாவளியின் வேகம்தான். குத்துவிளக்குகளை அணைப்பதற்குக் கூட மறந்து போனதால் இரவில் எப்போது எண்ணெய் தீர்ந்து திரிகள் எரிந்து அணைந்தனவோ... சிங்க சைலத்தின் குளிர்ந்த விடியற்காற்று ஜன்னல்களின் வழியாக அழைத்து எழுப்பியபோதுதான் அவர்கள் விழித்தார்கள். வாழ்க்கையில் முதன்முதலாக அவள் சோர்ந்துவிட்டாள். விழித்தும் ஒன்றும் பேசாமல் அசையாமல் கிடக்கும் தேவநாயகியை சிரிக்க வைப்பதற்காக அவன் குறும்பாகச் சொன்னான்...

'ஒரு பிரசவமே முடிந்ததுபோல் நீ இப்படி அசையாமல் கிடக்கிறாயே, என்ன?'

'ஒரு கடல் முழுவதும் உள்ளுக்குள் ஓடி வருவதுபோல்... நான் ஆக மொத்தத்தில் நிறைந்து தளும்பிவிட்டேன்.'

'அது, இதற்கு முன்பு ஒரு சிங்க போகத்திற்கு உனக்கு அதிர்ஷ்டம் கிடைக்காத காரணத்தால்தான். சில நாட்கள் சென்றால் பழக்கமாகிவிடும்.'

'இதற்கு முன்பு ஏதாவது பெண் புலிகளை கொன்று தின்றிருப்பீர்களோ?'

'நூற்றுக்கணக்கில்... ஆனால், இதுபோன்றதொரு பெண்புலியை முதன் முதலாகத்தான்...'

'சிங்கத்திற்கு, பெண் புலியின் மூலம் பிறக்கும் புத்திரனை எப்படி அழைப்பார்கள்?'

'சிம்புலி.'

இருவராலும் சிரிப்பை அடக்க முடியவில்லை. கேலிகள் பேசியும் சிரித்தும் அவர்கள் அதன்பின் உறங்கவில்லை. மகீந்தன் விடிவதற்கு முன்பே எழுந்து உடற்பயிற்சிக்காக அரண்மனை முற்றத்திற்கு இறங்கியபோது தேவநாயகி பத்தாவது புத்தரின் தலையை மெல்ல இடது பக்கமாகத் திருப்பினாள். அதிலிருந்து ஒரு சிறிய குப்பியை எடுத்துப் பார்த்தாள். உதித்து எழும்பும் காலை சூரியனைப்போல் அவளின் முகமும் பழிவாங்கும் எண்ணத்தால் ஜொலித்தது. அதில் ராஜநாகத்தின் விஷம் நிறைந்திருந்தது. ஒரு துளி போதும், சிங்கத்தின் கர்ஜனை அடங்குவதற்கு. ஆனால், பாதுகாக்கவில்லையென்றால் அதோடு சேர்ந்து தன் உயிரையும் பலி கொடுக்க வேண்டியதாகிவிடும். மற்ற எல்லா வழிகளும் தோல்வியுற்றால் மட்டுமே இதைப் பயன்படுத்த வேண்டுமென்று வைத்து மூடினாள். தேவநாயகி சிறிது நேரம் கண்ணாடியையே பார்த்துக் கொண்டு நின்றாள். தன்னால் இவ்வளவு அழகாக நடிக்க முடியும் என்று அவள் எதிர்பார்த்திருக்கவில்லை. பாவனையிலும் வார்த்தைகளிலும் செயலிலும் எல்லாமும் தனக்குத்தானே ஆச்சரிமடையச் செய்தது. இல்லையென்றாலும் ஒரு கடல் முழுவதும் உள்ளுக்குள் ஓடிவந்ததுபோல் நிறைந்து தளும்பியது என்று சொன்னதெல்லாம் ஒரு காவியத் தன்மையாக என்றாவது தான் பேசியதுண்டா... எது எப்படியோ என்னுடைய இந்த நாடகத்தில் சிங்கம் நன்றாகவே விழுந்துவிட்டது. அவனுக்கு எப்படிப்பட்டதொரு ஆவேசமும் மகிழ்ச்சியும் இருந்தது? அவனை வசப்படுத்தி தன் தோழிகள் மூவரையும் மேலே கொண்டு வர வேண்டும். இப்படியே போனால் மேலும் தாமதியாமல் கனவு நகரத்தின் சகல சாவிகளும் தன்னிடம் ஒப்படைத்தால் போதும். ஆனால் அதற்கிடையில் ஒரு 'சிம்புலி' பிறந்துவிடுமோ என்னும் பயம் மட்டுமே உள்ளது.

அவள் சிங்கசைலத்திற்கு மேலேயுள்ள ஆம்பல் பொய்கையிலிருந்து குளித்து கரையேறும்போது நூற்றுக்கணக்கான கண்கள் கூர்ந்து நோக்கிக் கொண்டிருந்தன. மகீந்தனின் புதிய மனைவி மோசமில்லை என்று பலரும் முணுமுணுத்தார்கள். மகீந்தனுக்கு ஒருநாள் மட்டும்தானே தேவை. அது முடிந்தால் இவள் நமக்குதானே என்று பலரும் சமாதானமானார்கள். அவள் அரண்மனை கோயிலில் வணங்கிவிட்டு அறைக்குத் திரும்பிவரும்போது மகீந்தன் காத்துக் கொண்டிருந்தான்.

'தேவநாயகி, பிரார்த்தனையெல்லாம் முடிந்துதானே வருகிறாய். இந்தா இந்தப் பரிசையும் வாங்கிக் கொள்.'

'பரிசா?'

'ஆமாம், நீ நேற்றிரவு எனக்கொரு பரிசு கொடுத்தாய் அல்லவா. அதே மாதிரிதான் இதுவும். கண்களை மூடி இரண்டு கைகளையும் நீட்டி ஏற்றுக்கொள்.'

அவளுக்கு மகிழ்ச்சியாயிற்று. கண்களை மூடி இரண்டு கைகளையும் நீட்டினாள். மகீந்தன் அவளுடைய கைகளில் ஒரு தங்கத் தட்டை வைத்தான். நல்ல கனம். என்னவோ விலையுயர்ந்த பொருளாக இருக்குமென்று எண்ணி அவள் இரண்டு கைகளாலும் இறுக்கிப் பிடித்தாள்.

'சரி, கண்களைத் திறந்து என் பரிசை கண்கள் குளிர பார்... நீ மகிழ்ச்சியால் துள்ளிக் குதிப்பாய்.'

அதற்குள் கைகள் நனையத் தொடங்கியிருந்தன. புன்னகையுடன் மெல்ல கண்களைத் திறந்தபோது கண்ட காட்சியில் அவள் நடுங்கிவிட்டாள். அவளுடைய கையிலிருந்து அந்த தங்கத்தாம்பாளம் கீழே விழுந்தது. குருதியில் குளித்த சாம் ப்ரஸித்தின் தலை அவள் கால்களுக்கிடையே கிடந்தது.

'மகிழ்ச்சியாயிற்றா, நேற்றிரவு முழுவதும் என்னை ஆனந்தப்படுத்தியதற்கான பரிசுதான் இது. அவன் உடல் கிழக்கு மூலையிலுள்ள மரணப் பாறையின் உச்சியில் கழுகுகள் தின்பதற்காக கட்டி வைக்கப்பட்டிருக்கிறது. தேவையென்றால் போய்ப் பார்க்கலாம்.'

தேவநாயகிக்கு தலை சுற்றுவதுபோல் தோன்றியது. அவள் மகீந்தனின் தோளின்மேல் குழைந்து விழுந்தாள்.

20
கனவு நகரத்தின் ராணி

சுமார் மூன்று நான்கு நாழிகை நேரம் கழிந்துதான் தேவநாயகிக்கு உணர்வு தெளிந்தது. கண்களைத் திறந்தபோது மகீந்தனின் மடியில் தலைவைத்துப் படுத்திருந்தது தெரிந்தது. தோழிகள் அருகில் நின்று வீசிக் கொண்டிருந்தார்கள். நெற்றியில் ஏதோவொரு நெடியுள்ள தைலம் தடவப்பட்டிருந்தது. தான் படுத்திருப்பது எங்கே என்பதோ யாருடைய மடியில் என்பதோ அவளுக்குச் சட்டென்று புரியவில்லை. அப்போதைய உணர்வைத் திரும்ப பெறுவதற்கு மேலும் சில நிமிடங்கள் தேவைப்பட்டன. அவள் விழித்துக் கொண்டாள் என்று புரிந்து கொண்டதும் தோழிகள் அறையிலிருந்து வெளியேறி விட்டனர். சிறிது பயத்துடனேயே அவள் மகீந்தனின் முகத்தைப் பார்த்தாள்.

“ரொம்பவே பயந்துவிட்டாய் போலிருக்கிறது. பரவாயில்லை. ஒன்றும் குழப்பமில்லை என்றுதான் அரண்மனை வைத்தியன் கூறினான். உதவிக்குதான் தோழிகளும் உள்ளார்களே...”

மகீந்தன் தேவநாயகியின் வலது கையை எடுத்து மென்மையாக ஒரு முத்தம் கொடுத்தான். அவள் மெல்ல எழுந்து மெத்தையில் அமர்ந்தாள். தோழிகள் ஸ்படிக கிண்ணத்தில் ஊற்றிக் கொடுத்த காந்தாவையும் திராட்சை சாறையும் அருந்தியதும் தேவநாயகி சாதாரண நிலைக்கு வந்துவிட்டாள். கவர்ச்சியான புன்னகை அவள் முகத்திற்கு வந்துவிட்டது.

“நேற்றிரவு எனக்கு போர்த் தந்திரங்கள் வரை உபதேசித்த கெட்டியக்காரி, குருதியைக் கண்டதும் தலைசுற்றி விழுந்துவிடுவாள் என்று நான் எதிர்பார்க்கவில்லை.”

“குருதியைக் கண்டதால் அல்ல. அந்தக் குருதி சாம் ப்ரசாத்தினுடையதாக இருந்ததால்தான். நேற்றுவரை சாம் என் கணவனாக இருந்தவன். அதனால் ஒரு நிமிஷ நேரத்திற்கு பதறிவிட்டேன். என்னை நம்பி இவ்வளவு விரைவில் ஒரு தீர்மானத்தை எடுப்பீர்கள் என்று நான் எதிர்பார்க்கவில்லை.”

“உனக்குக் கஷ்டமாகிவிட்டதா?”

“இல்லை, சாமை நினைத்து அழுவதற்கு நான் ஒன்றும் முட்டாளில்லை. நேற்றிரவு முதல் அவன் எனக்கு யாருமில்லை.

ஆனால், நான் மிகவும் நேசிக்கும் மகீந்த மன்னனுக்கு இவ்வளவு கொடூரமான இன்னொரு முகம் இருக்கிறது என்பதை அறிந்தபோது மனம் கொஞ்சம் வேதனைப்பட்டது."

"தேவநாயகி, பகைவனிடம் கொடூரமாக இருந்தால்தான் நல்லது. பகைவனை ஒரு மனிதனாகக் கூட மதிப்பிடக் கூடாது. ஒரு சக உயிருடன் காண்பிக்கும் எந்தவொரு பரிசீலனையையும் பகைவனிடம் காட்ட வேண்டியதில்லை. அதேபோல் கொல்ல வேண்டியவனை கொல்வதற்கும் அடிக்க வேண்டியவனை அடிப்பதற்கும் நல்ல நேரம் பார்க்கக் கூடாது. உடனே நடத்திவிட வேண்டும். சிங்கள மன்னர்களின் பாரம்பரியமே அதுதான். சரி, எழுந்து விரைவாக தயாராகி வா. கனவு நகரத்தின் விருந்தினர்களெல்லாம் உனக்காகக் காத்திருக்கிறார்கள்."

அவள் எழுந்து நன்றாக முகம் கழுவிக் கொண்டாள். நெற்றியிலுள்ள மருந்து நெடியின் நாற்றம் மாறுவதற்காக பலமுறை பன்னீரைத் தடவினாள். ஜெயவர்மன் பரிசாக அளித்த விலைமிகுந்த இளம் மஞ்சள் ஸாம்போடை ஒழுங்காக உடுப்பதற்குத் தோழிகள் உதவினார்கள். அரைவட்ட வடிவில் கட்டி வைத்த முடியில் செண்பகமும் முல்லையும் சூடி முகத்திலும் மார்பிலும் சந்தனச் சாந்தையும் பன்னீரையும் தடவி, கண் மையிட்டு, பொட்டு வைத்து எல்லாமும் சரியாக இருக்கிறதா என்று பலமுறை வால் கண்ணாடியில் பார்த்து உறுதிசெய்து கொண்ட பின்தான் தேவநாயகி அறையிலிருந்து வெளியே வந்தாள். தேவதை மகுடம் அணியவில்லை என்றாலும் அவள் உண்மையிலேயே தேவதையாகவே இருந்தாள். தேவநாயகியுடன் மகீந்தனும் சேர்ந்து முக்கிய மண்டபத்திற்குள் ஏறியவுடன் வாத்திய கோஷங்கள் முழங்கின. 'கனவு நகர ராணி தேவநாயகி வாழ்க...' என்று சபையிலிருந்து ஆர்ப்பாட்ட அழைப்புகள் உயர்ந்தன. பிரத்யேகமாக தயார் செய்த இருப்பிடத்தில் மகீந்தனுடன் இணைந்து அவளும் அமர்ந்தாள். மகீந்தன் சபையிலுள்ள எல்லாரையும் நோக்கி மரியாதையை வெளிப்படுத்தும் ஒரு புன்னகையுடன் பேசத் தொடங்கினான்:

"பிரியமான விருந்தினர்களே! எல்லாரையும் இந்தக் கனவு நகரத்துக்கு வரவேற்கிறேன். இன்று நமக்கு மிகவும் மகிழ்ச்சியானதொரு நாளாக இருப்பதற்குக் காரணம், காந்தளூர் ராணியும் சோழமாதேவியுமாக இருந்த தேவநாயகி இன்றுமுதல் கனவு நகரத்தின் ராணியாகிறாள். தேவநாயகியின் விஷயத்தில் முதன்முதலாக நான் ஒரு வழக்கத்தை மாற்றிக் கொள்கிறேன். இங்கு வந்துள்ள அழகிகள் யாருக்கும் ஓர் இரவுக்குமேல் கூடுதலாக என்னுடன் உறங்குவதற்கான அதிர்ஷ்டம் உண்டாகவில்லை. தேவநாயகிக்கு அந்த அதிர்ஷ்டம்

கிடைக்கப் போகிறது. அவள் இனிமேல் என்றென்றைக்கும் என்னுடையவளாகவே இருப்பாள். காரணம், காந்தளூர் களரிகளில் தொடங்கிய இந்தக் காதல், பல ஆண்டுகள் நீண்டு கனிந்து வந்த தருணம்தான் இது. அதனால்தான் நான் அவளை இந்த கனவு நகரத்தின் ராணியாக்குவதற்கு தீர்மானித்தேன். தேவநாயகி எல்லா கொண்டாட்டங்களிலும் உங்களுடனேயே இருப்பாள். இந்த கனவு நகரத்தின் நடவடிக்கைகளுடன் தொடர்புடைய எல்லா பொறுப்புகளும் இன்றுமுதல் அவளுக்குரியதாக இருக்கும்.''

எல்லாருக்கும் இந்த முடிவு சம்மதம்தானே என்பதுபோல் ஒரு நிமிடம் மகீந்தன் தன் பேச்சை நிறுத்தினான். அனுலாவும் சேனாவும் அதிர்ச்சியுடன் பரஸ்பரம் நோக்கிக் கொண்டார்கள். சபையிலுள்ள பலரின் முகங்களிலும் பொறாமையும் பரிகாசமும் கலந்த சிரிப்பாக இருந்தது. ஓடி முடித்த குதிரையை யாராவது விலைகொடுத்து வாங்குவார்களா என்று யாரோ தனக்குத்தானே கேட்டுக் கொண்டார். அதற்குப் பதிலளிப்பது போல், ''சும்மா கிடைத்தால் எப்படி வாங்காமல் இருக்க முடியும்?'' என்று மறுகேள்வி எங்கேயோ உயர்ந்தது. 'பார்த்தால் அந்தளவுக்கு தளர்ச்சியொன்றும் தோன்றவில்லையே' என்று வேறு யாரோ சொன்னபோது, 'வெளிப்பார்வைக்கு குறிப்பிடும்படியான விஷயம் ஒன்றுமில்லை. உள்ளுக்குள் பூ வாடிப் போயிருக்கும்' என்று முதலில் சொன்னவன் விளக்கினான். 'நாலு கை மாறியதாயிற்றே... எப்படி பூ வாடாமலிருக்கும்?' என்னும் கேள்வியுடன் கேதாரத்தின் கப்பல் முதலாளி சைலேந்திரன் இடைபுகுந்ததும் அந்த உரையாடலே அருவருப்பிற்கு வழுக்கிச் சென்றது. இவற்றையெல்லாம் கொஞ்சநஞ்சம் கேட்டும்கூட கேட்காததுபோல் தேவநாயகி மௌனமாக அமர்ந்திருந்தாள். அபவாதங்களைக் கேட்டால் குலுங்காமல் இருப்பதற்கான மனக்கட்டுப்பாட்டையெல்லாம் அவள் பெற்றுவிட்டிருந்தாள். மகீந்தன் இவையொன்றையும் அறியாமல் தன் வார்த்தைகளைத் தொடர்ந்தான்:

''பிரியமுள்ள விருந்தினர்களே, இன்றைய விளையாட்டுகள் ஆரம்பிப்பதற்கான மணி உடனே முழங்கும். நகரத்திலுள்ள வெவ்வேறு இடங்களில் பலவகை விளையாட்டுகளுக்கான வசதிகள் ஏற்பாடு செய்யப்பட்டுள்ளன. சூது, சதுரங்கம், சீனர்களுக்குத் தேவையான 'கோமாய்' என்று இப்படிப்பட்ட முக்கியமான விளையாட்டுகளுக்கு அப்பால் பறவைகளையும் மிருகங்களையும் பயன்படுத்தும் பந்தயங்களும் இருக்கும். விளையாட்டுகளுக்கு சக்தியளிப்பதற்காக உலகின் மிகவும் சுவையான உணவும் மிகவும் உயர்தர மதுவும் மிகவும்

அழகான பெண்களும் உங்களுடன் இருப்பார்கள். வழக்கம்போல் சூரியன் மறையும்போது எல்லா விளையாட்டுகளும் முடிந்துவிடும். அதற்குப் பின் கிடைத்த லாபத்தில் பத்தில் ஒரு பங்கை கனவு நகரத்திற்கு அளித்த பின் நீங்கள் உங்கள் கொண்டாட்டங்களைத் தொடங்கலாம்.''

மணி முழங்கியது. எல்லாரும் விளையாட்டு அரங்குகளுக்குச் சென்றார்கள். மகீந்தன் தேவநாயகியை அழைத்துக் கொண்டு ஒவ்வொரு விளையாட்டு அரங்கிற்கும் சென்று அவளுக்கு அங்கு விளையாடும் விளையாட்டு நியதிகளையும் பந்தயம் கட்டும் முறைகளையும் விவரமாக சொல்லிப் புரிய வைத்தான். சதுரங்கம் விளையாடும் இடத்தில் மௌனமும் கோழிச் சண்டை போன்றுள்ள போட்டிகள் நடக்கும் இடங்களின் நிர்ப்பந்தமும் கலாட்டாவும் எல்லாம் அவளுக்கு சுவையாகத் தோன்றியது. வறுத்த மான் இறைச்சியின் சுவையுடன் காந்தளூர் காந்தாவை மீண்டும் உறிஞ்ச முடிந்ததினால் ஏற்பட்ட மகிழ்ச்சியும் அவளை மிகவும் ஆனந்தப்பட வைத்தன. பல்வேறு நாடுகளிலிருந்து வந்துள்ள அழகிகள் பொறாமையுடன் அவளை நோக்கினார்கள். மதிய நேர ஓய்வுக்காக அரண்மனையை அடைந்தபோது அதுவரையில் மௌனமாக நடந்துவந்த தேவநாயகி மகீந்தனிடம் தன்னுடைய அச்சத்தைத் தெரிவித்தாள்:

“அரசே, சூதாடி நாட்டை இழந்த அரசர்களின் கதைகள் தாம் எல்லா புராணங்களிலும் சொல்லப்பட்டுள்ளனவே. சூதாட்டங்களின் மூலம் இழந்த நாட்டை திரும்ப மீட்கலாம் என்று தாங்கள் கூறுகிறீர்களா?''

“அப்படி கருதவில்லை. போரைத் தவிர மற்ற வகையில் இலங்கையை மீண்டும் பிடிக்க முடியாதுதான். இந்த சூதாட்டக் கேந்திரம் அதற்கான ஒரு திரைமட்டும்தான்.''

“போருக்கான முன்னேற்பாடுகள் எந்தளவில் உள்ளன?''

“சிதறிப்போன படைகளை முழுமையாக ஒருங்கிணைத்தாகிவிட்டது. சிங்க சைலத்திலிருந்து ஏழு யோஜனை மேற்கே புதிய படைத்தளத்தை திறந்து முறையான பயிற்சிகளைத் தொடங்கியுமாகிவிட்டது. தென்கரையில் கோதவாய் துறைமுகத்தை நிறுவி நூற்றுக்கு மேற்பட்ட கப்பல்கள் உள்ளதொரு கடற்படையும் செயலுக்கு வந்துவிட்டது. நம்முடைய பல போர்க்கப்பல்களும் வியாபாரக் கப்பல்கள் என்னும் பொய்யான பெயரில் வடக்கு கிழக்கு கரையோரம் கண்காணித்து வருகின்றன. அவ்வாறு மிகவும்

ஒழுங்குமுறையாக காரியங்கள் முன்னோக்கிச் செல்கின்றன. புதிய சகாக்களைச் சேர்ப்பதற்கும் அனைத்துவகை ஆயுதங்களைச் சேகரிப்பதற்கு மான முயற்சிகள்தான் இப்போது நடக்கின்றன.''

''காந்தளூர் விமதரின் உதவியை என்னால் உறுதிசெய்ய முடியும். அங்கிருந்து தேவையான ஆயுதங்களையும் வாங்குவதற்கு ஏற்பாடு செய்யலாம். ஆனால், அதற்குச் சில யாத்திரைகள் செய்ய வேண்டியது வரும். இல்லையென்றால் சிங்கள ஒற்றர் குழுவின் சங்கிலியில் என்னையும் இணைக்க வேண்டியது வரும்.''

''அதிலொன்றும் கஷ்டமில்லை. ஆனால், உன்னைப் பிரிந்திருக்க என்னால் முடியாது.''

அவன் கேள்வி கேட்கும் தோரணையில் தேவநாயகியைப் பார்த்தான். அவள்கவர்ச்சியாக புன்னகை பூத்தாள். அந்த புன்னகையின் பொருள் மகீந்தனுக்கும் புரிந்தது. அதற்குள், ஏதோவொரு சூதாட்டக் களத்தில் நடந்த சண்டையை விலக்குவதற்காக அவன் போக வேண்டியதாயிற்று.

சூரியன் அஸ்தமித்தவுடனே விளையாட்டுகளெல்லாம் முடிவுக்கு வந்தன. சூதாட்டங்களிலிருந்து கனவு நகரத்திற்கான பங்காக அன்றைய தினம் பதினாயிரத்துக்கு மேற்பட்ட பொன் பணம் கிடைத்தன. தேவநாயகி வந்த முதல் நாளிலேயே இவ்வளவு பெரிய வருமானம் வந்தது மகீந்தனை மிகவும் மகிழ்ச்சியடையச் செய்தது. அவன் அதிலிருந்து ஆயிரம் பொன் பணத்தை எடுத்து அவளுக்குப் பரிசாக அளித்தான். ''இந்த பாபத்தின் கறை புரண்ட பணம் எனக்கு ஏன்?'' என்று கேட்ட தேவநாயகியிடம், ''நேற்று செய்த பாவத்தின் சம்பளம்தான் இது. சந்தோஷமாகப் பெற்றுக் கொள்ளலாம்'' என்பதுதான் மகீந்தனின் பதில். இருவரும் கடகடவென சிரித்தார்கள்.

மேலும் தாமதிக்காமல் விளக்குத்தூண்களிலுள்ள விளக்குகளெல்லாம் எரியத் தொடங்கின. ஒளியில் குளித்த கனவு நகரம் சொர்க்கத்துக்குச் சமமாக மாறியது. அதோடு சேர்ந்து இரவில் நடக்கும் திருவிழாவும் ஆரம்பித்தது. எங்கும் வாத்திய கோஷங்களும் பாட்டும் நடனமுமாக இருந்தன. அழகிகள் தேவதைகளைப் போல் பரவலாகத் திரிந்தார்கள். எட்டு, பத்து வயதுகளிலுள்ள சிறுமிகளும் அக்கூட்டத்தில் இருந்தார்கள். பரஸ்பரம் தழுவுவதற்கும் முத்தமிடுவதற்கும் யாரும் வஞ்சனை காட்டவில்லை. சிலர் இந்த கலாட்டாவையெல்லாம் கவனிக்காமல் கூட்டாளியுடன் காலியாக இருக்கும் இடங்களுக்கு மாறினார்கள். ஒவ்வொருவரும் அன்றைக்கான இணையைச் சொல்லி

உறுதிப்படுத்திக் கொண்டதால் தர்க்கங்கள் இல்லாமல் காரியங்களெல்லாம் சுகமாக நடந்தன. தேவநாயகி மகீந்தனுடன் சென்று எல்லாவற்றையும் பார்த்தாள். அதற்கிடையில் கேதாரக்காரியான ஒரு சிறிய அழகி அவளிடம் குசலம் விசாரிக்க வந்தாள்.

'இந்த தேவதை அழகும் வனப்புமிக்க உடலும் ஒருங்கே கிடைப்பதற்கு என்ன வழி, அக்கா?'

'ஒரே வழிதான் உள்ளது. அப்பா அம்மாவும் அதுபோலவே இருக்க வேண்டும்.'

அவள் உரக்கச் சிரித்துக் கொண்டே ஓடி விட்டாள்.

பிரதான மண்டபத்தை அடைந்தபோது சபையில் இருந்தவர்களிடமிருந்து தேவநாயகி பாடவேண்டும் ஆடவேண்டும் என்றெல்லாம் வேண்டுகோள்கள் உயர்ந்தன. இப்படிப்பட்ட சந்தர்ப்பங்களில் பாடக்கூடிய பாட்டுகள் ஒன்றும் தனக்குத் தெரியாது என்று சொல்லி அவள் விலகிவிட்டாள். கடைசியில் மகீந்தனே நிர்ப்பந்தித்தபோது வேறு வழியில்லாமல் 'மார்கழி திங்கள்' பாடினாள். ஆனால், பாடத் தொடங்கியபோது அவள் அனைத்தையும் மறந்தாள். தானாகவே நடனச் சுவடுகள் வந்தன. கனவு நகரமே அந்த வசீகரத் தன்மைக்கு முன்னால் ஆச்சரியப்பட்டு நின்றது. சபையில் எல்லாரும் எழுந்து நின்று கைதட்டிப் பாராட்டினார்கள். மீண்டும் மீண்டும் என்னும் வேண்டுகோள்களை கண்டுகொள்ளாமல் அவள் மகீந்தன் அருகில் வந்து அமர்ந்தாள்.

'பாடுவாய் என்று கேள்விப்பட்டிருக்கிறேன். ஆனால் இவ்வளவு அழகாக ஆடுவாய் என்று இப்போதுதான் அறிகிறேன்...'

'பத்மநாபனை விட்டுவிட்டு பத்மஸம்பவனை ஏற்றுக்கொண்ட பின் இப்போதுதான் முதன்முதலாக மார்கழியைப் பாடுகிறேன். ஸ்வரம் பிழையாகுமோ அடி தவறுமோ என்றெல்லாம் பயம் ஏற்பட்டிருந்தது. எனக்கு மிகவும் பிரியமுள்ள மனிதர் என் முன்னால் இருந்ததால் எல்லாம் சரியாகிவிட்டது. அது மட்டுமல்ல, பத்மநாபனுக்கும் பத்மஸம்பவனுக்கும் இடையில் பெரிய வேறுபாடு ஒன்றும் இல்லையென்பதை உணரவும் முடிந்தது.'

மகீந்தன் அவளை காதல் மேலிட தன்மேல் இழுத்து அணைத்தான். சிறிது தூரத்தில் சைலேந்திரன் ஓர் எட்டு வயது சிறுமியை ஆவலோடு முத்தமிடுவதை அவளால் காணமுடிந்தது. உதறி விலகிக் கொள்ள முயற்சிக்கும் அந்தக் குழந்தையின் வாயை அவன் பொத்திப்

பிடித்திருந்தான். சைலேந்திரனின் கைகளுக்குள் கிடந்து அவள் துடித்தாள். தேவநாயகிக்கு கூவேணியின் நினைவு வந்தது. 'இதைப்போன்ற சின்ன குழந்தைகளை ஏன் வதைக்கிறார்கள்?' அவள் மகீந்தனிடம் கேட்டாள். 'கனவு நகரத்தில் அவையெல்லாம் வழக்கமானதுதான்' என்று பதில் வந்தது. அவளுடைய கண்கள் நிறைந்தன.

மேலும் தாமதம் செய்யாமல் அவர்கள் அரண்மனைக்குத் திரும்பினார்கள். அன்றிரவும் சடங்குகள் ஒன்றுக்கும் பொறுமை இல்லாமல் மகீந்தன் ஒரு சூறாவளியைப் போல் அடித்து முடித்தான். காற்றும் மழைமேகங்களும் எல்லாம் கொஞ்சம் அடங்கியதும் தேவநாயகி சாமர்த்தியமாக தன் அடுத்த நகர்தலை நடத்தினாள்.

'அரசே, வருங்காலத்துப் போர்களில் புதிய ஆயுதங்கள்தான் வெற்றியை உறுதி செய்யும். அப்படிப்பட்ட ஆயுதங்களுக்கு முன்னால் பகைவன் உதவியற்றவனாக திடுக்கிட்டுப்போய் நிற்பான். படைபலத்திலுள்ள மற்ற பகுதிகள் அந்த வாய்ப்பைப் பயன்படுத்தி முன்னேறி வெற்றியை உறுதியாக்கும். சீனர்களின் கையில் அப்படிப்பட்ட சில புதிய ஆயுதங்கள் உண்டென்று கேள்விப்பட்டிருக்கிறேன். அதை அவர்கள் அதிக விலைக்கு விற்கவும் தொடங்கியுள்ளார்கள். சீன விருந்தினர்களில் ஆயுத வியாபாரிகள் இருக்கிறார்களா?'

அவளுடைய அந்த அறிவுறுத்தலைக் கேட்டபோது மகீந்தனுக்கு மிகவும் மகிழ்ச்சியாயிற்று. இதுவரையில் அப்படிச் சிந்திக்க தன்னால் முடியவில்லையே என்பதை நினைத்தபோது அவனுக்கு வருத்தம் தோன்றியது.

'சீன வியாபாரிகள் ஏராளமானவர்கள் இருக்கிறார்கள். அவர்களில் சிலர் ஆயுத வியாபாரிகளுமாவர். கேதாரத்தின் சைலேந்திரன்தான் அவர்களின் தரகன். நாம் அவரிடம் இந்த விஷயங்களைப் பேசுவோம்.'

'அவர்களுடனான உரையாடலில் நானும் தங்களுடன் இருப்பதில் ஏதாவது இடைஞ்சலாக இருக்குமோ?'

'ஒரு இடைஞ்சலும் இல்லை. அது எனக்கு உதவியாகவும் இருக்கும்.'

மதியத்திற்கு,மேல் இரண்டு சீனர்களும் சைலேந்திரனும் அரண்மனையிலுள்ள ரகசிய விவாதங்கள் நடத்தப் பயன்படும் பிரத்யேக அறைக்கு வந்தார்கள். இங்கே எதற்காக ஒரு பெண் இருக்கிறாள் என்ற தோரணை அவர்கள் முகத்தில் இருந்தது. அதை

வெளிப்படையாக அறிவித்தபடிதான் சைலேந்திரன் பேசத் தொடங்கினான்.

'நான் இவர்களிடம் விஷயங்களையெல்லாம் விவரமாகப் பேசினேன். சிங்கசைலத்தின் பாதுகாப்புக்கு இனிமேல் புதிய ஆயுதங்கள் ஒன்றும் தேவை இல்லை என்பதுதான் அவர்களுடைய அபிப்பிராயம். ஆயிரத்திற்கு மேற்பட்ட படைவீரர்கள் கோட்டையைச் சுற்றிலும் காவலுக்கு நிற்கிறார்கள். போதாதற்கு கோட்டையைச் சுற்றியுள்ள ஆழமான அகழிகளில் ஏராளமான முதலைகள் நிறைந்திருக்கின்றன. அறுநூறடி உயரத்திலுள்ள இந்த அரண்மனைக்கு நடந்து ஏறுவதை தவிர வேறுவழி இல்லை. யானையின் மேலோ குதிரையின் மேலோ ஏறி மேலே வரமுடியாது. அதனால், எவ்வளவு முயன்றாலும் எந்தவொரு பகைவனாலும் சிங்கவாசலைக் கடந்து மேலே வருவதற்கு முடியாது. அப்புறம், இந்தப் பெண்களுக்கு எவ்வளவு ஜாக்கிரதையாக இருந்தாலும் பயம் மாறாது.'

'சைலேந்திரன், கோட்டையின் பாதுகாப்பு மட்டுமல்ல, பிரச்சினை.'

'பின்னே என்ன? சோழர்களிடம் போருக்குப் போகப் போகிறீர்களா, மகீந்தன்?'

அவனுடைய அந்தக் கேள்வி மகீந்தனுக்கு சுத்தமாகப் பிடிக்கவில்லை. தான் ஓர் அரசனாக இருந்தவன் என்ற எண்ணத்தைக் கூட அவன் பேசும்போது தனக்கு அளிப்பது இல்லை. கனவு நகரத்தின் முக்கிய விருந்தாளியாக இருப்பதால் கோபிக்கவும் முடியாது. தேவநாயகிதான் அந்த கேள்விக்குப் பதிலளித்தாள்.

'போருக்குப் போகிறார்களா இல்லையா என்பது ஒன்றும் ஆயுத வியாபாரிகளின் பிரச்சினை இல்லையே. உங்களுக்கு வருத்தமில்லையென்றால் நானே அவர்களிடம் சீன மொழியில் பேசுகிறேன்.'

தேவநாயகி இடையில் புகுந்தது சைலேந்திரனுக்குச் சிறிதும் பிடிக்கவில்லை. அதனால், இனிமேல் என் தேவை இல்லை என்று கூறி அவன் அங்கிருந்து சென்றுவிட்டான். அவள் மிகவும் தந்திரமாக சீனர்களின் முன்னே விஷயங்களை வெளிப்படுத்தினாள். சீனாவில் புதிதாகக் கண்டுபிடித்த வெடி மருந்துதான் அவளுக்குத் தேவை. சீனர்கள் ஆரம்பத்தில் அதைப் பற்றி ஒன்றும் தெரியவில்லை என்று சொல்லி விலகிச் செல்ல முயன்றாலும் கடைசியில் என்ன விலை வேண்டுமானாலும் கொடுப்பதற்குத் தயார் என்று சொன்னதும் சம்மதித்தார்கள். நூறு பொன் பணத்தை முன்பணமாக வாங்கிக்

கொண்டு அடுத்த மாதம் முதல் வாரத்தில் பொருள் வந்து சேரும் என்று ஒப்புக் கொண்டார்கள். அதுவரை மகீந்தன் வெடி மருந்தைப் பற்றிக் கேள்விப்பட்டதுகூட இல்லை. தேவநாயகி அதன் பயன்பாட்டைப் பற்றி மகீந்தனிடம் விவரிக்கவுமில்லை.

மகீந்தனிடமும் கனவு நகரத்திடமும் படிப்படியாக தேவநாயகியின் பிடி இறுகி வந்தது. தாந்திரீகச் சடங்குகளை ஆரம்பித்தபோது இரவு முழுவதும் அவள் மகீந்தனின் குருவானாள். சில நிமிடங்களுக்குள் முடிந்துவிட்ட சூறாவளிக் காற்றை சடங்குகளின் மூலம் மெருகேற்றி ஓர் இரவு முழுவதும் நீண்டு நிற்கும் மந்தமாருதமாக்குவதில் அவள் வெற்றி பெற்றாள். ஆனால், ஒரு மாதம் முடிந்தும் பத்தாவது புத்தனைப் பிரயோகிக்க அவளுக்கு வாய்ப்புக் கிடைக்கவில்லை. ஒவ்வோர் இரவு முடியும்போதும் தான் மகீந்தனை காதலிக்கத் தொடங்கி விட்டேனோ என்னும் சந்தேகமும் தோன்றத் தொடங்கிவிட்டது. ஆனால் தேவநாயகி காதலிக்கத் தொடங்கியது, மகீந்தனுக்குள் ஆவாஹித்து எடுத்தது பத்மஸம்பவனைத்தான்.

அவ்வாறு சில நாட்கள் கழிந்தபோது ராஜேந்திர சோழனின் ஒற்றனான நக்கீரன் ஒரு முஸ்லிம் வியாபாரியின் வேடத்தில் ஸிகிரியாவிற்கு வந்தான். மகீந்தனுடன் கனவு நகரத்தின் அரசியாக பிரதான மண்டபத்தில் அமர்ந்திருந்தபோதுதான் தேவநாயகி அவனைக் கண்டாள். ஒரே பார்வையிலேயே நக்கீரனுக்குத் தேவநாயகியையும் தேவநாயகிக்கு நக்கீரனையும் புரிந்துவிட்டது. கூட்டமெல்லாம் முடிந்து மகீந்தன் இல்லாத நேரம் கிடைத்தபோது அவன் அவளுக்கு அருகில் சென்றான்.

‘காந்தமாதேவியார் எங்கே இருந்தாலும் கண்டுபிடித்துவிட்டுதான் திரும்பி வரவேண்டும் என்று இளவரசர் சொல்லி இருக்கிறார். இப்படிக் காணவேண்டியதான நிலையில் பெரும் வருத்தமுண்டு. பார்த்தேன் என்று சொல்லவா?’

‘நிச்சயமாக. பார்த்தேன் என்று சொல்வது மட்டுமல்ல, போவதற்கு முன்பு நான் கொடுக்கும் ஓலையையும் சேர்த்துவிட வேண்டும். ஆனால், நான் எப்படி இங்கே வந்து சேர்ந்தேன் என்பதை மட்டும் கேட்க வேண்டாம்.’

‘சொந்த மகளையே கொன்ற இந்த தீயவனுடன் எப்படி வாழ முடிகிறது மாதேவியாரே?’

‘கேள்விகள் ஒன்றும் இப்போது வேண்டாம். இனிமேல் நேரில் பார்க்கவும் முயல வேண்டாம். போவதற்கு முன்பு ஓலை கைக்கு வந்து சேரும்.’

அன்றிரவே இராஜேந்திரனுக்கான ஓலையைத் தயார் செய்து நக்கீரனுக்கு கொடுத்தனுப்பினாள். கனவு நகரத்தைப் பற்றியும் மற்ற படைப்பிரிவுகளின் இடங்களைப் பற்றியும் தென் கரையிலுள்ள ராஹூனாவில் வசிக்கும் மகீந்தனின் குடும்பத்தைப் பற்றியும் என எல்லா விவரங்களையும் ஏழு ஓலைகளில் எழுதியிருந்தாள். மற்றவர்களின் கையில் கிடைத்தால் பிடிபடாமல் இருப்பதற்காக இராஜேந்திரனுக்குப் பதில் சிற்பி என்றும் தேவநாயகிக்குப் பதில் ஞானசரஸ்வதி என்றும்தான் ஓலையில் பெயர்கள் குறிப்பிடப்பட்டன. மற்ற விவரங்களும் அதே போன்ற சூசகமான வார்த்தைகளைப் பயன்படுத்திதான் எழுதப்பட்டிருநதன.

நக்கீரன் மூன்றாம் நாளே கனவு நகரத்திலிருந்து திரும்பிவிட்டான். அவன் வெறுமனே ஸ்தலங்களைச் சுற்றித்திரிந்து பார்த்ததோடு அல்லாமல் சூதாட்டங்கள் எதிலும் பங்குபெறவில்லை. மூன்று நாட்களிலும் எந்தவோர் அழகியையும் இரவு துணைக்கு சேர்த்துக் கொள்ளவுமில்லை. பின்பு ஏன் அவன் இங்கு வந்தான் என்று சேனாவுக்கு சந்தேகம் தோன்றியது. சேனா அந்தச் செய்தியை மகீந்தனிடம் தெரியப்படுத்தவும் செய்தான். ஆனால், தேவநாயகியின் போதையில் மயங்கிய மகீந்தனுக்கு அதொன்றும் முக்கியமானதாகத் தோன்றவும் இல்லை.

21
நிஸாங்கவஜ்ரன்

ஸிகிரியா ஒரு சூதாட்டக் கேந்திரம் என்பதைவிட அக்காலத்தில் மிகப்பெரும் செல்வந்தர்களின் கேளிக்கை நிலையமாகவும் இருந்தது. அழகும் வனப்பும் மிக்க கணிகைகள்தாம் அங்குள்ள முக்கிய கவர்ச்சி சக்தியாக இருந்தார்கள். சிங்களம், வங்கம், கலிங்கம் தொடங்கி யவன அழகிகள் வரை அக்கூட்டத்தில் இருந்தார்கள். நிறம், வயது, அழகு, உடலுறவு என்பனவற்றிலெல்லாம் மிகவும் முதிர்ச்சியைக் கொண்டிருந்த இந்த கணிகைகளில் காம்போஜத்து தேவதைகள்தாம் மிகவும் கைதேர்ந்தவர்களாக இங்கே மதிப்பிடப்பட்டிருந்தார்கள். சூதாட்டக்காரர்கள் அடிமைகளாக கொண்டுவருபவர்களைத் தவிர ஸிகிரியாவிலேயே கணிகைகளில் முக்கால்வாசிப் பேர்களும் மிகவும் சுதந்திரமானவர்களாகவும் நல்ல உடல் வனப்பும் வலிமையும் உடையவர்களாகவும் தன்னம்பிக்கையுள்ளவர்களாகவும் இருந்தார்கள். பிறவியிலேயே கலைஞர்களான அவர்கள் இசையிலும் நாட்டியத்திலும் நிபுணத்துவமுள்ளவர்களாக இருந்தார்கள். அரண்மனையைச் சுற்றிலும் சிங்க சைலத்தின் பல தட்டுகளிலும் கணிகைகளின் கேளிக்கை இல்லங்களாகவே இருந்தன. எப்படி விருந்தினர்களை வரவேற்க வேண்டும், எப்படி அவர்களை ஆனந்தப்படுத்த வேண்டும், எவ்வளவு வெகுமதிகள் வாங்க வேண்டும் என்பனவற்றிலெல்லாம் கனவு நகரத்தில் நியதிகள் ஏற்படுத்தப்பட்டிருந்தன. ஐந்து நூற்றாண்டுகளுக்கு முன்பு காஸ்யபன் கனவு நகரத்தை ஆரம்பித்த காலத்தில் கணிகைக் குல குருவாக இருந்த விசாவதத்தை எழுதிய 'ஸூபினா ஜாலினி' என்னும் கையேட்டில் அந்த விஷயங்களெல்லாம் விவரமாக விளக்கப்பட்டிருந்தன. பகலில் நடக்கும் சூதாட்டங்களிலிருந்து கிடைக்கும் பணத்தைவிட இரவில் நடக்கும் சுகபோக வியாபாரத்தின் விகிதமாக வரும் பணம் மகீந்தனுக்கு அதிகமாகவே கிடைத்தது.

கனவு நகரத்திற்கு வந்துசேரும் ஒவ்வொரு அழகியின் படமும் சிங்கசைலத்தின் விசாலமான மேற்கத்திய முகப்பில் வரைந்து

வைக்கப்பட்டிருந்தது. இது அரண்மனையின் அழகை அதிகரிப்பதுடன் விருந்தினர்களைக் கவர்வதற்கான லட்சியமும் அதல் சேர்ந்திருந்தன. மழையோ வெயிலோ அவற்றில் பட்டாலும் நிறம் மங்காத வகையிலான மிகத் தரமான வண்ணங்களைப் பயன்படுத்திதான் அந்த ஓவியங்கள் வரையப்பட்டிருந்தன. மகீந்தன் தன்னுடைய காதலின் யதார்த்தத் தன்மை என்னும் வகையில் தேவநாயகியின் ஏழு ஓவியங்களை அங்கே வரையச் சொல்லியிருந்தான். அரண்மனை ஓவியனான தேவதச்சனும் அவனுடைய சீடர்களும் முன்னூறு அடிகள் உயரத்துக்கு மேல் மூங்கிலால் கட்டப்பட்ட சாரத்தில் நின்று மிகவும் கஷ்டப்பட்டுதான் அந்த ஓவியங்களை வரைந்தார்கள். வெவ்வேறு கோணங்களில் தேவநாயகியின் தேவதை அழகை மிகவும் மனோகரமாக தோன்ற வைத்த அந்த ஓவியங்களைப் பார்த்து மகிழ்ந்த மகீந்தன் ஓவியனிடம் என்ன பரிசு வேண்டுமென்று கேட்டான். தேவதச்சன் எதுவும் பேசாமல் மிகவும் பவ்வியமாக நின்றான். மிகவும் வற்புறுத்தியபோது, ‘என் ஆசையைத் தெரிவித்தால் தாங்கள் என் தலையை வெட்டிவிடுவீர்கள்’ என்று கூறினான். துர்ப்பாக்கியத்தால் ஒரு பொய் சொல்வதற்கு அந்தக் கலைஞனின் மனம் அனுமதிக்கவில்லை. மகீந்தனுக்கு விஷயம் புரிந்துவிட்டது. ஆசையை மனம் திறந்து சொல்லவில்லை என்றாலும் மகீந்தன் தேவதச்சனின் தலையைச் சீவிவிட்டான்.

அந்த நிகழ்வு தேவநாயகியை மிகவும் வேதனைப்பட வைத்தது. அந்த ஓவியங்களை வரைவதற்காக எத்தனையோ நாட்கள் அவள் தேவதச்சனின் முன்னால் அமர்ந்திருந்தாள். ஒரு பார்வையோ வார்த்தையோ அவனுடைய பக்கத்திலிருந்து மோசமாக வெளிவரவே இல்லை. ஒருவேளை மனதில் கனவு மட்டும் கண்டிருக்கலாம். கனவு காண முடிந்தவர்களால்தானே ஒரு கலைஞனாக முடியும். கனவு நகரம் என்னும் பெயரின் மேல் கூட அவளுக்கு வெறுப்புத் தோன்றியது. என்றாலும் அவள் மகீந்தனிடம் ஒன்றும் சொல்லவில்லை. முற்றிலும் புண்ணியமில்லாத விஷயங்களுக்குக் கூட ஆட்களைக் கொல்வதற்குத் தயங்காத மனிதன். ஆனால் தன்னால்தான் நினைத்ததை நிறைவேற்ற முடியவில்லை. பல மாதங்கள் கழிந்தும் பத்தாவது புத்தரைப் பயன்படுத்துவதற்கு மனத்தைரியம் இதுவரை கிடைக்கவில்லை. நேரிடையாக கொலை செய்வது என்பது பெரும் திட்டங்களைத் தீட்டி அரசர்களிடம் உபதேசிப்பதைப்போன்ற எளிதானதில்லை. ஆயுதம் எடுத்து நேருக்கு நேர் போரிடுவதானால் அத்தனை பிரச்சினை இல்லை. இது அப்படியொன்றும் இல்லையே. வஞ்சிக்க வேண்டுமே? பாம்பின் விஷத்தை உணவில் கலப்பதால் பயனில்லை. குருதியிலேயே அது

கலக்க வேண்டும். ஆயுதத்தைக் கையால் தொடாத இந்த அரசனின் உடலில் ஒரு சிறிய காயத்தை உண்டாக்க நீ நினைத்தால் முடியுமல்லவா? பின்பு மன்னிப்புக் கேட்டு மருந்தைத் தடவுவதுபோல்... வரட்டும், இன்னும் நேரம் வரவில்லை. ஒன்று, கனவு நகரம் முழுமையாகவே தன் கைக்குள் வரவேண்டும். இல்லையென்றால் இராஜேந்திரன் படை சிங்க சைலத்தை வளைக்க வேண்டும். அதுவரையில் பொறுமையாக காத்திருக்கலாம்.

நக்கீரனின் கையில் கொடுத்தனுப்பிய ஓலைக்கு உடனே இராஜேந்திர சோழனின் பதில் வந்தது. இருபத்தியொன்றாம் நாள் நக்கீரனுக்குப் பதில் சுமந்திரன் என்ற ஒற்றன்தான் அதைக் கொண்டு வந்தான். அவனும் ஒரு வியாபாரியின் வேடத்தில்தான் இருந்தான். தான் ஒரு சூறாவளியைப் போல் காத்திருப்பதாக இராஜேந்திரனின் செய்தியில் இருந்தது. என்ன தேவையாக இருந்தாலும் பொலனருவாவிலுள்ள மங்களாவிடம் தொடர்பு கொள்ள வேண்டுமென்றும் அறிவித்திருந்தான். மங்களாவைத் தொடர்பு கொள்ள முயற்சிப்பதற்கு முன்பே அவளுடைய தூதன் கனவு நகரத்திற்கு வந்துவிட்டான்.

சிங்கசைலத்தில் ஏழு ஓவியங்கள் வரையப்பட்டுள்ளன என்பதையறிந்து மிக்க மகிழ்ச்சி. வடக்கு மூலையில் என்னுடைய ஓவியமும் உள்ளது. என்ன தேவையாக இருந்தாலும் தெரிவிக்கத் தயங்க வேண்டாம் - மங்களா.

தேவநாயகிக்கு மங்களாவின் ஓவியத்தைப் பார்க்க வேண்டும் என்று தோன்றியது. வடக்கு மூலையில் எத்தனையோ அழகிகளின் ஓவியங்கள். அவற்றில் மங்களாவின் ஓவியம் எதுவென்று அவளுக்குப் புரியவில்லை. யாரிடமும் கேட்கவும் முடியாது. கடைசியில் அந்த வேலையை தோழிகளிடம் ஒப்படைத்தாள். அவர்கள் எப்படியோ விஷயத்தைப் புரிந்து கொண்டார்கள். மங்களாவின் ஓவியத்தைக் கண்டதும் தேவநாயகிக்கு மிகவும் மகிழ்ச்சியாகிவிட்டது. இராஜராஜனின் தேர்வு ஒன்றும் மோசமானதில்லை. தேவநாயகி மிகவும் கவனத்தோடுதான் ஒற்றர்களுடன் தொடர்பு கொண்டிருந்தாள். ஓலைகளையும் ரகசிய மொழியிலேயே எழுதினாள். ஒவ்வொரு ஓலையையும் வாசித்த உடனேயே அழித்தும்விட்டாள். எந்தவொரு தூதனையும் ஒரு முறைக்குமேல் நேரிட்டு காண்பதில்லை.

இராஜேந்திரனின் ஓலை வந்து இரண்டு வாரம் கழிந்தபோது சீன வியாபாரிகள் வெடி மருந்தை கொண்டு வந்தார்கள். நான்கு களிமண்

குடுவைகளில் மிகவும் பாதுகாப்புடன்தான் அவர்கள் வெடிமருந்தை கொண்டு வந்தார்கள். மூன்று பெரிய குடுவைகளில் வெடி உப்பும் சிறிய குடுவையில் கந்தகமும் இருந்தன. அவற்றுடன் சேர்ப்பதற்கான கரியை அவர்கள் இங்கிருந்தே தயார் செய்தார்கள். முக்கால் பங்கு வெடி உப்பும் அரைக்கால் பங்கு கந்தகமும் அதே அளவுக்கு கரியையும் தனித்தனியாக எடுத்து நன்றாகப் பொடியாக்கிச் சேர்த்து வெடிமருந்தை தயாரிக்கும் விதத்தை அவர்கள் மிகவும் ரகசியமாக மகீந்தனுக்கும் தேவநாயகிக்கும் முக்கிய சேனாதிபதிகளுக்கும் காண்பித்துக் கொடுத்தார்கள். சீனர்கள் தங்களின் சிறுநீரையே கரிமருந்து குழைப்பதற்காகப் பயன்படுத்தினார்கள். கரி மருந்தை சிறிய மூங்கில் துண்டில் நிறைத்து அக்னி பாணம் அனுப்புவதற்கும் பனையோலையில் பிரத்யேக வகையில் பொட்டலமாக்கி பெரும் சப்தத்துடன் வெடிக்கும் பட்டாசு உருவாக்கவும் அவர்கள் கற்றுத் தந்தார்கள். மகீந்தனுக்கும் சேனாதிபதிகளுக்கும் ஓர் ஆயுதம் என்னும் நிலையில் வெடிமருந்தின் பயன்பாடு முற்றிலும் உணரச் செய்யவில்லை. அம்பு, வாள், குந்தம், சூலம், கதை என்பன போன்ற இந்த ஆயுதங்கள் இருக்கும்போது பகைவனை எதிர்ப்பதற்கு இவையொன்றும் தேவையில்லை என்றுதான் அவர்கள் அபிப்பிராயப்பட்டார்கள். குழந்தைகளை மகிழச் செய்யவோ யானைகளைப் பயமுறுத்தவோ வேண்டுமானால் இவற்றைப் பயன்படுத்தலாம் என்று கிண்டல் செய்தார்கள். ஆனால் தேவநாயகி மட்டும் மிகவும் கவனத்துடன் விஷயங்களைக் கேட்டுப் புரிந்து கொண்டாள். அவள் அரண்மனைக்கு சிறிது தூரத்திலேயே ஒரு சிறிய குகையில் வெடி மருந்தை பாதுகாப்பதற்கான ஏற்பாடுகளைச் செய்தாள்.

வெடிமருந்து கிடைத்தவுடன் தேவநாயகிக்கு மிகவும் தன்னம்பிக்கை வந்துவிட்டது. அதை எப்படி அரண்மனையிலுள்ள முக்கிய இடங்களில் வைப்பது என்பதுதான் பின்னுள்ள சிந்தனையாக இருந்தது. அப்போதுதான் புதியதொரு எண்ணம் மனதில் தோன்றியது. சில நாட்களுக்கு முன்பு மகீந்தன் இரத்தின புத்தர்களை படுக்கையறையில் வைத்ததும் செல்வம் கொழிக்கத் தொடங்கியது. நாம் இந்த சிங்க சைலம் முழுவதும் புத்தர்களை நிறுவினால் என்ன? என்று கேட்டிருந்தான். சீனக்காரியான தோழி களிமண்ணினால் அழகான புத்தர் பொம்மைகளை உருவாக்குவாள். தேங்காய் கண்களைத் திறந்து உள்ளே இருக்கும் நீரை வடிகட்டி, நன்றாக காய்ந்த பின் வெடிமருந்தை நிரப்பி கயிற்றினால் நன்றாக வரிந்து கட்டி புத்தர் பொம்மைகளுக்குள் வைக்கலாம். தீப்பற்ற வைப்பதற்கான திரி வெளியே தெரியாத வகையில் பொம்மையின் அடியில் இருந்தால் போதும்.

இரத்தின புத்தர்களின் அதே வடிவில் நூற்றியோரு புத்தர் பொம்மைகளை உருவாக்கி சிங்க வாசல் முதல் அரண்மனையிலுள்ள முக்கிய இடங்களிலெல்லாம் வைக்கட்டுமா என்று கேட்டபோது மகீந்தன் மகிழ்ச்சியுடன் சம்மதித்தான். தேவநாயகிக்கு புத்த மதத்துடனான ஆர்வம் அதிகரித்து வருவதை அறிந்து அவனுக்கு மிகவும் மகிழ்ச்சியாக இருந்தது. ஒரு வாரத்திற்குள் நூற்றியோர் கருப்பு புத்தர்கள் கனவு நகரின் எல்லா முக்கிய இடங்களிலும் நிறுவப்பட்டனர். சிங்க வாசலில் மட்டும் இருபத்தியோர் புத்த பொம்மைகள் வைக்கப்பட்டன. அதைப் பார்த்து பல பேர்களின் நெற்றிகள் சுருங்கின.

'ஐயோ பாவம், சூதாட்டத்திற்கும் விபச்சாரத்திற்கும் புத்தர் காவல் நிற்கிறார்' என்று அவர்கள் கேலி செய்தார்கள். 'தேரவாதத்தையும் மகாயானத்தையும் உதறிவிட்டு வஜ்ரயானத்தில் பயிற்சி பெற்றவராச்சே. இனி எதுவும் நடக்கலாம்' என்று அனுலா சேனாவிடம் சொன்னாள். அவர்கள் இருவரும் தேரவாதக்காரரர்களாக இருந்தார்கள். கனவு நகரத்தின் ஆட்சி நிர்வாகம் தங்கள் கைகளிலிருந்து பறிபோனதில் அவர்களுக்கு மிகவும் வேதனையாக இருந்தது. அதனால்தான் அவர்கள் தேவநாயகியின் ஒவ்வோர் அசைவையும் சந்தேகத்துடன் கவனித்துக் கொண்டிருந்தார்கள்.

தாந்திரிக அனுஷ்டானங்களின் ஆரம்ப பாடங்களை மட்டும்தான் தேவநாயகி காம்போஜத்தில் கற்றுக் கொண்டிருந்தாள். அதனால் கொஞ்சகாலம் சென்றதும் இரவு நேர அனுஷ்டானங்கள் மீண்டும் மீண்டும் விரசமாகத் தொடங்கின. மகீந்தனோ மேலும் புதுமைக்காக ஆவேசத்துடன் இருந்தான். அதிர்ஷ்டவசமாக அந்த சமயத்தில் நிஸாங்க வஜ்ரன் ஸ்ரீ பாதத்தை தரிசிப்பதற்காக வந்தார். தேவநாயகியின் வேண்டுகோளுக்கு இணங்க மகீந்தன் அவரை கனவு நகரத்திற்கு அழைத்தான். முதலில் சம்மதிக்கவில்லை என்றாலும் தேவநாயகியின் ஓலையைக் கண்டதும் அவர் வருவதற்கு ஒத்துக் கொண்டார். நிஸாங்கவஜ்ரன் அறுபது வயதை நெருங்கும் புத்த சந்நியாசி. வயது மூப்பு ஒன்றும் உடலில்லை. அசாதாரண தேஜஸ்வி. மகீந்தனும் தேவநாயகியும் சிங்கவாசலின் முன்னால் சென்று அவரை ஆச்சார மரியாதையுடன் வரவேற்று மேலே அழைத்து வந்தார்கள். அவர் தங்குவதற்காக அரண்மனையில் தேவையான வசதிகள் செய்யப்பட்டிருந்தன. அரண்மனையிலுள்ள கணிகைகளின் இல்லங்களும் சூதாட்டக் கேந்திரங்களும் அல்லாமல் வேறொன்றும காணாமல் இருந்ததால் தான் வந்தது ஒரு தவறான இடமோ என்று நிஸாங்கவஜ்ரனுக்குப் புரிந்தது. சிங்கவாசல் முதல் பாதை முழுவதும்

கண்ட புத்தர்சிலைகள்தாம் அவருக்குக் கொஞ்சமாவது நிம்மதியைத் தந்தன.

நிஸாங்கவஜ்ரன் ஓய்வெடுத்து பயணக் களைப்பையகற்றிக் கொண்டு குளித்து பிரார்த்தனையை முடித்து சந்தியாவேளையில் சிங்க சைலத்தின் அழகை ரசித்துக்கொண்டு நிற்கும்போதுதான் மகீந்தனும் தேவநாயகியும் அவரைப் பார்ப்பதற்காக சென்றார்கள். இங்குள்ள விஷயங்களைப் பார்த்து அவர் கோபிப்பாரோ என்ற பயம் தேவநாயகிக்கு ஏற்பட்டிருந்தது. ஆனால் நிஸாங்கவஜ்ரன் புன்முறுவல் வதனனாக அமர்ந்திருந்தார். அவர் மிகவும் மகிழ்வுடன் அரசனையும் ராணியையும் தன் அறைக்குள் அழைத்தார். மகீந்தன் ஒரு இரத்தின மாலையை அவருக்கு உபசாரமாக அணிவித்தான். நிஸாங்கவஜ்ரன் அதைக் கழட்டி, 'உனக்குதான் இது மேலும் பொருந்தும்' என்று கூறி தேவநாயகிக்கு அளித்தார். மூவரும் முக்கோண வடிவில் போடப்பட்டிருந்த ஆசனங்களில் அமர்ந்தார்கள். பணியாள் பான உபச்சாரங்களுக்கான பாத்திரங்களுடன் வந்தபோது தேவநாயகி அவருக்கு பரிமாறுவதற்கு அனுமதிக்காமல் எல்லாவற்றையும் தானே செய்தாள்.

'ஆச்சார்யா இங்கே தங்களுக்கு அசௌகரியம் ஒன்றுமில்லீங்களே...'

'அசௌகரியங்கள் ஒன்றுமில்லை என்பதுமட்டுமல்ல மிகவும் சௌகரியமாகவே இருக்கிறது. நான் என் வாழ்நாளில் இவ்வளவு அழகான வேறோர் இடத்தைக் கண்டதில்லை. கனவு நகரம் என்னும் பெயரைப் போலவே மனோகரம்தான்...'

'தங்களுக்கு இங்கு நடக்கும் விஷயங்கள் பிடிக்குமோ பிடிக்காதோ என்னும் பயம் இருந்தது...'

'விரும்பாத சில விஷயங்கள் உண்டுதான். பரவாயில்லை. அமரபலியும் பகவானின் சிஷ்யையாக இருந்திருக்கிறாரே. இந்த உலகத்தில் நல்ல காரியங்கள் மட்டும்தான் நடக்கவேண்டுமென்று பிடிவாதம் பிடித்து புண்ணியமில்லை. சரி, சொல்லுங்கள். நீங்கள் ஏன் என்னை இங்கே அழைத்தீர்கள்?'

'தேவநாயகி யசோதரபுரத்தில் தங்களின் சிஷ்யையாக இருந்தவள்.'

'ஆமாம் நினைவில் உண்டு. சிறிது நாட்களே விஹாரத்திற்கு வந்திருந்தாலும் கெட்டிக்காரியாக இருந்தாள்.'

'ஆச்சார்யா, தங்களின் உபதேசத்தை ஏற்று பத்மஸம்பவனின் பாதத்தைப் பற்றியவள்தான் நான். ஆனால், தாந்திரிக

அனுஷ்டானங்களின் பாலபாடங்களைத்தான் அங்கே நான் கற்க முடிந்தது. முழுவதுமாக கற்க வேண்டும் என்ற எண்ணமுண்டு...'

'பயிற்சி ஒருபோதும் முழுமையடையாது குழந்தாய். முழுமைக்கான பயணம் மட்டும்தான் இது. முழுமை என்றால் நிர்வாணமாகும். அது சில சமயம் ஏராளமான பிறவிகளுக்குப் பின்தான் சம்பவிக்கும். அதுவரைக்குமான வாழ்க்கையை அனுஷ்டானங்களின் மூலம் ஆனந்தமாக்கி சுத்திகரித்தால்தான் அது சாத்தியமாகும். அதற்கு பெரும் தியாகங்கள் செய்ய நாம் தயாராக வேண்டும். பழிவாங்கலையும் சுயநலத்தையும் மனதிலிருந்து தூக்கியெறிய வேண்டும். நான் ஒன்றை உங்களிடம் கேட்கட்டுமா? நீங்கள் ஆசைப்படுவது ஆனந்தமா நிர்வாணமா?'

தேவநாயகி ஒரு நிமிஷம் ஒன்றும் பேசாமல் நின்றாள். பின்பு, மகீந்தனை ஒருமுறை நோக்கிய பின், 'ஆனந்தத்திற்கு பின்னேயுள்ள நிர்வாணம்.'

'சரி, பயிற்சி பெறலாம். ஆனால், அதற்கு முன்பு நான் சொல்லும் இரண்டு விஷயங்களை துல்லியமாக நீங்கள் புரிந்து கொள்ள வேண்டும். உடலும் உள்ளமும் இரண்டல்ல. அவை ஒன்றுதான் என்பதை இனம்கண்டு அறியவேண்டும். அதுமட்டுமல்ல, உடலிலுள்ள ஒவ்வோர் அணுவும் ஆனந்த அன்பளிப்பு என்பதை உணர வேண்டும். அப்போது உடலின் ஆனந்தம்தான் உள்ளத்தின் ஆனந்தம் என்பது புரியும். அதுபோல்தான் உடலும் பிரபஞ்சமும். நம் உடல்தான் நம்மைச் சுற்றியுள்ள பிரபஞ்சமாகும். இந்த பிரபஞ்சம் எந்தளவுக்கு எல்லையற்றதும் பெரிதுமாக இருக்கிறதோ அந்த அளவுக்கே எல்லையற்றதும் பெரியதுமாகும் உடலும். ஆனந்தத்தின் மூலமாகவுள்ள நிர்வாணம் என்பது மிகவும் உன்னதமான உடலின் கொண்டாட்டமாகும். முறையான அனுஷ்டானங்களின் மூலம் மட்டுமே அது சாத்தியமாகும். மூன்று நாட்கள் பத்மஸம்பவ மந்திரம் ஓதி தியானித்து மனதை ஒருநகிணைத்த பின் வாருங்கள். பின்பு ஆரம்பிக்கலாம். அதுவரையில் மாலையில் ஞான விவாதத்தை நடத்தலாம்.'

மூன்று நாட்களும் அந்திநேரத்தில் நான்கு நாழிகை வீதம் ஞான விவாதமாகவே இருந்தது. இயற்கை, புருஷம், சக்தி என்னும் இந்த மூன்று கோணங்களின் மூலம் பிரபஞ்ச உண்மையை அறிவதற்கான முயற்சிகளாகத்தான் அந்த விவாதங்கள் இருந்தன. ஒவ்வொரு நாளும் மிகவும் எளிமை என்று தோன்றும் பிரச்சினைகளிலிருந்து தொடங்கி மிகக் குழப்பமான தத்துவார்த்த புதிர்களுக்குள் விவாதம் நீண்டது. புத்த மதத்திலும் இந்து மதத்திலும் தாந்திரிக ஆச்சாரங்களின்

சமத்தன்மையில் சென்று உன்னதமான சத்தியத்திற்கான வேறுபட்ட இருவழிகளும் யதார்த்தத்தில் ஒன்றேதான் என்னும் உணர்வுக்குள் அவர்கள் சென்றடைந்தார்கள். பத்மஸம்பவனோடு சேர்த்து குமாரிலபட்டனும் அபிநவகுப்தனும் சங்கரனுமெல்லாம் அந்த விவாதங்களின் விஷயமாயிற்று.

மஹிம் மூலாதாரே கம்பிமணிபூரே ஹூதவஹம்
ஸ்திதம் ஸ்வாதிஷ்டானே ஹ்ருதிமருதாகாசமுபரி
மன்யோபி பூமத்யே ஸகலமபி த்வித்வா குலபதம்
ஸஹஸ்ராரே பத்மே ஸஹ ரஹஸி பத்யா விஹரஸே.

என்னும் சௌந்தர்யலஹரி சுலோகத்துடன் மூன்றாம் நாள் விவாதத்தை முடிக்கும்போது குரு சிஷ்யையின் சிரசில் கை வைத்து “இந்தளவுக்கு பெரும் புத்திசாலியும் சமர்ப்பண உணர்வுள்ளவளுமான ஒரு சிஷ்யை கிடைத்தது என் பாக்கியம்” என்று அனுக்கிரகித்தார்.

நான்காம் நாள் இரவு தாந்திரிகா பயிற்சியைத் தொடங்கினார். அதற்காக மகீந்தனின் அறையோடு சேர்ந்த ஒரு சிறிய அறையைத்தான் ஏற்பாடு செய்திருந்தார்கள். ஜன்னல் வழியாக அனைத்தையும் காண்பதற்கான வசதி மகீந்தனுக்கு ஏற்பாடு செய்யப்பட்டிருந்தது. அறையின் நடுவில் பச்சை, மஞ்சள், வெள்ளை, சிகப்பு என்னும் நிறங்களில் வரைந்த பத்மஸம்பவ மண்டலத்திற்கு இரு புறமும் குருவும் சிஷ்யையும் நேருக்கு நேராக அமர்ந்திருந்தார்கள். ஆடை ஆபரணங்கள் ஒன்றும் தரிக்காமல் திகம்பர பரிசுத்தத்தோடுதான் அவர்கள் பீடங்களில் அமர்ந்தார்கள். இரு பக்கங்களிலும் ஏற்றி வைத்திருந்த ஏழு திரி இட்ட குத்துவிளக்குகளின் ஒளியில் அவர்களின் உடல்கள் தங்கம்போல் ஒளிர்ந்தன. குருவின் கையில் சடங்குகளுக்கான மணியும் வஜ்ரமும் (சுமார் ஓர் அடி நீளத்தில் முனைகளில் மினுமினுப்புள்ள உருண்டை வடிவுடன் கூடிய பித்தளைத்தண்டு) இருந்தன. பூ, தேன், பழம், மது, புகை, இரத்தம், கபாலம் மற்ற அலங்காரப் பொருட்கள் என்பவையும் அருகிலேயே பல தாம்பாளங்களில் தயாராக வைக்கப்பட்டிருந்தன. அவர்கள் அனுஷ்டானபூர்வம் பரஸ்பரம் வணங்கி குத்துவிளக்குகளையும் பத்மஸம்பவ மண்டலத்தையும் தொட்டு தொழுதார்கள். பின்பு சந்தனம், பன்னீர், களபம் என்னும் வாசனைத் திரவியங்களை ஒவ்வொன்றாக எடுத்து இணையை அலங்கரித்து, பூச்சூட்டினார்கள். தேன் ருசித்து மதுவை கபாலத்தில் ஊற்றி ஒவ்வொரு மிடறு குடித்தார்கள். சுருட்டுபோல் சுருட்டி வைத்த ஊமத்தம் பூவை பற்ற

வைத்து இழுத்தார்கள். பூவன் பழத்தை எடுத்து இரண்டாக்கி பிட்டு உண்டார்கள். குருதியில் விரலை முக்கி பரஸ்பரம் ஒருவர் உதட்டில் மற்றவர் என தடவிக் கொண்டார்கள். அவர்கள் இயற்கையும் புருஷுமுமானார்கள்.

பின்பு குருவின் இடது கை சிஷ்யையின் வலது தோளிலும் சிஷ்யையின் இடது கை குருவின் வலது தோளிலுமாக வைத்து வலது கையை மார்பில் அஞ்சலி முத்திரையில் பிடித்து இருவரும் பரஸ்பரம் கண்களுக்குள் உற்றுநோக்கி அமர்ந்திருந்தார்கள். வெளி உலகைப் பொருத்தமட்டில் எல்லா சிந்தனைகளையும் மாய்த்து உதறிவிட்டு மனதை சூனியமாக்கும் சடங்காக அது இருந்தது. தன் முன்னாலிருக்கும் இயற்கை புருஷனுக்குள் மட்டும் மனம் ஒன்றிவிடுவதற்கான தொடக்கம். ஏழு விநாழிகை நேரம் அப்படியே பார்த்துக் கொண்டிருந்த பின் சாவதானமாக தோளிலிருந்து கையை எடுத்து இரண்டு கைகளாலும் இணையின் சிரசிலிருந்து நெற்றியின் வழியாக தாழ்ந்து இறங்கி நாபிவரை மிருதுவாக தொடுதல் யோகத்தை அனுஷ்டித்த பின் இணையை தொழுது வணங்கினார்கள். பின்பு வலதுகையை தோளில் வைத்து மீண்டும் ஒரு வட்டம் அவற்றையெல்லாம் செய்தார்கள். ஒவ்வொரு கட்டம் கழிந்தபோதும் குரு மணி அடித்தவாறு சில சடங்குகளை நிர்வகித்தார். பின்பு இரண்டு கண்களை மூடி பத்மஸம்பவனையும் மந்தாவரை தேவியையும் மனதில் தியானித்து ‘ஓம் அஹ ஹூம் வஜ்ர குரு பத்மஸித்தி ஹூம்’ என்னும் பத்மஸம்பவ மந்திரத்தை நூற்றியொரு தடவை ஜெபித்தார்கள்.

ஜெபம் முடிந்ததும் குரு சிஷ்யையிடம் கண்களைத் திறந்து பத்மஸம்பவ மண்டலத்தை மட்டும் பார்க்குமாறு சொன்னார். மூன்று விநாழிகள் அப்படியே நோக்கிக் கொண்டிருந்த பின் வஜ்ராஸனத்தில் தொழும் கையை மேலே உயர்த்தி மீண்டும் ஜெபம் ஆரம்பித்தது. குரு அதே நேரத்தில் தன் கையிலுள்ள வஜ்ரத்தால் சிஷ்யையின் உடலிலுள்ள ஒவ்வோர் அணுவிலும் தொட்டு அவளுக்குப் புரியாத சில மந்திரங்களைச் சொல்லிக் கொண்டிருந்தார். ஏறக்குறைய ஒரு நாழிகை வரை நீண்டிருந்தது அந்தச் சடங்கு. இறுதியில் பத்மஸம்பவ மண்டபத்திலுள்ள கேந்திரபிந்துவை மட்டும் காண்பதற்கு முடிந்த மட்டில் மன ஒருமைப்பாட்டை அடைந்தபோது குரு சிஷ்யையை தன்னோடு சேர்த்து அமர்த்தினார். அவளுடைய மனதில் அப்போது குரு பத்மஸம்பவன் மட்டுமே இருந்தார். நிஸாங்கவஜ்ரன் மனதில் மந்தாவரதேவியும் இருந்தார்கள். குரு ஒரு பக்கத்திலிருந்த விளக்கை அணைத்ததுடன் அடுத்த கட்டத்தைக் கடந்தார். தேவநாயகியின் கை கால்களும் கண்களும் உதடுகளும் ஏன் உடல் முழுவதும் குருவின்

கட்டளைகளை அனுசரித்து நகர்ந்தன. ஒவ்வோர் அணைப்பும் முத்தமும் பல நாழிகைகள் வரை நீண்டிருந்தன. இடையில் எப்போதோ அவர்கள் மெத்தையை அடைந்திருந்தார்கள். தேவநாயகி இரண்டாவது குத்துவிளக்கையும் அணைக்கத் தொடங்கிய போது குரு தடுத்தார். அக்னி சாட்சியாகத்தான் எல்லாம் நடக்க வேண்டும். அவள் குத்துவிளக்கின் திரியை சிறிது தாழ்த்தினாள்... நடுநிசி முடியும் வரையில் நீண்டுகொண்டிருந்தன அந்த சடங்குகள். இந்தளவுக்கு நீண்டதும் உள்ளம் நிறைந்ததுமான ஆனந்த உறவை அவள் தன் வாழ்க்கையில் இதுவரை அனுபவித்ததில்லை. ‘தேவநாயகி, அதிர்ஷ்டம் உண்டென்றால் இப்படியே பதினான்கு நாட்கள் முடியும் போது உனக்குச்சில அமானுஷ்ய சித்திகள் கிடைக்கும்’ என்று ஆனந்த உச்சத்தில் நிஸாங்கவஜ்ரன் சொன்ன வார்த்தைகள் அவளை அதிகமாகவே ஆச்சரியப்படுத்தின. தன் உடலுக்கு என்னவெல்லாமோ மாற்றங்கள் நேர்கின்றன என்று அவளுக்குத் தோன்றியது. மகீந்தனை எப்படிக் கொல்வது என்று சிந்திக்காமல் அன்று அவள் முதன்முதலாக சோர்ந்துபோய் உறங்கினாள்.

நிஸாங்கவஜ்ரன் தேவநாயகிக்கு ஒவ்வொரு நாளும் ஒவ்வொரு புதிய அனுஷ்டான முத்திரைகளைக் கற்றுக் கொடுத்தார். வரையப்படும் மண்டலமும் சொல்லப்படும் மந்திரமும் அதையொட்டி மாறின. ஜன்னல் வழியாக பார்த்துக் கொண்டிருந்த மகீந்தனுக்கும் அது பெரியதொரு அனுபவமாக இருந்தது. சற்று முன்னால்தான் என்பதால் பல சமயங்களிலும் தேவநாயகியுடன் இருப்பவன் தான்தானென்று அவனுக்கு தோன்றவும் அவர்களுக்கு முன்பாக ஆனந்த உச்சத்தை அடையவும் செய்தான். அதனாலேயே மகீந்தனுக்கு ஒருபோதும் தேவநாயகியின்மேல் வெறுப்பு தோன்றவில்லை. இந்தளவுக்கு சாத்தியத்தன்மைகளுள்ள அவளின் உடலை தான் இதுவரையில் சரியாக அனுபவிக்கவில்லையே என்று நினைத்த அவனுக்கு தன் மேலேயே வெறுப்புத் தோன்றியது. தேவநாயகியும் அதே நிலையில்தான் இருந்தாள். தான் இதுவரையில் அனுபவித்தது எதுவும் ஒன்றுமில்லை என்று புரிந்தபோது சொல்லவொண்ணாத ஒரு முட்டாள்தனமாக இருந்தது. ஆனால், மூலாதாரத்திலிருந்து ஸ்வாதிஷ்டானம் வழியாக மணிபூரகத்தின் மூலம் ஸஹஸ்ராரத்திற்கு குண்டலினி சக்தியை உயர்த்துவதற்கான தந்திரங்களைப் புரிந்துகொள்ள முடிந்ததில் அவளுக்கு பெரும் மகிழ்ச்சி தோன்றியது. இது தொடக்கம் மட்டுமே. இனிமேல் பயிற்சியின் மூலம்தான் எல்லாவற்றையும் அனுபவித்து அறிய முடியும்.

கர்ம முத்திரையைக் கற்றுக்கொள்ளும் பதினான்காம் நாள் பெரும் ஏற்பாடுகள் உண்டாகியிருந்தன. குளிக்க இறங்கியது முதல் பயிற்சிகள் ஆரம்பித்தன. கழுத்து வரையில் தண்ணீரில் நின்றுதான் மூச்சைக் கட்டுப்படுத்துவதற்கான பாடங்கள் இருந்தன. பின்பு அறையில் வைத்து தசைகளை சிறிதுசிறிதாக மலரச் செய்யவும் சுருங்கச் செய்யவும் உடல் அசைவின் வேகத்தன்மையை இச்சையை அனுசரித்து அதிகரிக்கவும் குறைக்கவும் எல்லாம் செய்வதற்கு நிஸாங்கன் தேவநாயகிக்கு பயிற்சியளித்தார். இப்படியொரு முத்திரையை கற்றுக் கொடுப்பதற்காகத்தான் இதுவரை தாந்திரிக அனுஷ்டானங்களைக் கற்றுக் கொடுத்தேன் என்று நிஸாங்கவஜ்ரன் சொன்னார். மாலை நேரத்துக்கு முன்பே எல்லா ஏற்பாடுகளும் முடிந்தன. சூரியன் மறைந்த உடனேயே சடங்குகள் ஆரம்பித்தன. மண்டலத்தில் ஸ்ரீசக்ரம் வரையப்பட்டிருந்தது. 'ஓம் ஸ்ரீம் ஹ்ரீம் ஸ்ரீம் மஹாலட்சுமியே ஸ்ரீம் ஹ்ரீம் ஸ்ரீம் நம:' என்பதுதான் மந்திரம். இந்து ஆச்சாரங்களையொட்டி வளர்ந்த தேவநாயகிக்கு எளிதில் மானசீகமாக ஐக்கியம் ஆவதற்காகத்தான் வஜ்ர வராஹிக்கும் வஜ்ரவாஹினிக்கும் பதில் ஸ்ரீசக்ரத்தையே தேர்ந்தெடுத்தார். மிகவும் மென்மையான மந்திர உச்சாரணங்களின் மூலம் சாவதானமாகத்தான் சடங்குகளின் தொடக்கம் இருந்தது. குரு மிகவும் கவனமாகத்தான் ஒவ்வொரு அனுஷ்டானத்தையும் கற்றுக் கொடுத்தார். பிராத்மிக அனுஷ்டானங்கள் முடிந்து ஸ்ரீசக்ரம் பிரவேசம் ஆவதற்குள்ளேயே தேவநாயகி ஏறக்குறைய ஒரு போதையுடன் கூடிய மயக்க நிலையை அடைந்தாள். குரு, சிஷ்யைக்கு ஞானரகசியம் உபதேசித்தல் என்னும் முக்கியமான சடங்குதான் ஸ்ரீசக்ர பிரவேசம். நிஸாங்கன் மிகவும் மென்மையான குரலில் மகீந்தனுக்குக் கூட கேட்க முடியாத விதத்தில்தான் தேவநாயகியின் காதில் ஞானரகசியத்தை உபதேசித்தார்.

''இனிமேல் சொல்லப்போகும் விஷயங்கள் அனைத்தும் மிகமிக ரகசியமாகும். குருவும் சிஷ்யையும் தவிர வேறுயாரும் அறிந்து கொள்ளக் கூடாத ரகசியம். உன் முன்னால் வரைந்திருக்கும் ஸ்ரீசக்ரத்தையே உற்றுப்பார். என்ன பார்க்கிறாய். இதுதான் பிரபஞ்ச ரகசியம். இந்த ஸ்ரீசக்ரம்தான் பிரபஞ்சம். இந்த ஸ்ரீசக்ரம்தான் சகல சராசரங்களுக்கும் உற்பத்தி கேந்திரம். இதுதான் சக்தி ஸ்தலம். இந்த ஸ்ரீசக்ரம்தான் உன் நாபியிலிருந்து நான்கு அங்குலம் கீழேயுள்ள அழகான புஷ்பம். மனிதனின் எல்லாவித ஆனந்தத்திற்குமான கேந்திரம். இந்த வம்சத்தின் நிலைநிற்றலும் வம்ச விருத்தியும் ஆனந்தமும் அந்த புஷ்ப தளங்களில்தான் குடிகொள்கின்றன. மூலாதாரத்தி லிருந்து மேலே வரும் குண்டலினி சக்தி ஆனந்த

நடனத்தின் மனோஹரிதத்தில் சேரும் மணிபூரகத்தில்தான் இந்த மலர் விரிகிறது.'

அவள் ஆச்சரியத்துடன் ஞான ரகசியம் கேட்டுக் கொண்டு அமர்ந்திருந்தாள். குரு அவளை இரண்டு கைகளாலும் ஆசீர்வதித்தார். பின்பு மிகவும் குழப்பமான ஏராளமான அனுஷ்டானங்களுக்குப் பின்தான் கர்ம முத்திரைக்குச் சென்றார்கள். இதுவரை கற்ற முத்திரைகளைப் போல் அது எளிமையாக இருக்கவில்லை. குருவின் மடியில் அவருக்கு எதிர்த்திசையில் சிஷ்யை அமரவேண்டும். குருவின் கைகளுக்குள்ளே சிஷ்யையும் சிஷ்யையின் கால்களுக்குள் குருவும் இருந்தார்கள். இருவரும் முழுமையான அணைப்பில் இருக்க வேண்டும். யார் யாருக்குள்ளே இருக்கிறார்கள் என்று சொல்ல முடியாத விதத்தில் இருவரும் பரஸ்பரம் மற்றவர்களின் உள்ளுக்குள் போவது என்பதுதான் கர்ம முத்திரையின் விசேஷத் தன்மை. யாப்யும் அல்லது மாதாபிதா முத்திரை என்று கர்ம முத்திரையை அழைப்பதற்கான காரணம் அதுதான். தேவநாயகி குருவின் மடியிலேயே முழுமையாக சமர்ப்பணமாகியிருந்தாள். பின்பு இருவரும் கண்களை மூடி மனதிற்குள் ஸ்ரீசக்ரத்தை தியானித்து குண்டலினி சக்தியை ஆவாஹித்து மெல்ல மணிபூரத்திற்குள் கொண்டு வந்தாள். அனுஷ்டானபரமான சலனங்களின் மூலம் சக்தி முழுமையாகவும் கட்டுப்பாட்டில் ஆனபோது அவர்கள் ஆனந்தத்தின் மிகவும் உன்னதமான நிலைக்குப் பயணத்தைத் தொடங்கினார்கள். மணிபூரத்திலிருந்து படிப்படியாக மேலே உயர்ந்து ஸஹஸ்ரத்மதலத்தை அடைந்தபோது அவர்கள் பரமானந்தத்தில் ஆழ்ந்தார்கள். அந்த நிமிடத்தில் குரு தன் எல்லா ஜீவசக்தியையும் சிஷ்யைக்குள் ஊற்றிவிட்டு ஒரு கிருஷ்ணப் பருந்தாக சிங்க சைலத்தின் ஆகாயவெளிக்கு பறந்து போனார்.

22
ஞானோதயம்

ஞானோதயத்தின் ஆரம்பக்கட்டத்தின் மூலம் கடந்துபோன அன்றிரவு விடிவதற்குள் தேவநாயகி வேறொருத்தியாக மாறியிருந்தாள். வார்த்தைகளால் விவரிக்க முடியாத, முற்றிலும் திவ்யமான அனுபவமாக அது இருந்தது. உடலிலுள்ள ஒவ்வோர் அணுவும் ஆனந்தமயக்கத்தையடைந்த அந்த நிமிடங்களில் பரிசுத்தமானதொரு ஞானஒளி அவளை வட்டமிட்டது. தாந்திரிக மந்திரங்களின் பரிசுத்த இசை இதயத்திற்குள் வடிந்து வந்தது. பாரிஜாதப் பூக்களின் மணம் சுற்றிலும் நிறைந்தது. மிக இனிமையாக இருந்த அமிர்தத்திற்கு ஈடானதொரு பானம் நிறைந்த மதுக்கிண்ணத்தை யாரோ அவள் உதட்டோரம் கொண்டு வந்தார்கள். தேவநாயகி அதைக் கொஞ்சம் கொஞ்சமாக அருந்தினாள். அவளுடைய மனதை ஈர்த்த எல்லா உலகியல் துன்பங்களும் அதோடு முடிந்துவிட்டன. உன்னதமான சத்தியத்தை அடைவதற்கு இன்னும் வெகுதூரம் சஞ்சரிக்க வேண்டியதாக இருந்தாலும் அகம், துன்பம், புகழ், சுயநலம், பகை, பழிவாங்கல், கொலை என்பனவற்றிலிருந்து அவள் விடுதலையானாள். இந்த பிரபஞ்சத்திலுள்ள சகல சராசரங்களோடுமுள்ள பரிசுத்த நட்பு ஒரு வசீகரப் போதையாக அவளுள் நிறைந்தது. இதுவரையில் இல்லாமலிருந்த ஒரு சக்தி உடலுக்கும் மனதிற்கும் வருவதை அவள் உணர்ந்தாள். குரு தன் கைகளுக்குள் கிடந்து சமாதியானபோது விரக்தியாகவே உயிரற்ற உடலை இரண்டு கைகளிலும் அள்ளி எடுத்து மரணப்பாறையில் கொண்டு சென்று கிடத்தி உச்சந்தலையில் முத்தமிட்டு நமஸ்கரிப்பதற்கான மனஉறுதியும் கைபலமும் அவளுக்குக் கிடைத்தது அப்படித்தான். ஆனால், நிஸாங்கவஜ்ரனின் மரணத்தில் கனவு நகரமே நடுங்கிவிட்டது. எல்லாரும் தேவநாயகியை சந்தேகப்பட்டார்கள். பலரும் அவளிடம் அஞ்சத் தொடங்கினார்கள்.

மகீந்தன்தான் அவளிடம் மிகவும் அதிகமாகப் பயந்தான். திவ்ய ஒளியால் வட்டமிடப்பட்ட தேவநாயகி, சிங்க சைலம் முழுவதும் நிறைந்து ஆகாயம் வரையிலும் வளர்ந்து நிஸாங்கவஜ்ரனின் உயிர் தன் நாபியிலுள்ள அக்னியில் ஹோமிக்கப்படுவதை அவன் மட்டும்தானே நேரிடையாகக் கண்டான். குரு உயிருக்காக வேண்டிக் கொண்டாலும் ஆனந்த மயக்கத்தில் அதையொன்றையும் அறியாமல் அவள் அவரின் ஜீவசக்தியின் கடைசித் துளி வரையில் தன்னுள் ஆவாஹித்து எடுத்துக்

கொண்டிருந்தாள். தானும் அதே கைகளுக்குள் ஆனந்த மூர்ச்சையில் அமர்ந்தவன்தானே என்பதை நினைத்தபோது மகீந்தன் நடுங்கிவிட்டான். சடங்குகளெல்லாம் முடிந்து திகம்பர பரிசுத்தமாகி தேவநாயகி அறைக்குத் திரும்பிவந்தபோது மகீந்தன் பயந்து அங்கிருந்து போய்விட்டிருந்தான். அவள் அதைக் கவனிக்காமல் பத்மஸம்பவ மண்டபத்திற்கு முன்னால் குத்துவிளக்கேற்றி தியானத்திற்குள் புகுந்தாள். ஒரு துளி தண்ணீர் கூட குடிக்காமல், தோழிகள் கொண்டு வந்து வைத்த பழங்களையும் பானங்களையும் பார்க்கக் கூட இல்லாமல் பரிபூர்ண ஏக சிந்தனையோடுதான் அவளுடைய தியானம் இருந்தது. அவள் மனதில் அப்போது ஸ்ரீசக்ரம் மட்டும்தான் இருந்தது. ஏழாம்நாள் உச்சிவேளையில் சூரியன் சிங்க சைலத்தின் நேர் மேலே வந்தபோதுதான் தேவநாயகி தியானத்திலிருந்து விழித்தாள். அது ஆனந்தத்திலிருந்து ஞானத்திற்கான பயணமாக இருந்தது. பொன்னை உருக்கிக் காய்ச்சியதுபோல் அப்போது அவளுடைய உடலும் மனமும் தேஜோமயமாயிற்று. ஓர் அசரீரி போல் குருவின் வார்த்தைகள் அந்த ஞான பயணத்தில் அவளுக்குத் துணையாக இருந்தன.

‘ஒரு தாந்திரிகையின் ஆராதனா மூர்த்தியும் ஆராதனா லயமும் தன் உடலேதான். ஒன்பது கதவுகள் உள்ளதொரு மிகப் பரிசுத்தமான மந்திரமாக உடலை கற்பனை செய்துக்கொள். மனம்தான் கர்ப்பக்கிரகம். எந்தக் கதவைத் திறந்து உள்ளே நுழைந்தாலும் சென்றடைவது என்னவோ பவித்திரமான ஸ்ரீகோயிலுக்காகத்தான் இருக்கும். ஸ்ரீசக்ரத்திலிருந்து கர்ம முத்திரையைக் கற்றவளானதால் எந்த ஆராதனா மூர்த்தியை வேண்டுமென்றாலும் உன்னால் தியானத்தின் மூலம் ஸ்ரீகோயிலுக்குள் ஆவாஹித்து எடுக்க முடியும். குரு பத்மஸம்பவனை உபாசனை மூர்த்தியாக்குவதுதான் நல்லது. நிர்வாணத்திற்கான பிரயாணத்தில் குருவின் அமானுஷ சக்திகள் உனக்கு துணையாக இருக்கும். அக்னியும் ஜலமும் கட்டுப்பாட்டுக்குள் வரும். விருப்பமான உருவத்தை ஏற்கவும் ஆகாயத்தின் வழியாக சஞ்சரிக்கவும் முடியும். ஆனால் ஒரு விஷயத்தை மட்டும் நினைத்துக் கொள். உத்தமமான ஒரு குரு இல்லாமல் உனக்கு இவையொன்றும் சாத்தியமில்லை. ஆராதிக்காமல் ஆராதிக்கப்படவோ ஆனந்தப்படுத்தாமல் ஆனந்திக்கவோ முடியாது. சிவனில்லாத சக்தி அசக்திதான். மணிபூரத்திலுள்ள ஸ்ரீசக்ரம் வஜ்ராலிங்கனத்தால் உத்விப்தமானால்தான் பரமானந்தம் சாத்தியமாகும். அதற்கு வெகுவிரைவாக உத்தமமானதொரு குருவைக் கண்டுபிடிக்க வேண்டும். இல்லையென்றால் உத்தமமானதொரு சிஷ்யனைக் கண்டுபிடித்து

அவனுடைய குருவாக இரு. உன்னை சிஷ்யையாக அடைந்ததுதான் என் அதிர்ஷ்டம். அதுதான் என்னுடைய நிர்வாண ரகசியம்.

தியானத்திலிருந்து உணர்ந்து விழித்த தேவநாயகி குளித்து சுத்தமாகி பாலும் பழமும் உண்ணும்போது காந்தளூர்க்காரியான முக்கியத் தோழி நீலி மிகவும் வருத்தத்துடன் அவள் அருகே வந்தாள்.

"காந்தமாதேவி, எனக்குப் பயமாக இருக்கிறது. கனவு நகரம் முழுவதும் தேவியைப் பற்றி வெறுப்பாகப் பேசுகிறார்கள்."

"பரவாயில்லை. மகீந்த மன்னன் மகிழ்ச்சியாகத்தானே இருக்கிறார்?"

"அல்ல மாதேவி. அவரும் இப்போது நமக்கு எதிராகத்தான் உள்ளார். குருவை பணத்திற்காக வஞ்சித்துக் கொன்று விட்டதாகத்தான் எல்லாரும் சொல்கிறார்கள். இப்போது அதைப்பற்றி ஆராய்வதற்கு பிரதான மண்டபத்தில் பொதுச்சபை நடைபெறுகிறது."

அவளுக்கு விஷயத்தின் கனம் புரிந்தது. பவித்திரமான நிர்வாணத்தின் முக்கியத்துவத்தை அறியாத மூடர்கள். இனிமேலும் ஒரு கண்ணாமூச்சி ஆட்டம் தேவையில்லை என்று மனம் சொல்லிற்று. பத்மஸம்பவனின் அனுக்கிரகம் உள்ளது. யாருக்கும் பயப்பட வேண்டியதில்லை. அவள் மண்டபத்தை நோக்கி நடந்தாள்.

துர்ப்பாக்கிய வசத்தால் கனவு நகரம் முழுவதுமே அதற்குள் தேவநாயகிக்கு எதிப்பாகிவிட்டிருந்தது. கணிகைகள் கூட பொதுக்கூட்டத்தில் எதிர்ப்புக் குரலை உயர்த்தினார்கள். நிஸாங்கவஜ்ரனுக்கு மரணம் நேர்ந்தது "ஸ்வப்ன ஜாலிகை"யில் சொன்னதற்கு விரோதமாக தேவநாயகி செயல்பட்டதுதான் காரணம் என்று அவர்கள் குற்றம் சுமத்தினார்கள். பிரதான கணிகையான சிவலேகா கனவு நகரத்தில் எதற்காக தியானமும் தாந்திரிக அனுஷ்டானங்களும் என்று கேட்டாள். சூதாட்டமும் சுகபோக வியாபாரமும் நடக்கும் இடத்தில் புத்தர் பொம்மைகளை வைத்ததும் தாந்திரிக குருவை அழைத்து வந்ததும் தவறாகிவிட்டன என்பதுதான் முக்கால் பங்கு ஆட்களுக்கும் எண்ணம். விருந்தினர்களில் பலரும், தாங்கள் இங்கே வந்ததற்குக் காரணம் வாழ்க்கையை உல்லாசமாகக் கழிக்கவும் அனுபவிக்கவும்தானே தவிர சந்நியாசம் பெறுவதற்காக அல்ல என்று மகீந்தனிடம் மனம் திறந்து சொல்லவும் செய்தார்கள். சேனாவும் அனுலாவும் இந்த வாய்ப்பைப் பயன்படுத்தி தேவநாயகிக்கு எதிராக ரகசியமாக பெரும் பரப்புரையை அவிழ்த்து விட்டிருந்தார்கள். உள்ளதும் இல்லாததுமான பல விஷயங்களை பொய்யும் புனைவுமாக சேர்த்து அவளுக்கு எதிராகப் பரப்பினார்கள். அப்படிப்பட்ட

ஆட்சேபணைகளை ஒதுக்கித் தள்ள முடியாமல் போனபோதுதான் மகீந்தன் எல்லாரையும் பிரதான மண்டபத்திற்கு அழைத்தான். கனவு நகரத்திலுள்ள அனைவரும் அங்கே குழுமினார்கள். ஒவ்வொருவராக தேவநாயகிக்கு எதிராக ஆட்சேபங்களை எழுப்பத் தொடங்கினார்கள். சிவலேகாதான் முதலில் எழுந்தாள்.

"அரசே நாங்களெல்லாரும் கனவு நகரத்திற்கு வந்ததே இன்பத்தை விற்று தங்கத்தை சம்பாதிப்பதற்காகத்தான். ஆனால், ஒரு விருந்தினர்கூட இதுவரை இங்கே கொல்லப்பட்டதில்லை. விசாவதத்தை ஸ்வப்னஜாலிகையில் சொன்னதற்கு எதிராக எந்தவொரு கணிகையும் செயல்படுவதில்லை. அதுதான் உல்லாசப் பயணிகளுக்கிடையே இந்த கனவு நகரத்தின் பெயருக்கும் புகழுக்கும் காரணம். கொலையில் முடியும் இப்படிப்பட்ட ஆழமான சடங்குகள் நமக்கு வேண்டாம்."

"நானும் அதையேதான் சொல்ல நினைத்தேன் அரசே. மதுபான சாலையிலும் கணிகை குடில்களிலும் எதற்காகப் புத்தன்?"

"நடுநிசிக்குப் பின் குருவின் பிணத்தை ராணி இரண்டு கைகளிலும் ஏந்தி நடந்து சென்றதை காவல்காரர்கள் பார்த்திருக்கிறார்கள். வழி நெடுகிலும் இரத்தத் துளிகள் இற்றிற்று விழுந்ததின் சுவடுகளை இப்போதும் பார்க்கலாம். இருந்தும் அவர் சமாதியானார் என்று சொன்னால் யாராவது நம்புவார்களா?"

"சமாதியானார் என்றால் பின்பு ஏன் இந்த கண்ணாமூச்சி ஆட்டம். பிணத்தை ஆச்சாரங்களையொட்டி அடக்கம் செய்திருக்கலாமே?"

மகீந்தனுக்கு விஷயங்களின் போக்கு அவ்வளவு சரியில்லை என்று தோன்றியது. ஆனால், தேவநாயகியை தியானத்திலிருந்து விழிக்கச் செய்து மண்டபத்திற்கு அழைப்பதற்கான தைரியமில்லை. அவன் அவ்வாறு தயங்கி நிற்கும்போதுதான் தேவநாயகி தியானத்திலிருந்து விழித்து பிரதான மண்டபத்திற்குள் வந்தாள். அவளுடைய முகம் சாந்தமும் ஒளிமயமாகவும் உதடுகளில் புன்னகை நிறைந்தும் வழிந்தது. அவளுடைய கண்களிலுள்ள திவ்ய ஒளியை எல்லாரும் ஆச்சரியத்துடன் பார்த்தார்கள். குற்றம் சுமத்தியவர்களைத் தவிர எஞ்சியவர்களெல்லாம் அமைதியானார்கள்.

"என்ன, இங்கே எல்லாரும் குழுமியிருக்கிறீர்கள்? மரணப்பாறையில் குருவின் பிரேதத்தை கண்டதினாலா? சென்ற வெள்ளிக்கிழமை இரவில் அவர் சமாதியானார். உடலை பறவைகளுக்கு இரையாகக் கொடுக்கும்படி என்னிடம் பொறுப்பை ஒப்படைத்துவிட்டு ஆத்மா ஒரு கிருஷ்ணப் பருந்துவாகி பறந்து போயிற்று. என்னுடைய

ஏழுநாளைய தியானம் இன்றுதான் நிறைவடைந்துள்ளது. அதனால்தான் உங்களிடம் விவரம் சொல்ல முடியாமல் போயிற்று."

எல்லாரும் சந்தேகத்துடன் ஒருவருக்கொருவர் பார்த்துக் கொண்டார்கள். மகீந்தனாலும் அதை நம்பமுடியவில்லை. அவள் விளக்கினாள்.

"அரசே, ஞானிகளுக்கு மரணம் என்பது அவர்கள் விரும்பும்போது நேருகின்றது என்பது இயல்பான விஷயமாகும். பழகிய உடுப்பை இனி பயன்படுத்த முடியாது என்று தோன்றும்போது தூக்கியெறிவதுபோல். நிர்வாணத்தின் மூன்று கட்டங்களும் முடித்த குரு, தகுந்த நேரமும் சந்தர்ப்பமும் வந்தபோது பரமானந்தத்தின் மூலம் சமாதி நிலையில் பிரவேசித்து விட்டார். இவையெல்லாம் இங்கே கூடியிருப்பவர்களுக்கெல்லாம் புரியுமா என்பதில் எனக்கு சந்தேகமுண்டு.

"மேலும், எனக்கு எதிராக உயர்ந்த குறைகள். விசாவதத்தை ஸ்வப்னஜாலிகையில் சொல்லி இருப்பவை என்ன? விருந்தினர்களின் எல்லா ஆசைகளுக்கும் தம்மை முழுவதுமாக வழங்கி முழுமையாக ஆனந்தப்படுத்துவதுதான் கணிகையர்களின் தர்மம். நான் கணிகை இல்லையென்றாலும் அதையேதான் சென்ற இரவில் செய்தேன். ஆனந்தத்தின் உச்சத்தில் குரு சமாதியானார். மனதளவிலோ உடல் ரீதியாகவோ நான் அவரை வேதனைப்படுத்தவில்லை. ஆனந்தம்தான் படுத்தினேன். தாந்திரிக ஆச்சாரியர்களால் ஆயிரமாண்டுகளாக தொடர்ந்து வரும் சடங்குகளைத் தவிர வேறொன்றும் இங்கு நடந்துவிடவில்லை.

"இன்னொரு முக்கியமான கேள்வி. கேளிக்கை நகரமான சிங்க சைலத்தில் எதற்காக இவ்வளவு புத்தர் சிலைகள் என்பது. இலங்கைக்கு எதற்காக மகீந்த இளவரசனும் சங்கமித்ராவும் வந்தார்கள்? தன் தந்தையைக் கொன்று சகோதரியை மனைவியாக்கிக் கொண்ட சிங்க பாஹூவின் வாரிசுகளை நல்லவற்றை நோக்கி நகர்த்த வேண்டாமா? அரசே, தன் நாட்டையும் சிம்மாசனத்தையும் உதறிவிட்டு சமாதானத்தின் தூதுச் செய்தியுடன் இங்கே வந்த அந்த மகானுபாவனின் பெயரை தங்களைப் போன்றுள்ள சூதாட்டக்காரர்களும் கூட்டிக்கொடுப்பவர்களும் பயன்படுத்துவது அவமானம்தான். மகீந்தன் என்னும் பெயரின் மகத்துவம்தான் அதன் மூலம் இழக்கப்படுகிறது. அரசே, ஒரு உண்மையைப் புரிந்து கொள்ளுங்கள். சிங்கபாஹூவின் இரத்தம்தான் தங்களுக்குள்ளும் ஓடுகிறது. மகீந்த இளவரசனுடையது அல்ல."

தேவநாயகியின் வார்த்தைகளைக் கேட்டு மகீந்தன் கோபத்தால் நடுங்கினான். அவனுடைய உத்தரவுக்கு காத்திருக்காமலேயே படைவீரர்கள் தேவநாயகியை மண்டபத்திலுள்ள தூணில் பிடித்துக் கட்டினார்கள். கோபத்தைக் கட்டுப்படுத்த முடியாமல் அவன் ஒரு சிங்கத்தைப் போல் அலறினான். அந்தக் கர்ஜனையில் சிங்கசைலமே குலுங்கியது.

"தேவடியா, என் முன்னால் நின்று நீ நியாயப் பிரசாரம் செய்கிறாயோ?"

அவன் அவளுடைய இரு கன்னங்களிலும் ஓங்கி அறைந்தான். வலியால் துடித்தாலும் அவள் அழவில்லை. கன்னத்தில் விரல் அடையாளங்கள் சிவந்து தடித்து கிடந்தன. அப்போது, தான் வென்றுவிட்டோம் என்பது போல் சேனா மகிழ்ச்சியுடன் எழுந்தான்.

"அரசே இதுமட்டுமல்ல, இன்னும் வேறுசில பிரச்சினைகளும் உண்டு. இன்று காலையில் சோழமன்னனின் நக்கீரன் என்றோர் ஒற்றன் ராணியிடம் கொடுப்பதற்காக ஓலையுடன் வந்தான். பத்து பொன் பணம் கொடுத்து மேலே ஏறுவதற்கு வந்த அவனை சந்தேகப்பட்டு பரிசோதித்தோம். அப்போதுதான் விஷயங்கள் புரிந்தன. மாதத்திற்கு ஒருமுறை வருவதும் ஒன்றிரண்டு நாட்கள் கழிந்தால் சூதாட்டங்களில் பங்கு கொள்ளாமல் கணிகையர்களின் இல்லங்களுக்கும் போகாமல் திரும்பியும் விடுகிறான். அவனை கொஞ்சகாலமாகவே நாங்கள் கவனித்துக் கொண்டுதான் வருகிறோம்."

"அவன் எங்கே? ஓலையில் என்னதான் எழுதியிருக்கிறது?"

"அவனை நாங்கள் சிங்கவாசலுக்கு கீழேயுள்ள காராக்கிருகத்தில் தங்க வைத்திருக்கிறோம். ஓலையில் சூறாவளி தொடங்கியாகிவிட்டது என்று மட்டுமே உள்ளது. ஆனால் அடையாள வாக்கியத்துக்குப் பதில் சோழ மன்னனின் சின்னமான புலி வரையப்பட்டிருந்தது."

"அவனிடமிருந்து வேறு ஏதாவது விவரம் கிடைத்ததா?"

"இல்லை, எவ்வளவோ பயமுறுத்தியும் அதற்குமேல் ஒன்றும் சொல்லவில்லை. இதுபோன்று முன்பும்கூட ஓலைகளைக் கொண்டுவந்து ராணியின் தோழிகளிடம கொடுத்துள்ளேன் என்று மட்டும் ஒத்துக் கொண்டுள்ளான்."

"என்னடி, நான் கேள்விப்படுவது என்னடி? காந்தளூர் படையின் உதவியுடன் சோழனைத் தோற்கடிப்பதற்கான உபாயங்களை உபதேசித்த நீ என்னைக் காட்டிக் கொடுப்பதற்காக இங்கு வந்தாயா? நீ

எதற்காக இங்கே வந்திருக்கிறாய்? இதற்கெல்லாம் என்ன அர்த்தம்?"

தான் பிடிபட்டுவிட்டோம் என்பது தேவநாயகிக்குப் புரிந்துவிட்டது. ஆனால், தப்பிப்பதற்கான எந்தவொரு முயற்சியையும் அவள் எடுக்கவில்லை. தந்திரமான அசைவுகளின் மூலம் எதிரியை தோல்வியடையச் செய்யும் பழைய தேவநாயகி அல்லவே அவள் இப்போது. அவள் கோபமற்றவளாக அமைதியானவளாக பதில் சொன்னாள்:

"நேற்றாக இருந்திருக்குமானால் இந்தக் கேள்விகளுக்கு நான் சொல்லும் பதில் இதுவாக இருந்திருக்காது. என் குழந்தை கூவேணியை கொடூரமாக பலவந்தப்படுத்தி கொன்றவன் மேலுள்ள பழிவாங்கும் எண்ணம் அப்போதும் மனதில் கனன்று கொண்டுதான் இருந்தது. தங்களுக்குப் பரிசாகக் கொடுத்த இரத்தினப் புத்தர்களைப் போல் இன்னொரு புத்தரில் ராஜநாகத்தின் விஷம் நிரப்பி நான் தயாராக வைத்திருந்ததும் உண்மை. ஆனால், நீங்கள் கொன்றது என்னுடைய கூவேணியை மட்டுமல்லவே? நூற்றுக் கணக்கான பெண்களைப் பலவந்தப்படுத்தி பிடித்து வந்து மானபங்கப் படுத்தினீர்களே? அதனால், தங்களுக்கு சட்டென்று முடியும் தண்டனையை நிறைவேற்ற மனம் இடம் கொடுக்கவில்லை. சோழப்படை இலங்கையைப் பிடிக்கும்போது கையையும் காலையும் கட்டி தஞ்சாவூருக்குக் கொண்டு போய் பாதாளச் சிறையில் அடைக்க வேண்டும் என்பதுதான் என்னுடைய ஆசை. நீங்கள் காராக்கிரகத்தில் கிடந்து நரக வேதனைப்பட்டு வேதனைப்பட்டு செத்தால்தான் என் கூவேணியின் ஆத்மாவிற்கு அமைதி கிடைக்கும் என்று நான் நம்பிக் கொண்டிருந்தேன். ஆனால், இப்போது என் மனதில் அப்படிப்பட்ட சிந்தனைகள் ஒன்றுமில்லை. வதையை வதையினால் அல்ல, நேசத்தினால்தான் எதிர்கொள்ள வேண்டும் என்று குரு எனக்கு கற்றுக் கொடுத்துள்ளார். நேசம் மட்டுமே உண்மையாக இருக்கும். நேசத்தால் மட்டுமே மனித வாழ்க்கையை ஆனந்தமாகக் கழிக்க முடியும். பகவான் புத்தரைப்போல், மகானான அசோக சக்கரவர்த்தியைப் போல் மகீந்த இளவரசனைப் போல் நீங்களும் பிறரை சித்ரவதைச் செய்வதிலிருந்து பின்வாங்குங்கள். இந்த உலகத்திலுள்ள சகல ஜீவராசிகளையும் நேசிக்க முயற்சியுங்கள்."

கட்டப்பட்டிருந்தாலும் தேவநாயகியின் முகத்தில் அப்போது அமைதியானதொரு புன்னகைதான் ஏற்பட்டிருந்தது. மகீந்தனுக்கோ அங்கே கூடியிருந்த மற்றவர்களுக்கோ அவள் சொன்னது ஒன்றும் புரியவில்லை. அவர்கள், "வஞ்சகி! அந்த வஞ்சகியைக் கொல்லுங்கள். அந்த வஞ்சகியைக் கொல்லுங்கள்" என்று ஆர்ப்பாட்டத்துடன்

கத்தினார்கள். அதற்கிடையே மின்னலைப் போல உயர்ந்து தாழ்ந்த மகீந்தனின் வாள் அவளுடைய இரண்டு மார்பகங்களையும் சீவித் தள்ளியது. "அழியட்டும். இவை இரண்டும்தான் என் உறக்கத்தை கெடுத்ததும் இந்த ஆபத்திலெல்லாம் கொண்டு போய்ச் சேர்த்ததும்" என்று அவன் முணுமுணுத்தான். தேவநாயகியின் மார்பிலிருந்து குருதி நாலாபக்கங்களிலும் சீறிப் பாய்ந்தது. இரண்டாகப் பிளந்த மாதுளம் பழம் போன்று குருதியில் குளித்து சிவந்து தடித்த அவளுடைய மார்பகங்கள் மண்டபத்தின் நடுவில் கிடந்தன. தேவநாயகி உரக்க அலறி அழுதாள். மகீந்தன் மீண்டும் வாளை உயர்த்தும்போது கண்களுக்குப் புலப்படாத யாரோ அவனுடைய கையைப் பாய்ந்து பிடித்தார்கள். அதன்பின் என்ன நேர்ந்தது என்று யாருக்கும் புரியவில்லை. அமானுஷ்யமான ஒரு சக்தியைப் பெற்ற தேவநாயகி திடீரென்று ஆகாயம் வரையில் வளர்ந்தாள். ஒரு கால் ஸிகிரியாவிலும் இன்னொரு கால் ஸ்ரீபாத மலையிலும் வைத்து அவள் ஆகாய வெளியில் நடந்து சென்றாள். அவளுடைய இரண்டு முலைகளும், ஒளிரும் சிவப்பு நட்சத்திரங்களாக அவளோடு சேர்ந்து ஆகாயத்தில் பறந்தன.

அதே சமயத்தில்தான் சோழப்படை சிங்கசைலத்தை சுற்றி வளைத்தது. ஒற்றர்கள் அளித்த விவரங்களின் அடிப்படையில் அவர்கள் முதலில் சிங்க வாசலிலுள்ள கருப்பு புத்தர்களுக்கு தீ வைத்தார்கள். நிமிடத்திற்குள் வெகுபலமாக வெடிச்சப்தங்களின் வரிசை சிங்கசைலத்தில் உயர்ந்தது. சிங்கவாசல் முழுமையாகத் தகர்ந்து விழுந்தது. மேலே ஏறிச்சென்ற சோழப் படைகளின் கையில் இன்னும் கொஞ்சம் உயர்தரமான வெடிச்சரங்கள் இருந்தன. அவர்கள் அவற்றைப் பயன்படுத்தி அரண்மனையையும் கணிகையரின் இல்லங்களையும் மண்டபங்களையும் தகர்த்தார்கள். சூதாட்டத்திற்காக வந்திருந்த நூற்றுக்கணக்கான விருந்தினர்களும், அவர்களைவிட அதிகமாக அங்கிருந்த கணிகைகளும் கொல்லப்பட்டார்கள். இறுதியில் லட்சக்கணக்கான பொன் நாணயங்களும் விலை மிகுந்த இரத்தினங்களுமாக மகீந்தன் பிடிபட்டான். படைவீரர்கள் அவனை கயிற்றால் கட்டி இராஜேந்திர சோழன் முன்னால் கொண்டு வந்தார்கள். அவனை ரஹூணாவுக்கு கொண்டு சென்று முன்பு இழந்துவிட்ட சோழ சிம்மாசனத்தையும் கிரீடத்தையும் மீண்டும் மீட்டுக் கொண்டுதான் தஞ்சாவூருக்குத் திரும்ப வேண்டும். அக்காவின் ஆசைப்படி சாகும் வரையில் இவனை காராக்கிருகத்திலேயே அடைத்து வைக்க வேண்டும்.

"என் தமக்கை தேவநாயகி எங்கே?" என்னும் ஒரேயொரு கேள்வியை மட்டும் இராஜேந்திர சோழன் மகீந்தனிடம் கேட்டான்.

அவன் பதிலொன்றும் சொல்லாமல் தலைகுனிந்து நின்றான். ஒற்றர்கள் நடந்த விஷயங்களையெல்லாம் விவரமாகச் சொன்னார்கள். இராஜேந்திரனுக்கும் ஒன்றும் சரியாகப் புரியவில்லை. தேவநாயகி ஆகாயம் வரையில் வளர்ந்து உயர்ந்து ஒரு காலை ஸிகிரியையிலும் இன்னொரு காலை ஸ்ரீபாத மலையிலும் வைத்து நடந்து போனதாகவும், மகீந்தனால் அறுபட்ட மார்பகங்கள் இரண்டும் சிகப்பு நட்சத்திரங்களாக அவளோடு சேர்ந்து பறந்து போனதாகவும் சொன்னார்கள். இந்த விஷயங்கள் இராஜேந்திரனுக்கு விசித்திரமாகத் தோன்றியது. நம்பிக்கைக்குரியவனான நக்கீரனை அழைத்து உண்மையில் என்னதான் நேர்ந்ததென்று விசாரித்தான்.

"எல்லாம் உண்மையில் நேர்ந்ததுதான் அரசே. நிஸாங்கவஜ்ரனிடமிருந்து தாந்திரிக வித்தையை கற்றதுடன் மாதேவியார் அமானுஷ்யமாக சில திறமைகளையும் பெற்றிருந்தார். அதோடு கூட அவரும் மொத்தத்தில் மாறி இருந்தார். நேசத்தைத் தவிர மற்ற எல்லா எண்ணங்களும் காணாமல் போய்விட்டன. போருக்கான எல்லா ஏற்பாடுகளையும் உடனே நிறுத்த வேண்டும் என்றுதான் என்னிடம் இறுதியாகச் சொன்னார். இல்லையென்றால் மாதேவியாரைப் போல் தீரமும் தந்திரசாலியுமான ஒருவரின் மார்பகங்களை அறுத்தெரிய இந்த துஷ்டனால் முடியுமா? மாதேவியின் பழைய நிலையாக இருந்திருந்தால் இவனுடைய தலையை அவர் கிள்ளிவிட்டிருப்பாரே..."

"அக்காவை எப்படியாவது நான் ஒரு தடவை பார்க்க முடியுமா?"

"தெரியவில்லை, நிச்சயமாக மாதேவியார் அரசரைக் காண வராமலிருக்க மாட்டார்."

ரஹூணா போய் சிம்மாசனத்தையும் மகுடத்தையும் மீட்டுக் கொண்ட அன்று இரவில்தான் தேவநாயகி இராஜேந்திர சோழனின் கூடாரத்திற்கு வந்து சேர்ந்தாள். தலையை மொட்டையடித்து காவியுடை அணிந்து ஒரு புத்தபிட்ஷூணியைப் போன்ற வேடத்தில் அவள் இருந்தாள். ஒரே பார்வையில் இராஜேந்திரனுக்கு ஆளைப் புரிந்துவிட்டது. புரிந்தபோது மகிழ்ச்சியை பொறுக்கவும் முடியவில்லை.

"அக்கா, மகீந்தனின் தலையை வெட்டி ஒரு தாம்பாளத்தில் வைத்து நான் தங்கள் கால்களில் சமர்ப்பிக்கவா?"

"இளவரசே, என்ன இது? எப்போதும் சின்னக்குழந்தையைப் போல் - அதையெல்லாம் அப்போதைய மனத்துன்பத்தால் சொன்னது... நான்

இப்போது அப்படிப்பட்டதொரு மனநிலையில் இல்லை. குருதியைக் காண்பதற்கு எனக்கு முற்றிலும் ஆர்வமில்லை."

"அக்கா, கங்கைக்கரை வரையுள்ள அயல்நாடுகளும் இலங்கையும் இப்போது சோழ சாம்ராஜ்யத்தின் கீழேதான் உள்ளன. கங்கைகொண்ட சோழபுரம் என்னும் புதிய தலைநகரின் பணி முடிந்துவிட்டது. தாங்கள் இல்லாமல் இருந்திருந்தால் இந்த வெற்றிகள் ஒன்றையும் என்னால் வெல்ல முடியாமலேயே போயிருக்கும்."

"குருதி சொட்டி தேடும் வெற்றிகள் ஒன்றும் வெற்றியே இல்லை. நேசத்தால் தேடும் வெற்றிதான் வெற்றி. இந்த அக்காவை அப்படித்தானே வென்றாய்?"

"அக்கா, தங்களை மகீந்தன் மிகவும் வேதனைப்படுத்தினானா?"

"வேதனைப்படுத்தினான். உடலின் வேதனையைவிட மனதிற்குதான் வேதனை. நான் இழந்தது உனக்கு மிகவும் பிரியப்பட்டதாக இருந்ததாயிற்றே. பத்மஸம்பவன்அவற்றையெல்லாம் எனக்கு இரட்டிப்பாகவே திருப்பி அளித்துவிட்டான். ஆனால், எனக்கு இனிமேல் இந்த ஓரிரவு மட்டும்தான் இந்த பூமியில் இருக்க அனுமதி உண்டு."

"அப்புறம்?"

"திரும்பிவிட வேண்டும். பத்மஸம்பவனின் மடியின் இடப்பக்கத்தில்தான் என்னுடைய இடம். விடியும் வரையில் இளவரசரின் குருவாக இருப்பேன். இந்தளவுக்கு உத்தமனான ஒரு சீடன் எளிதில் கிடைப்பானா? பின்பு, அதிர்ஷ்டமிருந்தால் நான் அன்றே ஆசைப்பட்டதுபோல் கூவேணியைப் போன்றதொரு கெட்டிக்காரியாக ஒரு குழந்தை?"

தேவநாயகி அதைச் சொன்னதும் இராஜேந்திர சோழனுக்கு பெரும் குற்றவுணர்வு தோன்றியது. அவன் அவளை தன் சொந்த கூடாரத்திற்கு அழைத்துச் சென்றான். காவியை அவிழ்த்தபோது இளவரசன் உண்மையிலேயே ஆச்சரியப்பட்டான். அறுத்து வீசியதெல்லாம் முன்பைவிட அழகும் மனோகரமுமாக இருக்கின்றன. அன்றிரவு விடியும் வரையில் அவர்கள் குருவும் சிஷ்யையுமானார்கள். கர்மமுத்திரை வரையில் செல்லவில்லை என்றாலும் தாந்திரிகா அனுஷ்டானங்களின் பால பாடங்களை இராஜேந்திரனுக்கு கற்றுத்தர அவளால் முடிந்தது. விடிவதற்கு முன்பே திரும்பும்போது, "பரவாயில்லை, இந்த முறையும் எனக்கு அதற்கு யோகம் ஏற்படும்

என்று தோன்றவில்லை'' என்று கூறி இளவரசனின் நெற்றியில் ஒரு முத்தமும் கொடுத்தாள். வெளியே சென்ற அவள் சட்டென்று காணாமல் போனாள். கேள்விப்பட்டதுபோல் ஆகாயம் வரையில் வளருகிறாளோ என்று அறிந்துகொள்ள வெளியே வந்து பார்த்தபோது ஒன்றையும் காணமுடியவில்லை.

மறுநாள் காலையில் சிங்கசைலத்திலிருந்து மூன்று நாழிகை தூரத்தில் ஒரு கிராமத்தில் மார்பகங்கள் வெட்டப்பட்ட ஒரு இளம்பெண்ணின் பிரேதத்தை கிராமத்தினர் கண்டுபிடித்தார்கள். நரபோஜிகளாக இருந்த அவர்களுக்கு மிகவும் மகிழ்ச்சியாக இருந்தது. அந்தப் பிரேதத்தை அவர்கள் மூன்று நாட்களுக்கான உணவாக்கிக் கொண்டார்கள்.

23

ரூபவதி

மகீந்தனின் கனவு நகரம் சோழப்படையின் தாக்குதலில் முழுமையாகவே அழிந்தது. விருந்தினர், கணிகைகள், அரண்மனை பணியாட்கள், படைவீரர்கள் என ஆயிரத்திற்கும் மேற்பட்டோர் கொல்லப்பட்டார்கள். அரண்மனையும் கணிகையர் இல்லங்களும் சூதாட்ட மண்டபங்களும் தீயிட்டு அழிக்கப்பட்டன. கணிகைகள்தான் சோழப்படையின் முக்கிய இரைகளானார்கள். சிவலேகா உள்பட நூற்றுக்கணக்கான கணிகைகளை கொடூரமாக வதைத்தபின் கொலை செய்தார்கள். பிரேதங்களை அடக்கம் செய்யக் கூட முயலாமல் கொள்ளையடித்த செல்வத்துடன் சோழப்படைகள் மலையிலிருந்து இறங்கின. பிணங்களை கொத்திக் குதறும் கழுகுகள் நிறைந்த அந்த சிங்க சைலத்தைத்தான் ஸ்ரீவல்லப புத்தனார் ஸுஸானா ஸுபினா என்றழைத்தார். போர் முடிந்து ஏழாம் நாள் அந்தியில் திரிகோணமலை விஹாரத்தில் தியானத்தில் ஆழ்ந்திருந்த ஸ்ரீவல்லப புத்தனாரின் மனதில் தேவநாயகி வெளிப்பட்டாள். இரண்டு மார்பகங்களும் சிதைக்கப்பட்டு குருதியில் குளித்து பழிவாங்கும் ருத்ரையாக நிற்கும் அவளைக் கண்டு அவர் திடுக்கிட்டார். சிலப்பதிகாரத்திலுள்ள கண்ணகியின் அதே முகம். அதே உடலுறுதி. புத்தனாரை அதிகம் பயமுறுத்த வேண்டாம் என்று கருதிய தேவநாயகி சில நிமிடங்களுக்குள் மொட்டையடிக்கப் பட்ட தலையும் காவியுடையும் அணிந்த ஒரு புத்த பிட்ஷுணியாக அவருக்கு முன்னால் வந்தாள். அவள் கையில் வெள்ளித் தட்டில் ஒரு பெரிய அழகான மாதுளம் பழம் இருந்தது. தான் என்ன காண்கிறோம் என்று புரியாமல் புத்தனார் திகைத்தபோது தேவநாயகியே விஷயங்களை விவரித்தாள்.

"வணக்கம் ஆச்சார்யா, நான் காந்தமாதேவி தேவநாயகி. சிங்கசைலத்தில் நடந்த சம்பவங்களையெல்லாம் தாங்கள் அறிந்திருப்பீர்கள் என்று கருதுகிறேன். எனக்கு உங்களிடம் ஒரு கடன் உண்டு. அதை அடைப்பதற்காகவே நான் நேரில் வந்துள்ளேன். தயவுசெய்து இந்த மாதுளம் பழத்தை ஏற்றுக் கொள்ளுங்கள். பாபத்தின் கறையையெல்லாம் குருதியால் கழுவி களைந்து விட்டுதான் இதை நான் சமர்ப்பிக்கிறேன்."

ஸ்ரீவல்லப புத்தனாருக்கு அப்போதுதான் விஷயம் புரிந்தது. குற்றவுணர்வால் அவரின் தலை தாழ்ந்தது.

தான் புரிந்துகொண்டது போல் ஞானத்திற்குச் செல்ல ஒரே வழிதான் உள்ளது என்னும் உண்மை அவரை தீய எண்ணத்திலிருந்து விடுவித்தது. புத்தனார் இரண்டு கைகளையும் நீட்டி தேவநாயகியின் கையிலிருந்து அந்த வெள்ளித்தட்டை ஏற்றுக் கொண்டார். நிஸாங்கவஜ்ரனின் சமாதியும் தேவநாயகியின் நிர்வாணமும் அதற்குள் புத்த சாமியார்களுக்கிடையில் விவாத விஷயமாகி விட்டிருந்தன. வஜ்ரயானத்தின் ஆச்சரியமான சாத்தியதைகளின் உதாரணமாகத்தான் எல்லாரும் அதனை பொருட்படுத்தினார்கள். வணங்கியவாறு அவர் தேவநாயகியை ஆசிரமத்திற்குள் அழைத்தார்.

"மன்னிக்க வேண்டும். எழுபத்தியாறு வயதுவரை ஒழுக்கமாக ஆசாரங்களை அனுஷ்டித்தும் நிர்வாணத்திற்கான முதல் படியைக் கூட ஏறுவதற்கு அதிர்ஷ்டம் கிடைக்காதவன் நான். புத்தனார் என்று எல்லாரும் அழைப்பதைத்தவிர எனக்கு இதுவரை ஞானோதயத்திற்கான அதிர்ஷ்டம் உண்டாகவில்லை. என்னுடைய அறிவின்மையால் நான் ஏதாவது அன்பில்லாமல் சொல்லியிருந்தால் மன்னிக்க வேண்டும்."

"ஆச்சார்யா, நிர்வாணத்திற்கான முதல் அடியை வைத்துவிட்டால் பின்பு நேசமோ நேசமில்லாமையோ இல்லை. சொந்தபந்தங்களோ சுகதுக்கங்களோ இல்லை. உன்னதமான ஆனந்தம் மட்டுமே உள்ளது. இதோ காணும் என் உருவம் கூட தங்களின் மனதின் ஒரு தோன்றல் மட்டுமே. பின்னே இந்த மாதுளம் பழத்துடன் வந்தது ஏனென்றுதானே? பரிசுத்த நட்பின் இனிமையை வாழ்க்கையில் முதன்முதலாகக் கண்ட பிட்சுவுடன் பங்கு போட்டுக் கொள்வதற்குதான். என் அறுத்தெறியப்பட்ட மார்பகங்களை பகவான் தன்னுடைய பரிசுத்தமான நேசிப்பால் ஒன்றாக இணைத்த போதுதான் இந்த மாதுளம் பழம் உருவானது."

அவள் பழத்தை எடுத்து இரண்டாகப் பிளந்து பாதியைப் புத்தனாருக்குக் கொடுத்தாள். அவர் அதை பெரும் மரியாதையுடன் பெற்றுக்கொண்டார். அவர்கள் இருவரும் மிகவும் மகிழ்ச்சியுடன் அந்த மாதுளம் பழம் முழுவதையும் தின்றார்கள். பரிசுத்தமான நட்பின் இனிமையை சுவைத்தபோது தேவநாயகியின் முகத்தில் தேஜோமயமானதொரு புன்னகை மலர்ந்தது. அந்தப் புன்னகையில் தான் ரூபவதியை கண்டேன் என்று புத்தனார் சொன்னார். தொடர்ந்து அவர் ஹரிபட்டனின் ஜாதகமாலையிலுள்ள ரூபவதியின் கதையைச் சொன்னார்:

வட பாரதத்திலுள்ள உத்பலாவதி என்னும் நகரத்தில் ரூபவதி என்றோர் அழகுமிகுந்த இளம்பெண் வாழ்ந்தாள். பெயரைப் போலவே மிகவும் அழகியாகவே அவள் இருந்தாள். கடுமையான வறட்சியிலும் வறுமையிலும் உத்பலாவதியிலுள்ள மக்கள் மிகவும் கஷ்டப்படும் காலத்தில்தான் இநதக் கதை நடக்கிறது. செல்வவளத்தின் உயர்வான குடும்பத்தில் பிறந்த ரூபவதிக்கு வறுமையின் பெரும் கஷ்டங்கள் அனுபவிக்க வேண்டிய நிலை வந்ததில்லை. அவள் ஒருநாள் தெருவில் நடப்பதற்காக இறங்கியபோது அடுத்தாற் போலிருந்த ஒரு வீட்டிலிருந்து பெரும் அழுகை சப்தம் கேட்டது. அங்கே, அப்போதுதான் பிரசவமான ஒரு பெண் பசியைப் பொறுக்கமுடியாமல் அழகான தன் குழந்தையையே தின்பதற்குத் தயாராகிக் கொண்டிருந்தாள். ரூபவதி அவளை அதிலிருந்து மீட்டெடுக்க வெகுவாக முயற்சித்தாள். ரூபவதி அந்தப் பெண்ணிடம், 'நீ என்ன பைத்தியக்காரத்தனம் செய்கிறாய். நீ வேறு ஏதாவதை தின்னக் கூடாதா?' என்று கேட்டபோது, 'சகோதரி இந்த வீட்டில் இந்தக் குழந்தையைத் தவிர வேறொன்றும் இல்லையே' என்பதுதான் பதிலாக இருந்தது. உடனே எதையாவது தின்னவில்லை என்றால் பசியினாலேயே செத்துப் போக வேண்டியதாக இருக்கும் என்று அவள் அழத் தொடங்கினாள்.

அந்தப் பெண்ணுக்குத் தன் வீட்டிலிருந்து ஏதாவது எடுத்து வந்து கொடுப்பதற்காக போனால் திரும்பி வருவதற்குள் அவள் அந்தக் குழந்தையைக் கொன்று தின்று விடுவாள். குழந்தையைக் காப்பாற்ற தன்னுடன் குழந்தையை எடுத்துச் சென்றால் திரும்பி வருவதற்குள் அவள் பசியினால் இறக்க நேரிடலாம். அதனால் இந்த இருவகையில் எதைச் செய்தாலும் ஓர் உயிர் போய்விடும்.

இந்த நிலையில் அந்தப் பெண்ணையும் குழந்தையையும் எப்படிக் காப்பாற்றுவது என்று தெரியாமல் ரூபவதி குழம்பினாள். கடைசியில் வேறு வழியில்லாமல் அந்தப் பெண்ணிடம் ஒரு கத்தியை வாங்கி அவள் தன்னுடைய இரண்டு மார்பகங்களையும் அறுத்து உணவாக அளித்தாள். அவள் அதை உண்டு அப்போதைக்குப் பசியிலிருந்து நிம்மதி தேடினாள். தானத்தின் மகத்துவத்தைப் பற்றி சீடர்களிடம் போதிப்பதற்காக பகவான் புத்தனே சொன்ன கதைதான் இது. ரூபவதி புத்தனின் முற்பிறவி. ஓர் உயிரைக் காப்பாற்றுவதற்காக தன் மார்பகங்களையே அறுத்துக் கொடுத்த ரூபவதியின் தியாகத்தை அவளுடைய கணவன்கூட மதிக்காமல் இகழ்ந்தபோதுதான் இழந்த முலைகளும் அழகும் அவளுக்குத் திரும்பக் கிடைக்கின்றன. ஆனால், தன்னுடைய பெண்மையில் தோற்றுவிட்ட ரூபவதி ஆணாக

மாறியதுடன் உத்பலாவதியின் அரசன் வாரிசு இல்லாமல் இறந்தபோது ரூபவதியே இளவரசனாகி அறுபது வருஷங்கள் நாட்டை ஆளவும் செய்தாள். முலைகளை இழந்த தேவநாயகியும் ரூபவதியைப்போல் சம்சார துக்கங்களிலிருந்து தப்பித்து அற்புத ஆற்றலுள்ளவளானதால் மகிழ்ச்சிதான் என்று புத்தனார் சொன்னார்.

ரூபவதியின் கதையை தேவநாயகி மிகவும் ஆர்வத்துடன் கேட்டு அமர்ந்திருந்தாள். பகவான் புத்தனுக்குள் அழகானதொரு பெண் மறைந்திருக்கிறாள் என்று அவளுக்கு பல நேரங்களில் சந்தேகம் தோன்றியிருந்தது. ஆனால், தான் ரூபவதியைப்போல் தானம் செய்தவள் இல்லையே. அறுத்தெறியப்பட்டவளாக அல்லவா ஆனேன். காமத்தை காமத்தாலேயே போக்குவதுபோல் துரோகத்தை சிலசமயம் துரோகத்தால்தான் வெல்ல முடியும் என்று நிஸாங்கவஜ்ரன் சொன்ன வார்த்தைகளை அவள் நினைத்துக் கொண்டாள். பின்பு, ஸ்ரீவல்லப புத்தனாரிடம் மிகவும் அமைதியாக ஒரு விஷயத்தைப் பற்றி நினைவூட்டினாள்.

“நான் ரூபவதியைப் போலில்லை. தமிழகத்தில் எங்கேயாவது ஒரு பெண்ணின் உடலோ மனமோ வேதனைப்பட நான் காரணமானால் இந்த அமைதியெல்லாம் போய்விடும்.”

“தயவுசெய்து அப்படியொன்றும் எண்ணாதே. இராஜேந்திர சோழன் ஆளும் காலம் வரையில் எதற்கும் பயப்பட வேண்டாம்.”

“எனக்கென்னமோ அந்தளவுக்கு நம்பிக்கையில்லை. சிங்க சைலத்தில் சோழப்படை வெற்றிபெறவில்லை. காமத்தினுடையதும் சித்ரவதையினுடையதுமான வசீகரிப்புகளுக்கு முன்னால் தோற்றதாகத்தான் இருந்தது. சித்திரவதை யார் பக்கத்தில் இருந்தாலும் தவறுதானே ஆச்சார்யா?”

“யுத்தங்களில் சில சமயம்...”

“கௌடில்யரின் அர்த்தசாஸ்திரத்தையும் மற்ற ராஜதந்திர சம்பந்தமான நூல்களையும் இளமையிலேயே நான் படித்திருக்கிறேன். காந்தளூர் கோயிக்கான் மகளாகிய நான் இந்த யுத்த தந்திரங்களையும் ராஜநீதியையும் என் தந்தை சீடர்களுக்கு கற்றுக்கொடுக்கும்போதே கேட்டு வளர்ந்தவள். ஆனால், அதில் எங்கும் நிரபராதிகளான சாதாரண மக்களை கொன்று குவிக்கவோ, பெண்களை மானபங்கப்படுத்தவோ சொல்லவில்லை. சோழப்படையும் சிங்களப் படையும் எல்லாக் காலத்திலும் அதையேதான் செய்து கொண்டிருக்கின்றன. நிர்வாணத்தின் எவ்வளவோ உன்னதமான நிலையை அடைந்தாலும் அந்த வகையில்

ஏதாவது நேர்ந்தால் என்னால் பொறுத்துக் கொள்ள முடியவில்லை. பெண்ணின் கண்ணீர் விழுகின்ற இடங்களிலெல்லாம் ஓடி வரவேண்டியதாக இருக்கும்."

சிலப்பதிகாரத்தின் கண்ணகி அவதாரம்தான் தேவநாயகி என்று புத்தனாருக்கு உறுதியாயிற்று. அவர் எழுந்து அவளை சாஷ்டாங்கமாக விழுந்து நமஸ்கரித்தார். சாதாரணமானவர்களும் அறிவதற்காக தேவநாயகியின் கதையை எழுதுவதற்கு தன்னை அனுமதிக்க வேண்டுமென்று வேண்டுகோள் விடுத்தபோது அவள் முதலில் சம்மதிக்கவில்லை. மற்றெல்லா பெண்களையும் போல் ஒரு சாதாரண மனிதப் பெண்தான் தானும் என்பது அவளுடைய பதிலாக இருந்தது. ஒரு சாதாரணப் பெண்ணால் சாதிக்கக் கூடிய காரியங்களல்லவே தேவநாயகி செய்தவையென்று சொன்னபோது அவள் அரை மனதுடன் ஒத்துக் கொண்டாள். தேவநாயகி மூன்று மாலை நேரங்களில் தன் கதையை அவரிடம் சொன்னாள். ஆனால், தான் சொன்னதை மட்டுமே அடிப்படையாக எழுதக்கூடாதென்றும் தன்னைப் பற்றி தன்னுடன் வாழ்ந்தவர்கள் சொல்வதையும் கூட கேட்டு எழுத வேண்டும் என்று அவள் நினைவூட்டினாள்.

ஸ்ரீவல்லப புத்தனார் காந்தளூர் முதல் தேவநாயகி வாழ்ந்த இடத்திற்கெல்லாம் அதற்காகவே சென்றார். ஏராளமானவர்களைப் பார்த்துப் பேசினார். திருப்பாவை முதல் தாந்திரிக அனுஷ்டானங்கள், மந்திரங்கள் வரை கற்றார். இறுதியில் சிங்க சைலத்தின் உச்சிக்கு ஏற முடியாமல் தவித்துப்போய் நின்றபோது தேவநாயகியே ஆகாய வெளியில் அங்கு வந்து அவரை இரு கைகளாலும் தூக்கிக் கொண்டு மலைமுகட்டில் கொண்டுபோய் சேர்த்தாள். அப்போது கனவு நகரம் அழிக்கப்பட்டு ஏழாண்டுகள் முடிந்திருந்தன. புதர் மண்டிக் கிடக்கும். அந்த இடத்தில் ஆயிரக்கணக்கான எலும்புக்கூடுகள் பரவலாக கிடந்தன. கனவு நகரம் பெரியதொரு மயானமாக மாறியிருந்தது. புத்தனாருக்காக ஒரு சிறு விஹாரத்தை தேவநாயகி அங்கே கட்டிக் கொடுத்தாள். அங்கே அமர்ந்துதான் அவர் நாற்பத்தியொரு நாட்களில் தேவநாயகியின் கதையை எழுதி முடித்தார். ஸுஸானா ஸுபினா என்று தேவநாயகியின் கதைக்குப் பெயர் வைப்பதற்கான காரணத்தையும் விளக்கியவாறுதான் ஸ்ரீவல்லப புத்தனார் நூலை முடிக்கிறார். கனவு நகரின் மயானமென்றால் மோட்சம்தான். துக்கங்களுக்கு காரணமான எல்லாவித ஆசைகளும் வாழ்க்கையிலிருந்து காணாமல் போகும் நிலை.

ஸுஸானா ஸுபினாவை எழுதி முடித்த நாளன்றே புத்தனாரும் நிர்வாணம் அடைந்தார் என்று கருதப்படுகிறது. வேட்டைக்குச் சென்ற

ஆதிவாசிகளான வேடர்களுக்குத்தான் சிங்க சைலத்திலிருந்து ஸுஸானாஸுபினாவின் பிரதி கிடைக்கிறது. நரபோஜிகளான அவர்கள் புத்தனாரின் எலும்பும் தோலுமாகிவிட்ட பிணத்தை ஒதுக்கிவிட்டு பனையோலை கிரந்தத்தை மட்டும் எடுத்துக் கொண்டார்கள். எழுத்து வாசனை இல்லாததால் அவர்கள் இந்த நூலுக்கு என்னவோ அற்புத சக்தி உண்டென்று நம்பி அதைப் பூஜிக்கத் தொடங்கினார்கள். ஆனால் அதைத் தொடர்ந்து எலஹகல கிராமத்தில் பல அற்புதங்கள் நேருகின்றன. குடியேறியவர்களான சிங்களர்களின் தாக்குதல்கள் முழுமையாக முடிவுக்கு வருகின்றன. கொடூர மிருகங்கள் பவ்வியமாக பாதை மாறிப்போகின்றன. இயற்கை அவர்களின் விருப்பத்தை அநுசரித்து மட்டுமே செயல்படுகிறது. மழை தேவை என்று எண்ணியவுடனே மழை கொட்டுகிறது. வெயில் தேவையென்றால் வெயில், வயல்கள் எப்போதும் விளைச்சலுடனேயே இருக்கின்றன.

தேவநாயகியின் பிணத்தை உண்டதும் இதே எலஹகல கிராமத்திலுள்ள வேடர்கள்தாம். அவர்கள் தேவநாயகியின் அநுக்கிரகம் பெற்ற பிரத்யேக வம்சமாகத்தான் கணக்கிடப்படுகிறார்கள். காரணம், நிர்வாணம் பெற்ற பின் தேவநாயகி அவர்களுக்குதான் முதல் தரிசனம் அளித்தாள். தன் மார்பகங்களைக் கொய்த மகீந்தன் மேலுள்ள கோபத்தில் ஜொலிக்கும் பழிவாங்கும் தேவதையாகத்தான் அவர்களுக்கு முன்னே அவள் தோன்றினாள். ஆரிய சிங்கள வம்சத்தை தன் கோபாக்னியால் பூண்டோடு அழித்த தேவநாயகியை அவர்கள் தங்களுடைய தேவதையாகவே ஆராதித்தார்கள். சோழப்படை சிங்க சைலத்தை தாக்கியதும் காதடைக்கும் வெடிச்சப்தங்களுடன் மகீந்தனின் கனவு நகரத்தை தகர்த்ததும் அவளுடைய திறமையினால்தான் என்று அவர்கள் நம்பினார்கள். அதன் நினைவுக்காக அவர்கள் எல்லா வருஷமும் தேவநாயகி வேடம் பூண்டு ஆடத் தொடங்கினார்கள். அதுதான் பின்னாளில் தெய்வக்கோலமாக மாறியது.

தெய்வக்கோலம் என்பதை ஸிகிரியாவுக்கு அருகிலுள்ள எலஹகல கிராமத்திலும் அதற்கு சமீபத்திலுள்ள வேறு சில கிராமங்களிலும் மட்டுமே கட்டி ஆடுகிறார்கள். இலங்கையிலுள்ள மற்ற கோலங்களிலிருந்து வித்தியாசமான முகமூடிகளைப் பயன்படுத்தாமலேயே இந்த கோலத்தைப் பூண்டு ஆடுகிறார்கள். நல்ல ஆரோக்கியமும் அவயவங்கள் வனப்பாகவுமுள்ள இளம்பெண்தான் தெய்வக்கோலம் பூணுகிறாள். எண்ணெயும் கரியும் அரிசிமாவும் மஞ்சளும் தானியப்பொடியும் வாகைப்பொடியுமெல்லாம் சேர்ந்த வண்ணமயமான முகவெழுத்தும்தான் தெய்வக்கோலத்தின்

கம்பீரமாகும். குருத்தோலையால்தான் மகுடத்தையும் உடையாடைகளையும் தயாரிக்கிறார்கள். தெய்வக்கோலத்தோடு சேர்ந்து சிங்கத்தின் பொய்முகம் வைத்த ராஜகோலமும் மற்ற ராட்சஷக் கோலங்களும்கூட உண்டு. பதினான்கு நாட்கள் நீளும், மிகவும் கலப்படமான ஏராள சடங்குகளுக்குப் பின் ஓர் அமாவாசை தினத்தன்றுதான் இறுதியாட்டம் நடைபெறுகிறது. நடுநிசியில் கொழுந்துவிட்டு எரியும் அக்னிகுண்டத்திற்கு முன்னால் பேரச் செண்டைகளின் கொட்டுதாளம் உச்சஸ்தாயியில் முழங்கும்போது தெய்வக்கோலத்தில் மார்பகங்களை ராஜக்கோலம் அறுத்து எறிவதுடன் சடங்குகள் முடிகின்றன. சிங்களர்களிடமிருந்து ஊரையும் வேடர் குலத்தையும் காப்பாற்றுவதற்காக நடத்தப்படும் இந்தக் கோலம் விழா சிங்கள ஆட்சியாளர்களுக்கு தெரியாமல் மிகவும் ரகசியமாகத்தான் நடந்து வந்தது. முக்கால் பங்கும் சிங்களர்களுக்கு எதிரான ஆச்சாரமானதால் அதை ஒருபோதும் இலங்கையின் பாரம்பரிய பகுதியாக கணக்கிட்டதுமில்லை. பத்தொன்பதாம் நூற்றாண்டின் தொடக்கத்தில் பிரிட்டிஷ்காரர்கள் இது அநாகரிகமான ஆச்சாரம் என்று தடையும் செய்தார்கள். என்றாலும் மிகவும் ரகசியமாக அது இப்போதும் சில இடங்களில் நடக்கிறது. அந்த வகையில் மார்பகங்கள் வெட்டப்படும் பெண்பிள்ளைகளுக்கு அமானுஷ்யமான சித்திகள் கிடைக்கும் என்றும் அவர்கள் அதைப் பயன்படுத்தி துஷ்டர்களான சிங்கள ஆட்சியாளர்களைக் கொன்று அடக்குவார்கள் என்றும் நம்பப்படுகின்றன.

இராஜேந்திர சோழன் தேவநாயகியை ஞானசரஸ்வதியாகத்தான் வணங்கினான். திருவாரூரிலுள்ள அறிவியல் நிலையத்திற்கு தேவநாயகியின் நினைவுக்காக தேவசாலை என்னும் பெயர் சூட்டினான். அங்கே புதியதாக தாந்திரிகா அனுஷ்டானங்கள் கற்பதற்கான வசதிகளைக்கூட ஏற்படுத்தினான். கங்கை கொண்ட சோழபுரத்திலும் திருவாரூரிலும் ஆண்டுதோறும் தேவநாயகிக்கு நிர்வாணம் கிடைத்த நாளில் பிரத்யேக ஆராதனைகளும் நாட்டியாஞ்சலிகளும் நடத்தினான். அது தேவநாயகி ஆராதனை என்னும் பெயரில் பின்பு பல நூற்றாண்டுகளாக தொடர்ந்து நடந்தது. வேறு எந்த நெருக்கடிகள் இருந்தாலும் இராஜேந்திர சோழன் தேவநாயகியின் ஆராதனையில் கலந்து கொள்ளாமல் இருந்ததில்லை. அவ்வாறு பதினான்காம் ஆண்டு ஆராதனை நடந்த நாளன்று இரவில் சலங்கையணிந்து அரங்கிற்கு வந்த தேவநாயகியைக் கண்டதும் இராஜேந்திர சோழன் திகைத்து விட்டான். அவள் தனக்கு மிகவும் பிடித்தமான திருப்பாவையிலுள்ள மார்கழித் திங்களைப் பாடி அடி

வைத்தபோது புனிதமான அனுபூதியில் சபை எல்லாவற்றையும் மறந்து நிசப்தமாக அமர்ந்து இருந்தது. ஆனால், நடனம் முடிந்து மேடையிலிருந்து இறங்கியபோது வேறொரு பெண்ணாக இருந்தாள். அன்றைய இரவில் இராஜேந்திர சோழனின் மனதிற்குள் தேவநாயகி வந்து சேர்ந்தாள். 'என்னை இப்போதும் நினைத்திருப்பதற்கும் எனக்காக இவ்வளவு பெரிய காரியங்கள் செய்வதற்கும் மிகவும் மகிழ்ச்சி' என்னும் வார்த்தைகள் எங்கிருந்து கேட்கின்றன என்று தெரியாமல் இராஜேந்திரன் ஆச்சரியப்பட்டான். தன்னைத் தேடும் இராஜேந்திரனின்மேல் அவளுக்கு கனிவு தோன்றியது. 'இளவரசே, நான் இப்போது தங்களின் உள்ளத்திற்குள்தான் இருக்கிறேன். நிர்வாணத்தின் இந்தக் கட்டத்தில் என்னால் யாருடைய உடலையும் என் உடலாக ஏற்றுக் கொள்ள முடியும்'. இராஜேந்திரனுக்கு அது விசித்திரமாகத் தோன்றியது. அவன் வியப்புடன் படுத்திருக்கும் வேளையில் தேவநாயகியே தொடர்ந்தாள்:

'இன்றோடு என்னுடைய இந்த நிலை முடிகிறது. இனிமேல் இக உலகில் உள்ள மற்ற ஜீவிகளுடன் இதுபோல் பேசுவதற்கோ ஒன்று சேருவதற்கோ முடியாது. ஆனால், உன்னதமான நிர்வாணத்தை அடைய மேலும் ஓராயிரம் ஆண்டுகள் தேவைப்படும். அவ்வளவு காலம் வரையில் என்னுடைய இருப்பு இந்தப் பூமியில் இருக்கும். அந்தச் சமயத்தில் தேவையானால் திவ்ய அம்சமுள்ள பிறவிகளுக்கும் காரணமாகலாம். இப்போது தமிழகத்திலும் இலங்கையிலும் என்னை ஆராதிப்பதற்கும் பல விஷயங்களுக்கு உதவி கோருவதற்கும் ஏராளமான நபர்கள் இருக்கிறார்கள். அவர்களுக்கு உதவுவதற்கும் காப்பதற்கும் என்னால் எப்போதும் முடியும். ஒரு விஷயத்தை மட்டுமே நினைவுபடுத்த வேண்டியதிருக்கிறது. சித்திரவதை யாரிடமிருந்து வந்தாலும் நான் பொறுத்துக்கொள்ள மாட்டேன். சோழப் படைக்கு அந்தளவுக்கு நல்ல பெயர் இல்லை என்பது தெரியும்தானே... நீயும் மகானான அசோக சக்கரவர்த்தியைப் போல் இந்தப் போரையும் அக்கிரமங்களையும் உதறிவிட்டு அஹிம்சை வழியை ஏற்க கூடாதா?

திரிபுவன மாதேவி ஒரு முத்தத்தால் அந்த சிந்தனையிலிருந்து உணர்த்தியதால் இராஜேந்திரனால் தேவநாயகிக்கு பதில் சொல்ல முடியவில்லை.

தேவநாயகியின் ஆசையைப் போல் மகீந்தன் பல ஆண்டுகள் சோழநாட்டின்தலைநகரிலுள்ளசிறையில்கிடந்து நரக வேதனைப்பட்டு இறந்தான். துர்ப்பாக்கியத்தால் அவனுடைய குடும்பத்தினரும் அதே தண்டனையை அனுபவிக்க வேண்டியது இருந்தது. அதன்பின்

ஒருபோதும் அநுராதபுரத்தில் சிங்களர் ஆட்சி ஏற்பட்டதில்லை. சுமார் முக்கால் நூற்றாண்டுகள் வரை நீண்ட சோழர்கள் ஆட்சிக்குப் பின் விஜயபாகுவின் தலைமையில் சிங்களர் இலங்கையை திரும்பப் பிடித்தாலும் அநுராதபுரத்தையோ ஸிகிரியையோ தலைநகரமாக்க யாரும் தைரியப்படவில்லை. சோழர்கள் உருவாக்கிய தலைநகரான பொலனருவாவில் இருந்துதான் விஜயபாகு ஆட்சி நடத்தினான். மகீந்தன் என்னும் பெயரை ஏற்றுக் கொள்ளக்கூட பின்பு வந்த சிங்கள அரசர்கள் பயந்தார்கள். பன்னிரண்டாம் நூற்றாண்டின் இறுதியில் இரண்டாம் விஜயபாகுவைக்கொன்று அதிகாரத்தைக் கைப்பற்றிய ஆறாம் மகீந்தன் வெறும் ஐந்து நாட்கள் மட்டும்தான் அரசாள முடிந்தது. நிஸாங்கமல்லன் அவனைக் கொன்று அதிகாரத்தைக் கைப்பற்றிக் கொண்டான். இந்த நிஸாங்கமல்லன் நிஸாங்கவஜ்ரனின் மறுஅவதாரம் என்றும் தேவநாயகியின் பழிவாங்கலைத்தான் அவன் ஆறாம் மகீந்தனிடம் நிறைவேற்றிக் கொண்டான் என்றும் நம்பப்படுகிறது. அதன்பின் எந்தவொரு சிங்கள அரசனும் மகீந்தன் என்ற பெயரை ஏற்றுக்கொள்ளவேயில்லை.

தேவநாயகியின் கதையை வாசித்து முடித்தபோது தான் ஓராயிரம் ஆண்டுக்குப் பின்னே போனதுபோல் பீட்டருக்குத் தோன்றியது. கருப்பில் உள்ளது போல் வாசகர்களுக்கு அபிப்பிராயத்தை எழுதுவதற்கான வசதி பம்பராயகில் இல்லாமையால் விமர்சனங்கள் எதையும் வாசிப்பதற்கு முடியவில்லை. வாசகர்களுக்கு வேண்டுமானால் மீனாட்சி ராஜரத்தினத்திற்கு எதிராக கருப்பில் முன்வைத்தது போன்ற குற்றச்சாட்டுகள் இங்கும் முன்வைக்கப்படலாம். ஆனால், அதைவிட அதிகமாக முற்றிலும் அறிமுகமில்லாத ஒரு புதிய உலகம் முன்னால் திறந்து வைக்கப்பட்டுள்ளதாகத்தான் தோன்றியது. உடனடியாக கிறிஸ்டியுடன் விஷயங்களை விவாதிப்பதற்கான அவசரத்துடன் அறையைப் பூட்டிக்கொண்டு வெளியேறினான். அப்போதைய நேரம் இரவு இரண்டு மணி ஆகிவிட்டிருந்தது.

24

Enemies are Your Best Teachers

கிறிஸ்டியும் மேரியும் மிகவும் ஆர்வத்துடன்தான் தேவநாயகியின் கதையை கேட்டார்கள். ஏறக்குறைய விடியும் வரையில் அமர்ந்து நாங்கள் ஸுஸானா ஸுபினாவில் உள்ள விஷயங்களை விவாதித்தோம். மேரி ஆனுக்கு தேவநாயகியை மிகவும் பிடித்துவிட்டது. ஆயிரம் ஆண்டுகளுக்கு முன்பே ஒரு பெண் இப்படியெல்லாம் சிந்திக்கவும் வாழவும் செய்தாள் என்பது சிறிய விஷயமில்லை. அவளுடைய எண்ணம் என்னவாக இருந்திருக்கும். கிறிஸ்டி இந்தக் கதையையும் பயன்படுத்தி தன் சினிமாவை எப்படி இன்னும் உயர்வாகக் கொண்டு வரலாம் என்று சிந்தித்தான். தேவநாயகியின் கதையைப்போலவே ஒரே சமயத்தில் பெண்ணுக்கு ஆதரவாகவும் எதிராகவும் மாறுகின்ற குழப்பத்தன்மைதான் இயக்கத்திலுள்ள பெண் போராளிகளின் வாழ்க்கையிலும் ஏற்பட்டிருந்தது என்று அவன் கூறினான். ஆன் அக்கருத்துடன் முற்றிலும் ஒத்துப்போகவில்லை. தேவநாயகியைப்போல் மகத்தான தனியொருத்தியின் வாழ்க்கையை அவ்வாறு சுருக்கிக் காணமுடியாது என்று அவள் வாதிட்டாள். அவர்களுக்கிடையிலான விவாதம் நான் குட் நைட் சொல்லி விடைபெறும்போதும் முடியவில்லை. தேவநாயகியின் மாயையும் இணைத்து *The women behind the falt of Tigers*ன் ஸ்கிரிப்டை மாற்றி எழுத வேண்டுமெ என்று கிறிஸ்டி சொன்னான். எனக்கு மிகவும் மகிழ்ச்சியாயிற்று. நானும் மனதிற்குள் அதைத்தான் எதிர்பார்த்திருந்தேன். ஆனால் எப்படி வேண்டும் என்பதினைப் பற்றி எந்தவொரு புரிதலும் ஏற்பட்டிருக்கவில்லை. “அப்படித்தான் என்றால் ஸிகிரியாவுக்குப் போக வேண்டுமே” என்று சொன்னதும் கிறிஸ்டி மகிழ்ச்சியோடு ஒத்துக் கொண்டான். அவர்கள் இருவருமே இதுவரை ஸிகிரியாவைப் பார்த்திருக்கவில்லை.

பாதுகாப்பு சம்பந்தமான காரணங்களைச் சுட்டிக்காட்டி அமரவீராவும் கர்னலும் யாழ்ப்பாணத்திலிருந்து ஸிகிரியாவுக்கு சாலை வழியாகவுள்ள பயணத்தை அலட்சியப்படுத்தினார்கள். “கொழும்பிற்கு திரும்பிய பின் விமானத்தில் சிகிரியாவுக்குப் போனால் போதாதா” என்று அமரவீரா கேட்டான். ஆனால், கிறிஸ்டிக்கு யாழ்ப்பாணத்திலிருந்து காரிலேயே போக வேண்டும் என்று பிடிவாதமாக இருந்தது. இந்தப் பயணத்திலேயே முல்லைத் தீவையும்

மற்ற போரிட நினைவுகளையும் பார்க்க வேண்டும் என்றும் சொன்னான். கதையுடன் சம்பந்தப்பட்ட பிரதேசங்களை நேரில் பார்க்காமல் எப்படி சினிமா எடுக்க முடியும் என்ற கேள்விக்கு அமரவீராவிடம் பதில் இல்லை. அவன் மனமில்லாமலேயே கர்னலிடம் எங்களுடைய பயணத்திற்குத் தேவையான ஏற்பாடுகளைச் செய்யச் சொன்னான். அநுராதா மென்டிஸ் ஸிகிரியாவிலுள்ள தன் தோழியை அழைத்து எங்களுக்குத் தேவையான வசதிகளையெல்லாம் செய்து தரும்படி சொன்னாள். என்னுடைய குறும்பான கேள்விகளுக்குப் பதில் சொல்லாமல் ஒதுங்கிய ஆர்க்கியாலஜிஸ்டை நேரிட்டு காணக்கூடிய வாய்ப்பு இவ்வளவு விரைவில் கிடைத்துவிட்டதால் எனக்கு மிகவும் மகிழ்ச்சியாயிற்று.

மறுநாள் காலை எட்டு மணிக்கே ஒரு கருப்பு நிற மெர்ஸிடைஸ் பென்சில் நாங்கள் பயணமானோம். கிறிஸ்டியின் நிர்பந்தத்தால் பாதுகாப்புக்காக ராணுவவீரரை எங்களுடன் சேர்த்துக் கொள்ளவில்லை. அவர்கள் எங்களுடன் வந்தால் எந்தவொரு விஷயத்தையும் அமைதியாக செய்ய முடியாது என்று எனக்கும் தோன்றியிருந்தது. ஆனால், கர்னல் முக்கியமான செக் பாயிண்டுகளுக்கெல்லாம் நாங்கள் வரும் வண்டியின் எண்ணையும் மற்ற விவரங்களையும் அறிவித்து மற்ற பாதுகாப்புக்கான ஏற்பாடுகளையும் செய்திருந்தார். அதனால்தான் செக்யூரிட்டி செக் நடக்கும் இடங்களிலெல்லாம் குறிப்பிடும்படியான காரணங்களுக்காக நாங்கள் காத்திருக்க வேண்டிய நிலை வரவில்லை. சிவபாலன் என்கிற நடுத்தர வயது யாழ்ப்பாணத்துக்காரன்தான் எங்கள் டிரைவர். யாழ்ப்பாணம்- கண்டி ஏ9 நெடுஞ்சாலையில் பல பகுதிகளிலும் அல்லறைசில்லறைப் பணிகள் நடைபெறுவதால் மிகவும் கஷ்டப்பட்டு வண்டி ஓட்டும்போதும் அவன் என்னிடம் வாய் ஓயாமல் பேசிக் கொண்டே இருந்தான். எல்லாமே, தமிழ் வியாபார சினிமாவுடனான கிசுகிசுப்புகளாகவே இருந்தன. ரஜினிகாந்த், கமலஹாசனின் புதிய சினிமாக்களைப் பற்றி தொடங்கி சினிமா நடிகர்கள் நடிகைகளின் தனிப்பட்ட வாழ்க்கையிலுள்ள பிரச்சினைகள் வரை அவன் பேசினான். நான் பாலுமகேந்திராவின் உதவியாளனாகச் செயல்பட்டதுண்டு என்பதைக் கேள்விப்பட்டவுடன் சிவபாலனுக்கு பெரும் மகிழ்ச்சியாகிவிட்டது. பாலு சார் எங்கள் ஊர்க்காரர்தான் என்று மரியாதையுடன் சொன்னான். நாங்கள் எடுக்கப்போகும் சினிமாவில் அவர்கள் யாராவது இருக்கிறார்களா என்பதை அறிந்துகொள்ள சிவபாலனுக்கு மிகவும் ஆவல் உண்டாகி இருந்தது. இது அப்படிப்பட்ட சினிமா இல்லையென்று சொன்னதும், பின்னே எப்படிப்பட்ட சினிமா என்பதுதான் அடுத்த கேள்வி. ஆனால், நாங்கள் ரஜனி திரணகாமாவின்

கொலையைப் பற்றிய சினிமாவைத்தான் எடுக்கப் போகிறோம் என்பதைக் கேட்டவுடன் சிவபாலன் அமைதியாகிவிட்டான். அதுவரை கிண்டலாகப் பேசி வந்த அவனுடைய முகம் சட்டென்று ஊமையாகி விட்டது.

"என்ன சிவபாலன் சட்டென்று பேச்சை நிறுத்தி விட்டீர்கள்?"

"பயத்தால்தான் சார்."

"அது ஏன், ரஜனி மேடத்தின் பேரைக் கேட்டவுடன் பயப்படுகிறாய்?" "மேடத்தின்மேல் பயமில்லை. டாக்டரம்மா ரொம்ப நல்ல பெண். அண்ணன் அவர் சொன்னதுபோல் ஜனநாயகத்துடன் நடந்திருந்தாரானால் ஈழப்போரில் இயக்கத்திற்கு இந்த கதி வந்திருக்காது. ஆனால், யாழ்ப்பாணத்தில் அந்தக் கொலையைப் பற்றி பேசுவதற்கு யாரும் தைரியப்பட மாட்டார்கள் சார்."

"ஏன்?"

"வேண்டாம் சார். அதைப் பற்றி கேக்க வேண்டாம். என்னுடைய ரெண்டு ஆண் பிள்ளைகளும் ஈழப்போரில் இறந்துவிட்டார்கள். இருந்த ஒரு பெண்ணையும் ராணுவத்தினர் கற்பழித்துக் கொன்றுவிட்டார்கள். என் மனைவியையும் சும்மா விடவில்லை. பாம் தாக்குதலில் ஒரு காலை இழந்து விட்ட அவளுக்கு இனிமேல் நான் மட்டும்தான் உள்ளேன். ஈழத்தில் இப்போது யாரும் அரசியல் பேசுவதில்லை. நாம் சினிமாவைப் பற்றி பேசுவோம் சார். அஜித்தைப் பற்றி, அசினைப் பற்றி, இல்லையென்றால் விக்ரமைப் பற்றி... அரசியல் நமக்கு வேண்டாம் சார்."

அந்த வார்த்தைகள் என்னை நடுங்க வைத்தன. ஒரு மாபெரும் துயரத்தின் நினைவுகளை சினிமா கிசுகிசுப்புகளில் மறக்க முயற்சிக்கும் அந்த மனிதரின் மேல் பெரும் அனுதாபம் தோன்றியது. சிவபாலனுடன் தொடர்ந்து பேசுவதற்கு முடியாமல் நான் சும்மா வெளியே பார்த்துக் கொண்டிருந்தேன். அப்போது இருபக்கங்களிலுமுள்ள கடலுக்கு நடுவில் நீண்டு கிடக்கும் எலிபேண்ட் பாஸிலின் மூலம் நாங்கள் கடந்து போய்க்கொண்டிருந்தோம். கிறிஸ்டியும் ஆனும் ஆர்வத்துடன் சுற்றிலுமுள்ள காட்சிகளைக் கண்டு "ஹாண்டிகாமி"ல் பதிவு செய்து கொண்டிருந்தார்கள்.

"கிறிஸ்டி, ஈழப்போரில் ஏராளமான உறுதிப்படுத்தப்பட்ட சண்டை நடந்த இடத்தின் வழியாகத்தான் நாம் இப்போது கடந்து போய்க் கொண்டிருக்கிறோம்."

“தெரியும் பீட்டர். முல்லைத் தீவு வரையிலுள்ள இடங்களை நான் முன்பு இரண்டு முறை வந்து நன்றாகவே பார்த்திருக்கிறேன். ஆனுக்காகத்தான் நான் இந்தப் பயணத்துக்கு நிர்ப்பந்தம் செய்தேன்.”

“அது உண்மைதான். கேமராமேனாச்சே. எல்லாவற்றையும் நேரில்தான் பார்க்க வேண்டும்.”

“வொண்டர்புல் லாண்ட்ஸ்கேப். எந்தக் கோணத்தில் பார்த்தாலும் முதல்தரமான பிரேம்கள். கிரேட். ஆனால் எனக்கு அலுத்துவிட்டது பீட்டர். எங்கே பார்த்தாலும் வார் மெமோரியல்கள்தான். வார் மியூஸியங்கள்தான். அதைப் பார்த்து ஆனந்தப்படும் சில டூரிஸ்டுகளும் உள்ளார்கள்.”

“இப்போது இலங்கையில் வார் டூரிஸத்தின் காலம்தான். தெற்கிலிருந்து நூற்றுக்கணக்கான டூரிஸ்ட் பஸ்கள் தினந்தோறும் யாழ்ப்பாணத்திற்கு வருகின்றன. ‘வார்’ என்னும் வார்த்தைக்கு சிங்கள சமூகத்தில் இன்று மரியாதையின் ஒளிவட்டம் படர்ந்திருக்கிறது. ஜனநாயகத்தைப் பற்றியோ சமாதானத்தைப் பற்றியோ யாரும் பேசுவதே இல்லை. ரஜனியின் செல்வாக்கு இங்குண்டு.”

“ஆனால், அதை யாரும் அறிந்து கொள்ளவில்லையே...”

“இல்லையென்று சொல்ல முடியாது. இந்த ஆர்ப்பாட்டங்களுக்கு இடையிலும் விஷயங்களைப் புரிந்து கொள்ளும் ஒரு சிறிய பகுதியும் இங்குஉண்டு. அவர்களில் சிங்களவர்களும் தமிழர்களும் முஸ்லிம்களும் என எல்லாரும் உண்டு. வெறும் அறிவுஜீவிகளைப் பற்றி மட்டுமல்ல நான் சொல்வது. சாதாரணமானவர்களிலும் அப்படிப்பட்டவர்கள் உண்டு. அவர்களுக்கு சிலசமயம் நாம் எடுக்கும் சினிமா உற்சாகமளிப்பதாக இருக்கலாம்.”

“ஆனால் பீட்டர்.... கிறிஸ்டி ஆசைப்படுவதுபோல் ரஜனியின் கொலையுடன் தேவநாயகியின் கதையை எப்படி இணைக்கப் போகிறீர்கள் என்று எனக்கு இன்னும் புரியவில்லை.”

“என் மனதிலுள்ள ஒரு ஐடியாவைச் சொல்கிறேன். நாம் எலஹகலாவிலுள்ள தேவநாயகியின் கோலத்தை ஒரு மித்தாகப் பயன்படுத்தலாம். யாராவது ஒரு பெண்ணின் உடலோ மனதோ வேதனைப்பட்டால் தன்னால் பொறுக்க முடியாதென்றும், தேவைப்பட்டால் புனிதாம்சமுள்ள பிறவிகளை எடுப்பேன் என்றும் ஸுஸானா ஸுபினாவில் சொல்கிறாள் அல்லவா...”

"அது அந்தளவுக்கு மோசமான ஐடியா அல்லவே. தேவநாயகி வளர்ந்து மிகப்பெரும் உருவமாகி ஒரு காலை ஸிகிரியாவிலும் இன்னொரு காலை ஸ்ரீபாத மலையிலும் வைத்து இலங்கையின் மேலே நடப்பதை கிராபிக்ஸ் பயன்படுத்தி எடுத்தால் கம்பீரமாக இருக்கும்."

"சாரி, நோ கிராபிக்ஸ். நூறு விழுக்காடும் இயற்கையாகவே சினிமா எடுக்க வேண்டும் என்ற எண்ணமுள்ள ஆள் நான்."

"பின்னே என்ன செய்யலாம் பீட்டர். வேற ஏதாவது ஐடியா உங்க மனதில் உண்டா?"

"தேவநாயகியின் கதையே முற்றிலும் இயற்கையாக இருக்கவில்லை. அதில் பல விஷயங்களும் ஸ்ரீவல்லப புத்தனாரின் வெறும் ஃபான்டஸியாகத்தான் எனக்குத் தோன்றியது. அதைப் பயன்படுத்தினால் அது எப்படி ரியலிஸ்டிக்காக இருக்கும்?"

"ஆனால், ஒரு மெட்டாரியாலிட்டியின் சாத்தியதை உண்டென்றுதான் எனக்குத் தோன்றுகிறது."

அவ்வாறு பேசிக் கொண்டும் விவாதித்துக் கொண்டும் போனதால் நேரம் போனதே தெரியவில்லை. பரந்தன் நகரை அடைந்தபோது கார் கி9 நெடுஞ்சாலையிலிருந்து முல்லைத்தீவு செல்வதற்கான கி35 நெடுஞ்சாலைக்குள் திரும்பியது. சுமார் பதினொன்றரை மணிக்கெல்லாம் நாங்கள் புதுகுடியிருப்பை அடைந்தோம். ஈழப்போரின் இறுதிக்கட்டம் நடந்த அந்தப் பிரதேசத்தையடைந்த போது மனம் கொஞ்சம் நிலைத்துவிட்டது. 2009 மே மாதத்தில் போர் முடிந்த பின் இங்கே வருவதற்கு பல வாய்ப்புகள் ஏற்பட்டிருந்தாலும் தள்ளிக் கொண்டேதான் போயிற்று. என்னவோ மனதில் ஒரு பயம். வி.பி.யின் இருப்பு அப்போதும் அங்கே உள்ளதுபோல் எனக்குத் தோன்றியது. இயக்கத்துடனான பெரும் நெருக்கமொன்றும் இல்லாதாலோ என்னவோ கிறிஸ்டிக்கும் ஆனிக்கும் பெரிய எண்ணம் மாற்றம் ஒன்றும் தெரியவில்லை. அவர்கள் சிரித்து கேலி செய்து கொண்டே காருக்கு வெளியே வந்தார்கள். சிவபாலனின் கண்கள் நனைவதை நான் பார்த்தேன். வண்டியை நிறுத்திய பின்பும் அவன் கீழே இறங்கிவரவில்லை. இதுவும் ஒரு ஸூஸானா ஸுபினா என்றுதான் மனம் சொல்லியது. ஒரு மக்கள் கூட்டத்தின் முழுக் கனவுகளின் மயானம்தான் அது.

இலங்கை ராணுவத்திலுள்ள மேஜர் பின்டோ எங்களுக்கு உதவுவதற்காக காத்துக் கொண்டு நின்றிருந்தான். அவன் நேராக எங்களை ராணுவ முகாமுக்குதான் அழைத்துச் சென்றான். அங்கே உயர்

அதிகாரிகளிடம் அறிமுகப்படுத்தியதுடன் மதிய உணவை முடித்த பின்தான் போர் நினைவுச் சின்னங்களிடம் சென்றோம். இயல்பாகவே வி.பி.யின் பங்கருக்குத்தான் முதலில் போனோம். ஏராளமான சிறிய பங்கர்களுக்கிடையே நடுவில் மிகவும் பாதுகாப்பான இடத்தில்தான் அது நிர்மாணிக்கப்பட்டிருந்தது. வெளிப்பார்வைக்கு ஒரு மாடி கட்டிடமாகத் தோன்றினாலும் நாற்பதடி ஆழத்தில் நான்கு தளங்களுடன் கட்டப்பட்ட இயக்கத்தின் ஆட்சிக் கட்டுப்பாட்டு நிலையமாக அது இருந்தது. கனத்த கான்கிரீட் ஸ்லாபுகள் பயன்படுத்தி எப்படிப்பட்ட பயங்கரமான குண்டுவெடிப்பு தாக்குதலையும் எதிர்த்து தாங்கும்படியான பலத்துடன் கட்டப்பட்டிருந்த அந்த பங்கரில் குளிர்சாதன வசதி உள்பட அனைத்து வசதிகளும் இருந்ததற்கான அடையாளங்கள் தெளிவாகவே காணக்கூடியதாக இருந்தன. ஆன் எல்லாவற்றையும் தன் கேமராவுக்குள் பதிவு செய்து கொண்டிருந்தாள். முதலில், நடக்கப்போகும் காரியங்களை விவாதித்து முடிவு செய்யும் ஆப்பரேஷன் அறையில் மேப்புகள் தொங்கவிடுவதற்காகப் பயன்பட்டிருந்த ஸ்டாண்டுகள் இப்போதும் அங்கே இருந்தன. இங்கிருந்துதானே வி.பி. பல கடுமையான தீர்மானங்களையும் எடுத்திருப்பார் என்று ஆன் கேட்டபோது நான் நடுங்கிவிட்டேன். ராஜீவ் காந்தி, பிரேமதாசா தொடங்கி ரஜனிதிரணகாமா வரையிலுள்ள எத்தனையோ நபர்களின் உயிரைப் பறிக்க முடிவு செய்த இடம். இயக்கத்திற்கு இதுபோல் வேறு பல கேந்திரங்கள் இருந்தனவென்றும் எல்லா தீர்மானங்களும் இங்கிருந்துதான் எடுத்திருக்க வேண்டுமென்பதில்லை என்றும் எங்களுடன் வந்த மேஜர் பின்டோ விளக்கினான். உள்ளுக்குள் அரண்ட வெளிச்சமும் காற்றோட்டமும் குறைவாக இருந்த காரணத்தால் எவ்வளவு விரைவில் வெளியேற வேண்டுமோ அவ்வளவு வேகத்தில் வெளியேறினால் போதும் என்று எனக்குத் தோன்றியது.

நாங்கள் முக்கியமாகப் போக உத்தேசித்தது ஸிகிரியாவுக்குதான் என்பதால் இங்கே அதிக நேரத்தைச் செலவழிக்காமல் எல்லாவற்றையும் சட்டென்று பார்த்து முடிக்க வேண்டியதாக இருந்தது. வார் மியூசியத்தில் இயக்கத்தின் ஏராளமான ஆயுதங்களைப் பிரத்யேகமாக காட்சிக்கு வைத்திருந்தார்கள். DPயில் செய்ததுபோல் இங்கும் அவற்றின் பயன்பாட்டையும் செய்முறையையும் மிலிட்டரி ஆபீஸர்கள் விளக்கினார்கள். அதில் பகைவர்களைப் பயமுறுத்துவதற்காக பயன்பட்டிருந்த இரும்பினால் உருவாக்கியிருந்த கூண்டு மிகப் பயங்கரமாகத் தோன்றியது. சிரமத்துடன் ஒரு ஆள் மட்டுமே நிற்கக் கூடிய அதனுடைய உள்பகுதி முழுவதும் கூரான முள்முனைகளாக

இருந்தன. உள்ளே இருக்கும் நபர் கொஞ்சம் அசைந்தாலும் போதும் எங்கேயாவது அவன் உடலில் காயமாகிவிடும். இயக்கத்தின் மிகவும் நுணுக்கமான பிரதிபிம்பமாக இருந்தது அது. மிகவும் கவனமாக இல்லையென்றால் இயக்கத்துடன் தொடர்பு கொள்ளும் எல்லாருடைய மனமோ உடலோ காயப்படும். தகர்ந்த டாங்குகள் உள்பட ஒதுக்கப்பட்ட வாகனங்களின் வரிசை ஒரு அப்ஸர்ட் ஆர்ட் இன்ஸ்டலேஷன் போல் தோன்றியது. கப்பல்களைத் தாக்குவதற்குப் பயன்படுத்தும் சூசைடு போட்டுகளும் நீர்மூழ்கிகளும் கட்டப்பட்டிருந்த இடமும் ஏறக்குறைய அதேபோன்றுதான் இருந்தன. கடல்புலிகளின் பயிற்சிக்காக கட்டப்பட்ட விசாலமான நீச்சல்குளம் இலங்கையிலேயே மிகப்பெரிய நீச்சல்குளம் என்று அவர்கள் கூறினார்கள். முல்லைத் தீவுக்குப் பக்கத்தில் இயந்திரம் பழுதடைந்து நிற்கும்போது இயக்கம் பிடித்துக் கொண்ட *MV Farha III* என்னும் ஜோர்டானியன் கப்பலிலிருந்து சில பாகங்களை உடைத்தெடுத்து மாற்றியிருந்தார்கள். அந்தப் பாகங்களைப் பயன்படுத்திதான் இயக்கும் டாங்குகளையும் மற்ற ஆயுதங்களையும் உண்டாக்கினார்களாம். கப்பலிலிருந்து 14,000 டன் உணவு தானியங்கள் கிடைத்ததாம். அறுபதுக்கு மேற்பட்ட செல்களையுடைய இயக்ககத்தின் சிறையையும் நாங்கள் போய்ப் பார்த்தோம். ஆனால் அங்கிருந்து திரும்பும்போது நினைவில் மறக்காமல் தங்கியிருந்தது கப்பல் புலிகளின் தலைவனாக இருந்த சூசையின் வீட்டில் எழுதி வைத்திருந்த *ENEMIES ARE OUR BEST TEACHERS* என்னும் வாசகம்தான்.

மாலையுடன் முடித்துக் கொண்டு முல்லைத் தீவிலிருந்து புறப்பட்டு இரவு வெகுநேரம் ஆகிதான் நாங்கள் ஸிகிரியாவை அடைந்தோம். போர் நினைவுச் சின்னங்களைப் பார்த்து மனம் சோர்ந்து விட்டதாலோ அல்லது பயணக் களைப்பினாலோ என்னவோ நாங்கள் மூவரும் உருப்படியாக ஒன்றும் பேசிக் கொள்ளவில்லை. ஆன் கூட ஹாண்ட்டிகாமை பையில் வைத்துவிட்டு அமர்ந்து மயங்கிவிட்டாள். சிவபாலன் எங்களுடைய மயக்கத்திற்கு ஊறு நேராவண்ணம் மிகவும் கவனமாக வண்டியை ஓட்டினான். தாம் புல்லவரையிலுள்ள கி9 நெடுஞ்சாலையைப் போலவே அங்கிருந்து ஸிகிரியாவுக்கான சாலையும் மிகவும் நன்றாக இருந்தாலும் இடையிடையே இருந்த டிராபிக் பிளாக்கால் பயணம் எதிர்பார்த்ததைவிட நீண்டு விட்டது. அதுமட்டும் போதாமல் அடிக்கடி வந்த மழையும் சேர்ந்து கொண்டது. ஸுஸானா ஸுபினாவில் சொல்லப்படும் காடு முழுவதும் இன்று முதல்தரமான மக்கள் நடமாட்டமுள்ள இடங்களாகத் தோன்றின. இரவு பதினோரு மணி அளவில் ஓட்டல் ஸிகிரியாவை அடைந்து செக் இன் செய்த சில நிமிடங்களுக்குள் நான் எதிர்பார்த்திருந்த நபரின் போன்

வந்தது. அவர் எந்தவொரு முகவுரையும் இல்லாமல் "நான் ஆர்க்கியாலஜிஸ்ட்" என்று அறிமுகம் செய்து கொண்டபோது எனக்கும் மிகவும் மகிழ்ச்சியாயிற்று.

"நான் மாலை எட்டு மணி வரை ஓட்டலில் உங்களுக்காக வெயிட் பண்ணியிருந்தேன். வருவதற்கு இன்னும் நேரம் ஆகும்போல் தெரிந்ததும் நாளை பார்க்கலாம் என்று வந்து விட்டேன். முல்லைத் தீவு காட்சிகளையெல்லாம் விரிவாகப் பார்த்தீர்களா? பயணம் சுகமாக இருந்ததா?"

"அதற்கு நாம் இன்னும் ஒருவருக்கொருவரை பார்க்கக் கூட இல்லையே."

"அதனாலென்ன? கேட்ட இசையைவிட எவ்வளவோ இனிமையாக இருக்கும் கேட்கப் போகும் இசை என்று அநுராதா சொல்லியிருக்கிறார்."

ஆர்க்கியாலஜிஸ்ட் மொத்தத்தில் குழம்பிப் போயிருக்கிறார் என்று தோன்றுகிறது. அவர் நாளைக் காலையில் பார்க்கலாம் என்று கூறி குட்நைட் சொல்லி போனை வைத்தார். உடனேயே மீண்டும் போனில் அழைத்து சூரியன் உதித்து மேலெழும்பும் நேரத்தில் மேற்கு பகுதியிலிருந்து ஸிகிரியாவைக் காண மறக்க வேண்டாம். மிகவும் அழகாக இருக்கும் என்று நினைவு படுத்தினார். குளித்து டின்னரை முடித்துவிட்டு ஒரு பெக் விஸ்கியுடன் பால்கனிக்குச் சென்று அமர்ந்தபோது கொஞ்சம் தூரத்தில் நட்சத்திரங்களின் மெல்லிய ஒளியில் இருண்ட ஸிகிரியா தெரிந்தது. அன்று அமாவாசையாகவும் இருந்தது. அந்த நடுநிசியில், என் மெயிலுக்குப் பதில் அனுப்பாமல் இருந்தது ஏன்? என்று ஆர்க்கியாலஜிஸ்டுக்கு ஒரு எஸ்.எம்.எஸ். அனுப்பினேன். சிங்கத்தின் இறுதிச்சடங்கு முடிந்தாலும் அதன் பிரேதம் இப்போதும் என்னைச் சுற்றி காவல் நிற்கிறது என்று நிமிடத்திற்குள் பதில் வந்தது. பயணக்களைப்பு முழுமையாக இருந்ததால் விரைவில் படுத்துவிட்டேன். சட்டென்று உறங்கியும் விட்டேன். வெகு காலத்திற்குப் பின் அன்றிரவு நான் ஒரு கனவு கண்டேன்.

ஸுஸானா ஸுபினாவிலுள்ள தேவநாயகி ஒரு வெள்ளைக் குதிரையிலிருந்து இறங்கி என் அருகில் வந்தாள். கம்போஜியத்திலுள்ள தேவதைகளின் அதே வேடம். மிகவும் அறிமுகமானவளைப் போல்தான் அவளின் நடையுடை பாவனையும் பேச்சும் இருந்தன. "என்ன, என்னுடைய அரண்மனையைக் காண வந்திருக்கிறீர்களோ?" என்பதுதான் அவளின் முதல் கேள்வியாக இருந்தது. நான் என்ன பதில் சொன்னேன் என்று தெரியவில்லை. அவள் என் வலது கையைப் பிடித்து

அதில் ஒரு முத்தம் தந்தாள். பின்பு என்னை குதிரைமேல் ஏற்றி அமர வைத்து முன்னோக்கிச் செலுத்தினாள். செங்குத்தாக உள்ள அந்தப் பாறையின் உச்சிக்கு குதிரை ஓடி ஏறியது. குதிரை பூமியை நோக்கி தொங்குவது போலவும் நானும் தேவநாயகியும் சமதளமான உச்சிக்கு ஏறுவது போலவும் கனவு கண்டு நான் பயந்து நடுங்கினேன். நிமிடங்களுக்குள் நாங்கள் பாறை உச்சியை அடைந்தோம். அவள் என்னையும் தூக்கிக் கொண்டு குதிரைமேலிருந்து பாய்ந்து இறங்கினாள். நிமிஷங்களுக்குள் அந்தக் குதிரை எங்கேயோ மறைந்து போய்விட்டது. சிங்க சைலத்தின் உச்சியில் பழைய அரண்மனையும் மற்ற சூதாட்ட நிலையங்களும் கணிகைகளின் இல்லங்களும் எல்லாம் இருந்தன. எங்கு பார்த்தாலும் அழகிகளும் சூதாடிகளும் நடமாடினர். எல்லாரும் தேவநாயகியையும் என்னையும் மிகவும் மரியாதையுடன் வணங்கினார்கள். கடைசியில் நாங்கள் அரண்மனையிலுள்ள முக்கிய அறையை அடைந்தோம். சுவரிலுள்ள பத்மஸம்பவ மண்டலமெல்லாம் இப்போதும் அதேபோன்று இருந்தது. ஸ்ரீசக்ரம் வரைந்து குத்துவிளக்குகள் ஏற்றி வைக்கப்பட்டிருந்தன. தேவநாயகி திடீரென்று வேடம் மாறி வந்தாள். தாந்திரிக அனுஷ்டானங்களுக்காக எல்லாம் தயாராக வைக்கப்பட்டிருந்தன. நான் எத்தனையோ நாட்களாக தேவநாயகியின் சீடனாக தாந்திரிக அனுஷ்டானங்களை கற்று வருகிறேன் என்னும் விஷயம் அப்போதுதான் நினைவுக்கு வந்தது. இன்று கூர்ம முத்திரை கற்கும் நாளாகும். அனுஷ்டானங்களின் உச்சக்கட்டத்தில் ஒரு சீடனை மார்போடு அணைக்கும் நாள். அவள் என்னிடம் மூலாதாரத்திலிருந்து குண்டலினி சக்தியை மெல்லமெல்ல மேலே கொண்டுவருமாறு சொன்னாள். நான் கொஞ்சம் கொஞ்சமாக அதற்கு முயற்சிப்பதற்கிடையில் யாரோ பின்னாலிருந்து 'நிறுத்து, நிஸாங்கவஜ்ரனின் கதி உனக்கும் வரும். நிறுத்து' என்று சொல்வதைக் கேட்டு நான் திடுக்கிட்டு விழித்தேன். படுக்கையில் முழு நிர்வாணமாக வியர்த்து குளித்து படுத்திருந்தேன் நான். கண்டது வெறும் கனவு மட்டும்தான் என்று புரிந்தும் அன்றிரவு அதன்பின் சரியாக உறங்கவே முடியவில்லை. விடியும் நேரத்தில் மீண்டும் உறங்கி விட்டதால் சூரியோதயச் சமயத்தில் ஸிகிரியாவைக் காணவும் முடியவில்லை.

ஆர்க்கியாலஜிஸ்ட் சரியாக எட்டு மணிக்கே எங்களைஸிகிரியாவிற்கு அழைத்துச் செல்ல வந்தாள். என்னுடைய எதிர்பார்ப்புகள் தவறியதாக இல்லை. அநுராதாவைவிட அழகியாக இருந்தாள் அவள். இளம் நீள கான்டியன் சாரியும் பிளௌசுமாகத்தான் அவள் இருந்தாள். உச்சிக்குச் செல்லும் வழியிலேயே அவள் எங்களுக்கு ஸிகிரியாவின் அதிகாரப் பூர்வ வரலாறு முழுவதையும் சொல்லியிருந்தாள். ஏறக்குறைய பத்து

மணிக்கெல்லாம் நாங்கள் உச்சியை அடைந்துவிட்டோம். நான் சொன்னதைவிட எவ்வளவோ மேன்மையான அழகுடன் அந்த இடம் இருக்கிறது என்பதை உணர்ந்த கிறிஸ்டியும் ஆனும் கேமராவை கையிலிருந்து கீழே வைக்காமல் புகைப்படம் எடுத்துக் கொண்டே இருந்தார்கள்.

25

ஜூலியட்

நேரிடையாகப் பார்த்த முதல் நாளிலேயே ஆர்க்கியாலஜிஸ்ட் சில விஷயங்களை ரகசியமாக பேசவேண்டும் என்று சொன்னாள் என்றாலும் ஒரு வாரம் கழித்துதான் அதற்கான வாய்ப்பு கிடைத்தது. அதுவரையில் திரைக்கதையை மறுவாக்கம் செய்யும் பணி நெருக்கடியில் இருந்தேன். ஒவ்வொரு நாளும் காலையில் ஸிகிரியாவின் உச்சிக்கு ஏறுவதுடன் மாலை வரையில் வழக்கமான விவாதத்திற்கிடையிலும் அங்கேயே அமர்ந்து கற்பனையின் சாத்தியங்கள் அனைத்தையும் பயன்படுத்தி கதையை புதியதாக எழுதிக்கொண்டிருந்தேன். மூன்றாவது நாள் அந்தியில் தேவநாயகியின் கோலத்தைப் பற்றி மேலும் விவரங்கள் ஏதாவது கிடைக்குமா என்று அறிந்து கொள்ள எலஹகல கிராமத்திற்குப் போனேன். அங்கிருந்துதான் ஆர்க்கியாலஜிஸ்ட்டுக்கு ஸூஸானா ஸூபினா கிடைத்தது. ஆனால், அங்கே உள்ளவர்கள் யாருக்கும் அப்படிப்பட்ட ஆச்சாரத்தைப் பற்றியதான எந்தவொரு புரிதலும் இல்லாமல் இருந்தது. மூன்று நான்கு தலைமுறைகளுக்கு முன்பு அப்படி என்னவோ நடந்ததாகச் சில வயதானவர்கள் சொன்னார்கள். கிறிஸ்டி நூற்றுக்கணக்கான ஆப்ஷன்களை குறுக்கும் நெடுக்குமாகப் பார்த்த பின் நான்காம் நாள் மதியத்துடன் இறுதியாக ஒரு தீர்மானத்திற்கு வந்தான். அதையொட்டி தெளிவான தகவல்கள் இல்லையென்றாலும் தேவநாயகி என்ற மர்மத்தை-ரஜனி திரணகாமாவின் கொலையுடன் தொடர்புபடுத்தி, திரைக்கதையை புதுப்பித்து எழுதியபோது அது இலங்கைப் பெண்களின் முழுக்கதையுமாக மாறியது. தேவநாயகியின் மிகவும் வித்தியாசமான பாவனைகள் அவர்கள் ஒவ்வொருவருக்கும் மிகச் சரியாகப் பொருந்தியது. ரஜனி சமாதானத்தின் தூதுவராகி எல்லாச் சித்திரவதைகளையும் எதிர்ப்பவளாக இருந்தாள் என்றால் வேறு சிலர் பழிவாங்கலின் ஜ்வாலைகளாகி கொழுந்து விட்டு எரிபவர்களாக இருந்தார்கள். எந்த வகையாக இருந்தாலும் பெண்ணின் உடலோ மனமோ வேதனைப்படுவதற்கு எதிரான பழிவாங்கலாகத்தான் இருந்தன. காதலும் காமமும் கருணையும் சாந்தியும் பழிவாங்கலும் எல்லாம் அதில் ஒன்றோடொன்று கலந்து கிடந்தன. ஓர் ஆயிரம் ஆண்டுகளுக்கு முன்பு நடந்தன என்பது நம்பப்படும் சம்பவங்களின் அடிப்படையில் கதைக்கு புதியதொரு மரியாதை கிடைத்தது.

திரைக்கதையைப் புதுப்பித்து எழுதியதில் ஆர்க்கியாலஜிஸ்டின் கொடை பயனில்லாமல் இருக்கவில்லை. அவர்தான் எங்களின் உள்ளார்ந்த பைத்தியக்காரத்தனத்தை முழுவதுமாக சகித்துக் கொண்டார். நடுநிசியில் ஸிகிரியாவின் உச்சிக்கு ஏறவேண்டுமென்ற என்னுடைய பிடிவாதம் முதல் ஹெலிகாப்டரில் பலமணிநேரம் ஸ்கிரியாவைச் சுற்றி வட்டமிட்டு பறக்கவேண்டும் என்னும் கிறிஸ்டியின் ஆசைவரையில் அவளின் உதவியால்தான் சிரமமில்லாமல் முடிந்தன. அந்த நாட்களில் அவளுடன் மிகவும் நெருங்குவதற்கான வாய்ப்பும் எனக்குக் கிடைத்தது. அதிகம் பேசவில்லை என்றாலும் பரஸ்பரம் பார்க்காமல் இருப்பதற்கு முடியாது என்றொரு எண்ணம் எங்கள் இருவருக்கும் உண்டாயிற்று. திரைக்கதை முழுமையான நாளன்று இரவு கிறிஸ்டி எங்களுக்கு ஒரு விருந்து தந்தான். இயல்பாகவே ஆர்க்கியாலஜிஸ்ட்தான் முக்கிய விருந்தினளாக இருந்தாள்.

ஓட்டல் ஸிகிரியாவிலுள்ள லானில் நடுநிசி வரையில் பார்ட்டி நீண்டது. கிறிஸ்டி எல்லாருக்கும் தன்னால் முடிந்த மட்டில் விருந்தோம்பல் செய்தான். ஆர்க்கியாலஜிஸ்டின் சேவைகளை அடிக்கடி பிரத்யேகமாக எடுத்துச் சொல்லிக்கொண்டே நானும் கிறிஸ்டியும் நன்றாகவே மது அருந்தினோம். ஆனால், ஆன் வழக்கம்போல் மிகவும் குறைத்துதான் அருந்தினாள். ஆர்க்கியாலஜிஸ்ட் வெறுமனே ப்ரூட் ஜூஸ் மட்டும் குடித்துக் கொண்டிருந்தாள். மஞ்சள் கலந்த பச்சை சேலையும் ஸ்லீவ்லெஸ் பிளவுசும் அணிந்திருந்தாள். கொஞ்சம் தடித்த உடல்வாகு உடையவளாக இருந்தாள். அவள் முப்பதைக் கடந்திருந்தாலும் சௌந்தர்யம் தளும்பி நின்றது. ஆனால், அந்த நீண்ட கண்களிலுள்ள கவர்ச்சிப் பார்வைதான் என்னை அதிகம் அவள் பக்கம் ஈர்த்தது. இறுதியில் குட்நைட் சொல்லி வாழ்த்திப் பிரியும்போது தட்டுத் தடுமாறி நடந்த என்னை அவள்தான் கீழே விழாமல் அறைக்கு அழைத்து வந்து சேர்த்தாள். ஆன் அதைப் பார்த்து விட்டு என்னை நோக்கி அர்த்தத்தோடு புன்னகைத்தாள்.

அறைக்கு வந்தபின் என்ன நடந்ததென்றே எனக்கு நினைவில்லை. சொந்த விஷயமாகப் பேச வேண்டுமென்று சொல்லி ஏதாவது விஷயங்களை அவள் சொன்னாளோ என்னவோ? மறுநாள் காலையில் ஆர்க்கியாலஜிஸ்ட் திகம்பர பரிசுத்தமானவளாக என் மார்பின்மேல் உறங்கிக் கொண்டிருந்தாள். அவளை எழுப்பாமல் சிறிது நேரம் அப்படியே பார்த்தவாறு படுத்திருந்தேன். பார்ட்டிக்கு தயாராகத்தான் கள்ளி வந்திருக்கிறாள். மையிட்ட கண்களிலுள்ள இளம் பச்சை ஐ ஷேடோ மனங்கவரும் விதமாக இருக்கிறது. நான் அந்தக் கண்களில்

மென்மையாக முத்தமிட்டு அவளை விழிக்கச் செய்தேன். அவள் பாதி உறக்கத்தில் "குட்மார்னிங் பீட்டர்!" என்று கூறிவிட்டு மீண்டும் கண்களை மூடிக்கொண்டாள். அப்போதுதான் அவளுடைய உண்மையான பெயரை இன்னும் அறிந்து கொள்ளவில்லையே என்னும் விஷயத்தை நான் நினைத்துக் கொண்டேன். ஆர்க்கியாலஜிஸ்ட், மேடம் என்றெல்லாம்தான் நான் இதுவரை அழைத்துக் கொண்டிருந்தேன். அவள் விழித்தெழுந்து குளித்தபின் ஆளுக்கொரு காப்பியைக் குடித்துவிட்டு அமர்ந்திருக்கும் போது கேட்காமலேயே அவள் தன் பெயரைச் சொன்னாள்.

"சரி, இனி நான் சொல்ல வேண்டிய விஷயங்களைச் சொல்லிவிடுகிறேன். நேத்து ராத்திரிதான் அவையொன்றையும் கேட்பதற்கான பொறுமை தங்களிடம் இருக்கவில்லையே... நான் தேவநாயகி..."

நான் திடுக்கிட்டேன். என்னுடைய திடுக்கிடலை கண்டுவிட்டதால் அவள் சிறிது நிறுத்தினாள். ஆனால், நிமிஷங்களில் மனதிலுள்ள ஆவலை மறைத்து வைக்க என்னால் முடிந்தது.

"வெறுமனே ப்ரூட் ஜூஸை மட்டும் அருந்திக் கொண்டு பார்ட்டி முடிவதற்குக்கூட பொறுமையில்லாமல் காத்திருந்தது யார்?"

"பாவம் கொஞ்சகாலமாகவே பட்டினிதான் என்றும் நல்லதொரு விருந்து கொடுக்க வேண்டுமென்றும் அனுராதா குறிப்பிட்டுச் சொல்லியிருந்தாள்."

"பட்டினி, ஒருத்தருக்கு மட்டுமில்லையே..."

"சரி சரி... இனிமேல் அதற்கு ஒரு விவாதம் வேண்டாம். நான் தேவநாயகி. ஆனால், உன்னுடைய தோழியைப் போல் ஆண்டாள் தேவநாயகியல்ல. சாதாரண தேவநாயகி. பாட்டி என்னை அப்படித்தான் அழைத்துக் கொண்டிருந்தாள். மம்மியின் வீட்டிலுள்ள பெண்கள் பரம்பரையாக அந்தப் பெயரைப் பயன்படுத்தி வந்தார்கள். ஆனால், டாடிக்கும் மம்மிக்கும் அது போரென்று தோன்றியது. அவர்கள் எனக்கு ஜூலியட் டிசௌசா என்று பெயர் சூட்டினார்கள். நான் சொல்ல நினைத்தது வேறு சில விஷயங்களைத்தான்."

கடந்த மூன்று நான்கு ஆண்டுகளாக இலங்கையில் *SSF (Save Srilanka from Facism)* என்றொரு இயக்கம் பலம்பெற்று வருகிறது. சென்ற வருடம் என் மகன் இறந்த பின் நானும் அவர்களோடு சேர்ந்துள்ளேன். முகநூலில் ஆன்லைன் கேம்பைனாகத்தான் இந்த இயக்கம் உருவம்

பெற்றது. அரசியல் செயல்பாடுகள் மிகவும் எதிர்மறையாக இருந்ததால் ரகசியமாகத்தான் *SSF*ன் செயல்பாடுகள் இருந்தன. பொய்யான புரோபைல்களின் மூலம் மிகவும் தந்திரமாகத்தான் நாங்கள் இதை முன்னெடுத்துச் செல்கிறோம். வரலாற்றுப் பூர்வமான வடிவங்களைப் பயன்படுத்தித்தான் தகுதிகளையும் கமெண்டுகளையும் எல்லாம் செயல்படுத்துகிறோம். ஸ்டாலினை ஹிட்லர் தோற்கடித்த போர் என்றுதான் ஈழப் போரைப் பற்றி இங்கு சொல்கிறார்கள். கொல்லப்பட்ட ஸ்டாலினையும் கொன்ற ஹிட்லரையும் நாங்கள் ஒன்றாகவே எதிர்க்கிறோம். ஆனால், இந்த இயக்கத்துக்கு துல்லியமான ஒரு தலைமையோ கூட்டியக்கமோ உண்டென்று தோன்றவில்லை. ஒருவேளை உண்டென்றாலும் அதைப் பற்றி எனக்குத் தெரியாது. இளைஞர்கள்தான் இந்த இயக்கத்தின் உயிர்நாடிகளாக செயல்படுகிறார்கள். அதிபரின் தலைமையிலுள்ள ஃபாஸிஸ்ட் அரசிலிருந்து இந்த நாட்டை விடுவிக்க வேண்டுமென்பதுதான் குறிக்கோள். அதேபோல், ஃபாஸிஸ்டுகளாகி வரும் இயக்கத்தின் மீளுதலையும் நாங்கள் எதிர்க்கிறோம். டுனீஷ்யாவிலும் எகிப்திலும் எல்லாம் நடந்த ஜனநாயக முன்னேற்றங்கள் போலவேதான் இதுவும். எகிப்தில் ஹோஸ்னி முபாரக் எனும் எதிரிக்கு எதிராக போராட்டம் இருந்தது. ஆனால், எங்களின் துர்ப்பாக்கியமோ என்னமோ இங்கே ஒரேசமயத்தில் இரண்டு எதிரிகள் உள்ளார்கள். சாத்தானுக்கும் கடலுக்கும் இடையில் அல்ல இரண்டு சாத்தான்களுக்குமிடையில்தான் நாங்கள். கடலுக்கு நடுவில்தான் இந்த சிறிய நாடும் இருக்கிறது. இந்த போரட்டங்களில் எங்களுக்கு நீங்கள் உதவமுடியுமா?”

“ஜூலியட், நீ என்ன உதவியை என்னிடமிருந்து எதிர்பார்க்கிறாய்?”

“கலையை எப்படி ஃபாஸிஸத்தை எதிர்ப்பதற்கான ஆயுதமாக்கலாம் என்பது உங்களைப் போன்ற கலைஞர்களுக்குத்தானே அதிகம் தெரியும்! அப்புறம், உங்களுக்கு இடைஞ்சல் இல்லையென்றால் இந்த சினிமாவை முடிக்கும் வரையில் என் சேவை உங்களுக்குத் தேவையென்று அரசாங்கத்துக்குத் தெரிவித்தால் நன்றாக இருக்கும். நானும் கொஞ்ச காலம் இந்த உத்தியோகப் பொறுப்புகளிலிருந்து விலகி இருக்கலாமல்லவா...”

“அதில் எங்களுக்கும் மகிழ்ச்சிதான், ஆனால், ஒரு நிபந்தனை. சேவையில் முழுநேரமாக இருக்க வேண்டும்.”

“அதில் என்ன சந்தேகம்? கிறிஸ்டிக்கு ஆன் இருப்பது போல், பீட்டருக்கு ஜூலியட்!”

"ஆனால், என்னால் ஒரு ரோமியோவாக முடியுமா என்பது சந்தேகம்தான்."

"நேற்றிரவு முடிந்த பின் எனக்கு அப்படிப்பட்ட சந்தேகங்கள் எல்லாம் போய்விட்டன."

ஜூலியட் மகிழ்ச்சியுடன் எழுந்து என் அருகில் வந்தாள்... நான் அவளை சோபாவில் என் அருகில் அமர வைத்தேன். உண்மையான தேவநாயகியை இதுவரை கண்டுபிடிக்க முடியவில்லை என்றாலும் வேறொரு தேவநாயகி கிடைத்ததில் கொஞ்சம் மகிழ்ச்சி தோன்றியது. வாழ்க்கை முழுவதும் அலைந்தலைந்து இறுதியில் தன்னுடைய லட்சிய இடத்தை அடைந்துவிட்ட பயணியைப் போல் அவள் என் தோள்மேல் தலையைச் சாய்த்தாள். அவளுடைய சுருண்ட முடியில் விரல்களை ஓட விட்டு என் கதை முழுவதையும் நான் அவளிடம் சொன்னேன். அம்மாவைப் பற்றி சொன்னபோது ஒரு துளி கண்ணீர் என்னையறியாமல் அவளுடைய கன்னத்தில் விழுந்தது. அவள் தலையை உயர்த்தி என்னைப் பார்த்தாள். ஒரு நீண்ட முத்தத்தின் மூலம் அவள் கேட்கத் தொடங்கிய கேள்விக்கு நான் பதில் அளித்தேன்.

பிரேக்ஃபாஸ்ட் சமயத்தில்தான் ஜூலியட்டின் விஷயத்தை கிறிஸ்டியிடம் வெளிப்படுத்தினேன். அவர்கள் இருவருக்கும் மிகவும் மகிழ்ச்சியாயிற்று. மேரிதான் அதிக மகிழ்ச்சியடைந்தாள். கிறிஸ்டி உடனே சமரவீராவை அழைத்து விஷயத்தை வெளிப்படுத்தினான். திரைக்கதை முழுமையாகிவிட்டது என்றும் அடுத்த மாதமே படப்பிடிப்பைத் தொடங்கி விடலாம் என்றும் கேட்டவுடன் அவனுக்கு திருப்தியாகி விட்டது. சினிமா வேலை முடியும்வரை ஜூலியட்டை எங்கள் குழுவில் செயல்பட அனுமதிக்கும்படியான உத்தரவை சில மணி நேரத்திற்குள் பேக்ஸ் செய்திருந்தார்கள். அந்த நிமிடம் முதல் ஜூலியட் என்னுடன் நிரந்தரமாக தங்கத் தொடங்கினாள்.

இந்த நேரத்தில் தூரத்தில் கொழும்பு நகரிலுள்ள ஸ்லேவ் ஐலண்டிலுள்ள சேரிப் பகுதியில் பாதி இடிந்துள்ள கட்டிடத்தின் இடுங்கிய அறையில் பதினைந்து இளைஞர்கள் ஒன்றுசேர்ந்திருந்தார்கள். அவர்களில் தமிழரும் சிங்களரும் முஸ்லீம்களும்கூட இருந்தார்கள். அறையின் கதவுகளும் ஜன்னல்களும் கவனமாக அடைக்கப்பட்டிருந்ததால் ஒருபக்கமாக சாய்த்து வைக்கப்பட்டிருந்த சிறிய எல். இ. டி. லாம்பின் வெளிச்சம் மட்டுமே அறைக்குள் இருந்தது. காயத்ரி பரேரா மிக மெல்லிய குரலில் அவர்களுடன் பேசத்தொடங்கினாள்:

“மிக முக்கியமான சில விஷயங்களை விவாதிக்கத்தான் இன்று நாம் இங்கே கூடியிருக்கிறோம். சேவ் ஸ்ரீலங்கா ஃப்ரம் ஃபாஸிஸ்ட் *(SSF)* என்னும் இயக்கத்தின் செயல்பாடுகளை ஒரு ஃபேஸ்புக் கேம்பைன் என்பதற்கு அப்பால் எப்படி கொண்டு செல்வது என்பதுதான் நம் முன்னாலுள்ள முதல் பிரச்சினை. நாட்டின் பல்வேறு பகுதிகளிலுமாக நானூறுக்கும் மேற்பட்ட இடங்களில் *SSF*க்கு கிளைகள் உண்டு. கனடா, பிரிட்டன், மற்ற ஐரோப்பிய நாடுகள், ஆஸ்திரேலியா போன்ற எல்லா இடங்களிலும் ஆயிரத்துக்கும் மேற்பட்ட கிளைகள் வேறு உண்டு. இலங்கையின் வரலாற்றில் முதன்முதலாக சிங்களர், தமிழர், முஸ்லீம்கள் என்று வேறுபாடுகள் இல்லாமல் சில இளைஞர்கள் ஜனநாயகத்திற்கும் சிந்தனை சுதந்திரத்திற்குமாக ஒன்றிணைந்திருக்கிறோம். அதிர்ஷ்டவசமாக இதுவரை உலகில் அப்படிப்பட்ட முன்னேற்றங்களுக்கு சமூகத்தில் உருப்படியான சலனங்களை உருவாக்க முடிகின்றது. டுனீஷியாவிலும் எகிப்திலும் லிபியாவிலும் சமீபகாலத்தில் நடந்த ஜனநாயக முன்னேற்றங்கள் அதற்கான உதாரணங்களாகும். இருபது முப்பது ஆண்டுகள் ஆண்ட ஏகாதிபத்திய ஆட்சியாளர்களிடமிருந்து மக்கள் அதிகாரத்தைப் பிரித்து எடுத்ததைத்தான் நாம் அங்கே பார்த்தோம். இந்தியாவிலும் அது போன்றதான சில இயக்கங்கள் வடிவம் பெறுகின்றன. நம் நாட்டின் நிலைமைகள் அதிலிருந்து மிகவும் வித்தியாசமானதுதான். முப்பது ஆண்டுகள் வரை எகிப்தில் நீடித்த அவசர நிலைக்குப் பின்தான் முபாரக்கால் ஆட்சியிலிருந்து கீழே இறங்க வேண்டிய நிலை வந்தது. லிபியாவிலோ கர்னல் கடாபியின் ஆட்சி அதிலும் வெகுகாலம் நீண்டிருந்தது. அங்கேயெல்லாம் ஆட்சியாளர்களின் தீய ஆட்சியினால் மக்கள் முட்டி மோதியதற்குப் பின்தான் அதிகாரத்தைக் கைப்பற்றினார்கள்.”

“இலங்கையின் நிலையோ அவற்றிலிருந்து மிகவும் வித்தியாசமானதாகும். கால் நூற்றாண்டுக்கு மேல் நீடித்த ஈழப்போரில் வெற்றி ஈட்டிய அதிபருக்கு சாதாரணமான நல்லெண்ணம் கொண்ட மக்கள் பக்கபலமாக இருந்தும் சிங்கள சமூகத்திலுள்ள முக்கால்வாசி மக்களும்- ஏன் இளைஞர்களும்கூட அவருக்குப் பக்கபலமாக இருக்கிறார்கள். புத்தமத ஸ்தாபனங்களும் சாமியார்களும் அவரை தங்களின் பாதுகாப்பாளனாகத்தான் பார்க்கிறார்கள். ராணுவத்திலும் பெரியதொரு பகுதி அவரோடுதான் இருக்கிறது. கார்ப்பரேட்டுகளுக்கும் அவர் மிகவும் அன்புக்குரியவர்தான். இண்டியன் நேஷனல் காஸினோ பிஸினஸ்காரர்களுக்கும் உற்ற தோழன். இஸ்ரேல், சீனா முதலான நாடுகள் தங்களின் எண்ணப் பாதுகாப்புக்காக அவருக்கு கைகுலுக்கி

உதவுகிறார்கள். இயக்கத்தின் மனிதத்துவமில்லாத செயல்களின்மேல் ஏற்பட்ட பகை, பொதுவாக சமாதானப் பிரியர்களிடமும் சாதாரண மக்களிடையிலும் அவருக்கு பெரும் பக்கத் துணையை ஏற்படுத்துவதற்குக் காரணமாயிற்று. முபாரக்கைப் போலவோ கடாபியைப் போலவோ மக்களால் முழுமையாக வெறுக்கப்பட்டவர் அல்ல நம் அதிபர் என்னும் யதார்த்தத்தை நாம் புரிந்து கொள்ளவேண்டும்.''

"பின்பு ஏன் நாம் அவரை எதிர்க்கிறோம்? மிகவும் நுணுக்கமானதுதான் பதில். உலக வரலாற்றில் மிகவும் திறமைசாலி நம் சர்வாதிகாரிதான். வெள்ளை அங்கிக்கும் வெள்ளையான சிரிப்புக்கும் பின்னால் ஃபாஸிஸத்தின் எல்லா நகங்களையும் தெளிவாகக் காணலாம். அவருடைய எல்லா செயல்களும் ஃபாஸிஸ்ட் குணமுள்ளவைதாம். எதிர்ப்பினுடையதும் ஒத்துழையாமையினுடையதுமான குரல்களையெல்லாம் தந்திரமாக அடக்கி நெரித்து விடுகிறார். சிந்தனைச் சுதந்திரமும் தனி நபர் எண்ணச் சுதந்திரமும் முழுமையாக மறுக்கப்பட்டு இருக்கின்றன. கௌரமான பத்திரிகைச் செயலும் இங்கே அசாத்தியமானதுதான். லசாந்த விக்ரமசிங்கவைப் போல் ஏராளமான பத்திரிகையாளர்கள் சென்ற சில ஆண்டுகளில் கொல்லப்பட்டார்கள். அதேபோன்றே உலகம் கண்ட மிகப் பெரிய போர்க்குற்றவாளியும் அவர்தான். ஈழப்போரில் சுமார் முக்கால் லட்சம் அப்பாவி மக்களைக் கொன்று குவித்ததற்கும் அதைவிட மூன்று நான்கு மடங்குக்கு அதிகமான அப்பாவி மக்கள் அகதிகளாவதற்கும் முழுமுதல் காரணமானவரும் அவர்தான். சர்வதேச சமூகம் முழுவதும் குற்றப்படுத்தியும் அது உள்நாட்டுப் பிரச்சினை என்று கூறி தனக்குத்தானே நியாயப் படுத்திக் கொண்டார் நம் அதிபர். குடும்பச் சொத்தில் தன் பாகத்தைக் கேட்ட சகோதரனையும் மனைவியையும் குழந்தைகளையும் கொன்று குழிதோண்டிப் புதைத்தபின் அது குடும்பத்துக்குள்ளே உள்ள பிரச்சினை என்று சொல்லும் அண்ணனைப்போன்றவர்தான் இந்த அதிபர். தம்பி பிடிவாதக்காரனாகவும் ரௌடியாகவும் இருந்தான் என்பதற்காக அவனுடைய மனைவியை மானபங்கப் படுத்துவதும் குழந்தைகளைக் கொல்வதும் நியாயமாகுமா...

"அதிபரும் அவருடைய நெருங்கிய உறவினர்களும் சேர்ந்துதான் நாட்டின் ஆட்சி முழுவதையும் கட்டுப்படுத்தியுள்ளார்கள். கோத்தபட்சே ராணுவத்தையும் நகர வளர்ச்சியையும் பேஸில் நிதி விஷயத்தையும் என இவ்வாறு அதிபரின் 34 உறவினர்கள் முக்கிய

அதிகார கேந்திரங்களில் உள்ளனர். ராணுவத்துக்கும் நகர வளர்ச்சிக்கும் இடையில் என்ன உறவு என்பதை பெருமளவில் குடிசைகள் அழிப்பை நடத்தும் கோத்தபட்சேயின் செயலை, இந்த ஸ்லேவ் ஐலேண்டின் சேரிகளில் வாழ்பவர்களால் எளிதில் புரிந்து கொள்ளமுடியும். ஈழப்போரில் மிலிட்டிரியின் முழுமையான கட்டுப்பாடு கோத்தபட்சே வசம்தான் இருந்தது. பழைய பட்டாளக்காரனான அவன் தான் இலங்கையின் மிலிட்டரிக்கு இயக்கத்தின் தலைமையை வேரோடு அழிக்கும் உத்தரவை அளித்துள்ளதாகச் சொல்லப்படுகிறது. வெற்றிக் கொண்டாட்டத்தில் நிலை தடுமாறிய அரசு உச்சநீதிமன்றத்தின் தலைமை நீதிபதியையே இம்ப்ரிச் செய்யும் நிலை வரையில் விஷயங்களைக் கொண்டு சென்று விட்டிருக்கிறார்கள். கோத்தவின் நகர வளர்ச்சித் துறைக்கு இலங்கையிலுள்ள எந்த இடத்தையும் எடுத்துக் கொள்ளும் அதிகாரத்தை அளிக்கும் மசோதா சம்பந்தப்பட்ட வழக்கில், அதற்கு எதிரான தீர்ப்பு சொன்னதுதான் சிரானி பண்டாரநாயகா செய்த குற்றம். ஈழப் போரிலுள்ள படைத்தலைமை ஜெனரல் பொன்சேகா அதிபருக்கு எதிராகத் திரும்பியபோது அவரைப் பிடித்து பாதாளச் சிறையில் அடைத்ததையும் நாம் பார்த்ததுதான்.''

''இதற்குச் சமமான நிலையில்தான் அரசின் கல்வித்துறையிலுள்ள செயல்களும். மிகவும் திட்டமிட்டு ஒவ்வொரு காரியத்தையும் நடைமுறைப்படுத்துகின்றனர். வரலாறை திருத்தி எழுதுவதற்கான பெரும் முயற்சிகளும் நடக்கின்றன. மகாவம்ச பலம் போதாது என்று தோன்றி ஆர்க்கியாலஜி டிபார்ட்மெண்டின் பின்பாட்டுக்காரர்களைப் பயன்படுத்தி ஒரு பொய்யான வரலாற்றையே உருவாக்குகிறார்கள். நம் கலையும் சங்கீதமும் ஏன் சினிமா வரையில் அரசு அதற்காக சாமர்த்தியமாக மானிப்புலேட் செய்கிறது. அதனுடைய மிகப் பெரிய உதாரணம்தான் ரஜனி திரணகாமாவின் வாழ்க்கையைப் பற்றி அரசாங்கமே கோ புரொடியூஸராகி *Woman Behind the Fall of Tigers* என்ற பெயரில் சினிமா எடுக்கிறார்கள். ரஜனி முன்வைத்த எந்தவொரு நிலைப்பாட்டிற்கும் யாதொரு விலையும் நிர்ணயிக்காத அதிபரும் அவரது கூட்டாளிகளும் ரஜனியின் வாழ்க்கைக் கதையானது, இயக்கத்தை ஆட்சேபிப்பதற்கான ஆயுதம் என்னும் நிலையில்தான் உபயோகிக்கிறார்கள்.''

''இந்த நாடு ஒரு பெரும் துயரநிலைக்குப் போகிறது என்னும் உண்மையை நாமாவது உணர வேண்டியதாகிறது. ஃபாஸிஸமென்னும் துயரம்தான் அது. ஈழப்போர் உண்மையில் இரண்டு ஃபாஸிஸ்ட்களுக்கு இடையில்தான் நடந்தது. அதில் அதிகப் பலம் பெற்ற நாட்டின்

அதிகாரத்திலுள்ள ஃபாஸிஸ்ட், தோற்ற ஃபாஸிஸ்ட்டை ஆபத்தானவர்களாக காட்டுவதற்குக் காரணம் அவர்களுக்கு நம் சமூகத்திலுள்ள முக்கால் வாசிப் பேர்களின் பக்கபலம் உள்ளதால்தான். ஜனநாயகத்தில் நம்பிக்கையுள்ளவர்களான நாம் பெரும்பான்மையோரின் அபிப்ராயங்களை அங்கீகரிக்கவும் அவர்களின் ஆர்வங்களை அனுசரித்துப் போவதும் தானே நல்லது என்று சிந்திப்பவர்கள் உருவாகலாம். அங்குதான் நாம் வழிகாட்டிகளாக வேண்டும். ஹிட்லரின் நாஜிக் கட்சி ஜெர்மனியின் பெரும்பான்மையுடன்தான் தேர்ந்தெடுக்கப்பட்டது. டுனீஷ்யாவில் பென்அலியும் எகிப்தில் ஹோஸ்னி முபாரக்கும் ஒவ்வொரு தேர்தலிலும் 90 விழுக்காடுகளுக்கும் மேல் ஓட்டுகள் பெற்றே வென்றனர். இந்த பெரும்பான்மையின் கணக்குகள் பொய்யானவை என்ற குற்றச்சாட்டும் உண்டு. எதுவாக இருந்தாலும் பெரும்பான்மை, யதார்த்தங்களை அறிந்து கொள்ளாமல் இருப்பதற்கும் தவறான பாதைக்குப் போவதற்கும் முயன்றால் அதைத் திருத்துவதற்கான பொறுப்பு நம்மைப் போன்றவர்களுக்கு உண்டு. அது நம்முடைய மிக முக்கியமான பொறுப்புமாகும்.''

“நாடு எதிர்கொள்ளும் பிரச்சினைகள் இவ்வளவு அதிகமான உயர்ந்தநிலையில் இருந்தாலும் SSFக்கும் சுதந்திரமாகச் செயல்பட முடியாத நிலைதான் இப்போது நிலைத்திருக்கிறது. அதிபரைப் பற்றி விமர்சித்தால் நாம் இயக்கத்தினுடையதோ JVP யினுடையதோ ஆட்கள் என்று குற்றப்படுத்தப்படுவோம். பின்பு கூர்ந்தும் கவனிக்கப் படுவோம். அதனால் கைது செய்யப்படவோ கொலைசெய்யப்படவோ சாத்தியமாகலாம். நாம் அப்படிப்பட்டவர்கள் அல்லர் என்று மக்களுக்கு உணர்த்த வேண்டும் என்பதுதான் நம் முன்னேயுள்ள முதல் சவால். ஆன்லைன் கேம்பைனை மேலும் பலப்படுத்துவதுதான் அதற்கான முக்கிய வழி. பின்பு எதையும் எதிர்கொள்வதற்கான தைரியத்தையும் பலத்தையும் தேடவேண்டும். இன்றில்லை என்றால் நாளை அரசாங்கத்துக்கு எதிராக பெரியதொரு ஜனநாயக முனைப்பிற்கு நாம் தயாராக வேண்டியுள்ளது. இந்தியாவில் நடந்த தில்லி பலாத்கார வழக்கில் மக்கள் தெருவில் இறங்கியதைப் பார்த்தீர்களல்லவா... அப்படிப்பட்டதொரு முனைப்பு கொழும்பு தெருக்களிலும் நடக்கவேண்டும்.''

“இப்போது நம் முன்னே அப்படிப்பட்டதொரு வாய்ப்பு உண்டு. காமன்வெல்த் உச்சி மாநாடு அடுத்த நவம்பரில் கொழும்பில் நடைபெறவுள்ளது. தன் செயல்களுக்கு சர்வதேச சமூகத்தின்

அங்கீகாரத்தைப் பெறுவதற்கான வாய்ப்பாகத்தான் அதிபர் அதைக் காண்கிறார். ஆனால், நாம் அதை அவரின் ஃபாஸிஸ்ட் முயற்சிகளுக்கு எதிரான வாய்ப்பாகப் பயன்படுத்த தீர்மானித்திருக்கிறோம். இலங்கையின் பலவித பகுதிகளிலுமாக பத்தாயிரத்திற்கும் மேற்பட்ட இளைஞர்கள் நம்முடன் இருக்கிறார்கள். அதைவிட இரட்டிப்பு மடங்கு நபர்கள் அயல்நாடுகளிலும் உண்டு. கனடா, பிரிட்ட்டன், ஆஸ்திரேலியா என்னும் இடங்களில்தான் நமக்கு மிக அதிகமான ஆதரவாளர்கள் உள்ளனர். யு.கே.யின் பிரதமர் கூட ஒரு வட்டம் வரையில் நமக்கு ஆதரவளிக்கிறார். இந்த எதிர்ப்பு எப்படி இருக்க வேண்டுமென்னும் விஷயத்தில் உங்கள் ஒவ்வொருவருடைய எண்ணங்களும் மிக முக்கியமானதாகும். அவை இந்த விவாதத்தின் மூலம் ஒரு வடிவத்துக்கு வரும் என்றும் எதிர்பார்க்கிறேன்.''

''காயத்ரி பேசி முடித்த பின் சிறிது நேரம் வரையில் ஒரு நீண்ட மௌனம்தான் அங்கு நிலவியது. பின் வெகுநேரம் விவாதம் நீண்டாலும் யாராலும் துல்லியமானதொரு அறிவிப்பை முன்வைக்க முடியவில்லை. மூன்று நான்கு நாட்களுக்குப் பிறகு மீண்டும் கூடலாம் என்றும் அப்போதைக்கு அவரவர் கருத்துகளை விலாவாரியாக விவாதிக்கலாம் என்றும் முடிவுசெய்து எல்லாரும் அப்போதைக்குப் பிரிவதற்குத் தீர்மானித்தார்கள். அப்போது அதுவரையிலும் பின் வரிசையில் நிசப்தமாக அமர்ந்திருந்த பீர் முகமது எழுந்து, ''நீங்கள் கேட்பதற்கு சங்கடம் இல்லையென்றால் நான் சில விஷயங்களைச் சொல்ல நினைக்கிறேன்'' என்று சொன்னான். எல்லாரும் ஆர்வமாக பீர் முகமதுவின் வார்த்தைகளுக்காக காது கொடுத்தார்கள்.

''சிங்கள தேசியத்தன்மை அதன் மிகவும் நீசத்தனமான தளம் நோக்கி வளர்கிறது என்பதுதான் இந்தக் காலகட்டத்தின் மிகப் பெரிய பிரச்சினை என்று நான் கருதுகிறேன். அதிபரின் ஃபாஸிஸ்ட் செயல்கள் அதனுடைய ஒரு பகுதிதான். இலங்கையிலுள்ள புத்திஸ்டுகள் புத்தனை மறந்து விட்டார்கள். ஸ்ரீபுத்தனுடையதல்லாத அநகாரிகதர்மபாலாவைப் போன்றுள்ள அடிப்படைவாதிகளின் சிந்தனைகள்தாம் இப்போது அதிபரை வழிநடத்துகின்றன. இந்துக்களான தமிழர்களை அடித்து ஒடுக்கியதற்குப் பின் அவர்கள் இப்போது முஸ்லீம்களுக்கு எதிராகவும் திரும்பி இருக்கிறார்கள். புத்த பலசேன எனும் அமைப்பின் செயல்பாடுகள் அதற்கு மிகப்பெரிய உதாரணமாகும்.''

விஷயம் வேறொரு பார்வைக் கோணத்தையடைந்ததும் எல்லாருக்கும் பெரும் ஆர்வமாயிற்று. ''இயக்கத்தின் புகழ் மேலோங்கி எழுந்த காலத்தில் யாழ்ப்பாணத்திலிருந்து அடித்து விரட்டியதெல்லாம்

மறந்து போச்சா" என்னும் கேள்வியுடன் காயத்ரி இடைபுகுந்தபோது பீர் முகமது மிகவும் விளக்கமாகவே பதில் சொன்னான்.

"அதை ஒருபோதும் என்னால் மறக்கமுடியாது. அந்தத் துயரம் மற்றொரு வடிவில் கொழும்பிலும் மீண்டும் உருவாகுமோ என்ற பயத்தால்தான் நம்மைப் பற்றிச் சொன்னேன். இயக்கத்தின் செயல்கள் இடதுசாரி புரட்சிப்பாதையிலிருந்து விலகி இந்து ஃபாஸிஸத்தின் வழிகளை ஏற்றுக் கொண்ட போதுதான் அவர்கள் முஸ்லீம்களுக்கு எதிராகத் திரும்பினார்கள். சில ஃபாஸிஸ்ட்டுகள் இப்போதைய முறையில் பலம் பெற்றால் இயல்பாக முஸ்லீம்கள்தான் அதன் இரையாக இருப்பார்கள். இயக்கத்தின் ஒரு சிறு மண்டலத்தின் தலைவராக இருந்த கரிகாலன்தான் முஸ்லீம்களுக்கு எதிரான தாக்குதல்களுக்கு தொடக்கமானான். மட்டக்களப்பைத் தொடர்ந்து கிளிநொச்சியிலும் முல்லைத்தீவிலுமுள்ள முஸ்லீம்களை முழுமையாக அடித்து விரட்டியதற்குப் பின் இறுதியில்தான் அவர்கள் யாழ்ப்பாண முஸ்லீம்களுக்கு எதிராகத் திரும்பினார்கள்."

"நான் அப்போது யாழ்ப்பாண உஸ்மானியா கல்லூரியில் மாணவனாக இருந்தேன். யாழ்ப்பாணத்திலுள்ள முஸ்லீம் மாணவர்கள் அங்கேதான் முக்கியமாகப் படித்துக் கொண்டிருந்தார்கள். உஸ்மானியா கல்லூரி என்று பெயர் இருந்தாலும் 1800 மாணவர்கள் படிக்கும் மேல்நிலைப் பள்ளியாகத்தான் அது இருந்தது. 1990 அக்டோபர் 30 அன்று காலையில் எல்லா முஸ்லீம்களும் மதியம் 12 மணிக்கு உஸ்மானியா கல்லூரி கிரௌண்டில் ஆஜராக வேண்டுமென்று இயக்கத்தின் ஆட்கள் மைக்கில் விளம்பரம் செய்து கொண்டு சென்றார்கள். முஸ்லீம்கள் அதிகம் வசிக்கும் பகுதியிலுள்ள ஒவ்வொரு தெருவிலும் வந்து அவர்கள் குறிப்பாக விளம்பரம் செய்தார்கள். இயக்கத்தின் செயல்முறைகளை நன்கு அறிந்திருந்ததால் பயந்து போன முஸ்லீம்கள் அனைவரும் அவர்கள் சொல்லியபடி சரியான நேரத்துக்கு அங்கு ஆஜரானார்கள். யாழ்ப்பாணத்திலுள்ள இயக்கத்தின் தலைவர் ஆஞ்சநேயர்தான் எங்களைப் பெயர் சொல்லி அழைத்தான். முஸ்லீம்கள் ஒற்றர்கள் என்றும் வியாபாரத் தேவைக்காக கொழும்புக்கு சென்று வருபவர்கள்தான் இயக்கத்தின் செயல்களைப் பற்றி அரசாங்கத்துக்கு விவரங்களை அளிக்கிறார்கள் என்றும் அவர் கோபத்துடன் சொன்னான். அதனால் தமிழ் மக்களின் பாதுகாப்புக்காக எல்லா முஸ்லீம்களும் இரண்டு மணிக்குள் யாழ்ப்பாணத்தை விட்டு போய் விட வேண்டும் என்று ஆணையிட்டான். என்னுடைய உப்பா உட்பட சில முஸ்லீம் இளைஞர்கள் எதிர்த்துக் கேள்வி கேட்டதும் ஆஞ்சநேயர் ஆகாயத்தை

நோக்கிச் சுட்டான். போக முடியாது என்பவர்களுக்கு எதிராக கடுமையான நடவடிக்கைகள் எடுக்கப்படும் என்றான்.

உப்பாவையும் மற்ற இருவரையும் கைகளைப் பின்பக்கமாகக் கட்டி துப்பாக்கியால் சுட்டுக் கொல்லத் தயாரானதும் மற்றவர்களெல்லாம் சேர்ந்து, "வேண்டாம் அவர்களைக் கொல்ல வேண்டாம். நாங்களெல்லாரும் காலி செய்து விடுகிறோம்" என்று உரக்க அழுது கொண்டே சொன்னார்கள். தொடர்ந்து எங்களை வரிசை வரிசையாக நிறுத்தி கையிலுள்ள மதிப்பு மிக்க பொருட்களையெல்லாம் பறித்துக் கொண்டார்கள். வெறும் நூற்றைம்பது ரூபாயும் ஒரு ஜோடி செருப்புகளையும் மட்டும்தான் எடுத்துச் செல்ல அனுமதித்தார்கள். அதைத் தொடர்ந்து அவர்கள் எங்கள் வீடுகளையெல்லாம் கொள்ளையடித்தார்கள். அங்கிருந்து கிடைத்த பொருட்களை இயக்கத்தைச் சேர்ந்த மக்கள் கடைகளில் குறைந்த விலைக்கு விற்று ஒழித்தார்கள். எங்கள் பெண்கள் தங்களின் ஆபரணங்களை கழட்டிக் கொடுப்பதற்கான பொறுமையைக் கூடக் காட்டாமல் இயக்கத்தின் பெண் போராளிகள் பலவந்தமாக இழுத்து உடைத்து எடுத்துக் கொண்டார்கள். கிழிந்த காதுகளில் குருதி கொட்டிக் கொண்டுதான் உம்மா என்னையும் என் தங்கைகளையும் அழைத்துக் கொண்டு அங்கிருந்து போனார். சுமார் தொண்ணூறாயிரம் முஸ்லீம்கள் அன்று யாழ்ப்பாணத்தை விட்டுப் போக வேண்டியதாயிற்று. என் பெரியம்மா அந்தப் பயணத்தில் இறந்துவிட்டார். உப்பா கொழும்பிலுள்ள ஜாவாத் தெருவிற்குப் போய் பலவாறான வேலைகள் செய்து எங்களை வளர்த்தார். நாங்கள் யாரும் அதன்பின்பு இதுவரையில் யாழ்ப்பாணத்திற்கே போனதில்லை."

பீர் அவற்றையெல்லாம் சொல்லி முடித்தபோது தேம்பிக்கொண்டிருந்தான்.

26
காயத்ரி பெரேரா

ஸிகிரியாவிலிருந்து திரும்பி வந்தபின் ஒவ்வொரு நாளும் மிகவும் வேகம் நிறைந்ததாகத்தான் இருந்தது. டோகி பெர்னாட் நாங்கள் போய்ச்சேர்வதற்கு முன்பே கொழும்பில் ட்ரான்ஸ் நேஷனல் பிக்ஸர்சின் ஒரு தற்காலிக ஆபிஸ் திறந்து செயல்களைத் தொடங்கியிருந்தாள். கிறிஸ்டியின் உதவியாளர்கள் கூட்டம் ஒன்று வெளிநாட்டிலிருந்து வந்து சேர்ந்ததுடன் அவர்களுக்கான பணியையும் தொடங்கியிருந்தார்கள். ஹாலிவுட் சினிமா புரொடக்ஷன் எவ்வளவு வண்ணமயமானது என்பது தொடர்ந்து வந்த நாட்களில்தான் எனக்குப் புரிந்தது. ஃபிலிம் இன்ஸ்டிடியூட்டிலிருந்து படித்தது ஒன்றும் இவர்களின் ஃபிலிம் மேக்கிங்கில் இல்லை. ஜூலியட் என்னுடன் இருந்ததால் எனக்குப் பெரும் நிம்மதியாக இருந்தது. இலங்கையின் நாகரீகத்திற்கும் வரலாற்றுக்குமான தொடர்புபற்றி துரைமார்களின் சந்தேகங்களுக்கெல்லாம் பதில்கள் அளிப்பதற்கு அவள் துணையாக இருந்தாள். உணவு முறை, உடை அணிவது, பேச்சுமொழி, சிங்களர் தமிழர்களின் நடைமுறைகளினுடையதும் உடல்மொழிகளினுடையதுமான விசேஷத் தன்மைகள் என இப்படிப்பட்ட ஏராளமான விஷயங்களை மிகவும் நுணுக்கமாக விவாதித்த பின்தான் ஒவ்வொரு காட்சியையும் பைனலைஸ் செய்தார்கள். காஸ்ட்யூம் டிசைனர் ஊர்சூலா ஆண்டர்சனும் ஆர்ட் டைரக்டர் இயான் லீயும் ஒவ்வொரு நிமிடமும் புதிய கேள்விகளுடன் வந்தார்கள். எல்லாவற்றுக்கும் பதில் சொல்ல வேண்டிய பொறுப்பு இயக்குநர்களுக்கும் திரைக்கதாசிரியருக்கும்தான் இருந்தது.

காஸ்டிங் டைரக்டர் டேவிட் ஸ்மித் ஒவ்வொரு கதாபாத்திரத்துக்கும் பத்து பன்னிரெண்டு பேர்களை ஷார்ட் லிஸ்ட் போட்டிருந்தான். அவர்களுக்கான மேக்கப் டெஸ்ட்டையும் ஸ்க்ரீன் டெஸ்டையும் ஓட்டல் ஹில்டனில் வைத்து முடித்திருந்தான். கிறிஸ்டியும் ஆனும் அவற்றின் தேவைக்காக அடிக்கடி ஹில்டனுக்குப் போகவேண்டியிருந்தது. ரஜனி திரணகாமா பாத்திரத்துக்கும் சுகந்தியின் பாத்திரத்துக்கும் பிரபலமான இலங்கை நடிகர்களைத்தான் மனதில் வைத்திருந்தான். ஆனால் பழைய கால நாயகியான ஒரு சுமார் நடிகையையும் சில ஹாலிவுட் நடிகையர்களையும் தேர்வு செய்திருந்தார்கள். வி.பி.யாக நடிப்பதற்கு பல பிரபல நடிகர்களைப்

பார்த்தார்கள். டேவிட் நேரிடையாகச்சந்தித்த முக்கிய சவால், பீட்டரின் வேடத்தில் பீட்டரே போதுமென்று கிறிஸ்டி சொன்னாலும் நான் விலகிக் கொண்டேன். அனுபவித்த விஷயங்களை அதேபோல் நடித்துக் காட்ட முடியுமா என்னும் விஷயத்தில் எனக்கு சந்தேகம் உண்டாகியிருந்தது.

நாங்கள் தங்குவதற்காக கொழும்பு ஸினமன் கார்டன்ஸில் விக்டோரியா பார்க்கிற்கு எதிரேயுள்ள ஒரு போஷ் வில்லாவைத்தான் சமரவீரா ஏற்பாடு செய்திருந்தான். நான்கு குளிர்சாதன வசதியுள்ள படுக்கையறைகளும் இணைப்பு வசதிகளுமுள்ள ஒரு பெரிய இருமாடிக் கட்டிடம். கிறிஸ்டியும் மேரியும் முதல் தளத்திலும் நானும் ஜூலியட்டும் இரண்டாம் தளத்திலும் தங்கினோம். முற்றத்தில் அழகிய சிறுபூந்தோட்டமும் முகப்பில் சிறிய ஸ்விம்மிங் பூலும் நேசத்துடனும் மரியாதையுடனும் பழகும் பணியாளர்களும் இணைந்தபோது அவ்விடத்திய வாழ்க்கை மிகவும் மகிழ்ச்சியாக இருந்தது. வில்லாவின் நட்சத்திரமாக தெம்பையா எனும் ஷெஃபாயி இருந்தான். தெம்பையா தயாரித்துக் கொண்டுவந்த உணவை உண்பதைப் பற்றி சிந்திக்க முடியாததாக இருந்தது. தரை தளத்திலுள்ள படுக்கை அறைகளில் கிறிஸ்டியின் முக்கியமான உதவியாளர்கள் தங்கினார்கள். மற்ற டெக்னீஷியன்கள் தங்குவதற்கு அருகிலேயே இரண்டு அபார்ட்மெண்டுகள் ஏற்பாடாகி இருந்தன.

மேலேயுள்ள தளத்தில் நாங்கள் இரண்டு பேர் மட்டுமே இருந்ததால், தேனிலவை உண்மையிலேயே கொண்டாட முடிந்தது. சுதந்திரமான காதல் ஒருபோதும் ஒன்றாக வசிக்கும் நிலைக்கு சென்று சேராததினாலும் மஞ்சுவைப் போன்றுள்ள தோழிகள் ஓர் இரவுக்கு சில நிமிடங்களுக்கு மட்டும் வந்து போவார்களாதலாலும் இப்படிப்பட்ட அனுபவம் எனக்கு முதன்முதலாக இருந்தது. சேர்ந்து தங்குவதில் உடல்ரீதியான அனுபவித்தலுக்கு அப்பால் ஓர் ஆனந்தமும் உண்டென்று இப்போது எனக்குப் புரிந்தது. ஜூலியட்டின் நெருக்கம் மனதிற்கும் உடலிற்கும் பெரியதோர் உணர்வை அளித்தது. அவளுடைய ஒரு புன்னகை, குறும்பு நிறைந்த ஒரு பார்வை, நட்பால் தோய்க்கப்பட்ட ஒரு வார்த்தை, ஒரு தொடுதல் உல்லாசம் எனக்குப் பிடித்தமானதாயிற்று. என்னைவிட ஓரிரு வயதே குறைந்தவள் என்றாலும் ஒரு குறும்புக்கார இளம்பெண்ணைப் போல்தான் அவளுடைய நடையுடை செய்கை இருந்தது. உடல்ரீதியாக சுகந்தியை விடவும் மஞ்சுவை விடவும் செழிப்பாக இருந்தாள். அவள் அதை திறமையாகப் பயன்படுத்துவதில் சிறிதும் தயக்கம் காட்டியதுமில்லை.

ரூப்டோவிலுள்ள ஸ்விம்மிங்பூலில் இருந்து நனைந்து ஒட்டி ஏறி வந்த ஒரு மாலை நேரத்தில் நான் அவளிடம் ஒரு கேலி செய்தேன். "ஜூலியட், நீ இளமையில் மிஸ் லங்கா போட்டிக்கு பங்கு பெற்றிருக்க வேண்டியவள்" என்று. பூள் சேரில் கால்களை நீட்டி வைத்து டவலால் முகத்தை துடைத்துக் கொண்டு அவள் சிரித்தாள்: "ஹா ஹா ஹா... ஒரு மிஸ் லங்கா கணவனின் சோம்பேறித்தனத்தால்தான் இந்த நாடு ஒரு கொலைக்களமாக ஆனது" என்றாள். மேலும் விவாதிக்காமலேயே எனக்கு விஷயம் விளங்கி விட்டது. "பீட்டர், உலகத்திலேயுள்ள எல்லா சமூகங்களையும்போல் சிங்களர்களுக்கிடையிலும் எங்களுக்கு அழகானதொரு சாபம் உண்டு. அழகியாக இல்லாமலிருந்தால் சுப்பாதேவியை சிங்கம் தூக்கிக் கொண்டு போயிருக்குமா?" எனக்கு அது பெரியதொரு நகைச்சுவையாகத் தோன்றியது. சிங்கங்களுக்கு ஏது அழகுணர்ச்சி? உடைமாற்றும் அறைக்குப் போய் சரோங் அணிந்து வந்த பின் அவள் அதற்கு விளக்கமாகப் பதில் அளித்தாள். "ஆமாம், ஃபாஸிஸமும் சர்வாதிகாரத்தனமும் மிகவும் எதிர்மறையாக பாதிப்பது என்னவோ பெண்களைத்தான். சர்வாதிகாரியின் அழகுணர்ச்சியைவிட அதிகார உணர்ச்சிதான் இங்கே செயல்படுகிறது. எல்லா அழகிகளும் தனக்கு கீழ்ப்பட வேண்டியவர்கள்தான் என்றொரு சிந்தனை அதிலிருந்துதான் உண்டாகிறது. முன்னாள் மிஸ் லங்காவைவிட அழகாக இருந்ததால்தான் தலைமை நீதிபதி இம்ப்ரிச் செய்யப்பட்டார் என்று கேள்விப்பட்டேன். என்னுடைய துயரத்திற்கான காரணமும் இந்த அழகுதான். ஆனால், அதையெல்லாம் மறந்துவிட்டேன். உன்னைச் சந்தித்ததுமே வாழ்க்கை கொண்டாடுவதற்கே என்பதை உணர முடிந்தது." அவள் என் தோளில் தொங்கியவாறு ரூப்டோவிலிருந்து கீழே இறங்கியபோது மேரியும் கிறிஸ்டியும் பூலுக்கு வந்து கொண்டிருந்தார்கள். "வா! வா! வாண்ட் ஜூலியா அண்ட் ஸ்க்ரிப்ட் ரைட்டர்" என்று மேரி கேலி செய்தாள். அந்தக் கேலி எனக்கும் ஜூலியட்டுக்கும் ஒரே மாதிரி பிடித்திருந்தது. யோஸாவின் நாவல் எங்கள் இருவருக்கும் மிகவும் பிடித்திருந்தது.

ஜூலியட் என்னுடன் வசிக்கத் தொடங்கியபோது என் வாழ்க்கைக்கே ஒரு முறையும் ஒழுங்கும் வந்தன. அறையை சுத்தமாக வைத்திருக்க வேண்டும் என்னும் விஷயத்தில் அவளுக்கு பெரும் நிர்ப்பந்தமே உண்டாகியிருந்தது. அதேபோல்தான் மற்ற விஷயங்களும் இருந்தன. மாலை ஐந்து மணி வரையில் வேலை, பின் வாழ்க்கை. அதுதான் அவளுடைய முறை. கிறிஸ்டியும் ஆனும் ஏறக்குறைய அதேபோன்ற நிலையில் இருந்ததால் பெரும் கஷ்டம் ஒன்றும் ஏற்படவில்லை. எழுத்தாளர்களுக்கும் சினிமாக்காரர்களுக்கும்

அவ்வாறு ஆபீஸ் நேரத்தையொட்டி வேலை செய்ய முடியாது என்று சொல்லிப் பார்த்தாலும் அவள் அதை பரிசீலிக்கவே யில்லை. மாலை நேரம் வந்து விட்டால் முடிந்தமட்டில் அவளுடன்தான் நேரத்தை செலவிட வேண்டும் என்பது ஜூலியட்டுக்கு மிகவும் பிடித்தமான விஷயம். அப்போது அவள் தன் வாழ்க்கையில் நடந்த ஒவ்வொரு அனுபவங்களையும் சொல்வாள். என்னைப்பற்றி மேலும் மேலும் கேட்டுத் தெரிந்து கொள்வாள். அவ்வாறு பேசிப்பேசி பரஸ்பரம் அறிந்து கொண்ட விஷயங்கள் இனி ஒன்றும் இல்லை என்னும் நிலையை எட்டியபோது அவள் அதுவரையில் சொல்லாமலிருந்த ஒரு முக்கியமான விஷயத்தை நான் தயங்கித் தயங்கிக் கேட்டேன்.

"உன் மகனுக்கு என்னவாயிற்று?"

"அதைச் சொல்லவேண்டாம் என்றுதான் நான் கருதியிருந்தேன். வேதனைப்படுத்தும் விஷயங்களை எதற்காக வெறுமனே நினைக்க வேண்டும்?"

"சாரி, அப்படின்னா சொல்ல வேண்டாம்."

"இல்ல, சொல்லறேன். எப்படியானாலும் அதை நீ தெரிந்து கொள்ள வேண்டும்தானே! சிங்கத்தின்மேல் வெறுப்பாக இருந்தாலும் மகன்மேல் எனக்கு மிகவும் விருப்பம்தான். பள்ளியிலிருந்துதான் அவனை அவனுடைய ஆட்கள் தூக்கிக் கொண்டு போனார்கள். மறுநாள் கொழும்பு கடற்கரையிலிருந்து பிணத்தைக் கண்டுபிடித்தேன். தன்னுடைய அளவற்ற சொத்துக்கு உரிமை கோரி செல்லாமல் இருப்பதற்காகத்தான் சிங்கம் அப்படிச் செய்ததாக பின்பு தெரிந்து கொள்ள முடிந்தது. பீட்டர், நான் இன்னொரு குழந்தையைப் பெற்றுக் கொள்ள வேண்டுமென்று ஆசையாக இருக்கிறது."

"குழந்தை வேண்டுமா?" என்னையறியாமல் கேட்டுவிட்டேன்.

அவள் என் கண்களுக்குள் கூர்ந்து நோக்கினாள். அந்தப் பார்வைக்கு யாசிப்பின் நிறம் இருந்தது. என்னால் பொறுக்கமுடியவில்லை. அவளை மார்போடு அணைத்து நெற்றியில் முத்தம் ஒன்று கொடுத்தேன். சரி என்று சொல்லவில்லையென்றாலும் முத்தத்திற்கான அர்த்தம் அதுதான் என்று அவளுக்குப் புரிந்து விட்டது. அவள் எவ்வளவு நேரம் என் கைகளுக்குள் அப்படியிருந்தாள் என்று தெரியவில்லை. அவள் சந்தோஷத்தால் தேம்பிக் கொண்டிருந்தாள். "தேங்க் யூ, தேங்க் யூ" என்று கூறிய இந்த வார்த்தைகள் அந்தத் தேம்புதலுக்கு இடையே தெளிவில்லாமல் வெளியே வந்தன. அன்று அனாவசியமான முன்னாள் எண்ணங்களையெல்லாம் நாங்கள் மகிழ்ச்சியோடு விலக்கி விட்டோம்.

அன்றிரவு விடியும் வரையில் தூங்கவில்லை என்றுதான் தோன்றுகிறது. நேசத்தின் ஆனந்தக் குளத்தில் முத்தமிட்டுப் போன லட்சக்கணக்கான உயிரணுக்களில் ஏதாவது ஒன்றிற்கு மோட்சம் கிடைத்ததா என்று தெரியவில்லை. விடியற்காலையில் சிறிது மயங்கத் தொடங்கும்போது மஞ்சுவின் போன் வந்தது.

“அடேய், நீ கொழும்புவில்தான் இருக்கிறாயா?”

“ஆமாம்.”

“நான் நேற்று வந்தேன். இந்த முறையும் இன்னொரு அசைன்மெண்ட்தான். இனிமே கொஞ்ச காலத்துக்கு இங்கே நிரந்தரமாக என்னை காணலாம்.”

“அதென்ன, அப்படியொரு அசைன்மெண்ட்?”

“சூதாடிகளின் அதிர்ஷ்ட தேவதையால் எனக்கு இப்போதுதான் அதிர்ஷ்டம் அடித்தது. ஜேம்ஸ் பாக்கர் என்று நீ கேள்விப்பட்டிருக்கிறாயா... வேர்ல்டு காஸினோ இண்டஸ்டிரியில் உள்ள பில் கேர்ட்ஸ். முதன் முதலாக ஒன் டே கிரிக்கெட்டைத் தொடங்கிய ஆஸ்திரேலியாக்காரன் கெரி பாக்கர் இருந்தாரே, அவரோட மகன். பில்லியனர். க்ரௌன் ரிசார்ட்ஸ் என்னும் காஸினோ குரூப்பின் தலைவராம். 450 அறைகளையுடைய 36 மாடிக் கட்டிடம். ‘கிரௌன் கொழும்போ.” கொழும்பிலுள்ள காஸினோ கிங்கான ரவிவிஜரத்னேதான் இங்குள்ள பார்ட்னர். ரவி என்னோட நெருங்கிய நண்பர். புத்த சாமியார்களின் எதிர்ப்பையெல்லாம் புறக்கணித்து பிரசிடெண்ட் அதற்கு கிளியரன்ஸ் கொடுத்திருக்கிறார். அதிர்ஷ்டவசமாக மற்ற சூதாடிகளைப்போல் இந்த பாக்கரும் ரவியுமெல்லாம் என் விஷயத்தில் பெரும் குருட்டு நம்பிக்கையாளர்கள்தான். அவர்கள் இந்த அதிர்ஷ்ட தேவதையை க்ரௌன் கொழும்புவின் திட்ட ஒருங்கிணைப்பாளராக நியமித்திருக்கின்றனர். தற்போதைக்கு உருப்படியான வேலையொன்றுமில்லை. அரசாங்கத்தை தேவையான அளவில் கவனித்து புராஜெக்ட் இம்ப்ளிமெண்ட்டேஷனில் ஏதாவது பிரச்சினைகள் வந்தால் நிவர்த்திக்க வேண்டியதுதான் இப்போதைய என்னுடைய பணி. நீ கேட்டாலே திகைக்கும் படியான சம்பளம் எனக்கு. இனிமேல் காலையில் உன்னுடைய படுக்கையிலிருந்து எழுந்து போகும் போது உன் பர்ஸிலிருந்து 100 டாலரை எடுக்க வேண்டிய அவசியமில்லை என்பதுதான் சுருக்கமான செய்தி. அதோடு பார்க் டவரில் ஒரு போஷ் அப்பார்ட்மெண்டையும் மற்ற வசதிகளையும் கிரௌன் குரூப் ஏற்பாடு செய்து தந்திருக்கிறது.”

“கங்கிராட்ஸ் மஞ்சு, கங்கிராட்ஸ்... ஆனால் அந்தப் படுக்கைதான் இப்போது காலியாக இல்லை.”

“ஐயோ! அதுக்னென்ன ஆச்சு, நீ தேவநாயகியைப் பார்த்து விட்டாயா?”

“இல்லை. ஆனால், என்னோடுகூட ஜூலியட் என்கிற சினேகிதி உண்டு. அரசாங்கப் பணியில் ஆர்க்கியாலஜிஸ்ட். ஃபிலிம் புரொஜெக்ட்டில் என்னுடன் அசோசியேட் செய்யுறா. இருந்தாலும் கொழும்புவில் தானே இருக்கிறாய். இடையிடையே பார்க்கலாம்.’

“நிச்சயமாக. எப்போதாவது ஒரு ராத்திரியை எனக்கு ஒதுக்கி வைத்தால் உன் ஜூலியட் கோபிச்சுப்பாளா?’

“ஏய், அதெல்லாம் ஒருபோதுமில்லை. எங்களுடையது வொர்க்கிங் அரேஞ்ச்மெண்ட் மட்டும்தான்.”

“ஹ... ஹ... ஹ... நல்ல ஒர்க்கிங் அரேஞ்ச்மெண்ட். பெஸ்ட் விஷஸ். நான் இந்த வாரம் கொஞ்சம் பிசிதான். பாஸ் வருகிறான். காமன்வெல்த் பிஸினஸ் மீட்டிங். ஐயாவோட கீ நோட் அட்ரஸ் தயாரிக்க வேண்டிய வேலை எனக்குத்தான். நாம் அடுத்த வாரம் பார்க்கலாம். ஐயாம் த்ரோயிங் ஏ பார்ட்டி. ஓகே...”

“கெட்டிக்காரியாச்சே! பாக்கருடைய கீயையல்லவா ஏறிப் பிடிச்சிக்கிட்டிருக்கே?”

“கொஞ்சம் வாழ்ந்துட்டுப் போறேனே மாஷே! உன்னைப்போல அரசாங்க செல்லும் செலவும் தந்து தங்குவதற்கு நான் ஒன்றும் பெரிய கலைஞர் இல்லையே.”

“ஆல் த பெஸ்ட். புரோஜெக்ட் லாஞ்ச் பண்ண ஸ்வெட் ஈக்வட்டி (வியர்ப்பின் பங்கை) கணக்குப் பண்ணி வாங்க மறந்துடாதே...”

“அதிலென்ன சந்தேகம்? ஆனால் இந்த புத்திஸ்டுகளால்தான் பிரச்சினை. பிரஸிடெண்டின் ஃபேமிலியிலவுள்ள நியூ ஜெனரேஷனை டார்கெட் செய்யத்தான் பாஸ் சொல்லியிருக்கிறார். அவர்களுக்கு மலையாளப் பெண்களோடான வீக்னஸ்தான் புகழ்பெற்றதாச்சே?”

“உன்னால அந்த நியூ ஜெனரேஷன்ல யாரையாவது தூண்டிலிட்டுப் பிடிக்க வாய்ப்புண்டு, பார்த்துக்கோ.”

“ஒன்றையாவது பிடிக்க முடியுமானால் போதும், தப்பித்து விடலாம்.”

அவள் கடகடவென சிரித்து 'பை' சொல்லி போனை வைத்தாள். ஜூலியட்டுக்கு எங்களுடைய மலையாளத்திலான பேச்சு முழுவதும் புரியவில்லை. ஆனால், சங்கதியின் போக்கு ஓரளவுக்குப் புரிந்துவிட்டிருந்தது. அவள் என்மேல் அந்தளவுக்கு பிடித்தமில்லாத ஒரு பார்வையை ஓடவிட்டாள்.

"என் சினேகிதி, மஞ்சு கோபால். ஜேம்ஸ் பாக்கர் தொடங்கப்போற கொலம்போ கிரௌன் காஸினோவின் புரோஜெக்ட் கோ ஆர்டினேட்டராக ஜாயிண்ட் செய்திருக்கிறாள். கொலம்போ காஸினோவுக்கு ஓடிவரும் இந்தியன் அப்பர் மிடில்கிளாசை லட்சியமாக்கித்தான் பாக்கர் அவளை கோவார்டினேட்டராக்கி இருக்கிறான் என்று தோன்றுகிறது."

"இப்படிப்பட்ட காஸினோக்காரிகளெல்லாம்தான் உங்கள் கூட்டாளிகளா?"

"அவள் ஒரு ஃபெயில்ட் நடிகைதான். பாவம் கடைசியில் இந்த வழியின் மூலம்தான் தப்பிக்க முடிந்தது."

"தப்பிப்பதற்கான ஒவ்வொரு வழிகளும்..."

அவள் வெறுப்புடன் திரும்பிப் பார்த்தாள். கோபம் வந்ததுபோல் நடித்தவாறு படுத்திருக்கும் அவளுடைய முகத்தை டிரெஸிங் டேபிளில் உள்ள கண்ணாடியில் தெளிவாகக் காணமுடிந்தது. கோபம் உள்ளதுபோல் நடிக்கும் போதும் அந்தக் கண்களில் திருப்தியுடையதும் மகிழ்ச்சியுடையதுமான ஒரு ஒளி தெரிந்தது. நன்றாகக் கொஞ்சம் கிச்சுக்கிச்சு மூட்டினால் அந்தக் கோபம் மறைந்து விடும் என்று இத்தனை நாள் அவளுடன் பழகியதிலிருந்தே புரிந்து கொண்டிருந்தேன். அவளுக்கு மிகவும் பயம், கிச்சுகிச்சு மூட்டுவதுதான். சிரிக்கத் தொடங்கினால் பின்பு நிறுத்தவே முடியாது. நான் ஆயுதத்தைப் பிரயோகிக்கத் தொடங்கியதும் "ஐயோ, ஐயோ, வேண்டாம், வேண்டாம்" என்று கூறி தடுத்தாள். கோபம் அவ்வாறு மாறினாலும் அவள் கேட்க வேண்டியதை முகம் நோக்கிக் கேட்டாள்.

"சரி, அவள் உன்னோடு கொஞ்சிக் குலாவுவதைக் கேட்டதும் சிறிது பொறாமை தோன்றியது உண்மைதான் ஒத்துக்கறேன். ஆனால், நீ ஏன் வொர்க்கிங் அரேஞ்ச்மென்டென்று சொன்னாய்?"

"அது... அது வந்து, வேற என்னவென்று சொல்வது?"

"ஷீ ஈஸ் மை வொய்ஃப் என்று சொல்ல வேண்டும். அப்படிச் சொல்வதற்குத் தயக்கம் என்றால் வி ஆர் லிவிங் டுகெதர் என்றாவது சொல்ல வேண்டும்.'

‘சாரி ஜூலி, இனிமேல் எல்லாரிடமும் அப்படியே சொல்றேன்.’

‘தேங்க் யூ டியர்... தேங்க் யு வெரிமச்.’

அவள் மிகவும் மகிழ்ச்சியுடன் என் கையை எடுத்து தன் மார்போடு சேர்த்துக் கொண்டாள்.

‘பீட்டர், இன்று சாயங்காலம் நாம ஒரு சினேகிதியைப் பார்க்கப் போக வேண்டும்.’

‘நிச்சயமாக...’

‘சிட்டிக்கு வெளியில்தான் போக வேண்டும். நாளைக்குக் காலையில்தான் திரும்பி வர முடியும். நீ கிறிஸ்டிகிட்ட விவரத்தைச் சொல்லிவிடு.’

‘அதொன்னும் பிரச்சினையில்லை. நாளைக்கு காலையில நேரத்தோடு இங்கு வந்து விட்டால் போதும்.’

நாங்கள் மாலையாவதற்கு முன்பே இறங்கி விட்டோம். ஜூலியட்டுக்கு கொழும்பு நகரம் நன்றாகவே தெரியுமென்பதால் அவளே காரை டிரைவ் செய்தாள். சிட்டி நெரிசலிலிருந்து வெளியேறி சிரமப் பட்டு ஒரு மணி நேரத்தில் 25 கிலோமீட்டர் தூரத்திலுள்ள கம்பா எனும் சிறிய நகரத்தை அடைந்தோம். அங்கேதான் ஜூலியட்டின் சினேகிதி வீடு இருந்தது.

வீட்டுக்குள் நுழையும் வரையில் அவள் பெரியதொரு ரகசியத்தை என்னிடமிருந்து மறைத்து வைத்திருந்தாள். அது காயத்ரி பரேராவின் வீடுதான். அங்கே அன்று SSFன் ஒரு ரகசியக் கூட்டம் நடந்து கொண்டிருந்தது. கூட்டம் என்று சொல்வதற்கான தகுதிக்குள்ள பெரிய கூட்டம் ஒன்றுமில்லை. உள் அறைக்குள் ஏழெட்டு பேர்கள் ஒன்றாக அமர்ந்து பேசிக்கொண்டிருந்தனர். பேசவேண்டிய செய்தியை நாங்கள் அங்கு செல்வதற்குள் அவர்கள் ஆரம்பித்திருந்தனர். பெண்கள் மட்டுமே அந்தக் கூட்டத்தில் பங்குபெற்றிருந்தார்கள். குஸூம பண்டார நாயகா என்னும் நடுத்தர வயதானவள்தான் அப்போது பேசிக் கொண்டிருந்தாள். அவள் ஸ்ரீலங்கன் வார் விடோஸ் என்னும் இயக்கத்தின் செகரெட்டரி என்பது பின்னால் தெரிய வந்தது. நாங்கள் அவளுடைய பேச்சுக்கு தடங்கல் வராதபடி மௌனமாக நின்றோம்.

‘ஸ்ரீலங்கன் வார் விடோஸ் என்பது இன்று பெரியதொரு இயக்கமாக என்னைப்போல் போரில் கொல்லப்பட்ட ராணுவத்தினரின் விதவைகள் மட்டுமல்ல. கொல்லப்பட்ட டெட்டிஸ்களின்

விதவைகளும் இப்போது நம்முடன் இருக்கிறார்கள். ஆனால் இந்த இரண்டு பகுதியினரைவிட நிரபராதிகளான சிவிலியன்களின் விதவைகள்தான் அதிகம். இலங்கையில் ஒருலட்சம் அளவிற்கு வார் விதவைகள் இருக்கிறார்கள் என்று கணக்கெடுத்துள்ளார்கள். இவர்களில் பெரும்பான்மையானவர்கள் நம் பக்கத்தில்தான் இருக்கிறார்கள். தங்களுக்கு இந்த நிலையைக் கொண்டு வந்தவர்களின்மேல் பழிவாங்க அவர்களெல்லாரும் ஆர்வத்துடன் உள்ளனர். அதனால்தான் நாங்கள் *SSF* உடன் இணைந்து செயல்படத் தீர்மானித்து இருக்கிறோம். காமன்வெல்த் உச்சி மாநாடு நடக்கும் நேரத்தில் நீங்கள் எந்த எதிர்ப்பைக் காட்ட கூட்டம் கூட்டினாலும் நாங்கள் உங்களோடு சேர்ந்து கொள்வோம்.'

"அக்கா நம்முடைய எதிர்ப்பு பிரகடனமாகவோ கோஷ முழக்கமாகவோ இருக்காது. இலங்கைக்கு உள்ளேயும் வெளியிலுமாக லட்சக்கணக்கான மக்கள் நம்மோடு இணைந்திருந்தாலும் கொழும்பில் அப்படிப்பட்டதொரு எதிர்ப்பை நடத்தக் கூடிய வாய்ப்பு இப்போது நடப்பில் இல்லை.'

"அது ஏன்?'

"உலகமே கண்ட மிகப் பெரிய இரத்த ஆறு அன்று இங்கு ஓடியும் கூட குடியுரிமைகளும் அபிப்பிராய சுதந்திரமும் சொந்த எண்ணங்களை வெளிப்படுத்தும் சுதந்திரமும் முழுமையாக தடை செய்தும்கூட அதிபரை ஆதரிக்கும் ஒரு பெரும்பகுதி மக்கள் இந்த நாட்டில் இருக்கிறார்கள். ஃபாஸிஸம் ஒரு தனிமனிதனை மட்டுமல்ல சமூகத்திலுள்ள ஒரு பகுதியினரையே மொத்தமாக பாதித்திருக்கிறது. அதனால், மிகவும் கவனமாகத்தான் நாம் செயல்பட முடியும். இதில் உயிர்கூட போகலாம்."

எல்லாரும் ஒருநிமிட நேரத்துக்கு நிசப்தமாக இருந்தார்கள். அப்போதுதான் காயத்ரி எங்களை கவனித்தாள். அவள் எங்களை உபசாரமாக சபையினருக்கு அறிமுகப்படுத்தினாள். பின்பு மேலும் ஒரு மணி நேரம் சூடான விவாதங்களாகவே இருந்தன. ஜூலியட் விஷயங்களை அழகாக வெளிப்படுத்துவதைக் கண்டபோது எனக்கு அவள்மீது மரியாதை தோன்றியது. உருப்படியான யோசனைகள் ஒன்றும் எழும்பவில்லை என்றாலும் ஒவ்வொருத்தரின் உறுதியும் என்னை ஆச்சரியப்படுத்தியது. கூட்டமும் இரவு உணவும் முடிந்தபின் எல்லாரும் பிரிந்து சென்றதும் ஜூலியட் தனிமையில் கிடைத்தபோது காயத்ரியின் குரல் மாறியது.

'ஜூலி உனக்கு என்னாச்சு?'

'என்ன ஆக வேண்டும்? ஐ லவ் பீட்டர். ஹீ லவ்ஸ் மீ. நாங்க ஒன்றாக சேர்ந்து வாழ்கிறோம். அவ்வளவுதான்.'

'நான் கேட்டது அதுவல்ல. நீ யாரோடு படுத்து உறங்குகிறாய் என்பது உன்னுடைய சொந்த விஷயம். ஆனால், இவன் ராஜபட்சேவின் பிச்சைக் காசை வாங்கி சினிமா பிடிக்கத் திரியறவன். அப்படிப்பட்டதொரு புராஜெக்டில் உன்னால் எப்படி ஒத்துழைக்க முடிகிறது?'

'காயத்ரி, இந்த ஜூலியட் ஒன்றையும் பார்க்காமல் அப்படியொரு மூவ்மெண்ட் செய்வாளா?'

'புரியவில்லை.'

'எனக்குத் தேவையானது டெம்பிள் ட்ரீஸ்க்கு ஒரு ஆக்ஸஸ்.'

காயத்ரி சட்டென்று மௌனமானாள். பின்பு அவள் அந்த விஷயத்தைப் பற்றி ஒன்றும் கேட்கவில்லை. வேறு பல விஷயங்களைப் பற்றி தாராளமாகப் பேசினாள். வழக்கம்போல் விவாதித்தார்கள். கடைசியில் விஷயம் 'ஸூஸானா ஸூபினா'வில் வந்து சேர்ந்தது.

'பீட்டர், நீ பம்பராயக் வாசித்திருக்கிறாயா?'

'படித்தேன். சில பகுதிகளை மிகவும் சுருக்கி எழுதியதுபோல் தோன்றியது.'

'அதை எழுதிய மீனாட்சி ராஜரத்தினத்தை நீ பார்க்க வேண்டாமா?'

'கண்டிப்பாக...'

'அவர் கனடாவில்தான் இருக்கிறார். இன்றிரவு 10 மணிக்கு ஸ்கைபில் பேசுவதாகச் சொல்லியிருக்கிறார். நாம் பேசுவோம்.'

27

SAVE SRILANKA FROM FASCISM

என்னைப் போல்தான் காயத்ரியும் ஜூலியட்டும் முதன்முதலாக மீனாட்சியைப் பார்க்கப் போகிறார்கள். அதனுடைய ஆவல் எல்லாருக்குமே ஏற்பட்டிருந்தது. அதனால் தங்களுக்குத் தெரிந்திருக்கக் கூடிய விஷயங்களை ஒருவருக்கொருவர் பகிர்ந்து கொண்டு நாங்கள் பத்து மணி ஆவதற்காக ஆவலுடன் காத்திருந்தோம். காயத்ரிதான் மீனாட்சியை எங்களுக்கு அறிமுகப்படுத்தி முதலில் பேசினாள்.

"*SSF* எனும் மூவ்மெண்ட்டுக்கு தொடக்கம் குறித்ததே மீனாட்சி ராஜரத்தினம் என்ற தாங்கள்தான். *2004*ல் ஈழப்போர் முடிந்து சில மாதங்களுக்குப் பின் ஆகஸ்டில்தான் ஸ்ரீலங்கன் ப்ளாக் விடோஸ் என்னும் பெயரில் தங்களின் முதல் போஸ்ட் ஃபேஸ் புக்கில் வெளிப்பட்டது. கொடூரமாக பலாத்காரம் செய்யப்பட்டு அரை நிர்வாணத்துடன் படுத்திருக்கும் ஸ்ரீலங்கா என்னும் யுவதியும் அவளுடைய மார்பில் மிதித்துக் கொண்டு வெற்றி மிதப்பில் நிற்கும் மிலிட்டரி யூனிஃபார்மிலுள்ள அதிபர், *'Don't you feel shame?'* என்னும் அடிக்குறிப்புடன் கூடிய ஒரு கார்ட்டூனாக இருந்தது போஸ்டின் விஷயம். மீனாட்சியின் போஸ்டை வெகுவிரைவில் ஆயிரக்கணக்கானவர் கள் பகிர்ந்து கொண்டார்கள். இலங்கை ஆக்டிவிஸ்டுகளின் குரூப்களில் நீண்ட விவாதங்களுக்கும் அது தொடக்கமாக இருந்தது. என்றாலும் ஒரு பெண்தான் இந்தப் போஸ்ட்டுகளை இடுகிறாள் என்று எனக்கு நம்பிக்கை வரவில்லை. போரில் தோற்கடிக்கப்பட்ட இயக்கத்தின் அனுதாபிகள் அதற்குப் பின்னால் இருக்க வேண்டுமென்று எனக்குத் தோன்றியிருந்தது. என்றாலும் அந்த வாதங்களில் நான் உயிர்ப்புடன் பங்குபெற்றேன். செச்னியின் பிளாக் விடோஸைப்போல் ஒரு அமைப்பைத் தொடங்குவதற்கு உத்தேசிக்கிறீர்கள் என்றால் நாங்கள் அதற்கு எதிராகத்தான் இருப்போம்" என்று என்னைப்போல் பெரியதொரு பகுதியினர் சொல்லவும் செய்தார்கள்.

"ஆனால், இது அப்படிப்பட்டதொரு குழுவில்லை என்று தெளிவுபடுத்தும் போஸ்ட்டுகள்தான் பின்பெல்லாம் வந்தன.

ராணுவத்தையும் இயக்கத்தையும் அமைதிப் படையையும் ஒரே மாதிரி விமர்சிக்கவும் ரஜனிதிரணகாமாவை அடிக்கடி உயர்வாகப் பேசவும் செய்வதில்தான் எங்களின் சந்தேகம் உறுதியில்லாதது என்று புரிந்தது. 2010இல் ஐ.நா.சபை ஆண்டுதோறும் ஜூன் 23 அன்றை சர்வதேச விதவைகள் தினமாக அனுஷ்டிக்கத் தீர்மானித்தபோது எனக்கு முதன்முதலாக மீனாட்சியின் மெயில் வந்தது. ஸ்ரீலங்கன் வார் விடோஸ் என்னும் புரொஃபைல் தன்னுடையதுதான் என்றும் சர்வதேச விதவைகள் தினம் இலங்கையிலும் அனுஷ்டிக்க வேண்டிய ஏற்பாடுகளைச் செய்ய வேண்டும் என்றும்தான் அந்தச் செய்தியில் இருந்தது. டொரண்டோவில் வசிப்பதால் தன்னால் நேரிடையாக வருவதற்கு வாய்ப்பில்லை என்றும் குறிப்பாக சுட்டிக் காட்டியிருந்தார். 2010 ஜூன் 23ஆம் தேதி கொழும்பில் சர்வதேச விதவைகள் தினம் அனுஷ்டிப்பதற்கான ஏற்பாடுகளை நாங்கள் செய்தோம். ஸ்ரீலங்கன் வார் விடோஸ் தினம் என்றுதான் நாங்கள் அந்த அமைப்புக்குப் பெயர் சூட்டினோம். அதனால்தான், கூட்டத்திற்கு அரசாங்கம் அனுமதி மறுத்தார்கள். வார் விடோஸ் என்னும் வாக்கியத்தைத்தான் காரணமாகக் கூறினார்கள். நாங்கள் அதிபரை தொடர்ந்தாற்போல் விமர்சிப்பவர்கள் என்னும் இண்டெலிஜென்ஸ் ரிப்போர்ட் தான் அதற்கு உண்மையான காரணமாயிருந்தது. அரசாங்கம் சார்புடைய வேறு ஏதோவொரு குழு விதவைகள் தினத்தைக் கொண்டாடியது. அன்றிரவு ஆன்லைனில் நடந்த நீண்ட விவாதங்களிலிருந்துதான் SSF என்னும் இயக்கம் வடிவம் கொண்டது.

‘பின்புதான் மிகப் பலமான கேம்பைனாக வளர்ந்தது. போர் விதவைகள் பற்றியதான விவாதங்கள் இயல்பாகவே மற்ற விஷயங்களுக்கும் கடந்தது. போரின் வரலாற்றுப்பூர்வமாகவும் இனம் வகையாகவும் அரசியல் ரீதியாகவும் பண்பாட்டுத் தளமாகவுமான ஒவ்வொரு காரணமும் மிகவும் விலாவாரியாக விவாதிக்கப்பட்டது. ஆட்சியின் ஃபாஸிஸ போக்குகளைத் துல்லியமாக அடையாளங்காணவும் அதனை எதிர்ப்பதற்கான பொறுப்பை ஏற்றுக் கொள்ளவும் அந்த விவாதங்கள் காரணமாயின. மூன்று ஆண்டுகளில் ஒரு லட்சத்திற்கும் மேற்பட்ட ஆதரவாளர்கள் குழுவில் சேர்ந்துள்ளார்கள். பொது விவாதங்களுக்கு வெளியே ஒவ்வொரு உறுப்பினரும் அடிக்கடி தனிப்பட்ட மெயில் அனுப்பி எல்லாரும் சேர்ந்து மிகவும் நல்லதொரு தொடர்பை ஏற்படுத்திக் கொள்ள மீனாட்சியால் முடிந்தது. ஆனால், அவர் ஒருபோதும் தான் யார் என்பதையோ தன் பெயர் என்ன என்பதையோ வெளிப்படுத்தவில்லை.

sww@gmail.com என்ற இ-மெயில் முகவரியைத் தவிர வேறொன்றும் எங்கள் யாருக்கும் தெரியாமல்தான் இருந்தது. ஆனால், சென்ற வாரம் எனக்கொரு பர்சனல் மெயில் வந்தது. அது "அந்த மெயிலில் என்ன இருந்தது?" ஆர்வத்தைப் பொறுக்க முடியாமல் நான் கேட்டேன்.

"மீனாட்சி ராஜரத்தினம் என்னும் எழுத்தாளி தான்தான் என்று அவர் முதலில் தன்னை அறிமுகம் செய்து கொண்டார். பின்பு, காயத்ரி, *SSF*ன் வளர்ச்சியும் அதிலுள்ள ஒவ்வொரு உறுப்பினரும் என்மேல் கொண்டிருக்கும் எதிர்பார்ப்பும் என்னை மிகவும் அச்சங்கொள்ளத் தொடங்கி இருக்கிறது. நான் என்னுடைய யதார்த்த நிலையை இதுவரையில் யாருடனும் தெரியப்படுத்தவில்லை. அதை நீயாவது தெரிந்திருக்க வேண்டும். காரணம், இந்த இயக்கத்தை இன்னும் பலமாக முன்னோக்கிக் கொண்டு செல்ல காயத்ரி பரேராவால்தான் முடியும் என்று எனக்குத் தோன்றுகிறது. அதுமட்டுமல்ல, மிகவும் முக்கியமான இன்னும் சில விஷயங்களையும் தெளிவாக எழுதியபோது நான்தான், 'நாம் ஒருமுறை நேரில் பார்த்தால் என்ன' என்னும் எண்ணத்தை வைத்தேன். முதலில் முற்றிலும் ஆர்வம் காட்டவில்லை என்றாலும் இறுதியில் இன்று ஆன்லைனில் பார்க்கலாம் என்று ஒத்துக் கொண்டார்.

'தேவநாயகியின் கதை' எழுதிய மீனாட்சி ராஜரத்தினம் இவர்தான்.

"அப்படித்தான் இருக்க வேண்டும். மீனாட்சி ராஜரத்தினம் எழுதிய தேவநாயகியின் கதையில் ஸ்ரீலங்கன் வரலாற்றில் இன்னொரு வாசிப்பும் உண்டென்று *SSW*ல் ஒரு போஸ்ட் போட்டிருக்கிறார்."

"ஆனால், பம்பராயிக்கில் மீனாட்சி சொல்வது, ஸிகிரியாவில் உள்ள ஓர் ஆர்க்கியாலஜிஸ்ட் ஸூஸானா ஸூபினா வாசிக்கத் தந்தார் என்பதுதானே. அப்படி ஏதாவது நேர்ந்திருக்குமா ஜூலி?"

"நேர்ந்திருக்கும். ஸூஸானா ஸூபினா கண்டுபிடிக்கப்பட்டு மூன்றுநான்கு ஆண்டுகளுக்குப்பின் பிரிட்டீஷ் ஆக்ஸண்டில் நன்றாகப் பேசக்கூடிய ஓர் இளம்பெண் அதைத் தேடி வந்திருந்தாள். அவளுக்குத் தேவையான எல்லா வசதிகளையும் நான் செய்து கொடுத்திருந்தேன். பின்பு யாரும் அந்த நூலைத் தேடி வந்ததில்லை. "பம்பராயக்"கில் கதை பிரசுரமான உடனே அரசாங்கம் ஸூஸானா ஸூபினாவின் பிரதியை கொழும்புவுக்குக் கொண்டு சென்று, அதை அங்கேயே அழித்து விட்டார்களோ என்றும் கூட சந்தேகம் உண்டு. அயல்நாட்டிலிருந்து பிரசுரிப்பதால் பம்பராயக்குக்கு எதிராக நடவடிக்கைகள் ஒன்றும் எடுப்பதற்கு அவர்களால் முடியவில்லை."

"அந்த இளம்பெண் இந்த மீனாட்சி ராஜரத்தினமாக இருக்கலாமோ?"

"இருக்கலாம் என்பதற்கான வாய்ப்புகளுண்டு. உறுதியில்லை. ஆனால், அன்று அவள் வேறு என்னவோ பெயரைத்தான் சொன்னாள். தான் ஒரு மலையாளி என்றும் கேரளத்தில் ஏதோவொரு பல்கலையில் ஆராய்ச்சி செய்வதாகவும் சொன்னாள்."

நாங்கள் ஆக மொத்தத்தில் குழப்பமாகிவிட்டோம். சரியாகப் பத்து மணிக்கு மீனாட்சி ஸ்கைபில் வந்தாள். எங்கள் மூவருக்கும் தெளிவாகத் தெரிவதற்காக காயத்ரி லாப் டிவிக்கு கனெக்ட் செய்தாள். மிகவும் இருளானதொரு சூழலில்தான் மீனாட்சி அமர்ந்திருந்தாள். முகத்தை ஏறக்குறைய முக்கால் பங்கையும் முஸ்லீம் பெண்கள் அணியும் பர்தா போன்றுள்ள ஆடையினால் மறைத்திருந்ததால் கண்களையும் நெற்றியையும் மட்டுமே காண முடிந்தது. அந்தக் கண்கள் எனக்கு மிகவும் பழக்கமானதாகத் தோன்றின. அவளுடைய மெல்லிய வார்த்தைகள் தெளிவில்லாமல் வெளிவரத் தொடங்கின.

"காயத்ரி, இதுவொரு பதிவுசெய்யப் பட்ட வீடியோ பேச்சுதான். நேரிடையாக உன் முன்னால் வரக்கூடிய நிலையில் நான் இல்லை. இதுவரை என் பெயரில் பேஸ்புக்கிலும் ட்விட்டரிலும் வந்த எல்லா போஸ்ட்களும் நான் அனுப்பிய இ-மெயில் செய்திகளும் அருள்மொழி நங்கை மற்றும் யமுனா ஸ்ரீதர் என்ற இந்த இரு இளம்பெண்கள் எனக்காகச் செய்தவைதான். கனடாவிலுள்ள பிரபலமான *SAD* என்ற புகழ்பெற்ற பாண்டில் பாடும் ராக் பாடகிகள்தான் அவர்கள். நான் அவர்களுக்காக பாடல்கள் எழுதியுள்ளேன். யமுனா நல்லதொரு கார்டூனிஸ்டும் கூட. *SSF*ன் முதல் போஸ்டில் உள்ள கார்டூனை அவள்தான் வரைந்தாள். நான் அடிக்குறிப்பை மட்டுமே சொல்லிக் கொடுத்தேன். இரண்டு கைகளும் இல்லாததால் அவர்களின் உதவியில்லாமல் என்னால் ஒரு காரியத்தையும் செய்ய முடியாது. சென்ற மூன்றாண்டுகளாக கவிதைகளும் கதைகளும் பாடல்களையும் எல்லாம் நான் சொல்லச் சொல்ல அவர்கள் மூலம் டைப் செய்து கொள்கிறேன். இந்த உரையாடலைக் கூட அவர்கள் தான் ரெக்கார்டு செய்து இண்ட்டர் நெட்டில் இட்டார்கள். என் வாழ்க்கைக் கதையை என் வார்த்தைகளிலேயே பதிவு செய்து பாதுகாக்க வேண்டுமென்னும் அருள்மொழியின் ஆர்வத்திற்காகத்தான் இதை நான் சொல்கிறேன்.

"என்னுடைய இந்த வேடத்தையும் பதறும் வார்த்தைகளையும் கண்டுவிட்டு நீ ஆச்சரியப்படுவாய் என்று எனக்குத் தெரியும். பேஸ்புக்கில் தீப்பொறி பறக்கும் போஸ்டுகளைப் போட்டவளா இப்படித் தட்டுத் தடுமாறி பேசுகிறாள் என்ற சந்தேகமும் தோன்றலாம்.

ஆமாம். இது நானேதான். முகம் முழுமையும் ஆசிட் பட்டு வெந்து போய் விகாரமானதால்தான் இப்படி மறைத்திருக்கிறேன். இதோ பார். என் ரெண்டு கைகளுமே தோளுக்கு சிறிது தாழ்வரை மட்டுமே உள்ளன. 2009ல் முல்லைத் தீவில் நடந்த இறுதிக்கட்ட போராட்டத்தில் இசைப்பிரியாவோடு சேர்த்து என்னையும் இலங்கை ராணுவத்தினர் பிடித்து விட்டனர். எனக்கு அழகு கொஞ்சம் அதிகமாகவே இருந்ததால் மேலிடத்தவருக்கு என்னை காணிக்கையாக்குவதற்காக ஒரு ராணுவ போட்டில் ஏற்றி கொழும்புக்கு கொண்டு போனார்கள். அதற்கு மூன்று நாட்கள் முன்புதான் இலங்கை கப்பற்படையுடனான போரில் என் கணவர் மேஜர் ஸ்டாலின் கொல்லப்பட்டிருந்தார். கர்னல் சூசையாவின் தலைமையிலுள்ள கடல்புலிகளில் ஒருவராகத்தான் ஸ்டாலின் இருந்தார். மூன்று வயதான கடற்புறா என்னும் என் சிறிய மகளுக்கு என்ன நடந்தது என்றே தெரியாது.

“கொழும்பில் டெம்பிள் ட்ரீஸுக்கு அருகிலுள்ள ஒரு பெரிய கட்டடத்தின் ரகசிய அறையில் வைத்து மூன்று நாட்கள் பலபேர்கள் என்னை குரூரமாக வதைத்தார்கள். ஈழப்போரின் வெற்றியை அரசாங்கத்தின் மேலிடத்தவர் என் உடம்பில்தான் கொண்டாடினார். வெளியில் கேட்கும் வெற்றிக் கோஷங்களின் ஆரவாரத்தில் என்னுடைய கூச்சல்கள் அமிழ்ந்து விட்டன. இறுதியில் தளர்ந்து சோர்ந்து போனதும் நான்காம் நாள் காலையில் ஒரு ராணுவ ட்ரக்கில் ஏற்றி அவர்கள் என்னை ‘டிவைன் பேர்ல்’ என்னும் ரகசிய இடத்திற்குக் கொண்டு சென்றார்கள். அங்கே மீண்டும் மூன்று வாரம் வரை தங்க வைத்தார்கள். மற்ற ஈழத் தமிழ்ப் பெண்களைவிட வெளுப்பாகவும் அழகாகவும் இருந்ததால் ராணுவ மேலதிகாரிகளுக்கு என்மேல் பெரும் ஆவலாக இருந்தது. அதிதீவிர பாதுகாப்புள்ள இடமான அங்கிருந்து தப்புவதற்கு முயன்றதின் தண்டனைதான் என்னுடைய இந்த நிலை. நடுநிசியில் காவல்காரனின் வேஷத்தில் வெளியே செல்ல முயன்றபோது பிடிக்கப்பட்டேன். மறுநாள் பிரார்த்தனை அறை என்றழைக்கப்பட்ட இண்ட்ராகேஷன் சேம்பரில் பலமணி நேரம் வரையில் கேள்விகள் கேட்டார்கள். பல்வகை நவீன உபகரணங்களைப் பயன்படுத்தி சித்ரவதைகளைச் செய்ததும் பொறுக்க முடியாமல் நான் எல்லாவற்றையும் ஏற்றுக் கொண்டேன். குற்றத்தை ஒப்புக் கொண்டதால் முகத்தை ஆசிட் ஊற்றி சிதைத்துவிடவும் இரண்டு கைகளை வெட்டிவிடவும் முக்கிய ராணுவ அதிகாரி உத்தரவிட்டான்.

“மறுநாள் காலையில் தண்டனையின் முதல்கட்டத்தை நிறைவேற்றினார்கள். விடிவதற்கு முன்பே எழுப்பி அதற்கான

பிரத்யேக அறைக்குள் என்னை அழைத்துச் சென்றார்கள். இரும்புக் கட்டிலில் நிர்வாணமாக்கி படுக்க வைத்து கைகால்களை கட்டி முதலில் ஆசிடை தடவினார்கள். -கலாட்டா செய்யாமல் அசையாமல் படுத்திருந்தால் உன்னுடைய முகத்தின் அழகு மட்டும்தான் போகும். பாதி மென்மையாக்கப்பட்ட ஆசிடில் இந்த பிரத்யேக பிரஷை முக்கி பெயிண்ட் செய்வது போல் கன்னத்தில் மென்மையாகத் துடைப்போம். கிடந்து துடிக்கவோ தடுக்கவோ முயன்றால் மற்ற முக்கிய இடங்களிலிலும் ஆசிட் சிந்தி எரியும்- என்னும் முன்னறிவிப்புடன்தான் தண்டனையை நிறைவேற்றும் அதிகாரியான ராபர்ட் ஜெயவர்த்தனே வந்தான். அவன் என்னை இங்கே ஆரம்ப நாட்களிலேயே இரண்டு மூன்று முறை பலாத்காரம் செய்திருந்தாலும் என்னுடைய அந்த கிடப்பைக் கண்டதும் ஆசிடைத் தடவுவதற்கு முன்பாக ஒரு தடவை முத்தமிட வேண்டுமென்று தோன்றியதாம். -உனக்கான கடைசி முத்தம் என்னுடையதாக இருக்கட்டும். இந்தத் தண்டனை நிறைவேறிய பின் எந்தவொரு ஆணுக்கும் உன்னை முத்தமிடத் தைரியம் இருக்காது- என்று சொல்லி கன்னங்களில் அவசர அவசரமாக முத்தமிட்டான். கடைசியில் உதட்டிலும் ஒரு நீண்ட முத்தமிட்டு விட்டு மகிழ்ச்சியடைந்தவனாக ஆசிட் நிரம்பிய ஸ்படிகப் பாத்திரத்தைக் கையில் எடுத்தான்.

“ஒரு பியூட்டிஷியனின் கவனத்துடன் பிரஷ்ஷை ஆசிட்டில் முக்கி என் இடது சுட்டு விரலின் முனையில் கொஞ்சம் தொட்டான். சுட்டெரிந்ததால் நான் கையை அசைக்க முடியாமல் உரக்க அழுதேன். -இல்லையில்லை உன்னை நான் வேதனைப் படுத்தமாட்டேன்- என்று கூறிய அவன் ஆசிட் பாத்திரத்தையும் பிரஷ்ஷையும் ஒதுக்கி வைத்துவிட்டு என் தலைமாட்டுக்கருகில் வந்து அமர்ந்து கொண்டு சுருண்ட முடியில் நேசத்தோடு கோதினான். விரலின் வலி சிறிது குறைந்ததும் கன்னத்தில் மேலும் ஒரு முத்தம் கொடுத்தான். -என் பொன்னுக்குட்டி. உன்னை இந்தத் தண்டனையிலிருந்து விடுவிக்கிறேன்-” நான் எதிர்பார்ப்புடன் அவனை நோக்கினேன். -நீ ரீஹாபிலியேஷனுக்குத் தயாராக வேண்டும்- நான் ஒத்துக் கொள்ளும் பாவனையில் தலையாட்டினேன். உண்மையைச் சொல்ல வேண்டுமானால் எனக்கு அது சம்மதமாகவும் இருந்தது. அவனுக்கு மிகவும் மகிழ்ச்சியாகி விட்டது. -கெட்டிக்காரி!அப்படித்தான் நல்ல பெண்கள் இருப்பார்கள். ஆனால், நீ அதற்கு தகுதியாக வேண்டுமானால் நான்கு முக்கியமான காரியங்களைச் செய்ய வேண்டும்.

ஊடகங்களுக்கு முன்னால் அரசாங்கத்தின் ஹியூமானிட்டேரியன் ஆபரேஷனைப்பற்றி ஆதரித்துப் பேச வேண்டும். வி.பி.யையும்

இயக்கத்தையும் முழுமையாக எதிர்த்துப் பேசவேண்டும். அதிபரை தனிப்பட்ட முறையிலும் அவரின் செயல்பாடுகளை ஒட்டுமொத்தமாகவும் மேன்மையாகப் புகழ்ந்து பேச வேண்டும். மகிந்த சிந்தனைதான் இனிமேல் ஸ்ரீலங்காவின் முன்னேற்றத்துக்கான ஒரே வழி என்று சொல்ல வேண்டும். இவற்றுக்கெல்லாம் சம்மதமென்றால் இத் தண்டனையை இங்கேயே இத்துடனே முடித்துக் கொள்ளலாம். உன்னைவிட தீவிரமான சில பெண் புலிகளும் இதையெல்லாம் செய்துவிட்டுதான் இங்கிருந்து தப்பித்தார்கள். அவர்களில் பலரும் சிங்கள இளைஞர்களின் பாவப்பட்ட மனைவிகளாக சுகமாக வாழ்கிறார்கள். அப்புறமென்ன, உன்னைப் போன்ற பெண்களுக்கு அது மட்டும் போதாதா? கருணா அம்மான் துறையில் முதல்தரமானதொரு வேலை கிடைக்கும். பிடித்தமான ஏதேனுமொரு சிங்களப் படைவீரனை கல்யாணம் செய்து கொள்ளலாம். இனிமேலுள்ள காலத்தையாவது நீ அமைதியாக வாழலாம்- இவ்வளவையும் கேட்டவுடன் கோபம் பொறுக்க முடியாமல் அவன் முகத்தில் மட்டும் காறி துப்பினேன்.

"மகிந்த கொள்கை... அவனுடைய..." என்று சிங்களத்திலேயே மிகப்பெரிய கெட்ட வார்த்தைதான் என் நாவிலிருந்து வந்தது. ராபர்ட் ஜெயவர்த்தனே அதன் பிறகும் கோபப்படவில்லை என்பதுதான் ஆச்சர்யம். டவலை எடுத்து முகத்தைத் துடைத்துக் கொண்டு மீண்டும் ஆசிடையும் பிரஷையும் கையிலெடுத்தான்.

"அவன் என் வலது கன்னத்தில் ஆசிடை பெயிண்ட் செய்த நிமிடத்தை என் வாழ்நாளிலேயே ஒருபோதும் மறக்க முடியாது. கன்னத்தில் திடீரென்று தீ பற்ற வைத்ததுபோல தோன்றியது. வலியைப் பொறுக்க முடியாமல் உரக்கக் கத்தியபோது அவன் என் வாயில் பிளாஸ்டரை ஒட்டினான். முகத்தின் தசை கருகி கடுமையான நெடி மூக்கில் ஏறியது. கைகால்கள் கட்டப்பட்ட நிலையிலும் கட்டிலில் கிடந்து துடித்தேன். அந்தத் துடிப்பில் சில ஆசிட் துளிகள் மற்ற பாகங்களிலும் வடிந்தன. அவற்றையெல்லாம் கண்டும் யாதொரு சங்கடமும் இல்லாமல் அவன் இடது கன்னத்திலும் தண்டனையை நிறைவேற்றினான். சிறிது நேரத்துக்கு முன்பு தான் முத்தமிட்டு சுவைத்த கன்னங்களைத்தான் இப்படிக் கருக்குகிறோம் என்று ராபர்ட் நினைத்திருப்பானோ இல்லையோ? அவன் மட்டுமல்லவே. எத்தனையோ பேர் முத்தமிட்டு சுவைத்த கன்னங்களல்லவா. அரசியல் தலைவர்கள் முதல் சாதாரண பட்டாளக்காரன் வரை சுவைத்ததுதான். எல்லாரையுமே நான் வெறுத்தவள்தான். ஏன், கணவனாக இருந்த

ஸ்டாலினிடமும் எனக்கு இதில் வெறுப்பு இருந்தது. இயக்கத்தின் கட்டுப்பாட்டு நடவடிக்கையின் ஒரு பகுதியாகத்தான் நான் அவனைக் கணவனாக ஏற்க வேண்டிய நிலை வந்ததும், அவன் மூலம் ஒரு குழந்தையைப் பெற வேண்டியதும் ஆயிற்று. சுத்தமில்லாத அழகற்ற மனிதனவன். ‘தேவடியா’ என்றுதான் என்னை அழைப்பான். என் வாழ்க்கையில் மிகவும் நான் காதலித்த ஒரேயொரு ஆணின் முத்தம் ஒருபோதும் எனக்குக் கிடைப்பதற்கான அதிர்ஷ்டம் இல்லாமலேயே போய்விட்டது. வாழ்க்கையில் ஒரு முறை மட்டும்தானே நாம் காதலிக்க முடியும். மற்ற எல்லா உறவுகளும் வெறும் சம்பிரதாயத்தால் உருவாக்கப்பட்ட விபசாரம்தானே? அப்படியானால் ‘தேவடியா’ என்று அழைக்கும் ஸ்டாலினையும் குற்றம் சுமத்த முடியாது.

“ஆசிட் பயன்பாட்டால் ஏற்பட்ட காயங்கள் கொஞ்சம் உணரட்டும் என்று கருதிதான் மறுவாரம் மாலை வரையில் கையைத் துண்டிக்கும் தண்டனையை ஒத்தி வைத்திருக்க வேண்டும். டிவைன் பேர்ளின் தரைத்தளத்தின் ஹாலில் வைத்துதான் அந்தத் தண்டனையை நிறைவேற்றுகிறார்கள். எல்லா கைதிகளும் சிறை அதிகாரிகளும் அதைக் காண்பதற்காக நெருக்கமாகக் கூடி நின்றிருந்தார்கள். ஆசிடை தடவுவதற்கு மட்டும் யாரும் இல்லையே... இதற்கு மட்டும் ஏன் இப்படி என்று நான் மனதிற்குள் நினைத்தேன். முகம் முழுவதும் கருகி விகாரமாகி விட்டதின் அவமானத்தாலும் வலியினாலும் நான் யாருடைய முகத்தையும் பார்க்கக்கூட முடியாமல் இருந்தேன். இடது கண்ணின் பார்வை ஒரு வட்டம் வரையில் பறிபோயிருந்தது. டிவைன் பேர்ளிலுள்ள மிக உயரிய ராணுவ அதிகாரிக்குதான் தண்டனையை நிறைவேற்றும் பொறுப்பு (அவனுடைய பெயரைச் சொல்வது கூட பாவம் என்பதால் ஜெனரல் என்று மட்டும் அழைக்கலாம்) இருந்தது. ராணுவத்தினர் என்னை அந்தக் கட்டிடத்தின் ஹாலிலுள்ள உயர்ந்த மேடையில் எல்லாருக்கும் முன்னால் கொண்டுவந்து நிறுத்தினார்கள். அதன் அருகில் மேசைமேல் கையை வெட்டுவதற்கான வாளையும் மற்ற பொருட்களையும் தயாராக வைத்திருந்தார்கள். வலது கண்ணால் மட்டும்தான் என்றாலும் கத்தியின் கூர்மையைக் கண்டு நான் பயந்து நடுங்கினேன்.

“ஒரு நடுத்தர பதவியிலுள்ள ராணுவ அதிகாரி ஒருவன் மேடைக்கு ஏறி வந்தான். எனக்கு எதிரான குற்றப்பத்திரிகையைப் படித்தான். பிரதான காவலாளியை காமத்தால் மகிழ்ச்சிப்படுத்தி சிறையிலிருந்து தப்பிக்க வைக்க முயன்றேன் என்பதுதான் முக்கியக் குற்றம். அவ்வாறு இனி ஒருபோதும் யாரையும் சந்தோஷப்படுத்தாமல் இருப்பதற்காக

ஆசிடை ஊற்றி முகத்தை கோரப்படுத்தியது முதலாவது தண்டனை என்றும், சிறையிலிருந்து தப்பிக்க முயற்சிக்காமல் இருப்பதற்காக இரண்டு கைகளையும் வெட்டி எறிவது என்பது தண்டனையின் இரண்டாவது கட்டம் என்றும், அதுதான் இன்று நிறைவேற்றப்படுகிறது என்றும் கூறினான். தண்டனையின் முதல் கட்டத்தை அனுபவித்து முடித்ததும் பிரதிவாதி யாதொரு அனுதாபமும் வெளிப்படுத்தாததினால் இன்று இரண்டாம் கட்டத் தண்டனை நிறைவேற்றப்படுகிறது என்று சொன்னான். அப்போது முக்கியமான ராணுவ அதிகாரி, தான் ஒரு தண்டனையை நிறைவேற்றப் போகிறோம் என்ற யாதொரு பாவனையும் இல்லாமல் புன்னகைத்துக் கொண்டே மேடைக்கு ஏறி வந்தான். இரண்டு ராணுவத்தினர் என்னை மேசைக்குப் பின்னாலுள்ள தூணோடு சேர்த்து நிறுத்தினார்கள். கால்கள் முதல் கழுத்து வரையில் நல்ல மினுமினுப்புள்ள கயிற்றால் தூணோடு சேர்த்துக் கட்டினார்கள். அதன்பின் கைகள் இரண்டையும் மேசையின்மேல் நீட்டி வைத்து கண்களை மூடிக் குனிந்து நிற்கச் சொன்னார்கள். நான் ஒரு இயந்திரத்தைப்போல் எல்லாவற்றுக்கும் ஒத்துழைத்தேன். கை மூட்டுக்குச் சிறிது மேலே வெட்டி எறிவதற்கான பகுதியை யாரோ வந்து மார்க்கர் பேனாவால் அடையாளமிட்டார்கள்.

“அப்போது ஜெனரல் அனுதாபக் குரலில் அவர்களிடம், -ஐயோ பாவம், இரண்டு கைகளையும் ஒன்றாக வேண்டாம். ஒன் பை ஒன். ஓகே- என்றான்.

“ராணுவத்தினர் என் இடதுகையை தூணில் சேர்த்துக் கட்டினார்கள். ‘வேண்டாம் இரண்டு கைகளையும் ஒன்றாகவே வெட்டினால் போதும் என்று சொல்ல வேண்டுமென்று தோன்றியது. வலியை ஒரே நேரத்தில் அனுபவித்தால் போதுமென்றிருந்தது. ஆனால் பிரதிவாதியின் வசதியை ஒட்டி தண்டனையை நிறைவேற்றமாட்டார்களே. வலது கையை நீட்டி வைத்து நான் கண்களை மூடி நின்றேன். எந்த நிமிடத்திலும் முழங்கைக்கு மேல் வாள் விழும் என்னும் சிந்தனையுடன் பயந்து நடுங்கி நிற்கையில் யாரோ என் முதுகில் கையை வைத்தார்கள். அது அவன்தான். ஜெனரல்தான்.

“அவன் மிகவும் அமைதியாக என்னிடம், -இந்தத் தண்டனையை நான் விலக்கி விடுகிறேன். அதிபரின் நடவடிக்கைகளை ஆதரித்து டெலிவிஷனில் பேசத் தயாரா?- என்று கேட்டான். ராபர்ட்டின் வார்த்தைகளையே இவனும் மீண்டும் சொல்கிறானே, இந்த முறை கொஞ்சம் அறிவுப் பூர்வமாக நடந்து கொள்ள வேண்டும் என்று தோன்றியது. ஆவேசப்படுவதால் பயனொன்றுமில்லை என்பதால்

நான் முகத்தை நிமிர்த்தி அவனை நேரிட்டு நோக்கி ஒத்துக் கொள்கிறேன் என்பதுபோல் தலையாட்டினேன். அவன் என்னை விடுவிக்குமாறு ராணுவத்தினரிடம் சொன்னான். நிமிடத்துக்குள் அவர்கள் என்னை விடுவித்தார்கள். ராபர்ட்டும் உடனே மேசைக்கு ஏறி வந்தான்.

''சார், தயவு செய்து என் கைகளை வெட்டி விடாதீர்கள். எந்த டெலிவிஷன் சேனல்காரர்களை வேண்டு மானாலும் அழையுங்கள். நான் தாங்கள் சொல்வதுபோல் அவர்களிடம் சொல்கிறேன் தயவு செய்து என் கைகளை வெட்டாதீர்கள், சார்.' என்றேன்.

''நான் எல்லாருக்கும் முன்னால் நின்று உரக்கத் தேம்பித் தேம்பி அழுதேன். ராபர்ட் அதை நம்ப முடியாதது போல் விழித்துக் கொண்டு நின்றான். ஜெனரலும் மற்ற ஆபீஸர்களும் எனக்குள் நிகழ்ந்த மாற்றத்தில் மிகவும் சந்தோஷப்பட்டார்கள். ஏராளமான கேள்விகளைக் குறுக்கும் நெடுக்கும் மடக்கிக் கேள்விகளாகக் கேட்டு என் மனமாற்றத்தில் உண்மைநிலை முழுமையாக மாறியுள்ளது என்றும் அதிபரினுடையதும் ராணுவத்தினருடையதுமான நன்மைகளை உணர்ந்து அறிந்துள்ளேன் என்றும் புரிந்து கொண்டார்கள். பலாத்காரமாக வதைபட்டதில் வருத்தம் தோன்றவில்லையா என்ற ஜெனரலின் கேள்விக்கு நான் மிகவும் வருத்தப்படவில்லை என்று தலையாட்டினேன். அப்போது மற்றொரு ஆபீசர், -அது டார்ச்சரில்லை, ***I remember she was realy enjoying those moments... haa.. ha.. haa-*** என்று எல்லாரும் சேர்ந்து கேலி பேசி சிரித்துக்கொண்டே மேடையிலிருந்து அதிகாரிகள் மெல்ல நடந்தார்கள். ராபர்ட் என்னை கைபிடித்து தன்னோடு அழைக்க, நான் அவனுடன் நடந்து சென்றேன்.

-அப்படின்னா, முகத்தில் காயம் படுவதற்கு முன்பே நீ ஒத்துக்கிட்டிருக்கலாமே?

-அது... சார்... பதில் தெரியாமல் நான் தயங்கியபோது அவனே அதை முழுமைப்படுத்தினான்.

-அதுக்கு இப்போதானே பாடம் கத்துகிட்டே...

''அவர்களுடன் சேர்ந்தே லஞ்ச் சாப்பிட்டேன். அன்றிரவே என்னை செல்லிலிருந்து ஆபீசர்களின் அறைகளோடு சேர்ந்த விருந்தினர்களுக்கான அறைக்கு மாற்றினார்கள். முகத்தில் பட்டிருந்த காயத்துக்கு சிகிச்சையளிக்க கொழும்பிலிருந்து ஸ்பெஷலிஸ்ட் டாக்டர் வந்தார். தரமான சிகிச்சைக்காக அவர் விரிவான பரிசோதனைக்குப் பின் மறுநாளே கொழும்பிலுள்ள தனியார் மருத்துவமனையில் சேர்க்க வேண்டுமென்று சொன்னார். சுடுகாயம் நன்றாக உலர்ந்ததற்குப் பிறகு

ஊடகங்களின் முன் செல்வதுதானே நல்லது என்று ராபர்ட்டிடம் கேட்டேன்.

“நானும் இந்த சுட்ட புண்கள் இயக்கத்தில் இருந்த காலத்தில் ஏற்பட்டது என்று சொல்லி விடுவேன். புலியாக இருந்தாலும் நல்ல அறிவுள்ளவளாகத்தான் இருக்கிறாள் என்பது அவனுடைய பதிலாக இருந்தது. இவர்கள் என் அறிவை அறியத்தான் போகிறார்கள் என்று மனதுக்குள் சொல்லிக் கொண்டேன்.

“மறுநாளே என்னை கொழும்பிலுள்ள தனியார் மருத்துவமனைக்கு மாற்றினார்கள். மிகவும் ரகசியமாகத்தான் அங்கே எனக்குச் சிகிச்சை அளிக்கப் பட்டது. என்னுடைய பாதுகாப்பை உறுதி செய்யவும் என்னை கவனமாகப் பார்த்துக் கொள்ளவும் ராபர்ட்டின் பொறுப்பில்தான் விட்டனர். அவன் இரவும் பகலும் என்னுடனேயே இருந்தான். ஊடகத்தின் முன்னால் நான் எப்படி விஷயங்களை வெளிப்படுத்த வேண்டுமென்பதின் பயிற்சியாக அந்த நாட்கள் முழுதும் இருந்தன.

“ஊடகச் செய்தியாளர்கள் கேட்க வாய்ப்பிருக்கும் ஒவ்வொரு கேள்விக்கும் அரசாங்கத்துக்கு ஆதரவாகவும் அவர்களைப்பற்றி நியாயப் படுத்தவுமான பதில்களாக எனக்குச் சொல்லிக் கொடுத்தனர். அவ்வாறு ஒரு வாரம் கழிந்ததும் அந்த ஆஸ்பிடலில் வைத்தே அவர்கள் ஒரு பத்திரிகையாளர் சந்திப்புக்கு ஏற்பாடு செய்தனர். புலிமடையிலிருந்து அவர்கள் காப்பாற்றிய பாவப்பட்ட பெண்ணாகத்தான் என்னை பத்திரிகையாளர்கள் முன் காட்டினார்கள். இலங்கை சானல்களுக்கு வெளியே ஏராளமான அயல்நாட்டுச் சேனல்களும் ஆஸ்பத்திரிக்கு வந்திருந்தனர்.

“ஆனால் பத்திரிகையாளர்களுக்கு முன்னால் நான் வாக்குத் தவறினேன். அவர்களின் கேள்விகளுக்கு எனக்கு விருப்பமான பதில்களைச் சொன்னேன். மகீந்த கொள்கைகளைப் பற்றி ராபர்டிடம் சொன்ன அதே முரடான கெட்ட வார்த்தையைத்தான் அவர்களிடமும் சொன்னேன். இயக்கத்தின் மீடியா கோ ஆர்டினேட்டர் என்னும் நிலையில் கிளிநொச்சியில் எனக்கு அறிமுகமான சில அயலக பத்திரிகையாளர்களுக்கு விஷயம் சட்டென்று புரிந்து விட்டது. பத்திரிகையாளர்கள் சந்திப்பை சட்டென முடித்து வெகு விரைவில் என்னை வேறு எங்கேயாவது கொண்டு போய்விட வேண்டும் என்று முயன்றாலும் நூற்றுக்கணக்கான பத்திரிக்கையாளர்களும் எதிர்க்கட்சியைச் சேர்ந்த அணிகளும் மனித உரிமை அமைப்பைச்

சேர்ந்தவர்களும் ஆஸ்பத்திரியை வளைத்துக் கொண்டதால் ராணுவத்தினரால் தாங்கள் நினைத்ததை சாதிக்க முடியவில்லை. ராணுவத்துக்கு இப்படியொரு அவமானத்தை விளைவித்தமைக்கு ராபர்ட் ஜெயவர்த்தனாவை உடனடியாக சஸ்பெண்ட் செய்ததுடன் அவனுக்குப் பதில் வேறொரு உயர்நிலை ராணுவ அதிகாரியின் வசம் என்னை ஒப்படைத்தனர். அந்த வாய்ப்பைப் பயன்படுத்தி சில அயல் நாட்டு ஜர்னலிஸ்டுகளும் *HOPE* எனும் மனித உரிமை அமைப்பைச் சேர்ந்தவர்களும் இணைந்து என்னை அங்கிருந்து திறமையாக தப்பிக்க வைத்தார்கள். எனக்குப் பதில் ஒரு மனித உரிமை அமைப்பைச் சேர்ந்தவர் சுட்ட புண்களைப் போன்ற மேக்கப்புடன் ஒரு வாரம் மருத்துவமனையில் படுத்திருந்தார். ராணுவத்துக்கும் அரசாங்கத்துக்கும் தங்களுக்கு நேர்ந்த முட்டாள்தனத்தை புரிந்து கொள்வதற்குள் நான் போட்டிலும் கப்பலிலும் விமானத்திலுமெல்லாம் ஏறி கனடாவை அடைந்து விட்டிருந்தேன்.

“ஆனால், எனக்கு விதிக்கப்பட்ட தண்டனையை அவர்கள் நிறைவேற்றியே விட்டார்கள். நான் கனடாவுக்கு வந்து சேர்ந்த மூன்றாம் திங்கள் கிழமை நான் ஏதோ தேவைக்காக வெளியே போனபோது ஒரு கூலிப்படையைச் சேர்ந்தவன் அப்பார்ட்மெண்டின் உள்ளே புகுந்து மறைந்திருந்தான். அந்தியில் திரும்பி வந்து கதவைத் திறந்த உடனேயே அவன் என்னைத் தாக்கினான். சில நிமிடங்களுக்குள் அவன் என்னைக் கட்டியும் விட்டான். திருடுவதற்காக வந்திருப்பான் என்று நான் முதலில் எண்ணினேன். ஆனால், அவன் என்னிடம் பணமோ விலை மதிப்புள்ள பொருளோ திருடவில்லை. ஆறடிக்கு மேல் உயரமும் அதற்கேற்ற தடிமனும் உள்ள கருப்பனான அவனுக்கு முயற்சியில்லாமலேயே ரேப் செய்யலாமென்றாலும் அந்த எண்ணத்தில் என்னைத் தொடவும் இல்லை.

-உன்னுடைய இரண்டு கைகளும் எனக்கு வேணும்- என்று உணர்ச்சியற்றவனாகச் சொன்னான். நான் திடுக்கிட்டேன்.

-நீ யார்? என்ற என் இயலாமையான கேள்விக்கு அவன் பதில்சொல்லவில்லை. அதற்குப் பதில் தன் கையிலுள்ள மிக நவீனமான ஓர் ஆயுதத்தைப் பயன்படுத்தி என் கைகள் இரண்டையும் ஒவ்வொன்றாக அறுத்தெறிந்தான். டிவைன் பேர்ளில் வைத்து மார்க் செய்த அதே இடத்தில்தான் அறுத்தான். எவ்வளவுதான் நவீனமான வசதிகளையுடைய மருத்துவமனைக்குப் போனாலும் தப்பிக்கக் கூடாது என்று எண்ணி வெட்டி எடுத்த கைகளை தன்னுடைய இளம் மஞ்சள்

பேக்கில் வைத்துக் கொண்டுதான் அவன் வெளியே போனான். ஓர் இரவு முழுக்க குருதி வெள்ளத்தில் குளித்துக் கொண்டிருந்த எனக்கு அதிர்ஷ்டவசமாக உயிர் மட்டும் போகவில்லை."

மீனாட்சியின் வார்த்தைகள் திடீரென்று முடிந்தன. நாங்கள் ஒரு நடுக்கத்துடன் எங்கள் கைகள் அதே இடத்திலேயே இருக்கிறதா என்று பார்த்துக் கொண்டோம்.

28
மீனாட்சி இராஜரத்தினம்

இரண்டு கைகளையும் இழந்த மீனாட்சிக்கு பின்பு என்ன நேர்ந்தது என்பதை அறியாமல் நாங்கள் ஆக மொத்தத்தில் வருத்தப்பட்டுக் கொண்டு இருக்கும்போது அருள்மொழி நங்கையின் மெசேஜ் வந்தது. -எஞ்சி யுள்ளதை நாளை இரவு இதே நேரத்தில் பார்க்கலாம்- எனக்கு எந்தவொரு மன அமைதியும் இல்லாமலாயிற்று. காயத்ரி எங்களுக்காக தந்த அறையில் படுத்தும் தூங்கவே முடியவில்லை. அருகில் ஜூலி படுத்திருப்பதைக் கூட நான் அறிந்து கொள்ளவில்லை. கண்களை மூடினாலே அந்தக் கண்கள்தான், மெல்லிய குரலிலுள்ள அவளுடைய வார்த்தைகள்தான். அது சுகந்திதானென்று எனக்கு உறுதியாயிற்று. ஆனால், ஜூலியிடம் சொல்ல தைரியம் வரவில்லை. அப்படியென்றால் மீனாட்சி இராஜரத்தினம் வேறு யாராக இருப்பாள்? சுகந்தியால் தேவநாயகியின் கதையைப்போல் வரலாற்று சூழலில் உள்ள ஒரு நூலை எழுத முடியுமா? தூக்கம் வராமல் புரண்டும் உருண்டும் படுத்திருந்தேன். கொஞ்சம் நேரம் கழிந்ததும் எழுந்து பால்கனியில் போய் நின்றேன். என்னுடைய நடவடிக்கையிலுள்ள மாற்றத்தைக் கண்டு விட்டு ஜூலியும் எழுந்து வந்தாள்.

“என்னாச்சு பீட்டர்...?’

“ஒன்றுமில்லை. ஒரே புழுக்கம். கொஞ்சம் காற்று வாங்கலாம் என்றுதான்...’

“இல்ல, வேறு ஏதோ பிரச்சினை இருக்கு. என்கிட்ட சொல்லக் கூடாதா?’

“உம், ஒன்றுமில்ல...’

அவள் என் அருகில் வந்தாள். கையை மெல்ல தோளில் வைத்தாள். ‘என்ன, என்னிடம் சொல்லக்கூடாதா?’

நான் சொல்லவில்லை. விஷயத்தை மாற்றினேன். “இந்த விடோஸ் மீட்டிங்கில் நீயும் காயத்ரியும் ஏன் பங்கு பெறவேண்டும்?” என்றேன். ஜூலியின் பாவனை சட்டென்று மாறியது. அவள் என் தோளிலிருந்து சட்டென்று கையை எடுத்துக் கொண்டு வெட்டுவதுபோல் ஒரு நோட்டம் விட்டாள். அந்தப் பார்வைக்கு கோபத்தின் நிறமாக இருந்தது. அவளை கோபப்பட அனுமதிக்காமல் என்மேல்

சேர்த்தணைத்துக்கொண்டு வேகமாக அறைக்குள் புகுந்தேன். “செல்லமே ஜூலி, ப்ளீஸ் அண்டர்ஸ்டேண்ட். நீ இப்போ ஒரு விடோ இல்லை. ஃபர்கட் தட் பாஸ்ட்.” என்றேன். பெட்ரூம் லாம்பின் அரண்ட வெளிச்சத்திலும் அவளுடைய கண்கள் ஒளிர்வதை நான் கண்டேன். ஜூலியால் மகிழ்ச்சியைக் கட்டுப்படுத்த முடியவில்லை. மீனாட்சியின் கதையையெல்லாம் அவள் ஒரு நொடியில் மறந்து விட்டாள். வழக்கத்தைவிட ஆவேசத்துடன் என்னை கட்டிக்கொண்டாள். உள்ளுக்குள் இருந்த வருத்தத்தை வெளியே காட்டாமல் நானும் அவளை முடிந்த மட்டில் சந்தோஷப்படுத்தினேன். சந்தோஷம்தானே என்று காண்பிப்பதற்காக அடிக்கடி சில அசிங்கமான கேலி வார்த்தைகளைப் பேசினேன். ஜூலி என் உள்ளத்தை அறியாமல் அந்தக் கேலிப் பேச்சுக்களை கேட்டு கடகடவென சிரித்தாள்.

வழக்கம் போல் குறும்பான கேள்விகளைக் கேட்டு அவள் என்னைத் தோற்கடித்தாள். சிங்கத்திற்கு பெண்புலியிடம் உருவாகும் குழந்தை சிம்புலி. ஆனால், புலிக்கு சிங்கத்திடம் உருவாகும் குழந்தைக்கு என்ன பெயர்? அதுதான் ஜூலியிடமிருந்த ஸ்டார் கேள்வி. *'Tigon'* என்ற போது, “ஆங்கிலத்தில் வேண்டாம், சிங்களத்தில் அல்லது தமிழில் சொல்லுங்கள்” என்றாள். “கிங்ஹம் என்றிருந்தால் என்ன?”

“வேண்டாம். அதிலுள்ள ஹம் எனக்கு விருப்பமில்லை. சிங்கத்தின் அகம்பாவம் முழுவதும் அந்த ஹம்மில் தான் இருக்கிறது.”

‘அப்படியென்றால் கிம்ப என்றிருக்கலாமே...”

அதைக் கேட்டதும் அவளால் சிரிப்பை அடக்க முடியவில்லை. “ஐயோ... சிங்களத்தில் அதுவொரு கெட்ட வார்த்தை” என்றாள்.

‘வேறு ஏதாவது... கிம்ஸ என்றிருக்கலாமா?”

‘அது போதும். நன்றாக இருக்கிறது.”

“சரி, நீ என்றைக்கு என்னுடைய கிம்ஸயை தருவாய்?”

“அதற்கு நீ புலிதானா?”

“என்ன சந்தேகம். இந்தியன் புலி. தி ஒரிஜினல் பெரியார் டைகர்...”

“புலியின் உடலில் கோடுகள் இருக்கிறதா என்று பார்க்கிறேன்.” அவள் இரண்டு கைகளாலும் என்னை கிச்சுகிச்சு மூட்டத் தொடங்கினாள். சிரித்து சிரித்து வயிறு வலிக்கத் தொடங்கியபோது நான் தோல்வியை ஒத்துக் கொண்டேன். அவள் என் வலது கையைப் பிடித்து தன் அடிவயிற்றோடு சேர்த்து வைத்தாள்.

“நன்றாக கவனித்துப் பார். கிம்ஸவின் நெஞ்சத்துடிப்பு கேட்கிறதா?”

உண்மைதான். கேட்கிறதுதான். காதை வைத்துக் கேட்டால் இன்னும் நன்றாகக் கேட்கலாம்தான். நான் கொஞ்சம் கீழ்ப்பக்கமாக நகர்ந்து படுத்துக் காதை வைத்துப் பார்த்தேன். யாரோ டாடி என்று அழைப்பதுபோல் தோன்றியது. அது வெறுமனே ஒரு தோன்றுதலாக இருந்தாலும் நான் அனுப்பிய ஜீவ அணுக்களில் ஒன்று தன் லட்சிய இடத்தை அடைந்து விட்டதென்று அவள் இரண்டு நாட்களுக்கு முன்பே சொன்னதை நினைத்துக் கொண்டேன். இந்தச் சிரிப்பும் கலாட்டாவுமெல்லாம் அடுத்த அறையில் படுத்திருக்கும் காயத்ரிக்கு கேட்குமோ என்று நான் சந்தேகத்தை வெளிப்படுத்தியபோது அவள் மௌனமாகிவிட்டாள். ஒன்றும் பேசாமல் என்னைக் கட்டிப்பிடித்து அணைத்துக் கொண்டு தூங்கிவிட்டாள். என் மனதில் அப்போதும் முக்கால் பகுதி மறைத்த மீனாட்சியின் முகம்தான் இருந்தது. வாழ்க்கையில் ஒருத்தியை மட்டும்தான் நாம் காதலிக்க முடியும். மற்ற எல்லாத் தொடர்புகளும் வெறுமனே மேம்போக்காகப் போற்றப்படும் விபசாரம்தானே என்னும் கேள்வியாக இருந்தது. என்னால் அவளுடன் முழுமையாக ஒத்துப் போக முடியவில்லை. நான் ஜூலியைக் காதலிக்கத் தொடங்கியிருக்கிறேன்.

காலையில் காரில் ஏறி கொழும்புவுக்கு பயணம் திரும்பிய உடனே எதையோ மறந்த விஷயத்தை நினைவூட்டுவது போல் ஜூலி, ‘பீட்டர் என் விஷயம் சரி. காயத்ரியைப் பார். அவளைப்போல் இலங்கையிலுள்ள ஒரு லட்சத்துக்கும் மேற்பட்ட விதவைகளுக்காக ஏதாவது செய்தால்தானே முடியும்’ என்று சொன்னாள். காயத்ரி வீட்டு முற்றத்திலிருந்து டாட்டா சொல்வதை அப்போதும் காண முடிந்தது. பாவம் அவளும் போரின் ஓர் இரைதான் என்று நான் அறிந்திருக்கவில்லை. தனிப்பட்ட முறையில் பிரச்சினைகள் எதையும் அவள் அப்படிச் சொல்வதில்லை. கூட்டம் இல்லாத காலை நேரத்தில் காரை அநாவசியமாக ஓட்டிக் கொண்டு ஜூலி காயத்ரியின் துயரக் கதையைச் சொன்னாள்.

ஃபிலிம் இன்ஸ்டியூட்டிலிருந்து திரும்பி வந்து மூன்றாவது மாதமே காயத்ரிக்கு மணமாகி விட்டது. அநிருத்த ஜெயதிலகே என்னும் கெட்டிக்கார பத்திரிகையாளன்தான் மாப்பிள்ளை. துர்ப்பாக்கிய வசத்தால் வெறும் இரண்டு வாரம் மட்டுமே அவர்கள் சேர்ந்து வாழ முடிந்தது. ஸ்ரீலங்கன் கார்டியனின் உதவி ஆசிரியராக இருந்தான். ஸ்டேட்டின் மனித உரிமை மீறல்களை உறுதியாக விமர்சிக்கும் அவனுடைய ரிப்போர்ட்டுகள் அரசுக்கு பெரும் தலைவலியைக்

கொடுத்தன. அப்படிப்பட்ட ரிப்போர்ட்டுகள் வெளியே வருவதை நசுக்குவதற்காக அநிருத்தனை முடித்துவிட வேண்டுமென்று அரசு தீர்மானித்தது. காயத்ரியையும் அழைத்துக் கொண்டு மாலத் தீவுக்கு தேன் நிலவுக்குப் போன சமயத்தில் அவர்கள் அநிருத்தனை கொலை செய்து விட்டார்கள். ரிசார்ட்டில் அநிருத்தனைக் கட்டிப் போட்டு காயத்ரியை குரூரமாக கற்பழித்த பின்தான் கொலையைச் செய்திருக்கிறார்கள். பிரேதத்தை கடலில் கல்லைக் கட்டி இறக்கிவிட்டார்கள். கோத்த பையின் கொலைக்குழுதான் அதை செயல்படுத்தியது என்று சொல்லப்படுகிறது. மாலி அரசாங்கமும் அவர்களுக்கு முழுமையான பாதுகாப்பு உதவிகளை செய்துள்ளது.

அந்த ஷாக்கிலேயே காயத்ரியின் தந்தையும் நாவலாசிரியருமான கருணரத்ன பரேரா இறந்தார். காயத்ரிக்கு எதிராகவும் பயமுறுத்தல் உண்டாயின. அவள் அதை ஒன்றையும் பொருட்படுத்தாமல் லஸாந்தே விக்ரம சிங்கேவின் ஸண்டே லீடரில் சேர்ந்தாள். பின் அவரும் கொல்லப்பட்டபோது அல்ஜஸீராவுக்காக விட்னஸ் என்னும் தொடர் எழுதத் தொடங்கினாள். எல்லாவற்றுக்கும் கொழும்பு பாரில் மொழிபெயர்ப்பாளராக இருந்த அவளுடைய தாயும் சகோதரனும் பக்கபலமாக இருந்தனர். இவ்வளவு கடுமையான எதிர்ப்புகளை எதிர்கொள்ள வேண்டியதாக இருந்தும் தன்னுடைய வலிகளைச் சொல்லிக் காட்டாமல் தன்னம்பிக்கையுடன் மோதும் காயத்ரியிடம் எனக்கு பெரும் மரியாதை தோன்றியது. "பீட்டர், இலங்கையிலுள்ள ஆக்டிவிஸ்டுகளான ஏறக்குறைய எல்லாப் பெண்களுமே ஒருமுறையாவது கற்பழிக்கப் பட்டிருப்பார்கள்" என்று ஆக்ரோஷமில்லாமல் அவள் சொன்னபோது எனக்குதான் அழுகை வந்தது. இலங்கையிலுள்ள பெண்கள் எப்படி மனித குண்டுகளாகிறார்கள் என்னும் கேள்விக்கான பதில் அந்த வார்த்தைகளில் இருந்தது.

கொழும்பில் சினிமா சம்பந்தமாக மிகவும் முக்கியமான சில தீர்மானங்கள் எடுக்கும்படியான கட்டத்தில் அன்றைய தினம் இருந்தது, தேவநாயகியாக நடிப்பதற்கு பரிசீலித்த 'கமர்' நடிகையின் ஸ்கிரீன் டெஸ்ட்டை ஓட்டலுக்குப் போனதும் பார்த்தேன். இவள் சரியில்லை என்று கிறிஸ்டியிடம் உடனே சொல்ல வேண்டியதாயிற்று. தேவநாயகி அந்தளவுக்கு மெலிந்தவள் இல்லையே. முகத்திற்கு மட்டும்தான் பாதி கம்போஜிய சாயல் இருந்தது. உடல் ரீதியாக தேவநாயகி செழிப்பாகத்தான் இருந்தாள் என்று கிறிஸ்டியிடம் பிரத்யேகமாக நினைவூட்டினேன். அன்றிரவும் நாங்கள் கம்பஹாவிலுள்ள காயத்ரியின் வீட்டுக்குத்தான் சென்றோம். நேற்றைய இரவைப் போல இன்றைய

இரவிலும் சரியாகப் பத்து மணிக்கு மீனாட்சி ஸ்கைபில் வந்தாள். இம்முறை பதிவுசெய்யப்பட்ட பேச்சாக இருக்கவில்லை. நேரிடையாகப் பேசிக் கொண்டிருந்தாள். அவளுடன் இணைந்து சுமார் அறுபது வயது அளவில் தோன்றக்கூடிய வெண்மையான திருமணமான பெண்ணும் இருந்தாள். நேற்றைய தினத்தைப் போலவே இன்று கருப்பு துணியினால் முகத்தை மறைத்திருந்தாள் மீனாட்சி. ஆனால், பிரிட்டீஷ் ஆக்ஸண்டிலுள்ள முதல் வாசகத்தைக் கேட்டவுடனேயே ஆள் சுகந்திதான் என்று எனக்கு உறுதியாகிவிட்டது. மேலும் தாமதிக்காமல் அவளே அதை வெளிப்படையாகச் சொல்லியும் விட்டாள்.

“நேற்று நான் சொன்ன விஷயங்களைக் கேட்டு நீங்கள் ஆக மொத்தத்தில் குழம்பிப்போய் இருப்பீர்கள் என்று எனக்குத் தெரியும். அதனால் இந்தக் கண்ணாமூச்சி ஆட்டத்தை முடிவுகட்ட தீர்மானித்தேன். நான், சுகந்தி என்கிற ஆண்டாள் தேவநாயகி. இவர் என் தாய் மீனாட்சி ராஜரத்தினம். இந்தத் தாய் இல்லாமல் போயிருந்தால் நான் இன்று உயிரோடு இருந்திருக்கமாட்டேன். கொழும்பிலிருந்து தப்பிக்க வைத்த நண்பர்கள் ஏற்பாடு செய்திருந்த அப்பார்ட்மெண்டில் கைகளை இழந்து இரத்த வெள்ளத்தில் குளித்துக் கிடந்தபோது அம்மாதான் ஓடிவந்து காப்பாற்றினார்கள். அவர் பக்கத்து அப்பார்ட்மெண்டில்தான் தங்கியிருந்தார். கேரளத்தில் திருவனந்தபுரம்தான் அம்மாவின் சொந்த ஊர். என் சொந்தத் தாய் டாக்டர் கனகவல்லியுடன் சேர்ந்து கொழும்பு காஸில் ஸ்ட்ரீட் ஆஸ்பிடலில் தலைமை நர்சாகப் பணிபுரிந்தார். அதே ஆஸ்பிடலில் பணி புரிந்த டாக்டர் ராஜரத்தினம்தான் அம்மாவை மணம் புரிந்தவர். 1983ல் நடந்த ஒட்டு மொத்தக் கொலையில் என் தாய் தந்தையரைப் போல் டாக்டர் ராஜரத்தினமும் கொல்லப்பட்டார். அதிர்ஷ்டவசமாக அம்மா மட்டும் தப்பித்தார்.

“இயக்கத்தின் கடைசி காலத்தில் நான் ரகசியமாக ‘ஈழச்சி’ என்னும் புனைப்பெயரில் கவிதைகள் எழுதிக்கொண்டிருந்தேன். இயக்கத்தின் ஜனநாயக விரோதத் தன்மையைப் பற்றி கேள்வி கேட்கும் தொனியில் அக்கவிதைகள் இருந்தன. ஜனநாயக விரோதமான செயல்பாட்டுமுறைதான் இயக்கத்தின் முழுமையான தோல்விக்குக் காரணமாயிற்று. விமர்சனங்களைப் பரிசீலிக்கவோ தவறுகளைத் திருத்திக் கொள்ளவோ தலைவர் ஒருபோதும் தயாராக இருக்கவில்லை. அதற்குப் பதில் விமர்சிப்பவர்களை வேரோடு அழிப்பது என்னும் ஃபாஸிஸ முறையை ஏற்றுக் கொண்டு விமர்சிக்க முயலும் என்னைப் போன்ற பெண்களென்றால் ஏதோவொரு புலித் தலைவனுக்கு மணம் முடித்து குடும்பம் எனும் சிறையில் தள்ளி விடுவார்கள். மிகவும்

பாட்ரியாக்கலான அடிப்படை உணர்வுதான் இயக்கத்துக்கு ஏற்பட்டிருந்தது. பின்பு பிரசவமாகி குழந்தைகள் பிறந்ததும் விமர்சனப்பூர்வமான சிந்தனைகள் எல்லாம் முடிந்துவிடும். அதற்கு நேர்மாறாகத்தான் நான் ஈழச்சி என்னும் பெயரில் கவிதைகள் எழுதினேன். பாரீஸிலுள்ள அப்பாவின் நண்பர் நல்லூர் சிவசிதம்பரத்துக்கு கவிதைகளை ஈ மெயிலில் அனுப்பினேன். அவர் 'கருப்பு' எனும் இணையதள மாத இதழில் அக்கவிதைகளை பிரசுரித்தார். கவிதைகளுக்கு நல்ல வரவேற்பு கிடைத்தபோது, "ஒரு பெண் போராளியின் வாழ்க்கைக் குறிப்புகள்" என்ற பெயரில் என் தன்வரலாறு கருப்பில் பிரசுரிக்க முடிவானது. ஆனால், அதன் விளம்பரம் வெளிவந்த நாளிலேயே சிவசிதம்பரம் கொல்லப்பட்டார். ஏறக்குறைய அதே சமயத்தில்தான் முல்லைவாய்க்காலில் இறுதிப்போர் நடந்தது. அதோடு என்னுடைய எழுத்தும் கருப்பின் வெளியீடும் தற்காலிகமாக நின்றன.

கனடாவிற்கு வந்து ஒன்றிரண்டு ஆண்டுகளுக்குப் பின் மீண்டும் எழுதத் தொடங்கினேன். இங்கேயுள்ள சில நண்பர்கள் சேர்ந்து கருப்பின் பிரசுரத்தை மீண்டும் தொடங்கினார்கள். பாதுகாப்புக் காரணங்களுக்காக தான் அம்மாவின் பெயரில் எழுதினேன். இயக்கத்தை ஆதரிப்பவர்களிடமிருந்தும் அரசாங்கத்திடமிருந்தும் ஒரே மாதிரி என் உயிருக்கு ஆபத்து ஏற்பட்டிருந்தது. ஆனால், மீனாட்சி ராஜரத்தினம் என்னும் பெயரில் எழுதுவதற்கான காரணம் அதுமட்டுமல்ல. கவிதையிலிருந்து கதைக்கு என்னைக் கொண்டுவந்ததே அம்மாதான். ஓராயிரமாண்டு களுக்கு முன்பு வாழ்ந்திருந்த காந்தளூர்ச் சாலையைச் சேர்ந்த தேவநாயகியின் ஆரம்பகாலக் கதையை அம்மாதான் சொல்லித் தந்தார்கள். பின் ஸூஸானா ஸூபீனா என்றொரு நூலை ஸிகிரியாவிலிருந்து கண்டெடுத்தார்கள் என்பதைக் கேள்விப்பட்ட போது யமுனா அங்கே சென்று அந்நூல் முழுவதையும் ஸ்கேன் செய்து கொண்டுவந்தாள். பல பேர்களின் உதவியுடன் மிகவும் சிரமப்பட்டுத்தான் அதைப் படித்துப் புரிந்து கொண்டேன். அப்படியெல்லாம் கிடைத்த விவரங்களை வைத்து கற்பனையையும் வரலாற்றையும் இணைத்து நான் ஒரு நாவலாக்கினேன். SSFன் உயிர்ப்பான செயல் வீரர்கள் மத்தியில் நான் மீனாட்சி ராஜரத்தினம் என்று அறியப்படுவதற்கான சூழ்நிலை இதுதான்.

அவள் கொஞ்சம் நிறுத்தியவுடன் உண்மையான மீனாட்சி ராஜரத்தினம் பேசத் தொடங்கினார். 'நானும் 1983 கலவரத்தில் இறந்திருக்க வேண்டியவள்தான். ஒரு சிங்கள போலீஸ்காரன்தான்

காப்பாற்றினான். மலையாளி என்று தெரிந்தவுடன் அவனுக்கு என்னவோ என் மேல் கருணை தோன்றியது. ஆனால், ஊருக்குத் திரும்பக் கூடிய நிலையில் நான் இல்லை. கொழும்பு சென்று சிங்களனைத் திருமணம் செய்து கொண்டவள் என்னும் கெட்ட பெயரால் ஊருக்குத் திரும்பிச் செல்ல முடியாது. நான் திருமணம் செய்து கொண்ட நபர் அசல் தமிழ் வெள்ளாளப் பிள்ளை என்பது ஊர்க்காரர்களுக்குத் தெரியாதுதானே. அன்று அருள் என் வயிற்றில் மூன்றுமாதக் கருவாக இருந்தாள். பின்பு, ஓர் அகதிமுகாமில்தான் அவளைப் பெற்றெடுத்தேன். மூன்றாண்டுகள் அங்கேயே போயிற்று. அந்த சமயத்தில் கனடாவில் வேலை செய்யும் டாக்டர் ஸ்ரீதரன் சார் எங்கள் முகாமுக்கு வந்தார். கலவரத்தில் வீட்டையும் குடும்பத்தையும் இழந்தவர்களுக்கு புது வாழ்க்கை அளிக்கும் ஒரு குழுவில் அவர் உறுப்பினராக இருந்தார். விடுமுறைக்கு ஊருக்கு வந்த அவருடைய மனைவியும் குழந்தைகளும் அதே கலவரத்தில் கொல்லப்பட்டிருந்தார்கள்.

முதல் பார்வையிலேயே, இறந்து போன தன் மனைவி மணிமேகலையைப்போல் சாருக்கு நான் தோன்றியிருக்கிறேன். எந்த அச்சமும் இல்லாமல் நேராக வந்து என்னைக் கட்டிப் பிடித்து அழுதார். நான் என்ன ஏதென்று புரியாமல் பிரம்மித்துப் போய் நின்றேன். அவர் என் தோள்மேல் தலைசாய்த்து, “மணி மணி” என்றழைத்து தேம்பித் தேம்பி அழுதார். கடைசியில் தன் தவறைப் புரிந்து கொண்டதும் கால்களைப் பிடித்து மன்னிப்புக் கேட்டார். என்னைவிட அதிகமான வயதுள்ளவர்தான் அவர். ஐம்பது வயதாவது இருக்கும். அப்படிப்பட்ட ஒருவர்தான் காலைப் பிடித்து மன்னிப்புக் கேட்டார். நானும் அழுது விட்டேன். அந்த நல்ல மனிதர் தன்னுடன் வருவதற்கு நான் தயாரா என்று என்னிடம் கேட்டார். நான் ஒத்துக் கொண்டேன்.

“அப்படிப்பட்ட ஒரு நிலையில் யாராக இருந்தாலும் அப்படித்தான் சொல்வார்கள். இரண்டு வயதான அருளுடன் நான் கனடாவுக்கு வந்தேன். அடுத்த வருஷமே யமுனாவைப் பெற்றேன். அவள் கொஞ்சம் பெரியவளானதும் நானும் சார் பாடம் சொல்லிக் கொடுத்துக் கொண்டிருந்த டொரண்டோ பொது மருத்துவமனையில் நர்சாகப் பணியில் சேர்ந்தேன்.

“ஸ்ரீதரன் சார் யாரிடமும் தலைகுனியாத நபராக இருந்தார். யாரிடமும் முகத்துக்கு நேராக தன் எண்ணத்தைச் சொல்லி விடுவார். அப்படித்தான் இயக்கத்தின் ஆட்களுடன் மோதினார். பிரச்சினை பணம்தான். கனடாவில் ஒவ்வொரு ஈழத்தமிழனும் இயக்கத்திற்கு மாத

வரி கொடுக்க வேண்டும். ஒவ்வொருவரின் சம்பளத்தை அனுசரித்து தான் வரியும். அதை வசூலிப்பதற்கு சில நபர்கள் உண்டு. எல்லா மாதமும் அவர்கள் துல்லியமாக வந்துவிடுவார்கள். எங்களுக்கு மாதம் 30 டாலர் வரி. எனக்கு வேலை கிடைத்தவுடன் அதை அவர்கள் நாற்பதாக உயர்த்தினார்கள். அதற்கும் அப்பால் ஆண்டுக்கு ஒருமுறை ஆயிரம் இரண்டாயிரம் என வேறு ஏதாவது விஷயத்தைச் சொல்லி வாங்குவார்கள். கொடுக்கவில்லையென்றால் ஊருக்குத் திரும்பிச் செல்ல முடியாது என்று சொல்லி மிரட்டுவார்கள். அருளுக்கு எட்டாவது வயதில் ஒரு அறுவை சிகிச்சை செய்ய வேண்டிய நிலை வந்தது. ஏராளமான தொகை செலவாகியது. அப்போது வரி கட்ட இயலாமல் போனது. வரி கேட்க வந்த நபர்களிடம் சார் விஷயத்தைச் சொன்னார். ஆனால், யார் கேட்பார்கள். நாளைக்கு பணம் தரவில்லை என்றால் அப்புறம் நடப்பதே வேறு என்று அவர்கள் பயமுறுத்தினார்கள். "நீங்கள் துப்பாக்கி வாங்குவதற்கும் குண்டு வெடிப்பதற்கும் நான் பணம் தரமாட்டேன்" என்று சார் கோபப்பட்டார். மறுநாள் மாலை கல்லூரியிலிருந்து திரும்பி வரும்போது அப்பார்ட்மெண்டுக்கு முன்னாலேயே இயக்கத்தின் ஆட்கள் அவரைச் சுட்டார்கள். நான் அப்போது டியூட்டியில் இருந்தேன். அக்கம் பக்கத்தில் உள்ளவர்களும் குழந்தைகளும் சேர்ந்துதான் ஆஸ்பிடலுக்கு கொண்டுவந்தார்கள். அங்கே வருவதற்குள் எல்லாம் முடிந்துவிட்டது. நாங்கள் வசிக்கும் பிரதேசத்தில் அதன்பின் யாரும் இயக்கத்திற்கான வரியை முடக்கியதில்லை."

அழுகையை அடக்குவதற்கு சிரமப்பட்டுக் கொண்டுதான் அவர்கள் தொடர்ந்தார்கள்:

"இந்த அந்நிய நாட்டில் நான் தனிமையில் குழந்தைகளையும் படிக்க வைத்துக் கொண்டு வாழ்ந்தேன். வேலை இருந்ததால் பணத்திற்கு மட்டும் கஷ்டமொன்றுமில்லை. இயக்கத்தினரின் தொந்தரவு இல்லாமல் இருப்பதற்காக அவர்களுக்குத் தவறாமல் பணம் கொடுத்தேன். ஆனால் அவர்களிடம் எனக்கு கோபமாகவே இருந்தது. அது சாரை கொன்றதால் மட்டுமல்ல. ஒரு சுதந்திரப் போராட்டத்தை இப்படியா நடத்துவது? நீங்கள் மகாத்மா காந்தியைப் பற்றிக் கேள்விப்பட்டதில்லையா? அவர் துப்பாக்கியும் குண்டுகளும் இல்லாமல்தான் எங்களின் இவ்வளவு பெரிய காந்திய தேசத்துக்கு சுதந்திரம் வாங்கித் தந்தார். இவர்கள் கொன்றும் கொல்லப்பட்டும் கடைசியில் என்ன பெற்றார்கள்?

“திருவனந்தபுரத்தில் சங்கீதப் பாரம்பரியமுடைய ஒரு வீட்டில்தான் நான் பிறந்தேன். அதனால் குழந்தைகளுக்கு இளமையிலேயே பாட்டும் நடனமுமெல்லாம் கற்றுக் கொடுத்தேன். பெரியவர்களானதும் அவர்களுக்கு ஆங்கிலப் பாடல்களில்தான் விருப்பம். அருள்மொழிநங்கையும் யமுனா ஸ்ரீதரும் இன்று கனடாவில் எல்லாரும் அறிந்த பாடகிகள். நான்கு ஆண்டுகளுக்கு முன், அவர்களுக்கு ஒரு அக்கா கிடைத்தாள். அவள்தான் இந்த ஆண்டாள் தேவநாயகி. அக்கா எழுதும் பாடல்களைத்தான் அவர்கள் இப்போது அதிகமாகவும் பாடுகிறார்கள். அவர்களின் குழுவின் பெயர்தான் *SAD* என்பதாகும். ஆனால், இவளுடைய பாதுகாப்பைக் கருதி சுகந்தி இப்போது உயிரோடு இல்லை என்றுதான் அவர்கள் எல்லோரிடமும் சொல்லிக்கொண்டிருக்கிறேன்.

“தேவநாயகியை என்னுடைய மூத்த மகளாகத்தான் நான் கருதுகிறேன். பக்கத்து அப்பார்ட்மெண்டிலிருந்து இவளைத் தூக்கிக் கொண்டு மருத்துவமனைக்குச் செல்லும்போது அளவற்ற இரத்தப் போக்கால் ஏறக்குறைய இறக்கும் நிலையில்தான் இருந்தாள். காயங்கள் ஆறுவதற்கு ஏறக்குறைய மூன்று வாரங்கள் ஆயின. மறுபடியும் பேச்சு வருவதற்கு ஒரு மாதம் ஆனது. அந்த அதிர்ச்சியிலிருந்து இவள் ஒட்டுமொத்தமாகவே உடைந்து போய்விட்டாள். இவள் டாக்டர் கனகவல்லி மேடத்தின் மகள் என்று தெரிந்தபோது என்னுடைய பொறுப்பு இரண்டு மடங்காகி விட்டது. கனடாவில் ™ ***PSTD (Post Trumatic Stress Disorder)*** க்கு சிகிச்சை அளிக்கும் மிக நல்ல டாக்டர்களால் சிகிச்சை கொடுக்கப்பட்டது. முகத்தின் தழும்புகளையும் ஓரளவுக்கு சரி செய்ய முடிந்தது. ஒரு சின்னக் குழந்தையைப் பார்த்துக் கொள்வதுபோல் கதைகள் சொல்லியும் பாட்டுப் பாடியும் நான் அவளைக் கொஞ்சம் கொஞ்சமாக சாதாரண வாழ்க்கைக்குக் கொண்டுவந்தேன். இப்போது எல்லாமும் சரியாகிவிட்டது.

“ஒரு கண்ணையும் இரண்டு கைகளையும் இழந்துவிட்டாலும் அவளால் ஒருமாதிரியாக வாழமுடியும். தேவநாயகியை நாயகியாக்கி இயக்கும் ரஜனிதிரணகாமாவைப் பற்றி சினிமா எடுக்கத் திட்டமிட்டிருக்கிறார்கள் என்று கேட்டவுடன் என் கண்கள் நிறைந்தன. கொழும்பு மெடிக்கல் காலேஜில் ஸ்ரீதரன் சாரின் ஸ்டூடண்டாக இருந்தவள் ரஜனி. அவளுக்கு அவரைப் பற்றி மிகவும் மரியாதை இருந்தது. ரஜனி கனடாவிற்கு வந்தபோது இந்த வீட்டிற்கு வந்திருக்கிறாள். இப்போது யாரோ வெள்ளைக்காரர்கள் அங்கு வந்து அந்த சினிமாவை எடுக்கப் போகிறார்கள் என்று கேள்விப்பட்டேன்.

ரஜனியாக நடிப்பவர்கள் வேறு யாராவதாகவோ இருக்கலாம். பரவாயில்லை. இனிமேல் என் குழந்தையாலும் அப்படிச் செய்ய முடியாதுதானே?

“இந்த நிலைமையிலும் தேவநாயகி சும்மாயிருப்பதில்லை. பாட்டுகள் மூலமாகவும் கதைகள் மூலமாகவும் இலங்கையிலுள்ள சர்வாதிகாரத்தனத்திற்கு எதிராகப் போராட்டம் நடத்துகிறாள். இளைஞர்களின் பெரியதொரு அமைப்பையே அவள் முன்னோக்கி கொண்டு போகிறாள். அவளும் யமுனாவும்தான் இண்டர்நெட்டில் எல்லா காரியங்களையும் செய்கிறார்கள். என்றாலும், அதனுடைய அறிவு முழுவதும் தேவநாயகியினுடையதுதான். ஆனால் இனி அவளால் அதை நடத்திச் செல்ல முடியாது. இலங்கை அதிபருக்கு எதிராகக் கொழும்பில் லட்சக்கணக்கான மக்கள் ஒன்று சேரும்போது முன் வரிசையில் நின்று நகர்த்த அவளால் சாதிக்க முடியாது. அதனால்தான் எல்லாக் காரியங்களையும் காயத்ரியிடம் ஒப்படைக்கத் தீர்மானித்து உள்ளோம்.”

மீனாட்சி ராஜரத்தினம் சொல்லி முடித்தபோது தேவநாயகி எங்களை தலைகுனிந்து வணங்கினாள். அவளுடைய முகத்தையும் உடலையும் மறைத்திருந்த கருப்புத் துணியை அம்மா விலக்கினார். நான் நடுங்கிப் போனேன். ஒரு கண்ணும் சில அல்பமான பகுதிகளையும் தவிர முகம் சிவப்பு சதையின் நிறத்தில் கோரமாக இருந்தது. கைகள் இரண்டும் மூட்டிற்கு மேல் வெட்டியெறியப்பட்டிருந்தன. ஒரேயொரு முறை மட்டுமே அவளைப் பார்க்க எனக்கு தைரியம் இருந்தது. தேம்பி அழுதவாறே நான் அறையிலிருந்து வெளியே வந்தேன். பின்பு என்ன நடந்தது என்றே எனக்குத் தெரியவில்லை. எத்தனை பெக் விஸ்கியை எடுத்திருப்பேன் என்றும் நினைவு இல்லை. அந்த முகம் நினைவிலிருந்து மறையும் வரையில் குடித்திருக்க வேண்டும். மறுநாள் காலையில் கொழும்புக்குத் திரும்பி வரும்போதும் எனக்கு சுயநினைவு இருக்கவில்லை. மூன்று நாட்களுக்குப் பின் தான் நான் மதுவில்லாமல் எதையாவது சாப்பிட்டேன். அப்போதும் ஒரு சின்னக் குழந்தையைப் போல் ஜூலியின் தோளில் தலைசாய்த்து அழுது கொண்டிருந்தேன். கடைசியில் அவள் கொஞ்சம் கோபப்பட்டு, “பீட்டர், ப்ளீஸ் ப்ளீஸ்... ஸ்டாப். நீ சுகந்தியைக் காதலித்ததுபோல் நான் உன்னையும் காதலிக்கிறேன். இந்த அழுகையைக் கொஞ்சம் நிறுத்து. ரெண்டு கைகளையும் கண்ணையும் இழந்து கனடாவில் கிடக்கும் அவள் வேணுமா இல்லை, நான் வேணுமா என்று நீயே தீர்மானித்துக் கொள்” என்றாள். நான் அந்தக் கேள்விக்கு முன்னால் சோர்ந்து விட்டேன். சுகந்தி

எனக்கு மிகவும் பிரியமானவள். எப்போதோ நான் இழந்து போனவளும் கூட. ஜூலி இல்லாமல் இன்னொரு வாழ்க்கையைக் கற்பனைகூட செய்ய முடியாது. அவளுடைய வயிற்றில் என்னுடைய குழந்தை வளர்ந்து கொண்டிருக்கிறது. என்னுள்ளேயுள்ள சுயநலவாதியும் பயனுள்ளவாதியுமான புருஷனாக ஜூலியைக் கட்டிப் பிடித்து அழுதேன். "ஜூலி, எனக்கு நீ மட்டும் போதும்."

அதை அவள் நம்பினாளா என்பது சந்தேகம்தான்.

எங்களோடு சேர்ந்து இண்டர்நெட்டில் அந்தக் காட்சியைக் கண்ட *SSF*ன் உயிர்ப்பான செயல்வீராங்கனை காயத்ரியின் தலைமையில் பெரியதொரு ஜனநாயக முன்னேற்றத்துக்கு தயாரானார்கள். காமன்வெல்த் உச்சி மாநாட்டுக்கு எதிரான மக்கள் போராட்டத்துக்கு மூன்று கட்டங்களில் திட்டம் போடப்பட்டது. முதல் கட்டம் ஆன் லைன் கேம்பைன். அதிபரை போர்க்குற்றவாளியாக விசாரணை செய்யுங்கள், சர்வாதிகாரப் போக்கை முடியுங்கள் என்பவைதான் கோஷமுத்திரைகள். கருத்துச் சுதந்திரத்தை அனுமதியுங்கள். முஸ்லீம்களுக்கு எதிரான அக்கிரமங்களை முடித்துக் கொள்ளுங்கள். விதவைகளுக்கும் அநாதைகளுக்கும் மறுவாழ்வளியுங்கள் என்பன போன்ற பிரதானமான காரியங்களையெல்லாம் அதோடு சேர்த்து முன் வைக்கப்பட்டன. இந்த ஆன் லைன் கேம்பைன் பெரும் மக்கள் முன்னேற்றமாக மாறியது. சர்வாதிகாரப் போக்கால் அதிருப்தியடைந்த இளைஞர்கள் கூட்டம் கூட்டமாக கொழும்புக்கு ஊர்வலம் செல்வதுதான் இரண்டாம் கட்டம். உச்சி மாநாடு நடக்கும் நாட்களில் கொழும்பு நகரமே மக்களால் நிரம்ப வேண்டும். ஆதரவற்றவனான சர்வாதிகாரிக்கு அப்போது மக்கள் கோபத்தின் முன்னே கீழடங்க வேண்டிய நிலை வரும். இத்தனை விஷயங்களும் ஜூலியிடமிருந்து என்னால் அறியப்பட்டது. மூன்றாவது கட்டம் மிகவும் ரகசியமாக இருந்தது. அந்த ரகசியக் காப்பாளரும் காயத்ரிதான்.

காமன்வெல்த் உச்சிமாநாடு முடியும் வரையில் விவாதங்களுக்கு வாய்ப்புள்ள நடவடிக்கைகளை ஒதுக்கி வைக்க வேண்டும் என்னும் கோத்தபயாவின் உத்தரவை பெரும் தயக்கத்துடன்தான் சமரவீரா எங்களிடம் தெரிவித்தான். ஆனால், அதைக் கேட்டதும் கிறிஸ்டிக்கு பெரும் மகிழ்ச்சியாயிற்று. இந்த நேரத்தில் ஒரு சிறிய பிரேக் நல்லதுதான் என்று எல்லாருக்கும் தோன்றியது. கிறிஸ்டி மேரியை அழைத்துக்கொண்டு ஒரு மாத வெக்கேஷனுக்காக இங்கிலாந்துக்கு சென்றான். தங்களுடன் எங்களையும் நிர்ப்பந்தித்தாலும் ஜூலி பெரிதும் ஆர்வம் காட்டவில்லை. அதனால், கொழும்பிலேயே தங்கி

கதையில் நுட்பமான விஷயங்களையெல்லாம் சரி செய்கிறோம் என்று கூறி நான் ஒதுங்கிக் கொண்டேன். பெரிய வில்லாவிலிருந்து மஞ்சு வசிக்கும் இடத்துக்கு அருகிலுள்ள ஒரு சிறிய அப்பார்ட்மெண்டுக்கு வசிக்கும் இடத்தை நாங்கள் மாற்றினோம். அப்போது எங்களுக்கு எல்லா வசதிகளையும் உறுதிப்படுத்தி சமரவீரா கவனித்துக் கொண்டான். திரைக்கதை சம்பந்தமான விஷயங்களைத் தொடர்வதுடன் உச்சி மாநாட்டின் செயல்களுக்கும் உதவும்படி சமரவீரா எங்களை அழைத்தான். "உங்களைப் போன்ற கலைஞர்கள் எங்களுக்கு உதவுவதற்கான நேரம் இது. தொடக்கவிழாவின் ஒரு பகுதியாக இலங்கையின் வரலாறை ஒரு நாட்டியச் சிற்பமாக வெளிப்படுத்துகிறார்கள். தொடர்ந்து பல்வேறு காமன்வெல்த் நாடுகளின் பண்பாட்டுத் தன்மையை தெளிவாக்கும் நடன நிகழ்ச்சிகளையும் நடத்த வேண்டும். அதன் தொடர்புடைய ஏற்பாட்டை நீ செய்யலாமா ஜூலி?"

அவள் ஆசைப்பட்டதும் அதுவேதான். எப்படியாவது அதிபரின் அதிகாரப் பூர்வ சாகையான டெம்பிள் ட்ரீஸுக்கு ஒரு ஆக்ஸஸ். பிரஷாதி ரணசிங்கேதான் தொடக்க விழாவின் கோரியோகிராபர். சமரவீராவின் உத்தரவையொட்டி அவர்கள் வந்து எங்களைப் பார்த்தார்கள். ஜூலியை அவருக்கு மிகவும் பிடித்துவிட்டது. ஸ்ரீலங்காவின் வரலாறையும் பாரம்பரியத்தையும் பற்றி நல்ல ஞானம் உள்ள ஒருத்தி உடனே கிடைத்துவிட்டதில் பிரஷாதி டான்ஸ் கம்பெனிக்காரர்களுக்கு மகிழ்ச்சியாகி விட்டது. இது நேஷனல் இண்டக்ரேஷனுள்ள பெரியதொரு வாய்ப்பு என்றும் தமிழில் ஆண்டாளின் மார்கழித் திங்களையும் பட்டியலில் சேர்த்தால் நன்றாக இருக்குமென்றும் நான் சமரவீராவிடம் சொன்னேன். அவனுக்கும் அது நல்லதொரு கருத்தாகத் தோன்றியது. அதற்கான நடன மங்கையர்களைக் கண்டுபிடிக்கும் பொறுப்பை ஜூலியிடம் ஒப்படைத்தான் சமரவீரா.

கிடைத்த வாய்ப்பை நன்கு பயன்படுத்திக் கொள்ள ஜூலி தீர்மானித்தாள். தேவைப்பட்டால் மஞ்சுவையும் சேர்த்துக்கொள்ளச் சொன்னபோது எதிர்பார்த்ததுபோலவே, "வேண்டாம். கண்ட காஸினோக்காரிகளையெல்லாம் இதில் சேர்க்க வேண்டாம்" என்னும் பதில்தான் கிடைத்தது. காயத்ரியுடன் விவாதித்தபோது, தொடக்கவிழாதான் எதிர்ப்பின் குரலைக் கேட்க வைப்பதற்குச் சரியான நேரமாக இருக்கும் என்பது அவளுடைய திட்டமாக இருந்தது. ஆனால், அது எப்படி இருக்க வேண்டும் என்ற விஷயத்தில் மட்டும் எந்தவொரு வடிவமும் இல்லாமலிருந்தது. விஷயம் பாட்டும் நடனமுமாக

இருப்பதால் அருள்மொழிநங்கையை அழைத்து விஷயத்தைச் சொன்னேன். மறுநாள் காலையில், "நாங்கள் அந்த வாய்ப்பைப் பயன்படுத்திக் கொள்வதற்கான பெரியதொரு திட்டத்தை தயாராக்குகிறோம். மற்ற விஷயங்களைப் பிறகு தெரிவிக்கிறோம்" என்று பதில் வந்தது.

அதே சமயம், பத்திரிகைகளிலும் சமூக வலைதளங்களிலும் எல்லாம் காமன்வெல்த் உச்சி மாநாட்டுக்கு எதிராக பெரிய கேம்பைன் நடந்து கொண்டிருந்தது. சர்வதேச அரங்கில் இலங்கைக்கு எதிராக தீவிர எதிர்ப்புகள் உயர்ந்தன. ஏராளமான நாட்டின் தலைவர்கள் உச்சிமாநாட்டில் பங்கு கொள்ளப் போவதில்லை என்று அறிவித்தார்கள். இந்தியப் பிரதமர் பங்கு பெறக் கூடாது என்று தமிழ்நாட்டிலுள்ள அரசியல் கட்சிகள் விரும்பின. கனடா, ஆஸ்திரேலியா, பிரிட்டன், பிரான்ஸ், மொரீஷியஸ் போன்ற நாடுகளிலுள்ள அகதிகளான ஈழத்தமிழர்களின் எதிர்ப்பு மிகவும் பலமாக இருந்தது.

29

சுகந்தி என்கிற ஆண்டாள் தேவநாயகி

காமன்வெல்த் நாட்டுத் தலைவர்களின் மாநாட்டுக்கு சில தினங்கள் மட்டுமே உள்ள போதிலும் ஆன்லைன் கேம்பைனும் அயல்நாடுகளிலுள்ள இலங்கை தூதரகங்களுக்கு முன்னே அகதிகள் நடத்தும் எதிர்ப்புகளும் தவிர நாட்டுக்குள்ளேயே உருப்படியான சலனங்களை உருவாக்க SSFன் நடவடிக்கைகளால் முடியவில்லை. *Sri Lankan War Widows, Families of Disappeard, Hope* என்பன போன்று சிறு அமைப்புகளின் எதிர்ப்புகளை முளையிலேயே கிள்ளியெறிய டெர்ரரிஸம் இன்வெஸ்டிகேஷன் டிபார்ட்மென்டாலும் இலங்கை ரகசிய காவல் துறையாலும் சாதிக்க முடிந்தது. SSF க்கும் முறையான அமைப்பு இயக்கம் இல்லாமையால் சிறு அமைப்புகளின் செயல்பாடுகளை தேவையான அளவிற்கு ஒருங்கிணைக்கவும் முடியவில்லை. சர்வாதிகாரிக்கு எதிராக மக்கள் கூட்டம் கடல்போல் திரண்டு வரும் என்ற எதிர்பார்ப்பு இடமாறிவிட்டது. எதிர்ப்பு இயக்கங்களுடன் தொடர்புண்டென்று சந்தேகம் தோன்றிய ஏராளமானவர்களை போலீஸ் தன் கட்டுப்பாட்டுக்குள் கொண்டுவந்து விட்டது. **PTE(Prevention of Terrorisom Act)** சட்டத்தின்படி பதினெட்டு மாதங்கள் வரை யாரையும் கோர்ட்டில் ஆஜராக்காமலேயே சிறையில் வைக்க முடியும் என்பதால் அரசுக்கு விஷயம் எளிதாகி விட்டது. கைது செய்யப்பட்டவர்கள் கொடூரமாக வதைக்கப்பட்டார்கள். மக்கள் மத்தியில் பயம் ஒரு தொற்று வியாதியைப்போல் பரவியது. வடக்கே வசந்தம் கிழக்கே உதயம் என்று அதிபரை உயர்த்திப் பிடிக்கும் இந்த பொய்யான சமாதானம் ஃபாஸிஸத்தின் ஓங்காரம் என்றும் குருதிக் கறையும் கருகிய தசை துர்நாற்றமும் அதற்கு உண்டென்றும் எல்லாருக்குமே தெரிந்திருந்தது. இருந்தும் வெளிப்படையாக எதிர்ப்பைக்காட்ட பெரும்பான்மையான மக்கள் தைரியப்படவில்லை. ரகசிய விவாதங்களில் ஆவேசத்துடன் பேசியவர்கள்கூட சட்டென்று பயம் நோய் பீடித்தவர்களானார்கள்.

SSFன் முக்கியமான செயல்வீராங்கனை காயத்ரியையோ அவளது கூட்டாளிகளையோ போலீஸ் கைது செய்யவில்லை. அவர்களை பின்பற்றுவதற்கு யாரும் இல்லாத நிலையை உருவாக்கி பொது மக்கள் மத்தியில் பரிகாசத்துக்குரியவர்களாக்குவது என்ற தந்திரத்தைதான்

அரசாங்கம் பிரயோகித்தது. யாழ்ப்பாணத்திலிருந்தும் தலைநகரத்தை நோக்கிய **Save SriLankan from Facism** ஊர்வலத்தில் நாட்டின் பல்வேறு பகுதிகளிலிருந்து ஒரு லட்சத்திற்கும் மேலான மக்கள் கூடுவார்கள் என்பதும் அவர்கள் எத்தனை நாட்களுக்கு வேண்டுமானாலும் கொழும்பில் தங்குவதற்கு தயாராவார்கள் என்பதுமான SSFன் எதிர்பார்ப்பு, பத்தாயிரத்துக்கும் ஐந்தாயிரத்துக்குமாக சுருங்கிவிட்டது. காலப்போக்கில் எல்லாமும் அப்படித்தான் ஆகிவிடுமோ என்னும் சந்தேகமும் தோன்றியது. நாங்களும் உங்களுடன்தான் இருக்கிறோம் என்று சொல்வதைத்தவிர எதிர்ப்பில் நேரிடையாகப் பங்குபெறுவதற்கு யாரும் ஆர்வமற்றதன்மையை வெளிப்படுத்தினர். தஹீர் சதுக்கத்தைப்போல் ஒரு மக்கள் எழுச்சியை எதிர்பார்த்த அருளும் யமுனாவும் மிகவும் ஏமாற்றமடைந்தார்கள். மீனாட்சி ராஜரத்தினத்தின் அறிவுரையை அனுசரித்து சமாதானமான காந்தீய போராட்ட வழியில் ஆரம்பத்தில் ஒத்துப் போகாதிருந்த அவர்கள் தேவநாயகியின் முன்னால் தங்களின் எண்ணங்களைப் பங்கிட்டுக் கொண்டார்கள்.

“அக்கா, அம்மா சொல்வதற்கும் உண்மை நிலைக்கும் இடையே பெரும் வித்தியாசமுண்டு. காந்தியன் முறை இலங்கை ஃபாஸிஸத்துக்கு எதிரானபோராட்டத்தில் பயன்படுத்த முடியுமா என்று தோன்றவில்லை. எகிப்திலோ டுனீஷ்யாவிலோ போன்று இலங்கையில் பெரியதொரு மக்கள் எழுச்சி திரளுவதற்கான வாய்ப்பு மிகக் குறைவு. கால் நூற்றாண்டுவரை நீண்டிருந்த பயங்கரவாதத்திற்கு எதிரான போரில் வெற்றி வீரனாகியுள்ள அதிபருக்கு ஆதரவாக மக்களில் பெரியதொரு பகுதியினர் பக்கபலமாகவும் நம்பிக்கையுடனும் இருக்கிறார்கள். அதுதான் அவருக்குப் பலம். சிங்களத் தேசியத்தன்மையை தம்முடைய ஆசைகளுக்கு அனுசரணையாகத் திருப்புவதில் அவர் கைதேர்ந்தவர். இது ஃபாஸிஸத்தின் மிகவும் நவீனமான முகம். ஹிட்லர், முசோலினி ஆகியோரின் காலத்திலிருந்த ஃபாஸிஸம் இப்போது மிகவும் மாறி இருக்கிறது. ஸ்யூடோ டெமாக்ரஸியினுடையதும் மரியாதையினுடையதும் வளர்ச்சியினுடையதுமான சமாதானத்தின் முகமூடியை அணிந்து கொண்டுதான் ஃபாஸிஸம் இருபத்தியொன்றாம் நூற்றாண்டில் செயல்படுகிறது. நாட்டிலுள்ள பெரும்பான்மை சமுதாயத்தின் குறுகிய சாதிய உணர்வை மேன்மையாகப் போற்றி, அவர்கள் எதுவும் செய்யலாம் என்னும் உரிமையை அளித்துதான் அதைச் செயல்படுத்துகிறார்கள். நாம் மகத்தானது என்று நம்பும் ஜனநாயகம்கூட அப்போது மக்கள் விரோதமாகிவிடும். பெரும்பான்மையினர் சிறுபான்மையினரை அடக்கி ஒடுக்கவும் கொன்று குவிக்கவும் கற்பழிக்கவும் கொள்ளையடிக்கவும் செய்வார்கள்.

மரியாதையாகவும் அமைதியாகவும் நடக்கும் போராட்டத்தின் மூலம் அதை எதிர்கொள்ள முடியுமென்று எனக்குத் தோன்றவில்லை. ஆனாலும் இயக்கங்களின் பாஸிஸ போக்கையும் நாம் ஏற்றுக் கொள்ள முடியாது. நாம் இவற்றுக்கு மத்தியில் ஒரு புதிய வழியைக் கண்டு பிடிக்க வேண்டியதிருக்கிறது. பகைவன் ஒரு தனி மனிதனோ மாநிலமோ மட்டுமல்ல. சமூகத்திலுள்ள பெரியதொரு மக்கள் பகுதியையே பாதித்திருக்கும் மனநிலையாகும்."

"ஆனால் அருள், அதற்கு எதிராக பலாத்கார வழியை ஏற்றுக் கொண்டால் நமக்கும் அவர்களுக்குமிடையே என்னதான் வித்தியாசம்? நமக்கும் இயக்கத்திற்கும் இடையே என்ன வேறுபாடு?"

"வேறுபாடு உண்டு. நாம் பலாத்காரத்தை ஆயுதமாக்கப் போவது சாதாரண மக்களின் மேலல்ல. அதிகாரத்தின் போதையில் மனிதத்துவத்தை மறந்தவர்களுக்கு எதிராகத்தான். ஈழத்திலுள்ள ஒவ்வொரு பெண்ணுக்கும் தன் உடலின்மேல் ஆக்கிரமித்தவர்களையோ ஆக்கிரமிக்க முயன்றவர்களையோ கொல்வதற்கான உரிமை உண்டு. தாங்கள்தானே அக்கா தேவநாயகி கதையில், 'பெண்ணின் கண்ணீர் விழுகின்ற இடங்களுக்கெல்லாம் நான் போய்ச்சேரவேண்டும். நகரங்களையெல்லாம் சுட்டுப் பொசுக்க வேண்டும்' என்று எழுதினீர்கள்? அந்த தேவநாயகியின் அவதாரமாகவல்லவா ரஜனிதிரணகாமா உள்ளார்? அதே தேவநாயகியின் அவதாரம்தானே அக்கா, தாங்களும்? அந்த தேவநாயகியின் இரத்தம்தானே எங்களுக்குள்ளும் ஓடுகிறது?"

"அக்கா, அருள் சொல்வதிலும் விஷயம் உண்டு. தற்போதைய நிலையில் நாம் அமைதியான எதிர்ப்புக் காட்டுவதால் ஒரு பயனும் இல்லை. வதையை வதையால்தான் எதிர்கொள்ள வேண்டும். தங்களின் இந்த நிலைக்கு யார் பொறுப்பு? எங்கள் அப்பாவின் கொலைக்கு யார் பொறுப்பு? இலங்கையிலுள்ள லட்சக்கணக்கான மக்களின் உயிரிழப்புக்கும் பெண்களை மானபங்கப்படுத்தியதற்கும் யார் பொறுப்பு? அப்படிப்பட்ட அவர்களிடம் அமைதியான மொழியில் பேசுவதால் என்ன புண்ணியம்?"

"நீங்கள் இளமையாக இருப்பதால்தான் அப்படியெல்லாம் தோன்றுகின்றன. எனக்கும் உங்கள் வயதில் இப்படியெல்லாம்தான் தோன்றியது. இன்னும் கொஞ்சம் நாள் காத்திருப்போம். மக்கள் இந்த ஆட்சியாளர்களின் யதார்த்த குணத்தை அடையாளம் கண்டு தெருவில் இறங்குகிறார்களா என்று பார்ப்போம்."

"அக்கா, நாம் அப்படிக் காத்திருக்கத் தேவையில்லை. விஷயங்களை மக்கள் அடையாளம் காண்பதற்குள் இன்னும் பதினாயிரக்கணக்கில்

கொல்லப்படுவார்கள். பதினாயிரக்கணக்கான தமிழ்ப் பெண்கள் கற்பழிக்கப் படுவார்கள்.''

''சரி, உங்கள் விருப்பத்தையொட்டி செயல்படுங்கள். இந்த மண்ணில் முடிந்த மட்டில் குருதி கொட்டாத அளவிற்குப் பாருங்கள். பின்பும் நிவாரணம் கிடைக்கவில்லை என்றால் மட்டும்...

பாரீஸிலிருந்து ஒரு புரோக்ராமை முடித்துக் கொண்டு திரும்பும்போதுதான் எனக்கு ஜூலியிடமிருந்து போன் வந்தது. அதைக் கேட்டதும் விஷயம் அவ்வளவு மோசமில்லை என்று தோன்றியது. டொரொண்டோவிற்குப் போய்ச் சேர்ந்தவுடனே அதைப்பற்றி நண்பர்களிடம் விவாதித்தேன். SSFன் கனடியன் கோர் குழுவிலுள்ள எல்லாருக்கும் மிகவும் மகிழச்சியாகி விட்டது. இதுவொரு நல்ல வாய்ப்புதான். பலவகையிலான பழிவாங்கலை அவனுடைய முற்றத்திற்கே சென்று நடத்தக்கூடிய வாய்ப்பு. இதுவரை திட்டமிட்ட எல்லா திட்டங்களையும்விட இதில் வெற்றிவாய்ப்புகள் உள்ளன. ஆனால், யார் எப்படிச் செய்வது? அந்தக் கேள்விக்குச் சட்டென்று பதில் கண்டுபிடிக்க முடியவில்லை. விஷயத்தை தேவநாயகியுடன் விவாதித்தால் என்ன? வேண்டாம், அக்கா பின்வாங்கத்தான் சொல்வாள். நாம் செச்நியில் பிளாக் விடோஸ் ஆகவேண்டாம் என்னும் நிலைப்பாட்டில் அவள் இப்போதும் உறுதியாக நிற்கிறாள். அம்மாவின் காந்தியச்சிந்தனைகள் அக்காவை நன்றாகவே ஈர்த்து விட்டிருக்கின்றன. இந்த தீயவர்களின் மேலுள்ள பழிவாங்கும் முடிவுக்காக நம்மில் ஒருவரின் விலைமதிப்பில்லாத உயிரை பலியிட முடியாது என்றுதான் அக்கா சொல்வாள். ஆனால் ராணுவத்தினரின் கொடூரங்களுக்கு இரையாகி, வாழ்க்கையில் இனி இழப்பதற்கு ஒன்றுமில்லை என்னும் வகையில் தகர்ந்துபோன ஏராளமான பேர்கள் அப்படிப்பட்ட ஒரு நேரத்திற்காகத்தான் காத்திருக்கிறார்கள். இரவில், அம்மா அருகில் இல்லாத நேரமாகப் பார்த்து அருள் விஷயத்தை தேவநாயகியிடம் வெளிப்படுத்தினாள். அவள் முழுவதையும் மௌனமாகக் கேட்டுக் கொண்டு அமர்ந்திருந்தாள். கடைசியில் வழக்கம்போல் சில கேள்விகளைத் திருப்பிக் கேட்டாள்.

''சரி அருள், இதுவொரு மிகவும் நல்ல நேரம்தான். ஒத்துக்கறேன். ஆனால், அதற்காக நம்மவர்களின் இரண்டு மூன்று பேர்களின் உயிரை இழக்க வேண்டியது வரும். அதோடு சேர்ந்து கொல்லப்படுபவர்களில் ஏராளமான நிரபராதிகளும் இருப்பார்கள். தொடக்கவிழா மேடையில் பல நாட்டுத் தலைவர்களும் இருப்பார்களே. போர்க்குற்றவாளி ஒருவனைக் கொல்வதற்காக ஏராளமான நிரபராதிகளை அல்லவா கொல்ல வேண்டியது வரும். அதனால், அது வேண்டாம்.''

"வேறு யாருக்கும் எந்தவொரு ஆபத்தும் நேரிடாமல் அதை நடைமுறைப்படுத்தலாமென்றால்?"

"அதெப்படி முடியும்?"

இயக்கத்தின் பழைய தற்கொலை குண்டுகளின் காலமெல்லாம் போய்விட்டது அக்கா. இன்று நானோ வெப்பன்ஸ் காலமாகும். நானோ வெப்பன் ரபோட்டிக்ஸ் இன்று மிகவும் டெவலப்மெண்டாகி விட்டது. ஒரு ஈ அல்லது கொசுவின் அளவில்கூட ரிமோட்டில் செயல்படுத்தக் கூடிய ஆயுதங்கள் உண்டு. நான் நினைத்திருப்பது அப்படிப்பட்ட ஆயுதங்களைப் பயன்படுத்தும் ஒரு நடவடிக்கை தான். ஒரு **Mosquito Drone** நடனமங்கையின் முடியிலுள்ள முல்லைப் பூக்களுக்கிடையில் பெரும் முயற்சியில்லாமலேயே மறைத்து வைக்கலாம். தூரத்திலிருந்தே அதை ரிமோட்டால் செயல்படுத்தலாம். அந்த இயந்திர கொசுவில் ராஜநாகத்தின் விஷத்தையோ சயனடையோ, என்ன வேண்டுமென்றாலும் நிரப்பலாம். சாதாரண கொசு கடிப்பதுபோல்தான் தோன்றும். விஷத்தின் அளவும் மிகவும் குறைவானதால் உடனே இறப்பும் நேராது. நான்கைந்து நிமிடங்கள் கழித்து மிகவும் இயல்பாகத்தான் உயிரிழப்பு இருக்கும்."

"அது நல்லாத்தான் இருக்கிறது. ஆனால், நடனம் ஆடுபவர்களால் அதை ரிமோட்டில் செயல்படுத்த முடியுமா?"

"முடியாது. அதற்கு சபையில் வேறு யாராவது தேவை. அங்கே ஒருவரை உள்ளே நுழைய வைப்பது அவ்வளவு சிரமமுள்ள விஷயமில்லையே?"

"ஆனால், ஒரு தனிமனிதனை அழிப்பதன் மூலம் ஃபாஸிஸம் முடிந்து விடும் என்பதற்கு என்ன உறுதி? இலங்கையிலுள்ள ஃபாஸிஸம் வேறொரு தனிமனிதனிடம் மட்டும் நிலைகொண்டிருக்கவில்லையே... அதுவொரு சமூகம் முழுவதையுமல்லவா தொத்திக் கொண்டிருக்கிறது. அவனுக்குப் பதில் இன்னொருவன் உடனே காட்சிக்கு வந்துவிட மாட்டானா... அப்படியே இல்லையென்றாலும் ராணுவம் ஆட்சியைப் பிடித்துவிடுமல்லவா?'

"பின்னே என்ன செய்யலாம் என்பதை நீங்களே சொல்லுங்கள் அக்கா. இந்த வாய்ப்பைத் தவிர்த்து விடலாம் என்கிறீர்களா?"

"அப்படியென்று நான் சொல்லவில்லை. உங்களுடைய எண்ணம் எனக்கும் புரியும். அதைவிட அதிகமான எண்ணமும் எனக்குள் உண்டு. உனக்கும் தெரியும்தானே? நான் யமுனா மூலம் வேறு சில

திட்டங்களையும் வடிவமைத்திருக்கிறேன். நீ சென்ற சில தினங்களாக பாரீஸில் இருந்ததால்தான் அந்த விஷயங்களை விவாதிக்காமல் இருந்தேன். செயிண்ட் லூசியா என்னும் சிறு கரீபியன் நாட்டின் பிரதிநிதி அமைப்பில் நம் ஆட்கள் உண்டு. அவர்கள் அதிபருக்குப் பரிசளிக்கப் போகிறார்கள். அது ஒரு தங்க புத்தர் சிலை. படுக்கை அறையில் வைத்தால் சகல ஐஸ்வர்யங்களும் உண்டாகும் என்று பிரத்யேகமாகச் சொல்லித்தான் அளிக்கப் போகிறார்கள். அந்த ஆள் ஒன்றாம்தரமான மூடநம்பிக்கை உள்ளவனானதால் அவனுடைய படுக்கையறையிலேயே தங்க புத்தருக்கு இடம் கிடைக்கும். இங்கே, கனடாவிலிருந்து கொண்டே, ஒரு மொபைல் போனால் அந்த புத்தருக்கு திரி கொளுத்தலாம். அதுபோல் கயானாவின் அமைப்பிலும் நம்முடைய ஆட்கள் உண்டு. அவர்கள் காமன்வெல்த் நாடுகளின் ஐக்கிய அடையாளங்களாக 53 புத்தர் பொம்மைகளை மாநாட்டு மேடையில் அலங்கரிப்பதற்காக அளிப்பார்கள். அதிலும் சில பொம்மைகள் நமக்காக பிரத்யேகமாக தயாரிக்கப்பட்டதாக இருக்கும். புத்தனின் பெயரில் சித்ரவதை செய்பவர்களுக்கு எதிராக புத்தனையேதான் நாம் ஆயுதமாக்குகிறோம்.''

"அக்கா, அவையெல்லாம் சரியாக நடக்கவேண்டுமே. இந்தப் புத்தன் செக்யூரிட்டி பரிசோதனைகளில் பிடிபட்டால்?''

"உண்மைதான், பிடிக்கப்படலாம். நாம் நினைப்பதைப்போல் காரியங்கள் நடக்காமலும் போகலாம். நர்த்தகி நம்முடைய ஆள்தான் என்று தெரியும்போது அவளுடைய உயிரும்கூட போகலாம். ஆனால், ஏதாவது ஒரு திட்டம் வெற்றிபெறாமல் போவதற்கில்லை. இவற்றையெல்லாம் ஆராய்ந்து விவரமாக பிளான் செய்த பின் என்னிடம் சொல்.''

அருளும் யமுனாவும் மிகநீண்ட ஆராய்ச்சிக்கும் விவாதங்களுக்கும் பின்தான் காரியங்களை முடிவு செய்தார்கள். அவர்கள் இருவரையும் தவிர வேறு யாரிடமும் அதன் விளக்கங்களை அறிவிக்கவில்லை. மஸ்கிட்டோ ட்ரோன்களை யு.எஸ். ராணுவ ஆராய்ச்சி நிலையத்திலுள்ள டொனால்ட் ஹ்யூம் எனும் ஏஜென்ட்தான் யமுனாவுக்கு அளித்தான். உண்மையில், அவர்களின் எண்ணம் இதுவரையில் பயன்படுத்தப்படாத ஓர் ஆயுதத்தைப் பரிசீலிப்பதற்கான வாய்ப்பாகத்தான் இருந்தது. சீனா இலங்கையில் பெருமளவில் ஆதிக்கம் செலுத்துவதிலுள்ள அதிருப்தியும் அதற்கு ஒரு காரணமாக இருந்தது. எல்லா விஷயங்களையும் ஒருங்கிணைத்த பின் இறுதியாக்கப்பட்ட திட்டத்தை அவர்கள் தேவநாயகியின் முன் வெளியிட்டனர்.

'மற்றவர்களிடம் இத்தனை முக்கியமானதொரு விஷயத்தை ஒப்படைப்பது சரியில்லை என்று தோன்றியது. நாங்கள் இருவரும்தான் கொழும்புக்குப் போகிறோம். நம் மூவரைத் தவிர ஜூலிக்கு மட்டும்தான் இந்தத் திட்டம் தெரியும். யு.எஸ். ராணுவத்தின் ஏஜென்ட் ஹியூம் மஸ்கிட்டோ ட்ரோனை நேரிடையாக அங்கே கொண்டு வந்து சேர்ப்பான். அங்கே மூன்று நாட்களுக்கு எங்களுக்கு ரகசியப் பயிற்சியளிப்பான். நமக்கு மேடையில் ஏழு நிமிட நேரம் மட்டும்தான் அனுமதிக்கப்பட்டுள்ளது. யமுனா முதலில் மார்கழித் திங்களை அவதரிப்பாள். அதன்பின் புத்த பூஜைதான். தியான புத்தனின் சிலைக்கு முன்னால் நான் சிங்களத்திலும் யமுனா தமிழிலும் ஸ்துதிகள் பாடி நடனம் செய்வோம். பொம்மைக்கு மேலேதான் மஸ்கிட்டோ ட்ரோன் வைக்கப்படும். அதை ரிமோட்டில் செயல்படுத்தும் பொறுப்பு பீட்டரின் ஜூலிக்குதான்.''

"சரி, விஷயங்களெல்லாம் அழகாக நடக்கட்டும். மேடையில் ஏறுவதற்கு முன் எல்லாவற்றையும் நன்றாகப் பிராக்டீஸ் செய்து பெர்பெக்டா இருக்க வேண்டும். நானும் உங்களோடவே வருகிறேன். இவ்வளவு பெரிய பொறுப்பை உங்களிடம் ஒப்படைத்துவிட்டு என்னால் இங்கே படுத்திருக்க முடியுமா?''

"அக்கா நீங்க இந்த நிலையில...''

"பரவாயில்லை. நான் என் பீட்டரையும் ஒருமுறை பார்க்க வேண்டும்.''

"அரசாங்க ஆட்கள் அறிந்து விட்டால்?''

"அவர்களுக்குத் தெரியாமல் என்னை அழைத்துச் செல்ல உங்களால் முடியாதா?''

"அருள், காயத்ரியையும் ஜூலியையும் அழைத்து விஷயங்களை விரிவாக விளக்கினாள். தேவநாயகி வருவதில் மகிழ்ச்சிதானென்றும் அதற்கான ஏற்பாடுகளையெல்லாம் செய்யலாமென்றும் அவர்கள் சொன்னார்கள். அதனடிப்படையில் அவள் இரண்டு நாட்களுக்குள் விரிவான பயண ஏற்பாடுகளைத் தயார் செய்தாள்.

"அக்கா ஆமீனா பீர் முகம்மது, நான் க்ளோரிய ஃபெர்னாண்டோ, யமுனா தமயந்தி வீரசிங்கே என்ற பெயர்களில்தான் நாம் பயணம் செய்யப்போகிறோம். பயண வரைவுகளெல்லாம் தயாரித்து முடித்துவிட்டால் பரஸ்பரம் நாம் ஒருவருக்கொருவர் அறியாதவர்களைப் போல்தான் விமானத்தில் பயணம் செய்கிறோம்.

நம் பாதுகாப்பை உறுதிப்படுத்த டொனால்டு ஹ்யூம் இரண்டு யு.எஸ். ராணுவ அதிகாரிகளையும் நம்முடன் அனுப்புகிறான். கொழும்புக்கு சென்றவுடன் நம் மூவரையும் மூன்று வெவ்வேறு விருந்தோம்பல்காரர்கள்தான் அழைத்துச் செல்வார்கள். அவர்களின் வீடுகளில்தான் தங்கப் போகிறோம். நிகழ்ச்சியில் பங்கு பெறுவதும் அதே பெயர்களில் தான் இருக்கும். பீர்முகமதுவின் வீட்டில் பீட்டரை சந்திப்பதற்கான வசதியை அக்காவுக்கு ஏற்பாடு செய்யப்பட்டுள்ளது. அம்மாவுக்கு தற்போது இந்தக் காரியங்களையெல்லாம் அறிவிக்கப் போவதில்லை. நாங்கள் ஸ்டேட்ஸில் ஒரு நிகழ்ச்சிக்குப் போகப் போகிறோம் என்றும் அங்குள்ள ஒரு பிளாஸ்டிக் சர்ஜனிடம் காட்ட அக்காவை அழைத்துப் போகிறோம் என்றும் மட்டுமே சொல்லியிருக்கிறோம்.'

CHOGM நெருங்குவதற்குள் ஜூலிக்கு பெரும் நெருக்கடியானது. கோரியோகிராபியில் அசோசியேட் செய்வதுடன் தொடக்க விழாவில் மேடை நிர்வாகத்திலும் அவளுக்கு முக்கியமான பொறுப்பு கிடைத்தது. அதனால், பல நாட்களிலும் இரவு வெகுநேரம் கழித்துதான் திரும்பி வர முடிந்தது. தொடக்க விழாவுக்கு மூன்று நாட்கள் முன்பு காலை நேரத்தில் காயத்ரி அவளைப் பார்க்க வந்தாள். *SSF*ன் திட்டங்களையெல்லாம் சொல்லி உறுதிப்படுத்துவதற்குத்தான் அந்த வருகை. ஏறக்குறைய ஒரு மணி நேரம் வரையில் அவர்கள் அறையை சாத்திக் கொண்டு பேசினார்கள். வெளியில் வரும்போது காயத்ரியின் முகத்தில் ஒரு கள்ளச் சிரிப்பு ஏற்பட்டிருந்தது.

“பீட்டர், இன்று காலைதான் தேவநாயகி வந்து சேர்ந்தாள். நான் அவளுக்கு ஒரு பிராமிஸ் பண்ணியிருக்கிறேன்.”

“அதென்ன?'

“உன்னை ஒருமுறை அவள் பார்க்கணுமாம். அதற்காகவே அவள் வந்திருக்கிறாள்.'

“சரி.'

“அவள் ஆமீனா பீர் முகம்மது என்னும் பெயரில்தான் வந்திருக்கிறாள். *SSF* செயல் உறுப்பினனான பீர் முகம்மதுவின் ஸ்லேவ் தீவிலுள்ள சேரி பிரதேசத்து வீட்டில்தான் தங்கியிருக்கிறாள். நாம் ராத்திரிக்கு அந்த வீட்டுக்குப் போகணும்.'

நான் மகிழ்ச்சியுடன் ஒத்துக் கொண்டேன். ஜூலிக்கு வேலை நெருக்கடி காரணத்தால் கூட வர முடியாது. எங்களுக்குத் தொந்தரவாக

இருக்கக் கூடாது என்று எண்ணித்தான் அவள் விலகிக் கொண்டாள் என்று பின்பு புரிந்தது. பீர் முகம்மதுவின் வீட்டை அடைந்தபோது நேரம் மாலையாகி விட்டிருந்தது. வீடென்று ஒன்றும் சொல்ல முடியாது. வீடு, ஓர் ஓலைக் குடிசையாக இருந்தது. அக்குடிசையில் எங்களுக்காக ஒரேயொரு அறையை ஒதுக்கித் தந்தான். அறையில் வெளிச்சம் குறைவாக இருந்தது. நான் அறைக்குள் நுழைந்ததும் அவள் எழுந்து கொண்டாள். கருப்பு பர்தா போட்ட யாரோ ஒரு முஸ்லீம் பெண் என்றுதான் முதல் பார்வையில் யாருக்கும் தோன்றும். 'ஹாய் ஆனந்த்.' சிறிது பதறிய அவளுடைய அந்தக் குரலைக் கேட்டவுடன் எனக்கு குழப்பம் விலகி விட்டது. என்னை ஆனந்த் என்று வேறு யாரும் இதுவரை அழைத்ததில்லை.

"சுகந்தி.'

"இல்லை தேவநாயகி. நான் அந்தப் பெயரை என்றோ உதறிவிட்டேன்.'

என்னையறியாமல் அவளை நோக்கி கையை நீட்டினேன். எனக்கு கைகொடுக்க அவளுக்கு கைகள் இல்லை எனும் விஷயத்தை நான் மறந்து விட்டிருந்தேன். நான் அவளோடு சேர்ந்து அந்தப் படுக்கையில் அமர்ந்தேன்.

"நான் எங்கெல்லாமோ உன்னைத் தேடியலைந்தேன்.'

"எல்லாம் எனக்குத் தெரியும். உன்னுடைய நல்லதுக்காகத்தான் தொந்தரவு செய்யாமல் இருந்தேன். என்னால் எதற்காக உன்னுடைய எதிர்காலம் பாழாக வேண்டும். புலியின் உடம்பிலுள்ள வரிகளை எவ்வளவுதான் தேய்த்துக் கழுவினாலும் அவை மறையாது பீட்டர்."

"தேவநாயகி, நீ ஏன் என்னோடு சேர்ந்து தப்பிக்காமல் இருந்துவிட்டாய்?"

"அதற்குள் என்னுடைய விதி நிச்சயிக்கப்பட்டுவிட்டது. நீ தப்பித்துச் சென்ற முதல்நாளே இயக்கம் ஸ்டாலினுடனான என் திருமணத்தை தீர்மானித்து விட்டது. அந்த முடிவை அனுசரிக்காமல் இருப்பதற்கு எனக்கு தைரியமில்லாமல் இருந்தது. சரி, அதெல்லாம் போகட்டும். என்னாச்சு நம்முடைய சினிமா?'

"அடுத்த மாதம் ஷூட்டிங் தொடங்கும்..."

"அப்போ, நாம் நினைத்தது போல்தானே எடுக்கப் போகிறீர்கள்?"

"இல்லை. அதிலிருந்து வெகுவாக முன்னே சென்று இயக்கக் காலத்தின் ரஜனி மேடத்தைப் பற்றிய ஒரு சினிமா எடுக்க முயற்சித்ததும் அதில் தோல்வியடைந்ததும்தான் இந்த சினிமா. ஆனால், ஸிகிரியாவும் தேவநாயகி என்ற மாயையுமெல்லாம் அதில் சேர்ந்திருக்கும்."

"ஓ. அதுவும் நல்லதுதான். எப்போது?"

"உன்னை ரஜனி மேடமாக நடிப்பதற்காகத்தான் அப்போது நினைத்திருந்தேன். என்றாலும் புதிய சினிமாவில் நீயும் நானுமெல்லாம் கதாபாத்திரங்கள்தான். சில பிரபல ஹாலிவுட் நடிக நடிகையர்கள்தான் நம் வேடத்தில் நடிக்கப் போகிறார்கள்."

நாங்கள் அன்றிரவு முழுவதும் அப்படியே பேசிக் கொண்டிருந்தோம். காலைத் தொழுகைக்காக அடுத்த அறையில் பீர் முகம்மது எழுந்தபோதுதான் நேரம் விடியத் தொடங்கி விட்டது என்று புரிந்தது.

'நான் இந்த க்ஷீணித்த நிலையிலும் வேடம் மாறி இங்கே வந்தது ஏன் தெரியுமா? நீ சொல்வாயே, இவ்வளவு அழகான கன்னங்களும் உதடுகளும் வேறு யாரிடமும் கண்டதில்லை என்று. எனக்கு உன்னோட முத்தம் வேணும். இந்த முக்காட்டை எடுத்தால் ஒருவேளை உன்னால் அது முடியாமலும் போகலாம். நெற்றியில் கொடுத்தால் போதும். என்னுடைய அநதத் தடித்த கன்னங்களெல்லாம் இப்போது வெறும் மாமிசத் துண்டுகள்தான்.'

நான் அவளை என்மேல் இழுத்தணைத்து மெல்ல பர்தாவை விலக்கினேன். ஆசிடினால் பொசுங்கிய அந்த முகம் என்னைப் பயமுறுத்தவேயில்லை. அந்தத் தழும்புகள் எவையும் என் கண்களில் படவில்லை. என் மனதில் அவளுடைய தடித்த கன்னங்கள் மட்டுமே இருந்தன. நான் அவளைக் கட்டிப் பிடித்து அந்தக் கன்னங்களில் ஆவேசத்துடன் முத்தம் கொடுத்தேன்.

'ஆனந்த், என் முகம் மட்டும்தான் கோரமாகி உள்ளது' என்று அவள் நினைவூட்டினாள். முத்தத்தோடு மட்டும் முடித்து விடாதீர்கள் என்னும் விண்ணப்பமாக இருந்தது அந்த வாக்கியம். நான் அவளை நிராசைப்படுத்தவில்லை. ஆனந்தத்தின் உச்சத்தில், 'உன்னை கொஞ்சம் கட்டிப் பிடிக்க என்னால் முடியவில்லையே' என்று சொல்லியவள் தேம்பினாள். அதற்குள் நேரம் வெளுத்து விட்டிருந்தது. வெளியே பீர் முகம்மது குழந்தைகளின் சப்தத்தைக் கேட்டவுடன் நாங்கள் வேகமாக எழுந்து கொண்டோம். பீர் முகம்மதுவின் மனைவி எங்களுக்கு ஒவ்வொரு கிளாஸ் கட்டன் சாயாவும் சர்க்கரை வெல்லமும் தந்தாள்.

'கணவன் மனைவியாக இருந்தீர்கள்தானே?' அவள் புன்னகையுடன் கேட்டாள். தேவநாயகி, 'ஆமாம்' என்று தலையாட்டினாள்.

'மகளே, நீ இனிமேல் எங்கேயும் போக வேண்டாம். எங்களோடு தங்கினால் போதும்.' அந்த சர்க்கரை வெல்லத்தைவிட இனிப்பாக அவளுடைய வார்த்தைகள் இருந்தன.

30
ஆபரேஷன் நானோ

தேவநாயகியிடம் விடைபெற்றுத் திரும்பும்போது ஜூலியின் ***'Enjoy ur Old Flame, very busy in coming days. Can meet only after GHOGM.'Bye Julie*** அவளுடைய நெருக்கடி என்ன வென்று புரிந்தது. பீர் முகம்மதின் வீட்டிலிருந்து விடைபெறுவதற்கு முன்பு எந்தவொரு காரணமாக இருந்தாலும் யாரோடும் சொல்லிவிடாதே என்னும் உறுதிப்பாட்டில் ஆப்பரேஷன் நானோவின் செயல்முறைகளையெல்லாம் தேவநாயகி சொல்லியிருந்தாள். அதற்காகத்தான் அருள்மொழி நங்கையும் யமுனா ஸ்ரீதரும் அவளுடன் வந்திருக்கிறார்கள். டொனால்டு ஹ்யூமின் ஆட்கள் அவர்களுக்கு ஏதாவது ஒரு ரகசிய இடத்தில் வைத்துப் பயிற்சி அளித்துக் கொண்டிருப்பார்கள். *CIA*ன் பக்கப்பலம் இருப்பதனால் எல்லாமும் முறையாகவே நடக்கும். ஆனால், இந்த *CIA*வின் உறவை மனம் திறந்து ஒத்துக்கொள்ள காயத்ரிக்கும் ஜூலிக்குமெல்லாம் கஷ்டமாக இருக்கும். எதிரிக்கு எதிரி நண்பன் என்று வேண்டுமானால் நியாயப்படுத்தலாம். எதிர்பார்த்ததுபோல் இப்படிப்பட்டதொரு மூவ்மெண்டுக்கு சென்றது முற்றிலும் சரியில்லையென்று எனக்குத் தோன்றியது. ஆனால், இப்போது பின் வாங்குவதற்கு எந்தவொரு வழியும் காணப்படவில்லை. பீர் முகம்மதின் வீட்டிலிருந்து வெளியேறும்போது அந்த மனக்குழப்பம் என் மனதில் இருந்தது.

பழிவாங்குவதற்கான உரிமை அவர்களுக்கு உண்டு என்னும் விஷயத்தில் சந்தேகம் ஒன்றுமில்லை. அவர்கள் அந்தளவிற்கு சித்ரவதையை அனுபவித்தவர்கள்தான். ஆனால், இப்படிப்பட்டதொரு பழிவாங்கலால் என்ன நன்மை கிடைக்கப் போகிறது? மக்களிடமிருந்து *SSF* தனிமைப்பட்டுப் போவதற்குத்தானே இது வழிகாட்டும்? இயக்கத்திற்கு நேர்ந்த தவறும் அப்படித்தானே இருந்தது? ஃபாஸிஸத்துக்கு எதிராக பெரும் மக்கள் எழுச்சியைக் காண கனவு கண்டவர்கள் இந்த வழியையா ஏற்க வேண்டும்? *CIA* எவ்வளவு எளிதாக இந்த வாய்ப்பைத் தங்களுக்குச் சாதகமாக மாற்றிக் கொண்டார்கள்? துல்லியமான ஐடியாலாஜிகல் பக்கபலமோ தலைமையோ இல்லாமல் வெடித்துப் புறப்படும் மக்கள் எழுச்சிகளின் பிரச்சினையே இதுதான். ஜூலி இந்தத் தாந் தோன்றித்தனத்துக்கு ஒன்றும் முயலாமல் இருந்தால் போதுமானதாக இருக்கும்.

அப்பார்ட்மெண்டுக்குத் திரும்பிச் செல்லும்போது மஞ்சு லிஃப்ட்டிலிருந்து இறங்கிக் கொண்டிருந்தாள். கருப்பு பிராண்டட் ஸ்கர்ட் ஸூட்டும் அதே நிறத்திலான பிர்கின்ஸ் பேக்குமாக ஆளே மொத்தமாக கார்ப்பரேட்டட் ஸ்டைலில்தான் இருந்தாள். ஆபரணமாக, பிளாட்டினம் டைமண்ட் ஸ்டட் மட்டும்தான். மேக்கப்பும் மிகவும் லைட்டாகவே இருந்தது. ஏ ஒண்டர்புல் மேக்கோவர் இந்த யுத்தத்தினுடையதும் கண்ணீரினுடையதும் பழிவாங்கலினுடையதுமான நாட்டில் இப்படி விளையாடிச் சிரித்து திரிவதற்கென்றே புண்ணியம் செய்த சிலரும் இருக்கிறார்கள். எல்லாவற்றையும் சேர்த்து வைத்துப் பார்க்கும்போது மிகவும் விசித்திரமாகவே தோன்றியது.

'எங்கேயிருந்து தனியா வர்றே? உன்னுடைய அந்த பொறாமைக்கார சினேகிதி எங்கே?'

'அவள் அரசு அதிகாரியாச்சே. *CHOG*வின் வேலையில் இருக்கிறாள். ஆமாம், இதென்ன இப்படியொரு வேஷம்?'

'இன்று காமன்வெல்த் பிஸினஸ் ஃபாரம் தொடக்க விழா. காலையில் பத்து மணிக்கு ஓட்டல் ஸினமன் க்ராண்டில்தான் நடக்கிறது. பாஸ் நாளைக்கு ***Sri Lanka 21st Century Destination*** என்னும் பிரிவில் பேசப் போகிறார். தனியாக இருப்பதற்கு போரடிக்குதுன்னா என்னோட வா. ஆஸ்திரேலியாவிலிருந்து சில ஹை புரொபைல் செயலாளர்கள் வந்துள்ளதால் நான் ப்ரீதான். காரியங்களையெல்லாம் அவர்கள் பார்த்துக் கொள்வார்கள்.'

'இன்று வேண்டாம். நாளைக்குப் பார்க்கலாம் தாங்க்யூ.'

ஸினமென் கிராண்டிற்கு அவளுடன் போக இந்த வேடம் போதாது. குளித்து பிரேக்ஃபாஸ்டையும் முடித்தபின் ஜூலியை அழைத்தேன். அவள் தொடர்பெல்லைக்கு வெளியே. காயத்ரியும் தொடர்பெல்லைக்கு வெளியேதான். அதிர்ஷ்டவசமாக பீர் முகம்மது கிடைத்தான். நான் வெளியேறிய சிறிது நேரத்திற்குப் பின் தேவநாயகியை யாரோ வெள்ளைக்காரி வந்து அழைத்துக் கொண்டு போனாள் என்று சொன்னான். சமரவீரா கொடுத்தனுப்பிய தொடக்கவிழாவிற்கான அழைப்புக் கடிதமும் அதற்கான பாஸும் மேசைமேல் இருந்தன. ஜூலிதான் வைத்திருக்க வேண்டும். லாபை திறந்து திரைக்கதையை மீண்டும் ஒருமுறை படித்துப் பார்த்தேன். பின் தேவநாயகியின் இப்போதைய நிலையைத் தெளிவுபடுத்தும் விதமாக இரண்டு காட்சிகளைச் சேர்த்தேன். ஒரே அடியில் உயிரை இழந்த ரஜனி திரணகாமா எவ்வளவோ பாக்கியசாலி. இவள் இரண்டு கையுமில்லாமல் ஒரு கண்ணுக்கு பார்வையில்லாமல் பாவம்...

தேவநாயகியின் கதையில் வரும் மார்பகங்கள் வெட்டப்பட்ட நாயகியைவிட கஷ்டம்தான் இவளுடைய நிலை.

சிறிது நேரம் சென்றதும் ஜூலி திரும்ப அழைத்தாள்.

'என்ன, ஒரு ரிப்ளை மெஸேஜ் கூட அனுப்பவில்லை. நான், என் ஜாய்யுவர் ஓல்டு ஃபிளேம் என்று சொன்னது இன்சல்ட்டாகிவிட்டதோ? சாரி, ஒரு கிண்டலுக்காகத்தான் சொன்னேன். கொஞ்சம் நேரத்துக்கு முன்பு தேவநாயகியை நேரில் பார்த்தேன். மிகவும் கஷ்டமாக இருந்தது. ஆனால் அவளுடைய உறுதியான உடல்கட்டை ஒத்துக் கொள்ளத்தான் வேண்டும். மற்ற விஷயங்களை உன்னிடம்கூட சொல்வதற்கு எனக்கு அனுமதியில்லை. விழாவில் பங்கு கொள்வதற்கான பாஸையும் அழைப்புக் கடிதத்தையும் மேசைமேல் வைத்திருக்கிறேன். கண்டிப்பாக வரவேண்டும். நான் முன்னாடியே இருப்பேன். விருந்தினர்களை வரவேற்கக்கூடிய ரோல்கூட எனக்கு உண்டு.'

'நிச்சயம் வருவேன். உங்களுடைய ரகசியங்களை நான் கேட்கமாட்டேன். ஆனால், பெரும் ரிஸ்கான விஷயங்கள் ஒன்றையும் ஏற்க வேண்டாம். வயிற்றுக்குள்ளே என் குழந்தை வளருகிறது என்னும் விஷயத்தை மட்டும் மறக்க வேண்டாம்.'

'எல்லாம் எனக்கும் நினைவில் இருக்கின்றன. ஆனால், சில பொறுப்புகளிலிருந்தெல்லாம் விலக முடியாதல்லவா.'

'உன்னுடைய பாதுகாப்பை பாதிக்கும் என்றால் விலகத்தான் வேண்டும்.'

'முயற்சிக்கிறேன்... பை-'

'பை... டேக் கேர்...'

ஆனால், முயற்சிக்கிறேன் என்ற வார்த்தைக்கு பெரும் பலம் இருக்கவில்லை. 'உள்ளுக்குள் என் குழந்தை வளருகிறது என்னும் விஷயத்தை மறக்க வேண்டாம்' என்று பீட்டர் சொன்னது ஜூலியை தர்மசங்கடத்தில் ஆழ்த்தியது. பழிவாங்கலை நிறைவேற்றுவதற்காகத்தான் டெம்பிள் ட்ரீஸுக்கு ஒரு ஆக்ஸஸ் ஆர்வப்பட்டது. தேவைப்பட்டால் உயிரையே பலிகொடுத்தும் நிறைவேற்றக் கூடியது. இப்போ பீட்டர்... அவன் சொல்வதும் சரிதானே... வயிற்றில் கிடக்கும் குழந்தை என்ன தவறு செய்தது. உண்மைதான். பாவம் அந்தக் குழந்தையின் உயிரைப் பலிகொடுக்க தனக்கு உரிமை இல்லை.

கம்பஹாவிலுள்ள காயத்ரியின் வீட்டைத்தான் ஆப்பரேஷன் நானோவின் காரியங்களுக்காக அவர்கள் பயன்படுத்தினார்கள். தேவநாயகி ஆண்ட்ரியா என்னும் ஏஜெண்டுடன் அங்கே வந்தபோது அருள்மொழி நங்கையும் யமுனாவும் டொனால்டு ஹ்யூமும் அவளுக்காகக் காத்திருந்தார்கள். ஜூலியும் காயத்ரியும் சிறிது பின்னால் மற்றொரு காரில் வந்தார்கள். மேசைமேல் மஸ்கிட்டோ ட்ரோன்கள் அடங்கிய பிரத்யேக கண்ணாடிப் பாத்திரமும் ஓரடி உயரமுள்ள ஒரு புத்தர்சிலை ஆகியனவும் வைக்கப் பட்டிருந்தன. கையில் பெரியதொரு ஹாண்ட் லென்ஸுமாகத்தான் ஹ்யூம் அமர்ந்திருந்தான். எல்லாம் எல்லாரும் வந்து சேர்ந்ததும் கதவையெல்லாம் பத்திரமாக சாத்திய பின் ஹ்யூம் விஷயங்களை விளக்கினான்.

'ஆப்பரேஷன் நானோ என்னும் இந்த மஸ்கிட்டோ ட்ரோன்களைப் பயன்படுத்தும் முறை முதல் சோதனை அல்ல. இது நாங்கள் பலமுறை சோதித்து வெற்றி பெற்ற முறைதான். அதுவும் ஒரு பொலிட்டிக்கல் பர்ப்பஸுக்காக இதை முதன்முறையாக உபயோகிக்கிறோம். ஆனால், இந்த ஆப்பரேஷனுக்கு யு.எஸ். அரசின் அனுமதி இல்லை. நாங்கள் இதை அரசாங்கத்துக்கு அறிவிக்கவுமில்லை. இப்படியொரு காரியத்தை நாங்கள் அரசாங்கத்துக்கு அதிகாரப்பூர்வமாக அறிவிப்பதற்கோ அவர்கள் அதற்கு அனுமதி தருவதற்கோ முடியாது. அதனால், இதில் தோல்வியடைந்தாலோ ஏதாவது காரணத்தினால் பிடிக்கப்பட்டாலோ அதற்கான பொறுப்பை யு.எஸ். அரசு ஏற்றுக் கொள்ளாது. அதுமட்டுமல்ல, நம்மை விலக்கவும் செய்வார்கள். நான் இதைச் சொல்வதற்கான காரணம், இந்த ஆப்பரேஷன் நூறு விழுக்காடும் *SSF*ன் ஆர்வத்தையொட்டிதான் என்பதை உறுதி செய்வதற்காகத்தான். ஆனாலும், அதிகாரப்பூர்வமற்ற வகையில் யு.எஸ். இந்த ஆப்பரேஷனுக்கு பக்கபலமாகவே இருக்கிறது. நமக்குத் தேவையான எல்லா வசதிகளையும் அளிக்கிறது. அதன் குறிக்கோள் இலங்கையிலுள்ள சீனாவின் பலமான இருப்பையும் செல்வாக்கையும் தடுக்க வேண்டும் என்பதுதான்.

'மிஸ்டர் ஹ்யூம், இந்த ஆப்பரேஷனுக்கான பொறுப்பு முழுவதும் எங்களுக்கானது என்பதில் சந்தேகம் ஒன்றும் வேண்டாம். ஆனால், மற்ற விஷயங்களில் அபிப்ராய வேறுபாடுகள் உண்டு. காரணம், நாங்கள் யு.எஸ்.ஸின் மூவ்மெண்டுகளை முழுமையாக பின்பற்றுபவர்கள் இல்லை. சாம்ராஜ்ய மோகத்திலான விஷயங்களில் உங்களுக்கும் சீனாவுக்கும் இடையில் எங்களுக்குப் பெரிய வேறுபாடுகள் ஒன்றுமில்லை. சரி, தாங்கள் இதை எப்படிக் கையாள வேண்டும் என்பதைச் சொல்லிக் கொடுங்கள்.'

காயத்ரியின் உறுதியான வார்த்தைகளைக் கேட்டதும் ஹ்யூமுக்கு இவர்கள் அலட்சியமானவர்கள் இல்லை என்பது புரிந்தது. அவன் கண்ணாடிப் பாத்திரத்தைத் திறந்து மிகவும் கவனத்துடன் ஒரு இயந்திரக் கொசுவை கையில் எடுத்தான். ஹாண்ட் லென்ஸுக்கு அருகில் பிடித்து காயத்ரியிடம் பார்க்கச் சொன்னான்.

'ஓகே... மிஸ் காயத்ரி பாருங்கள். எல்லா வகையிலும் இதுவொரு கொசுதான். நீண்டு மெலிந்த கால்களும் சிறகுகளுமெல்லாம் சாதாரண கொசுவைப் போலவேதான் இருக்கிறது. இந்த சிறகுகள் ஒரு செகண்டுக்கு ஆயிரத்துக்கு மேற்பட்ட முறைகள் வைப்ரேட் செய்யும். இந்த ஆண்டெனாவின் மூலம்தான் நாம் அளிக்கும் சிக்னல்களை ஏற்றுக் கொள்ளும். அதன் முனையில் ஒரு மைக்ரோ கேமராவும் உண்டு. பாருங்கள் இதுதான் *Proboscis.* இதனை நீங்கள் கொம்பென்றோ முள்ளென்றோ எப்படி வேண்டுமானாலும் அழைக்கலாம். இந்தப் பெரிய பாகம் வயிறு. அதில்தான் சைனெடு பாதுகாப்பாக உள்ளது. அதற்குக் கீழேயுள்ள மைக்ரோ புராஸஸர்தான் கொசுவின் மூளை. சாதாரண கொசு தன் கொம்புகளால் மனித உடலில் குத்தி இரத்தத்தை உறிஞ்சும். இந்த இயந்திர கொசு தன் வயிற்றுக்குள்ளேயுள்ள விஷத்தை மனித உடலுக்குள் குத்தி இறக்கும். இவையெல்லாம் சேர்ந்தாலும் அதன் எடை மூன்று கிராம்தான்.'

'நாம் இதை இந்த புத்தர் சிலையின் உச்சியில் வைக்கலாம். மிகச் சிறியதாக இருப்பதால் யாராலும் சட்டென்று கண்டுபிடிக்கவும் முடியாது. அப்படியே கண்டாலும் சாதாரண கொசுதானே என்று தோன்றும். உங்களுக்கு மேடையில் ஒதுக்கப்பட்டுள்ள நேரம் வெறும் ஏழு நிமிடம்தான் என்று சொன்னீர்கள் அல்லவா. அதனால் யமுனாவின் நடனம் தொடங்கி ஒரு நிமிடம் கழிந்தால் ரிமோட்டைப் பயன்படுத்தி முதல் கொசுவை லட்சியத்தை நோக்கி அனுப்பலாம். ஒன்றிரண்டு கடியிலேயே 3 மில்லிகிராம் சைனெடும் உள்ளே சென்று விடும். இரண்டாவது நடனம் ஆரம்பிக்கும்போது அடுத்த கொசுவையும் பிரயோகிக்கலாம். நடனத்தில் லயித்திருக்கும் நம்ம டார்கெட் மனிதர் இதை அறிந்து கொள்ளவே மாட்டார். நடனம் முடிவதற்குள் இரண்டு கொசுக்களையும் புத்தனின் உச்சந்தலையிலேயே திரும்பவும் கொண்டு வந்துவிட வேண்டும். இப்படி நான் சொன்னதிலிருந்து இந்த ஆப்பரேஷன் வெற்றி முழுவதும் ரிமோட்டை இயக்கும் ஆளின் கையில்தான் என்பது புரிகிறதல்லவா. அறுபதடி தூரத்தில் நின்று கொண்டுகூட உங்களால் இதைச் செய்ய முடியும். கொசுவின் மூவ்மெண்டை ரிமோட்டின் திரையிலும் காண முடியுமானதால் நாம்

மிகவும் துல்லியமாக காரியத்தை நிறைவேற்றி விடலாம்.'

ஹ்யூம் ஒரு ஸ்மார்ட் போன்போல் தோன்றக்கூடிய ரிமோட்டுடன் அறையின் ஓரத்துக்குப் போய் நின்றான். அவன் அந்த இடத்தில் கொசுவை ஒரு சாதாரண கொசுவைப் போல் பறக்கவிட்டு காயத்ரியின் கையில் கொண்டு போய் வைத்தான். காயத்ரி கொஞ்சம் திடுக்கிட்டாள்.

'பயப்பட வேண்டாம். இது காலி டப்பாதான்.'

ஹியூம் ரிமோட்டின் மூலம் குத்துவதற்கான சிக்னல் கொடுத்தான். காயத்ரி அதை அறியவேயில்லை. சாதாரணகொசு கடிக்கும் போதுள்ள நமைச்சல் கூட இல்லாமையால் இந்தக் கொசு கடிப்பது தெரியவே இல்லை. ஹியூம் ரிமோட்டைப் பயன்படுத்தி இயந்திரக் கொசுவை புத்தனின் சிரசுக்கே மீண்டும் கொண்டு வந்தான்.

'சரி, இனிமேல் நீங்கள் யாராவது செய்து பாருங்கள்.'

எல்லாரும் ஜூலியைப் பார்த்தார்கள். அவளுடைய காதில் 'உள்ளுக்குள் என் குழந்தை வளருகிறது என்ற விஷயத்தை மறக்க வேண்டாம்' என்ற பீட்டரின் வார்த்தைகள் கேட்டுக்கொண்டிருந்தன. அவள் ஹியூம் கையிலிருந்து ரிமோட்டை பெற்று அவனுடைய அறிவுரையின்படி இயங்கச் செய்வதற்கு முயன்றாள். ஏனோ அவளுடைய கைகள் நடுங்கின. அவளால் ஒருமுறைகூட இயந்திரக் கொசுவை சரியான இடத்துக்கு கொண்டுபோய்ச் சேர்க்க முடியவில்லை. 'நாம் பயன்படுத்துவது வெறும் மூன்று கிராம் மட்டுமே எடையுள்ள மைக்ரோ ஆப்ரேஷன். மிகவும் கவனத்தோடுதான் இதைக் கையாள வேண்டும். ஹியூம் அவளுடைய கையைப் பிடித்து பலமுறை செய்து காண்பித்துக் கொடுத்தான். அவள் தானாக முயற்சிக்கும்போது இயந்திரக் கொசு காயத்ரியின் கையில் அமர்வதற்குப் பதிலாக தரையிலோ தேவநாயகியின் கையிலோ போய் அமரும். இப்படியே மேலும் கொஞ்சம் நேரம் ஆனதும் ஹ்யூமுக்கு அலுத்துவிட்டது.

'சாரி, இவள் இந்த வேலைக்குச் சரியில்லை. வேறு யாராவது வாங்க.'

'வேறு யாராலும் மேடைக்கு எளிதில் ஏற முடியாதே.'

காயத்ரி பிரச்சினையை ஹியூமுக்கு சொன்னாள்.

அவள் அதை எதிர்பார்த்ததுபோல் ஒருமுறை புன்னகைத்தான்.

'ஓகே... ஆண்ட்ரியாவில் டூ இட். அவளுக்கு தொடக்க விழாவிற்கான ஒரு பாஸை நம் எம்பஸி மூலம் சேர்த்து விடலாம். ஆனால், நீங்கள் அதற்கான பீஸை தனியாகத் தர வேண்டியதிருக்கும்.'

காயத்ரி ஒத்துக் கொண்டாள். எல்லாருக்கும் நிம்மதியாயிற்று. ஆண்ட்ரியா ஜேம்ஸ்பாண்ட் சினிமாக்களில் வரும் நாயகியை நினைவூட்டும் வகையில் வெள்ளை நிற அழகியாகத் தோன்றினாள். அவள் அனாவசியமாக இயந்திரக் கொசுவை காயத்ரியின் கைக்கும் அங்கிருந்து மீண்டும் புத்தனின் சிரசுக்கும் கொண்டுபோனாள். ஹ்யூமுக்கு மிகவும் மகிழ்ச்சியாயிற்று.

'கங்கிராட்ஸ் ஆண்ட்ரியா. *The Farm*ல் பயிற்சி பெற்ற ஏஜெண்டினாலேயே இதைச் சாதிக்க முடியவில்லை. ஆச்சரியமான இயக்கம்.'

தேவநாயகிக்கு ஹியூமின் நானோ ஆப்பரேஷன் சுத்தமாகப் புரியவில்லை. புத்தர் சிலைகளைப் பயன்படுத்திய முதல் இரண்டு மூவ்மெண்டுகளும் தோல்வி அடைந்ததுதான் ஒருவேளை அதற்குக் காரணமாக இருக்கும். செயிண்ட் லூசியா சார்பில் பரிசாக அளிக்கக் கொண்டு வந்த புத்தனை நேற்று விமானநிலையத்திலேயே பாதுகாப்பு அதிகாரிகள் பிடித்து விட்டார்கள். கயானாக்காரர்கள் வாக்குறுதி அளித்த புத்தர் பொம்மைகளை இலங்கை அரசாங்கம் பாதுகாப்புக் காரணங்களைக் கூறி மறுத்து விட்டனர். இந்த புத்தனும் காலை வாரி விடமாட்டான் என்பதற்கு என்ன உறுதி? இதில் வெற்றி பெற்றால்தான் சில மணி நேரத்திற்குப் பின்போ சில நாட்களுக்குப் பின்போ நேரப்போகும்-முற்றிலும் இயல்பானது என்று தோன்றப் போகும் ஒரு மரணத்தின் மூலம் பலமானதொரு எதிர்ப்பு சமூகத்தை அறிவிப்பதற்கு முடியப்போவதுமில்லை. அதுமட்டுமல்ல, மிகவும் கொடூரமாக ஒரு பிரிவு மக்களையே அடக்கியொடுக்கி, பயமுறுத்தி, கொன்றுகுவித்த மனிதர் இவ்வளவு சுகமானதொரு மரணத்தை அடையக்கூடாது. ஹியூமும் ஆண்ட்ரியாவும் ஓட்டலுக்குத் திரும்பியதும் அவள் தன் ஒத்துழையாமையை காயத்ரிக்கு தானாகவே அறிவித்தாள். இதை அருளிடம் சொல்லி அவர்களின் தன்னம்பிக்கையைக் கெடுக்க வேண்டாம் என்றும் முக்கியமாக சொல்லவும் செய்தாள்.

'உண்மைதான் எனக்கும் அப்படித்தான் தோன்றியது. குழந்தைகள் அதைச் செய்து கொள்ளட்டும். நாம் வேறொரு திட்டத்தை தீட்டிக் கொள்வோம்.'

'அது என்ன?'

'ஐம்பத்தைந்து புதிய பென்ஸ் எஸ் 400 கார்கள் GHOGMக்காக இறக்குமதி செய்யப்பட்டுள்ளன. அதில் ஐம்பத்து நான்கும் ஒவ்வொரு

நாட்டின் தலைவர்களுக்கு உரியதாகும். காமன்வெல்த் சமூகத்தில் நம்முடைய அதிபருக்கு ஆதரவாளர்கள் மிகவும் குறைவானதால் பாதி நாட்டுத் தலைவர்கள் இந்த மாநாட்டில் பங்கு பெறப் போவதில்லை. மொரீஷியஸ், மாநாட்டையே பாய்காட் செய்கிறது. கனடா, இந்தியா போன்ற பல முக்கியமான நாடுகளும் வெளியுறவுத் துறை அமைச்சரையோ வேறு அமைச்சர்களையோதான் அனுப்பப் போகிறார்கள். அவர்களெல்லாம்தான் இந்த புத்தம்புதுக் கார்களைப் பயன்படுத்தப் போகிறார்கள். இந்த வாகனங்களுக்கு தனிப்பட்ட GHOGM நெம்பர் பிளேட்டுகள் வழங்கப்பட்டுள்ளன. அந்த நெம்பர் பிளேட்டுகளுடன் எஸ் 400 கார்களுக்கு அனைத்து பாதுகாப்பு தடைகளையும் கடந்து செல்வதற்கான அனுமதி உண்டு. அவர்களின் காவலுக்காக முன்னாலும் பின்னாலும் ஒவ்வொரு ராணுவ ஜீப்பும் உண்டென்பதால் பின்பு யாரும் தடையில்லை. GHOGM 225 என்னும் நெம்பர் பிளேட்டுடன் வெடிமருந்துப் பொருட்கள் நிறைத்த ஒரு புதிய பென்ஸ் காரை நேரங்கழித்து வந்த ஏதோவொரு நாட்டுத் தலைவரின் வாகனம் என்பதுபோல் தொடக்கவிழா மாநாடு நடக்கும் இடத்திற்கு நாம் ஓட்டிக் கொண்டு போவோம். காவலுக்காக இரண்டு மிலிட்டரி ஜீப்புகளும் இருக்கும். ராணுவத்தில் நம்மை ஆதரிக்கும் ஆட்கள்தான் இந்த ஜீப்புகளை ஏற்பாடு செய்திருக்கிறார்கள். அதனால் எவ்விதத் தடங்கலும் இல்லாமல் நம்முடைய காரால் 'நெலம் பொகுன' (தாமரைத் தடாகம்) ராஜபட்சே தியேட்டருக்கு முன்னால் சென்றுசேர முடியும்.

'அப்போது தொடக்கவிழா சடங்குகளின் ஆரம்பமாக 'நமோ நமோ மாதா' எனும் தேசிய கீதம் ஒலிக்கும் நேரமாக இருக்கும். தேசிய கீதம் பாடும்போது எந்த கமாண்டோவும் சிறிதுநேரம் கண்களை மூடிக்கொள்வர். சட்டென்று காரின் கதவைத் திறந்து உடல் முழுவதும் வெடிபொருட்களால் மூடப்பட்ட மூவர் தாமரைத் தடாகத்திற்குள் சென்றுவிடுவார்கள். யாராவது தடுக்க முயன்றால் அவர்களை தொடர்ச்சியாக சுட்டு வீழ்த்துவார்கள். எங்களில் ஒருவராவது உயிரோடு மேடையை அடைந்து விட்டாலே இந்த ஆப்ரேஷன் வெற்றி பெற்றுவிடும். இருபத்தி நான்கு செகண்டுகளில் காரிலிருந்து இறங்குபவர்களில் ஒருவர் மேடைக்கு சென்று விடலாம் என்றுதான் நாங்கள் கணக்கிட்டிருக்கிறோம். அடுத்த செகண்டில் நாங்கள் வந்த கார் வெடித்து சிதறும். கண்டிப்பாக சில நிரபராதிகளும் இறப்பார்கள். நிரபராதிகளான நாங்களும்தானே இறக்கிறோம். அதைத் தவிர்க்க முடியாதல்லவா. ஆனால் ஒரு பிரச்சினை உண்டு. காரை ஓட்டுகிறேன்

என்று பொறுப்பேற்றிருந்த ஆளை நேற்றே *TID*காரர்கள் தங்களின் கட்டுப்பாட்டுக்குள் கொண்டு சென்று விட்டார்கள். எங்கள் நால்வரைத் தவிர வேறு யாருக்கும் இந்தத் திட்டம் தெரியாது.'

'அப்போ, இனி என்ன செய்வதாக உத்தேசம்.?'

'தெரியவில்லை. மற்ற விஷயங்களெல்லாம் தயார்தான். புதிதாக ஒருவனை இந்த காரியத்திற்காகத் தேடிக் கொண்டிருக்கிறோம்.'

'நான் வந்தால் போதுமா?'

'உன்னால் கையில்லாமல் காரோட்டத் தெரியுமா?'

'காரை கைகளால்தான் ஓட்ட வேண்டுமென்பதில்லையே.'

'பின்னே?'

காமன்வெல்த் பிஸினஸ் ஃபோரம் மிகவும் மேன்மையாக இருந்தது. இந்தியாவிலிருந்து வந்த ராகுல் பஜாஜ் உட்பட பிஸினஸ் அரங்கில் பல பிரமுகர்கள் இருந்தாலும் ஜேம்ஸ் பாக்கர் என்ன சொல்லப் போகிறான் என்பதைக் கேட்பதற்குத்தான் எல்லாருக்கும் ஆர்வமாக இருந்தது. பாக்கரும் அவர்களை நிராசைப்படுத்தவில்லை. இலங்கையின் முன்னேற்றத்திற்கும் வளர்ச்சிக்குமாக அரசாங்கம் செய்யும் விஷயங்களை வானளாவப் புகழ்ந்தவாறுதான் பாக்கர் தன்னுடைய சொற்பொழிவைத் தொடங்கினான். இந்தியாவைப் போன்றுள்ள முக்கிய அயல்நாடுகளிலுள்ள நடுத்தர வர்க்கத்தின் வளர்ச்சியைத் துல்லியமாகப் பிரித்தெடுத்த பாக்கர், அவர்களின் உல்லாச கேந்திரம் எனும் நிலையில் இலங்கையின் வளர்ச்சிக்கான வாய்ப்புகளைத்தான் முன்னால் வைத்தான். சீனாவுக்கு மெக்காவுபோல் இந்திய உபகண்டத்திற்கு இலங்கை. அதிலும் தன்னுடைய கனவுத் திட்டமான க்ரௌன் கொழும்புவை அழகாக வெளியிட்டான். லஞ்ச் சமயத்தில் மஞ்சு தன் பாஸை அறிமுகம் செய்தாள்.

*GHOGM*க்கு எதிராக சிறிய வகையிலான எதிர்ப்புகள் நாட்டின் பலபகுதிகளிலும் இந்த சமயத்தில் நடந்து கொண்டிருந்தன. பாக்கருக்கு எதிராக எதிர்க்கட்சியினரும் புத்திஸ்ட்டுகளும் பெரும் எதிர்ப்புகளை எழுப்பினார்கள். அதிபருக்கோ அவருடைய தலைமையிலுள்ள அரசாங்கத்திற்கோ இவையொன்றும் பெரிய பிரச்சினையாக இருக்கவில்லை. சானல்4ன் ஆட்களை ஆளும் கட்சியை ஆதரிப்பவர்கள் யாழ்ப்பாணத்திற்குச் செல்ல விடாமலேயே வழியிலேயே தடுத்தார்கள். பிஸினஸ் ஃபோரம் முடிந்து திரும்பும்போது நான் அதை மஞ்சுவிடம் சுட்டிக்காட்டினேன். அவள் அனாவசியமாக காரோட்டிக் கொண்டு ஒரு

பெரும் நகைச்சுவையைக் கேட்டதுபோல் சிரித்தாள்.

‘தெருவில் நின்று குரைக்கும் நாய்களைக் கண்டு யாராவது பயப்படுவார்களா, பீட்டர்?’

‘அவற்றில் வெறி நாய்கள் இருந்து விட்டால்?’

‘அடித்துக் கொல்ல வேண்டும். வேறென்ன செய்வது?’

நான் சிறிது திடுக்கிட்டேன். அப்பார்ட்மென்டை அடையும் வரையில் நான் ஒன்றும் பேசவேயில்லை. காரிலிருந்து இறங்கிய உடனே குட்நைட் சொன்னதும் மஞ்சு தடுத்தாள்.

‘இன்னொரு ராத்திரி எனக்காக மாத்தி வச்சுக்கக் கூடாதா?’

ஒத்துக் கொள்ள வேண்டியதாயிற்று. ஆனால் அவளுக்குத் தேவையான அளவுக்கு ஆனந்தப்படுத்த என்னால் முடியவில்லை. என்னவோ ஒரு பயம் என்னை ஆட்கொண்டிருந்தது. அவள் களைத்து உறங்கிய போதும் நான் தூங்காமல் படுத்திருந்தேன். பின் எப்பவோ, ஒரு கெட்ட கனவில் ஆழ்ந்து போனேன்.

மார்பகங்கள் இரண்டும் சிதைக்கப்பட்டு குருதியில் குளித்த தேவநாயகி தொடக்கவிழா சடங்கு நடக்கும் தாமரைத் தடாகம் அரங்கத்திற்கு ஆகாயத்திலிருந்து இறங்கி வந்தாள். அதி உச்சத்திலிருந்த அவளுடையஅலறலைக்கேட்டுபயந்துபோய்மேடையிலுள்ளவர்களும் சபையில் அமர்ந்திருந்தவர்களும் துள்ளி எழுந்தார்கள். அவள் தேவநாயகியின் கோலத்திலுள்ளதைப்போல் அடி வைத்து, ‘இந்த சாம்ராஜ்யத்தின் ராணி எங்கே? நீதிபதிகள் எங்கே போயிருக்கிறார்கள்? என் மார்பகங்களை அறுத்தவனின் தலையை அறுக்காமல் எங்கே போய் மறைந்துகொண்டுள்ளீர்கள்? நீங்கள் இந்த அரங்கிற்கு வரவில்லை என்றால் என்னைப் போல் லட்சக்கணக்கான ஈழப்பெண்களின் குருதிக்கும் கண்ணீருக்கும் நான் பதில் கேட்பேன். இந்தத் தாமரைத் தடாகத்தையும் சூதாட்ட கேந்திரங்களையும் சுட்டெரிப்பேன். என்னுடைய இந்த மார்பகங்களைத் தரையில் வீசினால் சூரியனைப்போல் தீயாய் ஜொலிக்கும். இந்த கொழும்பு நகரமே பற்றி எரியும். எங்கே, எங்கே சென்றுள்ளீர்கள் நீங்கள்?’ என்றெல்லாம் சொல்லி ஆடிக் கொண்டிருந்தாள். அந்த வார்த்தைகளின் எதிரொலி பிரபஞ்சத்தின் மூலை முடுக்குவரை முழங்கியது. அவளுடைய மார்பகங்களிலிருந்து வடிந்த குருதியால் மேடையே ஒரு இரத்தக் கடலாயிற்று. நான் அந்தக் கடலில் மூழ்கிக் கீழே போய்க்கொண்டிருந்தேன். கடவுளே...! என்று அழைத்துக் கொண்டே

திடுக்கிட்டு எழுந்தபோது அவள் என் அருகில் படுத்திருந்தாள்... ஆம், இரண்டு கைகளும் வெட்டப்பட்டு குருதியில் குளித்துக்கொண்டிருக்கும் தேவநாயகி. நான் இரண்டு கைகளையும் தலையில் வைத்துக் கொண்டு உரக்க அலறுவதைக் கண்டதும் அவள் எழுந்து கொண்டாள். 'பீட்டர் உனக்கு என்னாச்சு?' மஞ்சுதான் கேட்டாள். அவளும் அழுது கொண்டிருந்தாள்.

31

சமாதிநிலை

பெரும்பான்மை மக்களும் மத பைத்தியங்களாகவோ பயந்தாங்கொள்ளிகளாகவோ சுயநலவாதி களாகவோ இருக்கும் சமூகத்தில் சுதந்திரத்திற்காகப் போராடுபவர்கள் முட்டாள்களாக இருக்கலாம். ஆனால், எங்களால் அந்தக் கனவிற்காக உயிரைப் பலி கொடுக்காமல் இருக்க முடியாது. சுதந்திரத்தை விட பெரியதாக எங்களுக்கு ஒன்றுமில்லை. சர்வாதிகாரியின் கையிலிருந்து அதிகாரத்தைப் பறிப்பதற்காக கொழும்பு நகரத்தை நோக்கி மக்கள் வெள்ளம் உறுமி வரும் நாளைத்தான் நாங்கள் கனவு காண்கிறோம். அதற்குத் தேவையான நிரந்தரப் போராட்டத்திற்கு எங்களுடைய உயிர்த்தியாகம் தூண்டுதலாக இருக்கும் என்னும் எதிர்பார்ப்புடன் எல்லா நண்பர்களுக்கும் குட் பை.

மீனாட்சி இராஜரத்தினம்

சோக்கம் தொடக்கவிழா சடங்கு நடக்கும் 2013 நவம்பர் 15ந் தேதி வெள்ளிக்கிழமை காலையில் மீனாட்சி இராஜரத்தினத்தின் பேஸ்புக் ஸ்டேட்டஸைப் பார்த்து என்னைப்போல் ஆயிரக்கணக்கான மக்கள் திடுக்கிட்டுப் போனோம். காயத்ரி உள்பட தெரிந்த TID உறுப்பினர்களையெல்லாம் நேற்றே கஸ்டடியில் எடுத்திருந்தாலும் இலங்கைராணுவம்பாதுகாப்புவிஷயங்களைமிகவும்பலப்படுத்தியது. MSSம் சோக்கமின் பாதுகாப்பு நடவடிக்கைகளில் இலங்கை அரசாங்கத்துக்கு அதிகாரப்பூர்வமற்ற முறையில் உதவும் சீனாவின் ஒற்றர் குழுவான MSSம் மீனாட்சி இராஜரத்தினத்தை நாடு முழுவதும் சலித்து தேட ஆரம்பித்து விட்டார்கள். MSSன் சைபர் செல் மீனாட்சி இராஜரத்தினம் எங்கிருந்து இந்த போஸ்டை அனுப்பியிருக்கிறாள் என்று தேடுதல் வேட்டையைத் தொடங்கியது. ஏழு மணி ஆவதற்குள் பேஸ்புக்கில் வெளியான இந்த கடுமையான தீர்மானத்திலிருந்து பின்வாங்க வேண்டும் என்று வேண்டுகோள் விடுத்து ஆயிரக்கணக்கான கமெண்டுகள் வந்தன. ஆனால், எல்லாமும் முன்கூட்டியே தீர்மானித்து உறுதி செய்யப்பட்டதுபோல் அவள் எதையும் பொருட்படுத்தவே இல்லை. போனில் அழைத்தபோது மிகவும் விரக்தியாகவே இருந்தது, பதிலும்.

'ஆனந்த், இனிமேல் நாங்கள் இழப்பதற்கு ஒன்றுமில்லை.'

'உங்களுடைய உயிருக்கு ஒரு விலைமதிப்பில்லையா?'

'ஈழப்போரில் செத்து மடிந்த லட்சக்கணக்கான மனிதர்களின் உயிர்களைவிட எங்களுடைய உயிர் விலை மிகுந்தது இல்லை. ரஜனி திரணகாமாவைப்போல், லசாந்த விக்ரமசிங்காவைப்போல் சுதந்திரத்திற்கும் அமைதிக்குமான போராட்டத்தில் கொல்லப்பட்ட ஆயிரக்கணக்கான மனித நேசர்களைவிட விலைமிகுந்ததல்ல எங்களுடைய உயிர்.'

'ஒருபோதும் செச்னியின் பிளாக் விடோஸைப் போல் ஆக மாட்டோம் என்று சொல்கிறீர்களா?'

'அப்போது இந்த சமூகத்தின் எதிர்வினைப் பலத்தைப்பற்றி எதிர்ப்பார்ப்பு ஏற்பட்டிருந்தது. அவர்கள் எங்களுக்குப் பின்னே ஒரு சூறாவளியைப்போல் வருவார்கள் என்று கனவு கண்டுகொண்டிருந்தோம்.'

'நீயொரு எழுத்தாளன்தானே? எழுத்தின் மூலம் இந்த சமூகத்தை தட்டியெழுப்ப உன்னால் முடியாதா?"

'எனக்கு நம்பிக்கையில்லை. இலங்கையின் வரலாற்றையே திருத்தி எழுதவேண்டிய தேவநாயகி கதையைப் படித்து விட்டு இங்குள்ள சோகால்டு அறிவு ஜீவி சமூகம்கூட எதிர்வினை காட்டவில்லை. எழுத்தாளர்களும் அறிவுஜீவிகளும் வெறும் பார்வையாளர்களாகிவிட்ட நாடு இது. இலங்கையில் எழுத்தாளர்களே இல்லாமல் ஆகிவிட்டார்களோ? அறிவுஜீவிகளும் இல்லாமலாகிவிட்டார்களோ? பிச்சைப்பாத்திரத்தில் போடுவதற்கான சில்லரைக் காசு போன்றுள்ள லங்கா சிகாமணிக்கும் லங்கா திலகத்திற்குமாக அவர்களெல்லாரும் ஃபாஸிஸ்டுகளின் சங்கூதிகளாக மாறிவிடவில்லையா? இங்கே எழுத்தால் மட்டும் ஒரு பயனுமில்லை.'

'பின்னே நீ ஏன் தேவநாயகியின் கதையை எழுதினாய்?'

'அது என்னுடைய கதையாகவும் இருந்ததால்...'

'நீ என்னதான் நினைத்திருக்கிறாய்?'

'அது என்னுடைய கதைதான் என்று. ஓராயிரம் ஆண்டுக்கு முன்பு வாழ்ந்திருந்த தேவநாயகியின் தொடர்ச்சிதான் நான். தேவநாயகியின் கதை முழுவதையும் நீ வாசித்தாய்தானே. இது என்னுடைய கடைசி மனிதப்பிறவியாகும். இது முடிந்துவிட்டால் நிரந்தரமான நிர்வாணத்துக்கு நுழைவதற்கான நேரம்தான். குரு நிஸாங்கவஜ்ரனின்

உயிர் திரும்ப வருவதற்கான நேரம் வந்துவிட்டது என்று அறிவிக்கப்பட்டுவிட்டது. ஒரு காலை சிங்க சைலத்திலும் இன்னொரு காலை ஸ்ரீலங்க மலையிலும் மிதித்து இலங்கையிலிருந்து விஹாயஸ்ஸுக்குப் பறந்து போவதற்கான நேரமாகிவிட்டது. போகும் வழியில் காந்தளூர்ச்சாலையில் இறங்கி பத்மநாபனின் முன்னே ஆண்டாளின் மார்கழித் திங்கள் பாடிவிட்டு எல்லாவற்றையும் மறந்து அடி வைக்க வேண்டுமென்று இருக்கிறேன். அதற்கு குரு அனுமதிப்பாரோ மாட்டாரோ?'

'தேவநாயகி, ஒரே சமயத்தில் மிகவும் ராடிக்கலாகவும் அதேபோல் மிஸ்டிக்காகவும் உன்னால் எப்படித்தான் பேச முடிகிறதோ?'

'காரியங்கள் அந்தளவுக்கு எளிதானதல்ல ஆனந்தா.'

மேலும் கேட்க நிற்காமல் நான் போனைக் கட் பண்ணினேன். இவளுக்கு என்னவாயிற்று? மனதில் சமநிலை தவறி விட்டதா? பைத்தியமாகப் போகிறாளோ? எழுத்தாளினி கடைசியில் தான் எழுதிய கதையின் கைதியாக ஆகிறாளோ? எனக்கு ஒன்றும் பிடிபடவில்லை. சிறிது நேரம் சென்றதும் **Ply. check your mail** என்று SMS வந்தது.

அன்புள்ள ஆனந்தா...

நீ பெரும் குழப்பத்திலிருக்கிறாய் என்று தெரியும். ஆனால் நான் சொன்னதும் சத்தியம்தான். இரண்டு கைகளையும் இழந்து வலியினால் துடித்துக்கொண்டு ஆஸ்பத்திரியில் அம்மாவின் கவனிப்பில் படுத்திருந்த அந்த ஓர் இரவில்தான் எனக்கு ஞானோதயம் ஏற்பட்டது. என் நினைவுகளின் பூட்டைத் திறந்தவர் அம்மாதான். காந்தளூர் தேவநாயகியின் கதையைச் சொல்லும்போது அது என்னுடைய கதைதான் என்று அம்மாகூட அறிந்திருக்க வில்லை. இப்போதும் அறியவில்லை. தேவநாயகியின் கதை ஒவ்வொரு பிறவியிலும் வித்தியாசமான முறைகளில் மீண்டும் மீண்டும் சொல்லப்படுவதுதான். அன்று மகீந்தன் மார்பகங்களை அறுத்தான் என்றால் இன்று கைகள் என்னும் வித்தியாசம்தான் உள்ளது. இந்த தேவநாயகி பரம்பரை என்னோடு முடியப்போவதில்லை. பல பெரிய மனிதர்களால் பெண்களின் மானத்திற்கும் சுதந்திரத்திற்குமான போராட்டங்கள் தொடரத்தான் செய்யும். இந்தப் பிறவியில் ஓர் இரவிலாவது ஆயிரம் தாமரை இதழ்களை அடைந்த பேரானந்தத்தை அனுபவிக்க உதவிய உனக்கு நன்றி. ஜூலிக்குப் பிறக்கப் போகும் குழந்தைக்கும் எல்லாவித வாழ்த்துகளையும் தெரிவிக்கிறேன்.

- தேவநாயகி

நெலம் பொகுன (*Lotus Pond*) (தாமரைத் தடாகம்) மகீந்த ராஜபக்சே தியேட்டர் நவீன வாஸ்து கலையின் மிக உன்னதமான தாயகமாகும். ஏ.டி பன்னிரெண்டாம் நூற்றாண்டில் மகானான பராக்ரமபாகு பொலனருவாவில் கட்டி முடித்த தாமரைத் தடாகத்தின் அதே மாடலில்தான் இந்தத் தியேட்டரும் நிர்மாணிக்கப் பட்டுள்ளது. எட்டு இதழ்களுள்ள தாமரைப் பூவின் வடிவில் *1288* பேர்கள் அமரக் கூடிய மிக நவீன அழகான திறந்தவெளி அரங்கமும் சேர்ந்தது தான் நெலம் பொகுன. தங்களுக்கு தந்திரப்பூர்வமான பல சௌகர்யங்களையும் செய்து கொள்ள அனுமதித்ததற்குப் பிரதியுபகாரமாகத்தான் 'பீப்பிள்ஸ் ரிபப்ளிக் ஆஃப் சைனா' அளித்த பொருளாதார உதவியால் இந்தத் தாமரைத் தடாகத்தை நிர்மாணித்திருக்கிறார். *2011* டிசம்பரில் நேஷனல் பெர்ஃபார்மிங் ஆர்ட்ஸ் தியேட்டர் என்ற பெயரில் தான் தொடங்கப்பட்டது என்றாலும் சோக்கம் விழாவையொட்டி, 'நெலம் பொகுன மஹீந்த ராஜபக்சே தியேட்டர்' என்னும் புதிய பெயர் சூட்டப்பட்டது. விழாவில் கலந்து கொள்ள அழைக்கப் பட்டவர்கள் எல்லாரும் காலையில் ஒன்பது மணிக்கே வந்துவிட வேண்டுமென்றும், ஒன்பதரைக்குமேல் எவ்விதக் காரணங்களாலும் உள்ளே செல்ல அனுமதிக்க முடியாதென்றும் அழைப்பிதழில் பிரத்யேகமாக சொல்லப்பட்டிருந்ததால் நான் மஞ்சுவை அழைத்துக் கொண்டு சரியாக ஒன்பது மணிக்கே நெலம் பொகுனவையடைந்தேன். விழாவில் கலந்து கொள்வதற்காகவே நியூஸிலாந்திலிருந்து திரும்பி வந்த கிறிஸ்டியும் ஆனும் எங்களுடனேயே இருந்தார்கள். நெலம் பொகுனாவுக்கு ஏறக்குறைய ஒரு கிலோ மீட்டர் தூரமுள்ள பிரத்யேக நிலையத்தில் மிகவும் கவனமாக பாதுகாப்பு பரிசோதனைகளுக்குப் பின்தான் எங்களை உள்ளே நுழைய விட்டார்கள்.

ஜூலி விருந்தினர்களை வரவேற்கும் பொறுப்பில் தியேட்டரின் முகப்பிலேயே இருந்தாள். நீலமும் மஞ்சளும் வெள்ளையும் கலந்த நிறமுடைய சேலைகளை உடுத்தி கும்பிட்ட கைகளுடன் நிற்கும் வரவேற்பாளர்களின் நீண்ட வரிசையே நெலம் பொகுனயில் இருந்தது. முதுகையும் அடிவயிற்றையும் நன்றாகவே காட்சிப்படுத்தி இலங்கை முறையில் சேலையணிந்த அந்த அழகிகள்தான் சோக்கமின் அழகாகும். நீல நிற சேலையில் ஜூலி மேலும் அழகானதுபோல் தோன்றினாள். அவள்தான் எங்களை நாங்கள் அமரும் இருக்கைகளுக்கு அனுப்பி வைத்தாள். மஞ்சுவை என்னுடன் பார்த்ததில் அவ்வளவாக அவளுக்கு விருப்பமில்லை என்றாலும், மற்ற காரியங்களைக் கவனிக்கும் அவசரத்தின் டென்ஷன் காரணமாக அவள் அதை வெளிக்காட்டிக் கொள்ளவில்லை. என் மனதிலும் அப்போது தீயாகத்தான் இருந்தது.

என்ன நடக்கப் போகிறதோ என்பதை யோசிக்கும்போதே மார்பு படபடக்கிறது. நான் அனுபவிக்கும் டென்ஷன் பற்றி மஞ்சுவிற்கு யாதொன்றும் தெரியவில்லை. அவள் இவ்வளவு முக்கியமானதொரு விழாவில் தான் பங்கு பெறுவதற்கான வாய்ப்பு கிடைத்ததே என்ற மகிழ்ச்சியிலேயே இருந்தாள். ஆனால், அரசி வரவில்லையே என்பதுதான் கிறிஸ்டியையும் ஆனையும் வருத்தப்படுத்திய விஷயமாக இருந்தது. பிரின்ஸ் சார்லஸுடன் அவர்களுக்கு என்னவோ அவ்வளவாக ஆர்வமில்லாமலிருந்தது. வரலாற்றிலேயே முதன்முதலாக அரசி இல்லாமல் காமன்வெல்த் நாடுகளின் தலைவர்கள் மாநாடு நடக்கிறது என்று ஆன் அடிக்கடி சொல்லிக் கொண்டிருந்தாள்.

பெயர்கள் அழைப்பதையொட்டி ஒவ்வொரு நாட்டுத்தலைவர்களும் மேடைக்குச் சென்றனர். அவர்களுக்கு உதவுவதற்காகவும் இருக்கைகளைக் காண்பிப்பதற்காகவும் ஜூலியைப் போல் நீல நிற சேலையுடுத்திய அழகிகள் இருந்தனர். இந்தியாவின் பிரதிநிதியாக வெளிநாட்டு அமைச்சரான சல்மான் குர்ஷித் வந்தபோது மஞ்சு மிகவும் வருத்தத்துடன் என்னைப் பார்த்தாள். நம் பிரதமரோ ஜனாதிபதியோ வராமல் போனது வருத்தமாக இருக்கிறது என்று கூறினாள். எல்லா காமன்வெல்த் நாடுகளின் பிரதிநிதிகளின் முறை முடிந்ததும் இலங்கை அதிபரும் சார்லஸ் இளவரசரும் மேடைக்கு வந்தார்கள். எல்லாரும் மரியாதை நிமித்தமாக எழுந்து நின்றார்கள். பின் இலங்கையின் தேசிய கீதம் ஒலித்தது. 'ஸ்ரீ லங்கா மாதா... நமோ நமோ மாதா' என்ற பாடலைப் பாடியது கொழும்பிலுள்ள பல்வேறு பள்ளிகளிலிருந்து தேர்ந்தெடுக்கப்பட்ட குழந்தைகள்தாம். தேசிய கீதம் முடிந்து எல்லாரும் இருக்கைகளில் அமர்ந்தார்கள்.

'இந்தப் பாடலை எழுதியவர் யார்?' என்று மஞ்சு கேட்டாள்.

'ஆனந்த் சமரக்கூன்' நான் அவளிடம் ரகசியமாகச் சொன்னேன். மூட நம்பிக்கை உடையவர்களான மதகுருக்களின் நெருக்குதல்களுக்கு இணங்கி இலங்கைப் பாராளுமன்றம் ஆனந்த சமரக்கூன் எழுதிய பாடலை திருத்தி விட்டார்கள் என்றும் அதைப் பொறுத்துக் கொள்ள முடியாமல் அவர் தற்கொலை செய்து கொண்டார் என்றும் கேட்டவுடன் மஞ்சு திடுக்கிட்டாள்.

'இதென்ன பைத்தியக்காரத்தனம் பீட்டர்?'

'அந்தப் பைத்தியக்காரர்கள்தான் இந்த நாட்டையே குருதிக் குளமாக்கி விட்டார்கள்' மற்றவர்கள் கவனிக்கிறார்களோ என்று பயந்து மெல்லிய குரலில் மேலும் விளக்கினேன்.

கைகளில் மலர்ந்த ஆம்பல் பூக்களுடன் வந்த நடன மங்கையர்களின் ‘ஆயுபொவான்’ என்னும் வரவேற்பு நடனத்திற்குப் பின் அதிபர் வரவேற்பு சொற்பொழிவுக்கு எழுந்தார். சபை முழுவதும் ஆவேசத்துடன் கைதட்டினர். மிகவும் தேவைக்குரிய மரியாதையான மொழியில்தான் அவர் வாக்கியங்களை வெளியிட்டார். ‘வெல்த்தை’ப் பற்றியல்ல ‘பாவர்ட்டி’யைப் பற்றிதான் நாம் வருத்தப்பட வேண்டுமென்று அவர் அழுத்தமாகச் சொன்னார். மிகவும் சாமர்த்தியமாக தயாரிக்கப்பட்ட சொற்பொழிவாக அது இருந்தது. ஆட்சியின் பார்வைகளைப் பற்றியும் நாட்டின் முன்னேற்றங்கள் பற்றியும் கூறி, தனக்கு எதிரான குற்றச்சாட்டுகளை தந்திரமாக இருட்டடிப்பு செய்த அவரின் திறமை அதிலுள்ள ஒவ்வொரு வாக்கியத்திலும் தெளிவாகத் தெரிந்தது. ‘ஏ வொண்டர்புல் மேன், இவரைப்பற்றித் தானா மக்கள் அநாவசியமாக குற்றச்சாட்டுகளை எழுப்புகிறார்கள்?’ எனும் ஆனின் கேள்விக்கு மஞ்சுவும் ஆதரவளித்தபோது நான் மௌனமாக மேடையை நோக்கிக் கொண்டிருந்தேன்.

மீண்டும் பாட்டும் நடனமும்தான். இம்முறை இலங்கையின் வரலாறை வெளிப்படுத்தும் அழகான நடனச் சிற்பமாக இருந்தது. நெலம் பொகுன தியேட்டரின் வாய்ப்புகளை முழுமையாகப் பயன்படுத்திக் கொண்டுதான் அதைக் காட்சிப் படுத்தினார்கள். மூன்று தளங்களில் உயரவும் தாழவும் கூடிய மேடையில் பின்னணியில் வீடியோக்களையும் பயன்படுத்திதான் அதை அவதரித்தார்கள். இந்தியப் பெருங்கடலில் இருந்து ஒரு முத்துச்சிப்பி உயர்ந்து வருகிறது. சிப்பியின் உச்சியில் திறந்து கொண்டு மிக அழகான நடன மங்கை ஒருத்தி மெல்ல மேலெழும்பி வரும் காட்சி மிகவும் மனதை ஈர்ப்பதுபோல் இருந்தது. முதல்தரமான கோரியோகிராபி. ஜூலியை அழைத்து உடனே வாழ்த்த வேண்டும்போல் தோன்றினாலும் அவளை அருகில் எங்கும் காணவில்லை. காமன்வெல்த் நாடுகளிலுள்ள வெவ்வேறான நாகரீகங்களை சமனப்படுத்தும் அடுத்த ஃப்யூஷன் நடனத்தில் கதகளி கோரமாக அவதரித்ததைக் கண்டதும் அதைச் செய்தவளை இரண்டு அறை விடவேண்டும் என்று தோன்றியது. ஆனால், அருள்மொழி நங்கையைக் காணோமே ஏன்? யமுனா எங்கே? மார்கழித் திங்கள் எங்கே? பத்தரை மணிக்கு ஆரம்பித்த சடங்கு பன்னிரண்டு மணிக்குக் கொஞ்சம் முன்பாகவே முடிந்தும்கூட அவர்கள் யாரும் மேடைக்கு வரவேயில்லை. ஜூலியையும் எங்கும் காண முடியவில்லை.

பீட்டருக்கோ தேவநாயகிக்கோ அருளும் யமுனாவும் பிடிக்கப்பட்ட விவரம் தெரியாமல் இருந்தது. சென்ற இரவே அவர்களை டொனால்டு ஹ்யூமின் ஓட்டல் அறையிலிருந்து *TID* அதிகாரிகள் கைது செய்து விட்டார்கள். ஷியோலி என்னும் சீன ஒற்றர் அழகி அளித்த விவரத்தையொட்டிதான் கைது செய்திருந்தார்கள். டொனால்டும் ஆண்ட்ரியாவும் கொழும்புக்கு வந்து சேர்ந்த நாள் முதல் ஷியோலியின் கண்காணிப்பிலேயே இருந்துள்ளார்கள். யு.எஸ். குடியுரிமையுள்ளவர்களானதால் அதிகப் பிரச்சினை உண்டாக்க வேண்டாம் என்று கருதி உள்துறை அமைச்சகம் டொனால்டையும் ஆண்ட்ரியாவையும் மூன்று மணி நேரத்துக்குள் நாட்டைவிட்டுச் சென்றுவிட வேண்டுமென்று உத்தரவிட்டார்கள். யு.எஸ். தூதரகம் அவர்களை அடுத்த விமானத்திலேயே திருப்பி அனுப்பியும் விட்டது. ஆனால், அருளையும் யமுனாவையும் கனடியன் குடியுரிமையுள்ளவர்கள் என்பதையும் பரிசீலிக்காமல் மேலும் விசாரிப்பதற்காக *DP*க்கு கொண்டு சென்று விட்டார்கள்.

*DP*யில் அருளும் யமுனாவும் மிகவும் கொடூரமான சித்ரவதைகளைத்தான் ஏற்க வேண்டியதாயிற்று. சோக்கம் தொடக்க விழாவில் நாட்டின் முதல் குடிமகனைக் கொல்லத் திட்டமிட்டது சாதாரண குற்றமல்லவே... அவர்களை *DP*க்குக் கொண்டு வந்தவுடனேயே முதலில் கற்பழிப்பு. பின்புதான் கேள்வி என்பது புது உயரதிகாரியான கர்னல் விக்ரம ரணதுங்க தன்னுடைய அதிகாரிகளுக்கு கட்டளையிட்டிருந்தான். தேவநாயகிக்கு ஆசிட் தடவிய காலத்தில் அவன் அங்கே உதவி மேலதிகாரியாக இருந்தான். பயங்கரவாதிகளை சித்ரவதை செய்யும்போது மென்மையான நடைமுறைகள் ஒன்றையும் ஏற்க வேண்டியதில்லை என்பதுதான் ரணதுங்கவின் நிலையாகும். அருளும் யமுனாவும் இயக்கத்தின் உறுப்பினர்களைப்போல் மன ரீதியிலோ உடல் வகையிலோ பலமிக்கவர்கள் இல்லையாதலால் *DP*யிலுள்ள அதிகாரிகளால் அவர்களை எளிதில் கையாள முடிந்தது. ஆனால், பயங்கரவாதத்திற்கு எதிராக இந்தளவுக்கு பலமான நடவடிக்கைகளை எடுத்தும் அதைமீறி திட்டம் போட்டு வந்த இவர்கள் கடுமையான பேர்வழிகளாகத்தான் இருக்க வேண்டும் என்னும் முடிவோடுதான் அதிகாரிகள் இவர்களை எதிர்கொண்டார்கள். இருவரையும் உடனே தனித்தனி அறைகளுக்கு கேள்விகளைத் தொடுக்கக் கொண்டு போனார்கள். முதலில் கற்பழிப்பு, பின்புதான் விசாரணை என்னும் ரணதுங்கா ஆணையின் கெடுபிடியில் அந்தப் பெண்கள் அப்போது பயந்து கடகடவென நடுங்கிக் கொண்டிருந்தார்கள்.

மிகவும் முரடனான லெப்டினெண்ட் ஸீஸர் எனும் அதிகாரிதான் அருளைகேள்வி கேட்டான். அறைக்குள்சென்றவுடனேயே எந்தவொரு கேள்வியும் கேட்காமல் அவன் அவளிடம், ‘சீக்கிரம் துணியை அவிழுடி’ என்றுதான் உத்தரவிட்டான். DPயில் நடக்கும் விஷயங்களைப் பற்றிக் கேள்விப்பட்டுள்ளதால் அருள் எதிர்ப்பதற்கு தைரியப்படவில்லை. பயந்து நடுங்கியவள் முடிந்த மட்டில் வேகமாக ஜீன்ஸையும் மற்ற ஆடைகளையும் அவிழ்த்து விட்டாள். தன்னுடைய நிர்வாணத்தைப் பற்றி அவள் அப்போது சிந்திக்கவே இல்லை. இந்த வலையிலிருந்து எப்படியாவது உயிருடன் தப்பிக்க வேண்டுமே என்று மனதில் பிரார்த்தித்துக் கொண்டிருந்தாள். கட்டிலைக் காட்டி ‘ஏறிப் படுடி’ என்பதுதான் அடுத்த உத்தரவாயிருந்தது. அதற்கும் அவள் ஒத்துப் போனாள். ஆனால் அந்த அனுசரணைக்கு எவ்வித இரக்கமும் காட்டாமல் அடுத்த நிமிடம் இரையைக் கண்ட சிங்கம்போல் ஸீஸர் அவள் மேல் பாய்ந்தான். அதன்பின் மிகப் பயங்கரமான பலவந்தம்தான் நடந்தது. சிங்கம் இரையை நன்றாகவே கடித்துக் குதறியது. ஸீஸரின் பல்லும் நகமும் படாத ஒரு அங்குலம் இடம் கூட இல்லாமல் அவளுடைய உடல் கிடந்தது. கடைசியில் அவனுடைய பலமிக்க கைகளுக்குள் அவள் ஆதரவற்றவளாக கிடந்து துடித்தாள். அவனுடைய வேகத்திலும் ஆவேசத்திலும் வெகுவாகவே மூச்சுத் திணறலாகிவிட்ட அவளுக்கு தான் அப்போதே இறந்து விடலாம் என்றுதான் தோன்றியது. கடைசியில் எல்லாமும் கொஞ்சம் அமைதியானதும் ஸீஸர் தன் வலது கையைச் சுருட்டி அவளுடைய தொப்புளுக்குக் கீழே ஓங்கி ஒரு குத்து குத்தினான். வலியைத் தாங்கமுடியாமல் அடிவயிற்றைப் பிடித்துக் கொண்டு அவள் உரக்கக் கத்தினாள். ‘தேவடியா மவளே, நீ க்ளோரியா ஃபெர்னாண்டஸ்தானே, இல்லையாடி?”

‘இல்ல. சாரி, நான் க்ளோரியா இல்ல. அருள்மொழி நங்கைதான்’ என்று அவள் ஒரு விதமாகச் சொல்லி முடித்தாள்.

‘அப்போ. உனக்கு உண்மையைச் சொல்லத் தெரியும். நான் உடனே திரும்பி வருவேன். பி ரெடி ஃபார் இண்ட்ராக்கேஷன்.’

அருள் அந்த அதிர்ச்சியிலிருந்து மீள்வதற்கு முன்பே விரிவான கேள்விகள் கேட்பதற்காக ஸீஸர் திரும்பி வந்தான். மொத்தத்தில் சோர்ந்து தளர்ந்து விட்ட அவள் தேம்பித்தேம்பி அழுது கொண்டேதான் கேள்விகளுக்குப் பதில் சொன்னாள். என்ன வேலை என்னும் கேள்விக்கு பாடகி என்று பதிலளித்ததும் உரக்கச் சிரித்தான் அவன். அத்துடன், ‘அதனால்தான் உன்னுடைய அழுகையைக் கேட்க இவ்வளவு இனிமையாக இருக்கிறது. உன்னை நான் நல்லாவே

பாட்டுப் பாட வைக்கிறேன்' என்று பரிகாசம் செய்தான். அவளைப் பற்றிய கேள்விகளுக்கு எல்லாம் பதில் சொல்லி முடித்ததும், 'மீனாட்சி ராஜரத்தினம் யாருடி?' என்னும் கேள்வி வந்தது.

'அம்மாதான்' என்ற பதிலை ஸீஸர் நம்பவேயில்லை.

'உண்மையைச் சொல்லுடி, தேவடியா' என்று கூறி அவளுடைய முடியைக் கொத்தாகப் பிடித்து கன்னத்தில் ஓங்கி அறைந்தான். எவ்வளவு பயமுறுத்தியும், மீனாட்சி ராஜரத்தினம் தன்னுடைய தாய்தான் என்று அருள் சொன்னபோது ஸீஸருக்கு கடுங்கோபம் வந்துவிட்டது. அவள் எதிரே தன் கையிலுள்ள பென் டார்ச் போன்ற ஒரு உபகரணத்தை எடுத்து நேராக நீட்டினான். 'அடியேய், உனக்கு இது என்னவென்று தெரியுமா?' என்று கேட்டான்.

அவள் 'இல்லை' என்று தலையாட்டினாள். 'தெரியாது?' மீண்டும் கேட்டபோது அவள் பயந்து போய் மெல்ல, 'பென் டார்ச்' என்று சொல்ல, 'பென் டார்ச் இல்ல... டார்ச்சர் பென். இனிமேலும் நீ உண்மையைச் சொல்லவில்லையென்றால் உன்னுடைய........யில் இதைப் பிரயோகிக்க வேண்டியது வரும்' என்றான் சீசர்.

அவள் பயத்துடன் அந்த பேனாவைப் பார்த்தாள். கொஞ்சம் கூர்மையான முனையும் கீழேயுள்ள பகுதியில் அங்குமிங்குமாக இரும்பு முட்கள் உள்ள அந்த கனத்த டார்ச்சர் பேனாவுக்கு சாதாரண பேனாவைப்போல் மூன்று பங்கு தடிமனும் இரண்டு மடங்கு நீளமும் உடையதாக இருந்தது. சீசர் அதனுடைய மேல்பட்டனை அழுத்தியதும் பேனாவின் முனையிலிருந்து மிக சக்தி வாய்ந்த சிகப்பு ஒளி அவளுடைய முகத்தில் பதிந்தது. அவன் இனிமேல் என்ன செய்யப் போகிறான் என்பதை அறியாமல் பயந்து நின்ற அவளை சட்டென்று ராணுவ வீரர்கள் வந்து பிடித்துக் கட்டிலில் கிடத்தி நிர்வாணமாக்கி கைகளையும் கால்களையும் கட்டினார்கள். ஒரு முறைத்த பார்வையுடன் அருகில் வந்து அமர்ந்த சீசர் மீண்டும், 'அடியேய் மரியாதையாகச் சொல்லு. மீனாட்சி ராஜரத்தினம் என்பவள் யார்?' என்றான். 'அம்மா' என்று சொன்ன அடுத்த நிமிடத்திலேயே டார்ச்சர் பென் அவளுடைய உடலுக்குள் துளைத்து நுழைந்தது. வலியால் துடித்த அவள் 'ஐயோ அம்மா' என்று கத்தி உரக்க அழுதாள். பேனா நுழைந்த பகுதியிலெல்லாம் ஊசி கோர்த்து இழுப்பது போன்ற வலியாக இருந்தது. அவள், 'அம்மா அம்மா' என்று தேம்பி அழுதுகொண்டே படுத்திருந்தாள். அப்போது சீசரின் கட்டை விரல் டார்ச்சர் பேனாவின் மேல் பொத்தானில் இருந்தது. 'உண்மையைச் சொல்லுடி... மீனாட்சி ராஜரத்தினம் யாருடி?''

அவனுடைய குரல் சுவர்களில் மோதி ஒலித்தது. அடுத்து என்ன சொல்வது என்று தெரியாமல் சிறிது கண்களை மூடினாள். அந்த நிமிடத்தில் சீசர் டார்ச்சர் பென்னின் டாப் பட்டனை அழுத்தினான். பேனாவின் முனையிலிருந்து மின்னல் ஒளியைப் போன்று வேகமுடைய ஒரு துப்பாக்கிக் குண்டு போன்ற பொருள் அவளுள் நுழைந்தது. அவள் வாழ்க்கையில் அதுவரை அனுபவித்திராத கடுமையான வலியாக இருந்தது. வலி மட்டுமல்ல. வலிக்கு அப்பாலுள்ள பயங்கரமான அனுபவமும் அப்படித்தான். சில நிமிடங்கள் வரை அந்த எலெக்ட்ரிக் ஷாக்கின் ஆழம் நீண்டிருந்தது. அவள் வாய்விட்டு அழுது கொண்டு கட்டிலில் கிடந்து துடித்தாள்.

இறுதியில் தேம்பித் தேம்பி, 'என்னை மன்னிக்கணும் சார். நான் எல்லாவற்றையும் சொல்லி விடுகிறேன். இயக்கத்தில் இருந்த சுகந்திதான் மீனாட்சி ராஜரத்தினம்' என்றாள்.

'அப்படி வா வழிக்கு, தேவடியா மவளே.' சீசர் டார்ச்சர் பென்னை வெளியே வேகமாக இழுத்தான். முட்கள் விபரீதமான திசைகளில் மாட்டியதால் நூற்றுக்கணக்கான பிளேடுகளால் கிழிப்பது போல்தான் அவளுக்கு அப்போது தோன்றியது. பின் கேட்ட கேள்விகளுக்கெல்லாம் வேகவேகமாக பதில் சொன்னாள். ஏதாவது கேள்விக்கு பதில் சொல்ல கொஞ்சம் தாமதித்தால் போதும், சீசர் டார்ச்சர் பென்னை கையில் எடுத்து விடுவான். அப்போது அவள் தேம்பி அழுது, 'வேண்டாம் வேண்டாம்' என்று வேண்டியவாறு வேகமாகப் பதில் கூறுவாள்.

அடுத்த அறையில் யமுனாவும் இதே முறையில்தான் வதைக்கப்பட்டாள். சீசரைவிட முரடனான கர்னல் ரோட்ரிக்தான் அவளை கேள்வி கேட்டான். ரணதுங்காவின் முதலில் கற்பழிப்பு பின் கேள்விகள் என்னும் ஆணையை அவனும் அதேபோல் நடைமுறைப்படுத்தினான். சீசர் அவளுக்கு அளித்ததுபோல் ஆடைகளைக் களைவதற்கான அவகாசத்தைக்கூட அவன் யமுனாவுக்கு அளிக்கவில்லை. மிகவும் கொடூரமாகத்தான் அவளைக் கீழ்படிய வைத்தான். உதடுகளும் மார்பகங்களும் குருதி சிந்தும் வரையில் கடித்து காயப்படுத்தியும் மிகவும் மெலிந்தவளான அவளை தனது கனத்த உடலால் அமுக்கி மூச்சுத் திணற வைத்ததும் தொப்புளிலும் மார்பக முனைகளிலும் சுற்றிலும் சிகரெட்டால் சுட்டும் பலவகையில் வதைத்து ரசித்த பின்தான் ரோட்ரிக்ஸ் யமுனாவை கற்பழித்தான். அரைமணி நேரம் வரையில் அவளை உடல் ரீதியாகவும் மனதளவிலும் முழுமையாகத் தகர்க்க அவனால் முடிந்தது. ஆனால் கேள்விகள் கேட்கும் அடுத்த கட்டம் கொஞ்சம் வித்தியாசமாக இருந்தது. டார்ச்சர்

பென்னுக்கு பதில் ரேப்பிங் ரோபோட்டைதான் ரோட்ரிக் பயன்படுத்தினான்.

ஸ்டீலால் தயாரிக்கப்பட இயந்திர மனிதனின் தழுவல் குளிர் உறைந்ததாக இருக்கும். ஆனால், அந்த இரும்புக் கைகளின் பலத்தில் விலா எலும்புகள் ஒடிந்து விடுவதுபோல் யமுனாவுக்குத் தோன்றியது. இயந்திர உதடுகளால் இடும் முத்தமும் அதேபோல் கடுமையானதாகத்தான் இருக்கும். அவையெல்லாவற்றையும் ஒருவிதமாக பொறுத்துக் கொண்டாலும் ரோபோட் உடலுக்குள் பிரவேசித்த போது யமுனா வலியினால் துடித்துப் போனாள். ரோபோட்டில் இணைத்திருந்ததும் இரும்பு முட்களுள்ள டார்ச்சர் பென்தான். அந்த பேனா முன்னும் பின்னுமாக அசைவதாகவும் இருந்தது.

அவள் வலியால் துடித்து வாய் விட்டு அழுதாள். ரோட்ரிக்ஸ் ரிமோட்டினால் ரோபோட்டின் டார்ச்சர் பென்னின் அசைவை நிறுத்தி கேள்விகள் கேட்கத் தொடங்கினான். அவள் தயங்கித் தயங்கி ஒவ்வொரு கேள்விக்கும் பதில் சொன்னாள். டொனால்டையும் ஆண்ட்ரியாவையும் பற்றிய கேள்விகளுக்கு பதில் சொல்ல கொஞ்சம் தயங்கிய போது டார்ச்சர் பேனாவிலிருந்து அவளுள் மின்சாரம் பாய்ந்தது. யமுனா வாய் விட்டு கத்தியபோது சில நிமிடங்கள் வரையில் ரோபோட்டின் இரும்புக் கைகளுக்குள் கிடந்து துடித்தாள். பின் அவள் சிறு குழந்தையைப் போல் ரோட்ரிக்கின் எல்லாக் கேள்விகளுக்கும் பதில் சொன்னாள். இறுதியில் ஜூலியைப் பற்றிய விவரங்களையும் கூறி யந்திர மனிதனிடமிருந்து சுதந்திரமடைந்தபோது அருளைவிட மோசமாக இருந்தது யமுனாவின் நிலை. இருவரையும் மேலும் கேள்விகள் கேட்பதற்காகச் செல்களுக்கு மாற்றினார்கள். காயங்கள் ஆறுவதற்கான சிகிச்சையளிப்பதற்கு கொழும்பிலிருந்து வந்த கைனகாலஜிஸ்ட் காத்துக்கொண்டு நின்றிருந்தார்.

மஞ்சுவுடன் நெலம் பொகுனவிலிருந்து வெளியே வந்தபோது பீட்டருக்கு மிகவும் டென்ஷனாக இருந்தது. சிறிது நேரத்துக்கு முன் வந்த ஜூலியின் மெஸேஜை மஞ்சுவிடம் காண்பிக்கத் தைரியம் ஏற்படவில்லை. 'பீட்டர் அவர்கள் என்னை சந்தேகிக்கிறார்கள். காரணம் என்னவென்று தெரியவில்லை. எந்த நிமிடமும் நான் கைது செய்யப்படலாம். செத்தாலும் உன்னைப் பற்றி ஒரு எழுத்தைக்கூட சொல்லமாட்டேன் என்றாலும் எவ்வளவு சீக்கிரம் தப்பிக்கிறீர்களோ அவ்வளவுக்க நல்லது - ஜூலி'

அந்த வார்த்தைகள் நெற்றிக்கு நேராகப் பாய்ந்து வரும் துப்பாக்கிக் குண்டைப் போல் இருந்தன. அவளுக்கு ஒன்றும் நேராமல் இருந்தால் போதும், கடவுளே! அவளுள் என் குழந்தை இருக்கிறது... அவர்களை இந்த நரகத்துக்குள் தள்ளி விட்டு நான் மட்டும் எங்கே போய் தப்பிக்கப் போகிறேன்?

அறைக்குச் சென்றவுடன் டெலிவிஷனை ஆன் செய்தேன். சோக்கத்தைப் புகழும் செய்திகளைத் தவிர வேறொன்றும் இல்லை. புண்ணியம்தான். குறிப்பாக ஒன்றும் நேரவில்லை. என்னுடைய குழப்பத்தையும் டென்ஷனையும் கண்டதும் என்னவோ பிரச்சினை என்று மஞ்சுவுக்குத் தோன்றியது. அவள் ஒவ்வொரு பெக் விஸ்கியுடன் வந்தாள்.

'என்னடா? என்னாச்சு? பெரும் டென்ஷனா இருக்கிறே?'

'நெலம் பொகுனாவிலிருந்து திரும்பும்போது நாம் ஜூலியை எங்கும் பார்க்கவில்லையல்லவா?'

'அதற்கு?'

'அவள் கேரியர்ங்கிறது உனக்குத் தெரியாதா?'

'ஓ, அப்பாவாகப்போகிற டென்ஷனா?'

'அவள் இந்த நேரத்தில்...'

'இப்படி ஓடியாடி நடந்ததால் ஏதாவது அபார்ஷனோ என்னவோ ஆயிருக்கலாமல்லவா... பரவாயில்ல, ஒன்னும் நடந்திருக்காது. அப்படியே நடந்திருந்தாலும் டேக் அனதர் சான்ஸ். ஆமாம், நீ அப்பாவானால் போதும் என்று நினைத்திருந்தால் நான் அப்போதே ரெடி...'

'போடி, மனுஷனுக்குப் பைத்தியம் பிடிக்கிற நேரத்துல கிண்டல் பண்ணறே.'

'அப்படிப் பைத்தியம் பிடிப்பதற்கான விஷயம் என்னன்னுதான் சொல்லேன்.'

ஜூலியின் மெசேஜைக் காட்டினேன். அவளும் திடுக்கிட்டாள். உடனே சமரவீராவை அழைத்து, 'அம்மாவுக்கு சுகமில்லை' என்று பொய் சொல்லி மாலையில் கொச்சிக்குச் செல்லும் விமானத்தில் டிக்கெட் பிடித்தேன். மிகவும் வருத்தத்துடன்தான் கொழும்பிலிருந்து திடீரென திரும்புவதற்கு முடிவு செய்தேன். கனவுத் திட்டமான ரஜனி திரணகாமாவைப் பற்றிய சினிமா ஷூட்டிங் தொடங்க இருக்கிறபோது

கர்ப்பிணியான தன் துணைவியின் பாதுகாப்பை உறுதி செய்து கொள்ளாமல் ஓடிப்போகும் பயந்தாங்கொள்ளி என்று என்னையே குற்றப்படுத்திக் கொண்டேன். சட்டென்று அபார்ட்மெண்டுக்குப் போய் பயணத்துக்குத் தேவையான அத்தியாவசியப் பொருட்களை எல்லாம் எடுத்துக்கொண்டேன். விமான நிலையத்துக்கு அழைத்துப்போவதற்காக மஞ்சு காருடன் தயாராக நின்றாள். கார் முன்னோக்கி நகர்ந்தபோது அவள் தன் ஐபோனை எடுத்து கையில் கொடுத்தாள்.

'பீட்டர் இதைப் பார். நாம் அதிர்ஷ்டவசமாக தப்பினோம். சோக்கம் தொடங்கிய சில நிமிடங்களுக்குள் லிபர்ட்டி பிளாஸ் கார் பார்க்கிங்கில் சோக்கம் நெம்பர் பிளேட் வைத்த பென்ஸ் எஸ் 400 கார் ஒன்று ஆனந்த குமாரஸ்வாமி சாலை வழியாக நெலம் பொகுனாவுக்குப் பாய்ந்து வந்ததாம். சந்தேகப்பட்ட ராணுவத்தினர் நேச்சுரல் ஹிஸ்டரி மியூசியத்துக்கு முன்னாடியே அந்தக் காரைத் தடுத்தார்களாம். டிரைவர் வெளியே இறங்கிய சில விநாடிகளில் கார் மிகப் பலத்துடன் வெடித்துச் சிதறியதாம். மிகச் சக்தி வாய்ந்த வெடிபொருட்களுடன் அந்தக் கார் வந்ததென்று கருதப்படுகிறது. குண்டு வெடிப்பில் பதினான்கு பாதுகாப்பு அதிகாரிகள் கொல்லப்பட்டதாக கேள்விப்பட்டேன். அரசாங்கம் இந்தச் செய்தியை சென்சார் செய்திருக்கிறார்கள். இரண்டு கையும் இல்லாத ஒரு பெண்தான் தனியாக அந்த காரை ஓட்டி வந்ததாகக் கேள்வி. அவள் காரை நிறுத்தி இறங்குவதையும் குண்டு வெடிப்பு நடப்பதையும் காட்டும் வாட்ஸப்பில் உள்ள படங்கள்தான் இவை. இந்தப் படங்களை எடுத்தவன், 'குண்டு வெடிப்பினால் தீக்கொழுந்து கிளம்புவதற்குள் அந்தப் பெண் ஆகாயத்தில் பறந்து உயர்ந்தாள்' என்று கூறியுள்ளான். சில ராணுவத்தினரும், அங்கே இருந்து கண்ணால் கண்டவர்களும் ஃபேஸ்புக்கில் அப்படித்தான் கமெண்ட் செய்திருக்கிறார்கள்.

அந்தப் படங்களைப் பார்த்தபோது நான் நடுங்கினேன். அவள் தேவநாயகிதான் என்றாலும் டென்ஷனை வெளியே காட்டிக் கொள்ளாமல் போனை மஞ்சுவிடம் திரும்பக் கொடுத்தேன்.

'பரவாயில்லை. நமக்கொன்றும் நேரவில்லையல்லவா.'

'என்றாலும் இரண்டு கையும் இல்லாத ஒரு பெண் காரோட்டினாள் என்றும், பின் ஆகாயத்தில் பறந்து போனாள் என்றுமெல்லாம் சொன்னால்...'

'சும்மா சொல்கிறார்களாக்கும். கூட வேறு யாராவது உதவியாளர்கள்

இருந்திருப்பார்கள். குண்டு வெடிப்பில் உடலே சிதறிப் போயிருக்கலாம். கதைகளை உண்டாக்குவதற்கு ராணுவத்தினரைப்போல் கெட்டிக்காரர்கள் வேறு யாரவது இருக்கிறார்களா என்ன?'

விமானம் பறந்து உயர்ந்தபோது நான் தேவநாயகியைப் பார்த்தேன். பற்றியெரியும் கொழும்பிலிருந்து ஒரு காலை ஸிகிரியாவிலும் அடுத்த காலை ஸ்ரீபாதத்திலும் வைத்து காந்தளூரை நோக்கி அவள் என்னோடு சேர்ந்தே ஆகாய வழியாக நடந்து வருகிறாள். அவளோடு சேர்ந்து அவள் எழுதி அருள்மொழி நங்கை பாடிய வரிகளும் என் காதுகளில் முழங்கின.

I am Sad Sad Sad

I am Mad Mad Mad

Kill me Kill me Kill me

Fxxk Me Fxxk Me Fxxk Me

கனவு தொலை

ந்தவள் நான்

கவிதை மறந்தவள் நான்

காதல் கரிந்தவள் நான்

கற்பு இழந்தவள் நான்

I am Sad Sad Sad

I am Mad Mad Mad

Kill me Kill me Kill me

Fxxk Me Fxxk Me Fxxk Me

■

www.ingramcontent.com/pod-product-compliance
Lightning Source LLC
LaVergne TN
LVHW100634051026
849519LV00001B/213
* 9 7 8 9 3 8 8 1 2 6 8 3 0 *